AF743104

ഗ്രീൻ ബുക്സ്

ടുണീഷ്യയിലെ പെണ്ണുങ്ങൾ

ഹബീബ് സാലിമി

ടുണീഷ്യൻ അറബി നോവലിസ്റ്റ്, കഥാകൃത്ത്, വിവർത്തകൻ.
1951ൽ ടുണീഷ്യയിലെ കൈറുവാനിൽ ജനനം.
1985 മുതൽ പാരീസിൽ അദ്ധ്യാപകനായി ജോലി ചെയ്യുന്നു.
പത്ത് നോവലുകളും രണ്ട് ചെറുകഥാസമാഹാരങ്ങളു
മടങ്ങുന്നതാണ് സാലിമിയുടെ സാഹിത്യലോകം.
'ദി സെന്റ്സ് ഓഫ് മേരി ക്ലെയർ', 'വിമൺ ഓഫ്
അൽബസാതീൻ' (ടുണീഷ്യയിലെ പെണ്ണുങ്ങൾ
എന്ന് മലയാളത്തിൽ) എന്നീ നോവലുകൾ അറബ് ലോകത്തെ
ഏറ്റവും വലിയ സാഹിത്യ പുരസ്കാരമായ
അറബ് ബുക്കർ സമ്മാനത്തിനുള്ള 2009, 2012 വർഷങ്ങളിലെ
അന്തിമചുരുക്ക പട്ടികയിൽ ഇടം നേടിയ കൃതികളാണ്.
ഇംഗ്ലീഷ്, ഫ്രഞ്ച്, ജർമൻ, നോർവീജിയൻ, ഇറ്റാലിയൻ,
ഹീബ്രൂ, ഡച്ച് ഭാഷകളിലേക്ക് സാലിമിയുടെ
വിവിധ കൃതികൾ വിവർത്തനം ചെയ്യപ്പെട്ടിട്ടുണ്ട്.

ഡോ. എൻ. ഷംനാദ് : 1980ൽ തിരുവനന്തപുരം
ജില്ലയിൽ ജനനം. ഇറാഖിലെ സിനാൻ അൻതൂണിന്റെ
'വഹ്ദഹാ ഷജറ അൽറുമ്മാൻ' (വെള്ള പുതപ്പിക്കുന്നവർ),
സിറിയയിലെ ഖാലിദ് ഖലീഫയുടെ 'അൽമൗത്
അമൽ ഷാഖ്' (മരണം ദുഷ്കരം) എന്നീ അറബി
നോവലുകൾ ഗ്രീൻ ബുക്സ് പ്രസിദ്ധീകരിച്ചിട്ടുണ്ട്.
ഇപ്പോൾ തിരുവനന്തപുരം യൂണിവേഴ്സിറ്റി
കോളേജിലെ അറബി വിഭാഗം അദ്ധ്യാപകൻ.

നോവൽ

ടുണീഷ്യയിലെ പെണ്ണുങ്ങൾ

ഹബീബ് സാലിമി

അറബിയിൽ നിന്ന് നേരിട്ടുള്ള വിവർത്തനം

ഡോ. എൻ. ഷംനാദ്

ഗ്രീൻ ബുക്സ്

green books private limited
gb building, civil lane road, ayyanthole,
thrissur- 680 003, kerala, ph: +91 487-2381066, 2381039
website: www.greenbooksindia.com
e-mail: info@greenbooksindia.com

original title
(arabic)
Nisā' al-Basātīn

malayalam
tunisiayile pennungal
novel
by
habib selmi

translated by
dr. n. shamnad

first published august 2018

first published in arabic language by Dar al Adab,
beirut, lebanon.

published by arrangement with RAYA
the agency for arabic literature and Kadalu

منحة الترجمة
Translation Grant
صندوق منحة الشارقة للترجمة
Sharjah Translation Grant Fund

cover design : g. biju

branches:
thrissur 0487-2422515
palakkad 0491-2546162
thiruvananthapuram 0471-2335301
calicut 0495 4854662
kannur 0497-2763038

isbn : 978-93-87357-18-1

GBPL/1026/2018

മുഖക്കുറി

ഒരു രാജ്യം എങ്ങനെയാണ് തീവ്രവാദത്തിലേക്കു വഴി തെറ്റുന്നത് എന്നതിനെക്കുറിച്ച് വലിയൊരു തിരിച്ചറിവ് നൽകുന്ന പുസ്തകമാണിത്. ഫ്രഞ്ച് കോളനിയായിരുന്ന മെഡിറ്ററേനിയൻ തീരത്തെ കൊച്ചു അറബ് രാജ്യം, 2010-ലെ അറബ് വസന്തവിപ്ലവത്തിനു മുമ്പുള്ള ടുണീഷ്യ. പാരീസിൽ അദ്ധ്യാപകനായ ടുണീഷ്യൻ കുടിയേറ്റക്കാരൻ തൗഫീഖ് വർഷങ്ങൾക്കുശേഷം ഒരവധിക്കാലത്ത് നാട്ടിലെത്തുമ്പോൾ, തന്റെ നാട് വളരെയേറെ മാറിയതായി കണ്ടെത്തുന്നു. സ്ത്രീകൾക്ക് പൊതുസമൂഹത്തിൽ സ്വാതന്ത്ര്യമുണ്ടായിരുന്ന യൂറോപ്യൻ പകിട്ടുകൾ കാത്തുസൂക്ഷിച്ചിരുന്ന തന്റെ രാജ്യം മതപരമായ കാർക്കശ്യങ്ങളിലേക്ക് മടങ്ങിവന്നിരിക്കുന്നു. മുല്ലപ്പൂ വിപ്ലവത്തിൽ പിന്നീട് വന്നുചേർന്ന സാമൂഹികമായ രൂപാന്തരങ്ങൾ എങ്ങനെയുള്ളതായിരിക്കുമെന്നു കൂടി പ്രവചിക്കുന്നു ഈ നോവൽ.

കൃഷ്ണദാസ്

മാനേജിങ് എഡിറ്റർ

ആമുഖം

വടക്കനാഫ്രിക്കയിലെ മെഡിറ്ററേനിയൻ തീരത്തെ ഒരു ചെറിയ അറബ് രാജ്യമാണ് ടുണീഷ്യ. ഏതാണ്ട് ഒരു കോടിയോളം വരും ജനസംഖ്യ. തലസ്ഥാനമായ ടുനീസ് പട്ടണത്തിന്റെ പേരിൽ നിന്നാണ് രാജ്യത്തിന് മൊത്തമായി ആ പേര് തന്നെ ലഭിച്ചത്. ടുണീഷ്യ, അൾജീരിയ, മൊറോക്കോ എന്നീ മൂന്ന് വടക്കനാഫ്രിക്കൻ നാടുകൾ അറബികളുടെ ഭാഷയിൽ പൊതുവേ മഗ്‌രിബ് ദേശങ്ങൾ എന്നാണറിയപ്പെടുന്നത്.

1881 മുതൽ പല വടക്കനാഫ്രിക്കൻ നാടുകളെപ്പോലെ ടുണീഷ്യയും ഫ്രഞ്ച് കോളനിയായി മാറി. 1957ൽ സ്വാതന്ത്ര്യം നേടിയ ശേഷം സമരനായകനായ ഹബീബ് ബൂർഖീബയുടെ നേതൃത്വത്തിലുള്ള ജനകീയ സർക്കാർ അധികാരത്തിലെത്തി. എന്നാൽ 1987ൽ പ്രധാനമന്ത്രിയായിരുന്ന സൈനുലാബ്ദീൻ ബിൻ അലി ഒരു രക്തരഹിത അട്ടിമറിയിലൂടെ ബൂർഖീബയെ പുറത്താക്കി അധികാരം പിടിച്ചെടുത്തു. പിന്നീട് ഇരുപത്തിമൂന്ന് വർഷക്കാലമാണ് ബിൻഅലിയുടെ സേച്ഛാധിപത്യ വാഴ്ച ടുണീഷ്യക്കാർക്ക് സഹിക്കേണ്ടി വന്നത്. അതിനൊരന്ത്യമായത് 2010 ഡിസംബർ 17ന് മുഹമ്മദ് ബൂ അസീസിയെന്നൊരു ചെറുപ്പക്കാരൻ പൊതുജനമധ്യത്തിൽ സ്വയം തീ കൊളുത്തി ആത്മാഹുതി ചെയ്തപ്പോഴായിരുന്നു.

'അറബ് വസന്തം' എന്നറിയപ്പെട്ട മധ്യപൂർവ്വേഷ്യയെ ഒന്നടങ്കം പിടിച്ചുകുലുക്കിയ ജനാധിപത്യ പ്രക്ഷോഭങ്ങൾക്ക് തുടക്കം കുറിച്ചത് ആ അഗ്നിയിലൂടെയായിരുന്നു. 'മുല്ലപ്പൂ വിപ്ലവം' എന്ന് വിളിക്കപ്പെട്ട സമാധാനപൂർണമായ പ്രക്ഷോഭങ്ങൾ നേരിടാനാകാതെ 2011 ജനുവരി 14ന് ബിൻ അലി രാജ്യം വിട്ട് സൗദി അറേബ്യയിലേക്ക് ഒളിച്ചോടി. ഈ വാർത്ത അറബ് ലോകത്താകെ ജനാധിപത്യ പ്രക്ഷോഭങ്ങൾക്ക് തിരി കൊളുത്തി. ഈജിപ്തിലും യമനിലും ലിബിയയിലും ഭരണമാറ്റമുണ്ടായി. 2011ൽ തുടങ്ങിയ സിറിയൻ പ്രക്ഷോഭം രൂക്ഷമായ ആഭ്യന്തര കലാപമായി ഇന്നും തുടരുന്നു. മറ്റ് ദേശങ്ങളിലൊക്കെ അറബ് വസന്തസമരങ്ങൾ

രക്തരൂക്ഷിതമായ പോരാട്ടങ്ങളായി മാറിയെങ്കിലും ടുണീഷ്യയിൽ ഭരണമാറ്റമുണ്ടായത് ആക്രമണങ്ങളിലൂടെയായിരുന്നില്ല. തുടർന്ന് നടന്ന ഇലക്ഷനുകളിലൂടെ ടുണീഷ്യ ഒരു ജനാധിപത്യ രാജ്യമായി മാറുകയാണിപ്പോൾ. ഇടയ്ക്കുണ്ടായ രാഷ്ട്രീയ അസ്ഥിരത പരിഹരിക്കാൻ ശ്രമിച്ച ടുണീഷ്യൻ നാഷ്ണൽ ഡയലോഗ് ക്വാഡ്രെറ്റിനാണ് 2015ലെ സമാധാനത്തിനുള്ള നോബൽ സമ്മാനം ലഭിച്ചതെന്നതും ശ്രദ്ധേയമാണ്.

മഹത്തായ അറബി സാഹിത്യ ഭൂപടത്തിൽ നിർണ്ണായക സ്ഥാനമാണ് മഗ്രിബ് പ്രദേശങ്ങൾക്കുള്ളത്. കഥാസാഹിത്യത്തിൽ മഗ്രിബ് എഴുത്തുകാർ നേടിയിട്ടുള്ളത് അസൂയാർഹമായ നേട്ടങ്ങളുമാണ്. അൾജീരിയയിലെ എഴുത്തുകാരിയായ അഹ്ലാം മുസ്തഗാനമിയുടെ 'ദാകിറതുൽ ജസദ്' പോലുള്ള നോവലുകൾ ഒരു ലക്ഷം കോപ്പിയോളം വിറ്റുപോയ കൃതികളാണ്. മറ്റ് മഗ്രിബ് പ്രദേശങ്ങൾക്ക് മുമ്പ് തന്നെ നോവൽ ശാഖ പ്രത്യക്ഷപ്പെട്ടത് ടുണീഷ്യയിലായിരുന്നു എന്നു കാണാം. 1906-ൽ 'ഖൈറുദ്ദീൻ' മാസികയിൽ പ്രസിദ്ധീകരിക്കപ്പെട്ട സ്വാലിഹ് അൽ-സുവൈസിയുടെ 'അൽ-ഹൈഫാ വസിറാജുലൈൽ' ആയിരിക്കും ആദ്യ ടുണീഷ്യൻ അറബി നോവൽ. എന്നാൽ പുസ്തക രൂപത്തിൽ ഒരു നോവൽ പുറത്തിറങ്ങാൻ പിന്നീട് അഞ്ച് പതിറ്റാണ്ടുകൾ കഴിയേണ്ടിവന്നു. മുഹമ്മദ് അൽ-അറൂസി അൽ-മത്വിയുടെ 'അൽ-ദഹായാ' എന്ന ആ നോവൽ പുറത്തിറങ്ങിയത് 1956ലായിരുന്നു. ഫ്രഞ്ച് അധിനിവേശത്തിൽ നിന്നും ടുണീഷ്യ സ്വതന്ത്രമായ വർഷം.

ആദ്യകാലത്ത് കഥാരചനകളിലൂടെ ശ്രദ്ധേയമാവുകയും പിന്നീട് നോവൽ ശാഖയിലേക്ക് തിരിയുകയും ചെയ്ത ഒട്ടേറെ എഴുത്തുകാരുണ്ടാകും ടുണീഷ്യയിൽ. അക്കൂട്ടത്തിലെ സുവർണ നാമങ്ങളിലൊന്നായിരിക്കും അൽ-ഹബീബ് അൽ-സാലിമിയുടേത്. ചരിത്രമുറങ്ങുന്ന കൈറുവാൻ പ്രവിശ്യയിലുള്ള അൽ-അല എന്ന ഗ്രാമത്തിൽ 1951 ജനുവരി 31നാണ് സാലിമി ജനിച്ചത്. പതിന്നാലാം വയസ്സിൽ അനാഥനായെങ്കിലും വിദ്യാഭ്യാസം തുടരാൻ അദ്ദേഹത്തിന് കഴിഞ്ഞു. പ്രശസ്തമായ അൽ-സ്വാദിഖ സർവ്വകലാശാലയിൽ നിന്നും ബിരുദം നേടി. 1977 മുതൽ ചെറുകഥകൾ എഴുതിക്കൊണ്ടാണ് സാലിമി സാഹിത്യരംഗത്തേക്ക് കടന്നു വരുന്നത്. 1985 മുതൽ ഫ്രാൻസിലെ പാരീസിലാണ് താമസം. അവിടെ അറബി ഭാഷാ അദ്ധ്യാപകനായി ജോലി ചെയ്യുന്നു.

പത്ത് നോവലുകളും രണ്ട് ചെറുകഥാസമാഹാരങ്ങളുമടങ്ങിയതാണ് ഹബീബ് സാലിമിയുടെ സാഹിത്യലോകം. 1988-ൽ ബൈറൂത്തിൽ നിന്നും പ്രസിദ്ധീകരിക്കപ്പെട്ട 'ജബലുൽ അൻസ്' (Goat Mountain) ആണ് സാലിമിയുടെ ആദ്യ നോവൽ. 'സൂറത്തു ബദവി മയ്യിത്ത്, 1990 (Portrait of a Dead Bedouin), 'മതാഹതുൽ

റംല്', 1994 (Sand Labyrinth), 'ഹുഫർ ദാഫിഅ, 1999 (Warm Pits), 'ഉശ്ശാഖു ബയ്യ', 2001 (Bayya's Lovers), 'അസ്റാറു അബ്ദില്ല, 2004 (Abdullah's Secrets), 'റവാഇഹു മേരിക്ലയർ, 2008 (The Scents of Marie Claire), നിസാഉൽ ബസാതീൻ', 2010 (The Women of Al-Basatin), 'അവാത്വിഫ് വസുവ്വാറുഹാ, 2013 (Awatif and her visitors), 'ബകാറ', 2016 (The Groom) എന്നിവയാണ് മറ്റ് നോവലുകൾ. ഇക്കൂട്ടത്തിൽ രണ്ട് നോവലുകൾ അറബ് ലോകത്തെ ഏറ്റവും വലിയ സാഹിത്യ പുരസ്കാരമായ അറബ് ബുക്കർ സമ്മാനത്തി നുള്ള അന്തിമ ചുരുക്കപ്പട്ടികയിലെത്തിയിട്ടുണ്ട്. 'റവാഇഹു മേരീ ക്ലയർ' 2009ലും 'നിസാഉൽ ബസാതീൻ' 2012 ലും ബുക്കർ ചുരു ക്കപ്പട്ടികയിലെത്തിയതോടെ സാലിമിയുടെ പേര് അറബ് ലോകം കടന്ന് പടിഞ്ഞാറൻ സാഹിത്യലോകത്തുമെത്തി. 1977ൽ പുറത്തി റങ്ങിയ 'മുദനു അൽ-റജുലിൽ മുഹാജിർ', 1986ൽ പ്രസിദ്ധീകരി ക്കപ്പെട്ട 'ഇംറഅ അൽ-സാഅതിൽ അർബഅ്' എന്നിവയാണ് അദ്ദേഹത്തിന്റെ കഥാസമാഹാരങ്ങൾ. ജാപ്പനീസ് എഴുത്തുകാരൻ ജുനിച്ചിറോ തനിസാക്കിയുടെ 'In praise of shadows' (1933) എന്ന കൃതി 'മദീഹ് അൽ-ദില്ല്' എന്ന പേരിൽ അറബിയിലേക്ക് വിവർത്തനം ചെയ്തതാണ് അദ്ദേഹത്തിന്റെ മറ്റൊരു സാഹിത്യ സംഭാവന.

ഇംഗ്ലീഷ്, ഫ്രഞ്ച്, ജർമ്മൻ, ഇറ്റാലിയൻ, നോർവിജീയൻ, ഹീബ്രു, ഡച്ച് തുടങ്ങിയ ഭാഷകളിലേക്ക് ഹബീബ് സാലിമിയുടെ കൃതികൾ വിവർത്തനം ചെയ്യപ്പെട്ടിട്ടുണ്ട്. പാശ്ചാത്യ പൗരസ്ത്യ ദേശങ്ങൾ തമ്മിലുള്ള സംസ്കാരിക സംഘർഷങ്ങളിലൂന്നിയ രചന കളാണ് സാലിമിയുടേത്. ടുണീഷ്യയിലെ നഗരങ്ങളിലേക്കും ഗ്രാമ ങ്ങളിലേക്കും തുറന്നു പിടിച്ച കണ്ണാടിയെന്നാണ് നിരൂപകർ അദ്ദേ ഹത്തിന്റെ കൃതികളെ വിലയിരുത്തിയിട്ടുള്ളത്. കഴിഞ്ഞ മൂന്ന് പതി റ്റാണ്ടിനിടയിൽ വിവിധ ദശകങ്ങളിലായി ടുണീഷ്യൻ സമൂഹത്തി ലുണ്ടായ സാംസ്കാരിക വൈവിധ്യത്തിന്റെ വിവിധ ഭാവങ്ങളായി രിക്കും സാലിമിയുടെ നോവലുകൾക്ക് തുറന്ന് കാണിക്കാനുണ്ടാ കുക. യൂറോപ്പിൽ താമസിക്കുന്ന മഗ്‌രിബ് എഴുത്തുകാരിലധികം പേരും ഫ്രഞ്ചിലായിരിക്കും എഴുതുക. എന്നാൽ ശുദ്ധ അറബിയിൽ തന്നെ എഴുതുവാൻ ശ്രമിക്കുന്നു എന്നതായിരിക്കും സാലിമിയെ വ്യത്യസ്തനാക്കുന്നത്. ലളിതമായ ഭാഷയിൽ വളരെ റിയലിസ്റ്റി ക്കായ ആഖ്യാനമായിരിക്കും എല്ലാ സാലിമി നോവലുകളുടേയും പ്രത്യേകത. സ്കൂളിൽ പഠിക്കുന്ന കാലത്ത് സുഡാനിലെ അൽ-ത്വയ്യിബ് സ്വാലിഹിന്റെ മാസ്റ്റർപീസ് നോവലായ 'മൗസിമുൽ ഹിജ്റ ഇലശ്ശമാൽ' വായിച്ച അനുഭവത്തെക്കുറിച്ച് ഒരു അഭിമുഖ ത്തിൽ സാലിമി വാചാലനാവുന്നുണ്ട്. ഈ കൃതിയുടെ വിവിധ ഭാവ ങ്ങൾ സാലിമിയുടെ നോവലുകളിലാകെ ചിതറിക്കിടക്കുന്നതായി

കാണാം. ആഫ്രിക്കയിൽ ജീവിക്കുമ്പോഴും യൂറോപ്പിന്റെ ഭാഗമാകാൻ കൊതിക്കുന്ന മഗ്‌രിബ് ജനതയുടെ അഭിലാഷങ്ങളും അതിനെതിരെയുള്ള പ്രതിരോധങ്ങളുമായിരിക്കും ഹബീബ് സാലിമിയുടെ നോവലുകൾക്കെല്ലാം പൊതുവായി പറയാനുണ്ടാകുക.

ഹബീബ് സാലിമിയുടെ ഏറ്റവുമധികം വായിക്കപ്പെട്ട നോവലായിരിക്കും 'നിസാഉൽ ബസാതീൻ'. 2010ൽ പുറത്തിറങ്ങിയ ഈ നോവലാണ് 'ടുണീഷ്യയിലെ പെണ്ണുങ്ങൾ' എന്ന പേരിൽ അറബിയിൽ നിന്നും നേരിട്ട് മലയാളത്തിലേക്ക് വിവർത്തനം ചെയ്തിരിക്കുന്നത്. 2010ലെ അറബ് വസന്തവിപ്ലവത്തിന് മുമ്പുള്ള ടുണീഷ്യയിലാണ് കഥ നടക്കുന്നത്. പാരീസിൽ അദ്ധ്യാപകനായി ജോലി ചെയ്യുന്ന തൗഫീഖ് എന്ന ടുണീഷ്യൻ കുടിയേറ്റക്കാരൻ വർഷങ്ങൾക്ക് ശേഷം ഒരവധിക്കാലത്ത് നാട്ടിലെത്തുകയാണ്. തലസ്ഥാന നഗരമായ ടുനീസ് പട്ടണത്തിലുള്ള ബസാതീൻ കോളനിയിൽ താമസിക്കുന്ന സഹോദരൻ ഇബ്‌റാഹീമിനും കുടുംബത്തിനുമൊപ്പം താമസിക്കാനാണ് അയാൾ വരുന്നത്. രണ്ടാഴ്ച നീളുന്ന ഈ അവധിക്കാലത്തിനിടയിൽ താൻ ജനിച്ചുവളർന്ന നാട് വളരെയേറെ മാറിപ്പോയതായി തൗഫീഖ് തിരിച്ചറിയുന്നു. ഓരോ ദിവസവും അയാൾ കണ്ടുമുട്ടുന്നത് പുതിയ ടുണീഷ്യയെ ആയിരിക്കും. സഹോദരൻ കഴിയുന്ന അപ്പാർട്ട്മെന്റിലെ വിവിധ ഫ്ളാറ്റുകളിലും ബസ്സ്റ്റാന്റിലും പള്ളിമുറ്റത്തും ബാങ്കിലും കാപ്പിക്കടകളിലും ടാക്സിസ്റ്റാന്റുകളിലും തീവണ്ടിമുറിയിലും ചേരിയിലുമൊക്കെ അയാൾക്കു നേരിടേണ്ടിവരുന്നത് തനിക്ക് തീരെ പരിചയമില്ലാത്ത പുതിയ ലോകങ്ങളെയായിരുന്നു.

വിപ്ലവപൂർവ്വ ടുണീഷ്യ എത്രമാത്രം അസ്വസ്ഥമാണെന്ന് നോവൽ വരച്ചുകാട്ടുന്നുണ്ട്. തൊഴിലില്ലായ്മയും മതവൈരവും പൊലീസ് അടിച്ചമർത്തലുകളും കുടുംബനൈരാശ്യവും മതവൽക്കരണവും കാപട്യവും ഏതളവോളം സമൂഹത്തിൽ പിടിമുറുക്കിയെന്ന് തന്റെ രണ്ടാഴ്ച നീളുന്ന ടുണീഷ്യൻ വാസത്തിനിടയിൽ തൗഫീഖ് തിരിച്ചറിയുന്നു. പേര് അന്വർത്ഥമാക്കുന്നത് പോലെ വിവിധതരക്കാരായ സ്ത്രീകൾ കളം നിറഞ്ഞാടുകയാണ് നോവലിൽ. അറബ് ലോകത്ത് തന്നെ ഏറ്റവും കൂടുതൽ പൗരസ്വാതന്ത്ര്യം സ്ത്രീകൾക്ക് ലഭിക്കുന്ന ഇടങ്ങളിലൊന്നാണ് ടുണീഷ്യ. സഹോദരന്റെ ഭാര്യ യുസ്റ, അവളുടെ സഹോദരി ലൈല, അപ്പാർട്ട്മെന്റിലെ മറ്റൊരു ഫ്ളാറ്റിലെ താമസക്കാരിയായ നഈമ, തൗഫീഖിന്റെ ഫ്രഞ്ച്കാരിയായ ഭാര്യ കാതറീൻ. ഇങ്ങനെ ഒട്ടേറെ സ്ത്രീ കഥാപാത്രങ്ങൾ നിറസാന്നിദ്ധ്യമാകുന്നുണ്ട് നോവലിൽ. ഇവരിലൂടെ തന്നെയാണ് താൻ കണ്ട പുതിയ ലോകത്തെ കഥാകാരൻ വരച്ചു

കാട്ടുന്നതും. കൊച്ചുകുട്ടികൾ പോലും വലിയവരെപ്പോലെ ചിന്തിക്കുന്നു. അവരുടെ ആലോചനകളിൽപോലും അസ്വസ്ഥതയുടെ കാർമേഘങ്ങൾ കാണാം. ഏത് വിധേനയും യൂറോപ്പിലേക്ക് കുടിയേറാൻ കൊതിക്കുന്ന ഒട്ടേറെ കഥാപാത്രങ്ങളേയും കാണാനാകും. അതേ സമയം കുടിയേറ്റക്കാരോടുള്ള വെറുപ്പും പേറിനടക്കുന്നവരുമുണ്ട്.

മുസ്‌ലിം രാജ്യമാണെങ്കിലും സർക്കാർ സ്ഥാപനങ്ങളിൽ സ്ത്രീകൾ ശിരോവസ്ത്രം ധരിക്കുന്നതിന് നിരോധനമുള്ള നാടാണ് ടുണീഷ്യ. പക്ഷേ അവിടെ വളർന്നുവരുന്ന മതവൽക്കരണത്തിലുള്ള തന്റെ അസ്വസ്ഥത നോവലിസ്റ്റ് പ്രധാന കഥാപാത്രത്തിലൂടെ തുറന്ന് പറയുന്നുണ്ട്. വിപ്ലവാനന്തരം ഇസ്ലാമിക കക്ഷികൾക്കുണ്ടായ ഇലക്ഷൻ വിജയവും തീവ്രസലഫി വിഭാഗത്തിന്റെ സമ്മർദ്ദം താങ്ങാനാകാതെ പല ജനാധിപത്യ പരീക്ഷണങ്ങളും പരാജയപ്പെട്ടതുമൊക്കെ പ്രവചിക്കുകയായിരുന്നു ഈ നോവലെന്ന് തോന്നും വായനക്കാരന്.

ടുണീഷ്യയിലെ സാമൂഹിക മാറ്റങ്ങൾ മറ്റേതൊരു വികസിതമായ അറബ് നാട്ടിലും നടക്കുന്നതോ നടക്കാവുന്നതോ ആയ സംഭവങ്ങളായാണ് നോവലിൽ കാണുന്നത്. യൂറോപ്പുമായി ജിയോപൊളിറ്റിക്കലായ സാമീപ്യമുള്ളതിനാലും പഴയ ഫ്രഞ്ച് സാമ്രാജ്യത്വത്തിന്റെ അട്ടിപ്പേറുകൾ ഇപ്പോഴും കയ്യൊഴിയാത്തതിനാലും ഈ മാറ്റങ്ങൾ ഒഴിവാക്കാനാവുകയേ ഇല്ല. വ്യക്തികളുടെ അസ്വസ്ഥത ഒരു സമൂഹത്തെ എങ്ങനെ വിപ്ലവത്തിലേക്ക് നയിക്കുമെന്ന് പിൽക്കാല ടുണീഷ്യ ലോകത്തിന് കാണിച്ചു കൊടുത്തു. അതും ജനാധിപത്യത്തിന് പ്രവേശനം നിഷിദ്ധമാണെന്ന് പടിഞ്ഞാറ് വിധിച്ച അറബ് ഭൂമികയിൽ. ആ സാമൂഹിക മാറ്റത്തിന്റെ വിവിധ ഭാവങ്ങൾ ഒരു കോളനിയിലെ സ്ത്രീകളിലൂടെയും അവരെ ചുറ്റിപ്പറ്റി നിൽക്കുന്ന പുരുഷന്മാരിലൂടെയും ചിത്രീകരിക്കുവാൻ ശ്രമിക്കുകയാണ് ഹബീബ് സാലിമി ഈ നോവലിലൂടെ.

ഡോ. എൻ. ഷംനാദ്

ഒന്ന്

അപ്പാർട്ട്മെന്റ് ഗാർഡന് യാതൊരു മാറ്റവുമില്ല. ചെടികളൊക്കെ വളർന്ന് വലുതായിരിക്കുന്നു എന്നതാണ് ആകെ കണ്ട വ്യത്യാസം. സൈപ്രസ് മരങ്ങളും അരളിച്ചെടികളുമൊക്കെ വളർന്ന് പന്തലിച്ചിരിക്കുന്നു.

ബസാതീൻ കോളനിയിലാകെ പാർപ്പിട സമുച്ചയങ്ങൾ കൂണുകൾ കണക്കെ പെരുകിയിട്ടുണ്ടെങ്കിൽപോലും വലിയ ബുദ്ധിമുട്ടില്ലാതെ പെട്ടെന്ന് തന്നെ ഞാൻ അപ്പാർട്ട്മെന്റ് ഗാർഡൻ തിരിച്ചറിഞ്ഞു. രാത്രി യിൽ പോലും തിരിച്ചറിയാൻ ബുദ്ധിമുട്ടില്ലാത്ത അബുൽ ഖാസിം അൽ -ശാബി ഹൈവേയിലെ പൊലീസ് സ്റ്റേഷനടുത്തായാണ് അപ്പാർട്ട്മെന്റ് ഗാർഡൻ സ്ഥിതിചെയ്യുന്നത്.

അതിനു നടുവിലൂടെ കല്ലു പാകിയ ഒരു നീണ്ട നടപ്പാതയുണ്ട്. പ്രധാനപാതയിൽനിന്നും വേർപിരിയുന്ന ഇടുങ്ങിയ അനേകം ചെറുപാത കൾ നീളുന്നത് ഗാർഡനിലാകെ ചിതറിക്കിടക്കുന്ന വിവിധ അപ്പാർട്ട്മെന്റു കളിലേക്കായിരിക്കും. അല്പം ഭാരമേറിയ സ്യൂട്ട്കെയ്സും വലിച്ചിഴച്ചു കൊണ്ട് ഞാൻ ആ പാതയിലൂടെ നീങ്ങി. അപ്പാർട്ട്മെന്റുകളിലെ താമസ ക്കാർ വഴിയിലേക്ക് വലിച്ചെറിഞ്ഞ ഭക്ഷണാവശിഷ്ടങ്ങൾക്കും ചപ്പുചവറു കൾക്കുമിടയിലൂടെ ഓടിനടക്കുന്ന പൂച്ചകളുടെ ദേഹത്ത് മുട്ടാതിരിക്കാനും കുഴികളിൽ വീണുപോകാതിരിക്കാനും തെരുവുവിളക്കിന്റെ വെളിച്ചം തുണയായി. സഹോദരൻ ഇബ്റാഹീം താമസിക്കുന്ന അപ്പാർട്ട്മെന്റിന്റെ മുന്നിലെത്തിയെങ്കിലും മുൻവശത്തെ വൈദ്യുതി വിളക്കിന്റെ സ്വിച്ച് കണ്ടെത്താനായില്ല. അതോടെ ഇരുൾമൂടിയ കോണിപ്പടികൾ തപ്പിക്കയ റേണ്ടിവന്നു.

നാല് നിലകൾ മാത്രമേയുള്ളൂ ആ അപ്പാർട്ട്മെന്റിന്. അതിൽതന്നെ ഏറ്റവും മുകളിലത്തെ നിലയിലാണ് സഹോദരന്റെ ഫ്ളാറ്റ്. മറ്റ് നില കളിലൊന്നും താമസിക്കുവാൻ അവനാകില്ല. മറ്റ് നിലകളിൽ താമസി ക്കുന്ന സ്ത്രീപുരുഷന്മാർ തിന്നുകയും ഉറങ്ങുകയും കുളിക്കുകയും ശയി ക്കുകയും മലമൂത്രവിസർജനം നടത്തുകയും ഒക്കെ ചെയ്യുന്നത് തന്റെ ശിരസ്സിന് മുകളിലാകുന്നത് സ്വന്തം ജീവിതം ദുഷ്കരമാക്കുമെന്നും

മാനസികമായി പീഡിപ്പിക്കുമെന്നുമൊക്കെയുള്ള ചിന്തയാണ് ഇബ്റാഹീമിനുള്ളത്.

വളരെ ഊഷ്മളമായതും നീണ്ടതുമായ ആശ്ലേഷത്തോടുകൂടിയായിരുന്നു ഇബ്റാഹീം എന്നെ സ്വീകരിച്ചത്. സഹോദരങ്ങൾക്കിടയിൽ എനിക്ക് ഏറ്റവും പ്രിയങ്കരനായ ആളാണ് ഇബ്റാഹീം. ഞങ്ങൾ തമ്മിലുള്ള പ്രായവ്യത്യാസം വളരെ കുറവായതാണ് അതിനുള്ള പ്രധാനകാരണം. അവനെക്കാൾ ഒരു വയസ്സ് കൂടുതലേയുള്ളൂ എനിക്ക്. എന്നാൽ ഇബ്റാഹീമിന്റെ ഭാര്യ യുസ്റ എന്നെ സ്വീകരിച്ചത് പതിവുപോലെ ചുംബിച്ചുകൊണ്ടായിരുന്നില്ല. ശരീരം പിറകിലോട്ട് ആഞ്ഞുകൊണ്ടായിരുന്നു അവൾ എനിക്ക് നേരെ കൈ നീട്ടിയത് തന്നെ. പിന്നെ കഷ്ടിച്ചൊന്ന് ഹസ്തദാനം നടത്തി. ഈ വിചിത്രമായ പെരുമാറ്റത്തിന്റെ പൊരുളെന്തെന്ന് മനസ്സിലായത് ഇബ്റാഹീം എന്റെ അടുത്തുവന്ന് പറഞ്ഞപ്പോഴായിരുന്നു..

"നോക്കൂ, യുസ്റ ശിരോവസ്ത്രം ധരിക്കാൻ തുടങ്ങിയിരിക്കുന്നു."

ശേഷം കടുത്തൊരു കുറ്റാരോപണം നിഷേധിക്കുന്നയാളെപ്പോലെ അവൻ കൂട്ടിച്ചേർത്തു:

"അവൾ തന്നെയാണ് ഹിജാബ് ധരിക്കാൻ തീരുമാനിച്ചത്. എനിക്ക് ഈ വിഷയത്തിൽ ഒരു പങ്കുമില്ല."

ഇത് കേട്ട് ശിരസ്സ് കുനിച്ചുകൊണ്ട് യുസ്റ പറഞ്ഞു:

"കുറച്ച്കാലമായി ഹിജാബ് ധരിക്കണമെന്ന് കരുതിയിരിക്കുകയായിരുന്നു. അവസാനം പരിശുദ്ധനായ ദൈവം എനിക്കാവഴി തുറന്നു തന്നു."

ഇബ്റാഹീമിന്റേയും യുസ്റയുടേയും ഏകമകനായ വാഇൽ ഓടിയടുത്തുവന്നു. ഞാനവനെ ദേഹത്തേക്ക് അണച്ചുപിടിച്ചു. രാത്രി ഇത്ര വൈകിയവേളയിൽ അവനെ കാണാനാകുമെന്ന് പ്രതീക്ഷിച്ചതേയില്ലായിരുന്നു. പ്രത്യേകിച്ച് അടുത്തദിവസം അവധിയൊന്നുമല്ലാത്ത സാഹചര്യത്തിൽ. ഞാൻ ഫ്ളാറ്റിലെത്തിച്ചേരുന്ന സമയംവരെ ഉണർന്നിരിക്കുക തന്നെ ചെയ്യുമെന്ന ശാഠ്യത്തിലായിരുന്നത്രേ വാഇലെന്ന് ഇബ്റാഹീം പറഞ്ഞു. അതാകട്ടെ താൻ വളരെയധികം വിശേഷങ്ങൾ കേട്ടിട്ടുള്ള അങ്കിളിനെ കാണാനോ, സ്വാഗതം ചെയ്യാനോ മാത്രമല്ല. ഞാൻ അവനായി കൊണ്ടുവരുന്ന സമ്മാനങ്ങളെന്തൊക്കെയായിരിക്കുമെന്ന് അറിയാനായിരുന്നു. എന്റെ സന്ദർശനവാർത്ത അറിഞ്ഞത് മുതലേ കൊണ്ടുവരുവാനിടയുള്ള സമ്മാനങ്ങളെക്കുറിച്ച് യുസ്റ നിരന്തരമായി സംസാരിച്ചു കൊണ്ടിരിക്കുകയായിരുന്നത്രേ.

പാരീസിലെ ഓർലി വിമാനത്താവളത്തിലുള്ള ഡ്യൂട്ടിഫ്രീ മാർക്കറ്റിൽനിന്നും വാങ്ങിയ ചോക്കളേറ്റ്പെട്ടി ഞാൻ വാഇലിന് കൊടുത്തു. പോക്കറ്റിലുണ്ടായിരുന്ന നാണയത്തുട്ടുകൾ ഒന്നൊഴിവായിക്കിട്ടുവാനായിരുന്നു ഞാനത് വാങ്ങിയത്. ഇത്തരം ചോക്കളേറ്റ് പെട്ടികൾ തനിക്ക്

നല്ല പരിചയമുണ്ടെന്ന് യുസ്റ പറഞ്ഞു. രണ്ട് വർഷം മുമ്പ് ടുണീഷ്യയിൽ പ്രവർത്തനം തുടങ്ങിയ ഫ്രഞ്ച് സൂപ്പർമാർക്കറ്റ് ശൃംഖലയായ 'കാരിഫോറി'ൽ നിന്നും തങ്ങളുടെ അയൽക്കാരിൽ പലരും മക്കൾക്കായി ഇത്തരം ചോക്കളേറ്റ് പെട്ടികൾ വാങ്ങാറുണ്ടത്രേ. ഇതിലൂടെ അവൾ വ്യക്തമാക്കാനാഗ്രഹിച്ചത് ഞാൻ കൊണ്ടുവന്ന സമ്മാനം വലിയവില പിടിച്ചതൊന്നുമല്ലെന്ന് സൂചിപ്പിക്കാനായിരുന്നുവെന്നത് വ്യക്തം. അതുപോലെ നീണ്ടകാലം ഫ്രാൻസിൽ കഴിഞ്ഞ എന്നെപ്പോലൊരാൾ തിരിച്ചെത്തുമ്പോൾ തനിക്കേറ്റവും പ്രിയങ്കരനായ സഹോദരന്റെ ഏകമകനു വേണ്ടി കൊണ്ടുവരേണ്ട നിലവാരത്തിലുള്ള സമ്മാനമല്ല ഇതെന്നുമുള്ള സൂചനയുമുണ്ട്.

ഭാഗ്യത്തിന് ഞാൻ വാഇലിന് വേണ്ടി വേറേ ചില സാധനങ്ങൾ കൂടി വാങ്ങിയിരുന്നു. സത്യത്തിൽ ഈ ചോക്കളേറ്റ് പെട്ടി ഞാനൊരു സമ്മാനമായി കരുതി വാങ്ങിയതൊന്നുമായിരുന്നില്ല. എനിക്കേറ്റവും ഇഷ്ടപ്പെട്ട ഭക്ഷണത്തളികകൾ നിരത്തിയ തീൻമേശയ്ക്കരികിലേക്ക് പോകുന്നതിനു മുമ്പ് തന്നെ തെറ്റിദ്ധാരണ ഒഴിവാക്കാനായി വാഇലിനായി വേറേ രണ്ട് സമ്മാനങ്ങൾകൂടി കൊണ്ടുവന്നിട്ടുണ്ടെന്ന് ഒട്ടും അമാന്തിക്കാതെ ഞാൻ പറഞ്ഞു. ഞാൻ കൊണ്ടുവന്ന സ്യൂട്ട്കെയ്സ് ഒന്നെടുത്തുകൊണ്ടു വരാമോ എന്ന് ഇബ്റാഹീമിനോട് പറഞ്ഞു. പെട്ടിതുറന്ന് ഒരു പ്ലാസ്റ്റിക്ക് സഞ്ചി പുറത്തേക്കെടുത്തു. തിളങ്ങുന്ന കണ്ണുകളോടെ നിൽക്കുന്ന വാഇലിന് നേരേ നീട്ടി. സഞ്ചിക്കുള്ളിലേക്ക് കൈകടത്തിയ വാഇൽ പുറത്തെടുത്തത് ഒരു ട്രൗസറും കുപ്പായവുമായിരുന്നു. ഞാനത് അവനായി വാങ്ങിയതായിരുന്നു. എന്നാൽ അത് തനിക്കുള്ള സമ്മാനമല്ല, ഉമ്മയ്ക്കുള്ളതാണെന്ന മട്ടിൽ വാഇൽ ട്രൗസറും കുപ്പായവും യുസ്റയ്ക്ക് കൈമാറി.

തവിട്ടുനിറമുള്ള കുപ്പായവും ഇളംനീല നിറത്തിലുള്ള ട്രൗസറുമായിരുന്നു. രണ്ടിന്റേയും തുണി നല്ല നിലവാരമുള്ളതാണ്. എന്റെ ഭാര്യ കാതറീനായിരുന്നു അവ തിരഞ്ഞെടുത്തത്. തുണി വാങ്ങാൻ പോകുമ്പോൾ താൻകൂടി വരുമെന്ന് അവൾ നിർബന്ധം പിടിച്ചിരുന്നു. അവളുടെ ആസ്വാദന നിലവാരത്തിൽ എനിക്ക് നല്ല വിശ്വാസമുണ്ട്. പ്രത്യേകിച്ച് കുട്ടികളുമായി ബന്ധപ്പെട്ട കാര്യങ്ങളിലെല്ലാം. യുസ്റയ്ക്കും ഇബ്റാഹീമിനും വസ്ത്രങ്ങൾ ഇഷ്ടപ്പെടുമെന്ന് എനിക്കുറപ്പുണ്ട്. എന്നാലവ വാഇലിന് പാകമാകുമോ എന്ന ഭയവുമുണ്ടായിരുന്നു. കഴിഞ്ഞ അഞ്ച് വർഷക്കാലമായി ഞാൻ അവനെ കണ്ടിട്ടേയില്ലല്ലോ? അതുപോലെ അവസാനമായി കണ്ടപ്പോൾ അവനെത്ര വയസ്സുണ്ടായിരുന്നെന്ന് കൃത്യമായി ഓർമ്മയുമില്ലായിരുന്നു.

യുസ്റ ശിരോവസ്ത്രം നേരെയാക്കിയശേഷം കുപ്പായം ഒരു കയ്യിലും ട്രൗസർ മറ്റേ കയ്യിലും പിടിച്ച് ഒന്നും മിണ്ടാതെ നോക്കിക്കൊണ്ടേയിരുന്നു. അപ്പോഴാണ് എനിക്ക് അളവ് തെറ്റിയെന്ന കാര്യം മനസ്സിലായത്.

വാഇലിനേക്കാൾ കുറച്ച് വലിപ്പക്കൂടുതലുണ്ടായിരുന്നു അവയ്ക്ക്. അത് കണ്ട് ഇബ്റാഹീം പറഞ്ഞു.

"അവനത് വരുന്ന വേനൽക്കാലത്ത് ധരിച്ചോളും." പിന്നെ ഒരു നിമിഷം കഴിഞ്ഞ് എന്റെ വല്ലായ്മ ലഘൂകരിക്കാനെന്നവണ്ണം കൂട്ടിച്ചേർത്തു:

"കുപ്പായം നന്നായിട്ടുണ്ട്. ട്രൗസർ അതിനെക്കാളും സുന്ദരമാണ്. ഫ്രാൻസിലേയും ഇറ്റലിയിലേയും വസ്ത്രങ്ങളെക്കാൾ മികച്ചതൊന്നുമില്ല തന്നെ."

അത് കേട്ട് യുസ്റയും തലകുലുക്കി. അവൾക്കും വസ്ത്രങ്ങൾ ഇഷ്ടപ്പെട്ടിട്ടുണ്ടെന്നത് വ്യക്തം. എന്നാൽ തന്റെ മകന് അവ ഇപ്പോൾ ധരിക്കാനാകില്ലല്ലോ എന്ന വിഷമമായിരുന്നു യുസ്റയുടെ മുഖത്ത്. ഈ വസ്ത്രങ്ങൾ ധരിക്കാൻ വാഇൽ ഇനി ഒരു വർഷമെങ്കിലും കാത്തിരുന്നേ തീരൂ. ബസാതീൻ കോളനിയിലെ മിക്കവാറും പെണ്ണുങ്ങളേയുംപോലെ മറ്റുള്ളവരുടെ മുന്നിൽ മേനി നടിക്കാനാഗ്രഹമുണ്ടാകും യുസ്റയ്ക്കും. തൊട്ടടുത്ത ദിവസം ഉറക്കമുണർന്നയുടനെതന്നെ വാഇൽ ഈ പുതിയ വസ്ത്രങ്ങൾ ധരിച്ചെങ്കിലെന്നായിരിക്കും യുസ്റ കൊതിക്കുന്നുണ്ടാകുക. കോളനിയിൽ തങ്ങളുടെ അപ്പാർട്ട്മെന്റിന് അരികിലും അകലെയുമൊക്കെയായി താമസിക്കുന്നവരൊക്കെ അത് കാണണം. വിദേശത്ത് താമസിക്കുന്ന അങ്കിൾ തനിക്കായി വിലപിടിച്ച സമ്മാനങ്ങൾ കൊണ്ടുവന്ന് തന്നുവെന്ന് സർവ്വരും അറിയുകയും വേണം.

ഇതൊന്നും ശ്രദ്ധിക്കുന്നില്ല എന്ന് ഭാവിച്ചുകൊണ്ട് ഞാൻ പറഞ്ഞു:

"കാതറീനാണ് ഇത് തിരഞ്ഞെടുത്തത്"

കുപ്പായത്തിന്റെ തുണിയിൽ തൊട്ടു നോക്കിക്കൊണ്ട് ഇബ്റാഹീം പറഞ്ഞു:

"ദൈവം എത്ര വലിയവനാണ്. അവൾക്ക് നല്ല അഭിരുചിയുണ്ട് കേട്ടോ? എങ്ങനെ തിരഞ്ഞെടുക്കണമെന്ന് അവൾക്കറിയാം."

ശ്രദ്ധയോടെ മടക്കിയശേഷം യുസ്റ വസ്ത്രങ്ങൾ സഞ്ചിക്കുള്ളിലേക്ക് തിരികെവച്ചു. ശേഷം വാഇലിനേയും കൂട്ടിക്കൊണ്ട് സ്വീകരണമുറിയിൽനിന്നും അവന്റെ കിടപ്പുമുറിയിലേക്ക് പോയി. അതോടെ അവിടമാകെ കനത്ത നിശ്ശബ്ദത തളംകെട്ടി. സാധാരണയായി നീണ്ട വിദേശവാസം കഴിഞ്ഞ് ഇബ്റാഹീമിനെ കാണാനെത്തുമ്പോൾ ഞാൻ നിർത്താതെ സംസാരിക്കാറുണ്ട്. ചോദ്യങ്ങളുടെ ഒരു ശരവർഷം തന്നെയുണ്ടാകും കൈവശം. ജോലി, ജീവിതസാഹചര്യങ്ങൾ, ഇബ്റാഹീമിന് ഞങ്ങളുടെ മറ്റ് സഹോദരന്മാരുമായും അവരുടെ ഭാര്യമാരുമായും സഹോദരിമാരുമായും അവരുടെ ഭർത്താക്കന്മാരുമായുമുള്ള ബന്ധം, പിന്നെ കുടുംബത്തിലെ അടുത്തവരോ അകന്നവരോ ആയ മറ്റ് ബന്ധുക്കളുമായുള്ള അടുപ്പത്തെക്കുറിച്ചുമെല്ലാം തിരക്കും. അവരിൽ ചിലരൊക്കെ

വടക്കൻ ടുണീഷ്യയിലെ ഞങ്ങളൊക്കെ ജനിച്ചുവളർന്ന മജാസ് അൽ-ബാബിൽ തന്നെ ഇപ്പോഴും താമസിക്കുന്നവരാകാം. മറ്റ് ചിലരൊക്കെ ബേജ പട്ടണത്തിലേക്ക് താമസം മാറ്റിയിട്ടുണ്ടാകും. ചോദ്യങ്ങൾ മടുക്കുമ്പോഴേക്കും തമാശകൾ പറയുകയോ, പഴയ കഥകൾ ഓർമ്മിപ്പിച്ച് ചിരിക്കാൻ വഴി കണ്ടെത്തുകയോ ചെയ്യും. എന്നാൽ ഇത്തവണ സംസാരിക്കാൻ എനിക്കൊരു താത്പര്യവും തോന്നിയതേയില്ല.

അത്ര എളുപ്പത്തിൽ സംതൃപ്തി നേടിയെടുക്കാൻ പറ്റിയ തരത്തിലുള്ള സ്ത്രീകളിൽ പെട്ടയാളല്ല യുസ്റയെന്ന് എനിക്കറിയാമായിരുന്നു. വിദേശത്ത് നിന്നും കൊണ്ടുവരുന്ന സമ്മാനവുമായി ബന്ധപ്പെട്ട കാര്യമാകുമ്പോൾ വിശേഷിച്ചും. തനിക്ക് ലഭിക്കുന്ന കാര്യങ്ങളെ സംബന്ധിച്ച അഭിപ്രായം തുറന്നുപറയാൻ യുസ്റ മടിക്കാറില്ല. എന്നോടവൾക്ക് ഒരു പ്രത്യേക സ്നേഹം മനസ്സിലുണ്ടെന്നറിയാമായിരുന്നു. അതുപോലെ ഞാൻ അവരെ സന്ദർശിക്കുന്നതിൽ അവൾ സന്തോഷവതിയുമാണ്. ഇങ്ങനെയൊക്കെയായിട്ടും സമ്മാനങ്ങൾ സ്വീകരിച്ച വേളയിലെ യുസ്റയുടെ പെരുമാറ്റത്തിൽ ഞാനല്പം പതറിപ്പോയി എന്നതാണ് വാസ്തവം. തികച്ചും നിസ്സാരമായൊരു കാര്യത്തിന്റെ പേരിൽ അവൾ അസ്വസ്ഥയാകുമെന്നോ, ഇത്തരത്തിൽ പെരുമാറുമെന്നോ ഞാൻ തീരെ കരുതിയിരുന്നില്ല.

ഞാനും അല്പം അസ്വസ്ഥനാണെന്ന് ഇബ്റാഹീം മനസ്സിലാക്കി. അതോടെ അവൻ എന്നോട് യാത്രയെക്കുറിച്ചും ഓർലി വിമാനത്താവളത്തിൽ നിന്നും വിമാനം പുറപ്പെട്ട സമയത്തെക്കുറിച്ചും പിന്നെ പാരീസ് മുതൽ ടുണീഷ്യവരെയുള്ള യാത്രയ്ക്ക് എത്ര സമയമെടുത്തുവെന്നുമൊക്കെ തിരക്കി. എന്നെക്കൊണ്ട് എന്തെങ്കിലും സംസാരിപ്പിക്കുകയാണ് അവന്റെ ശ്രമമെന്നത് വ്യക്തം. വളരെ കഷ്ടിച്ചുള്ള എന്റെ മറുപടികൾ കേട്ടതോടെ ഇബ്റാഹീം എഴുന്നേറ്റ് ടെലിവിഷൻ ഓണാക്കി.

"അല്പസമയം കഴിയുമ്പോഴേക്കും വാർത്ത തുടങ്ങും"

ഞങ്ങൾ പ്രധാനവാർത്തകൾ കേട്ടുതുടങ്ങിയപ്പോഴേക്കും യുസ്റ സ്വീകരണമുറിയിലേക്ക് തിരികെ എത്തി. അല്പനേരം ടെലിവിഷനിലേക്ക് നോക്കിനിന്നശേഷം വെറുപ്പോടെയും നീരസത്തോടെയും അവൾ പറഞ്ഞു:

"ഈ അർത്ഥശൂന്യമായ വാർത്തകൾ കേട്ട് മടുത്തിരിക്കുകയാണ്. ഒന്നണച്ച് വയ്ക്കാമോ ഈ ടി.വി?"

ഒപ്പം തീൻമേശയിലേക്ക് വിരൽചൂണ്ടി അവൾ കൂട്ടിച്ചേർത്തു:

"നമുക്കെന്തായാലും അത്താഴം കഴിക്കാം. ഇനിയും താമസിച്ചാൽ ഭക്ഷണം തണുത്തുപോകും."

അത്താഴശേഷം പുതിനഇലയിട്ട ഗ്രീൻടീ ഒരു കപ്പ് കുടിച്ചു. രാത്രി ഇത്ര വൈകിയവേളയിൽ വലിയ താത്പര്യമൊന്നും ഇല്ലാതിരുന്നിട്ടും

ഗ്രീൻടീ തയ്യാറാക്കി തരണമെന്ന് യുസ്റയ്ക്ക് നിർബന്ധമായിരുന്നു. അപ്പോഴാണ് സ്യൂട്ട്കെയ്സ് നിലത്ത് തന്നെ തുറന്നുകിടക്കുന്ന കാര്യം ശ്രദ്ധിച്ചത്. പെട്ടെന്ന് യുസ്റയ്ക്കും ഇബ്റാഹീമിനുമായി കൊണ്ടുവന്ന മറ്റ് സമ്മാനങ്ങളുടെ കാര്യവും ഓർമ്മവന്നു. വാഇലിനായി കൊണ്ടുവന്ന സമ്മാനത്തെക്കുറിച്ചുള്ള സംസാരത്തിനിടയിൽ അക്കാര്യമൊക്കെ മറന്നു പോകുകയായിരുന്നു. രാത്രി ഈ വീട്ടിലെത്തിയിട്ടുള്ളപ്പോൾ സമ്മാന ങ്ങളൊക്കെ സാധാരണയായി അടുത്തദിവസം രാവിലെയായിരിക്കും വീതം വച്ച് നൽകാറുള്ളത്. എന്നാൽ ഇത്തവണ ഉറങ്ങുന്നതിനുമുമ്പ് തന്നെ ആ പണി പൂർത്തിയാക്കണമെന്ന് തോന്നി.

സമ്മാനങ്ങളാകുന്ന പ്രശ്നത്തിന്റെ പിടിയിൽ നിന്നും ഒറ്റയടിക്ക് കഴി യുന്നത്ര വേഗം മുക്തനാകണമെന്ന് തന്നെ തീരുമാനിച്ചുകഴിഞ്ഞിരുന്നു. വാഇലിനായി കൊണ്ടുവന്ന വസ്ത്രങ്ങൾ കാരണമായുണ്ടായ വിഷമം അവർ ഇരുവരും മറക്കണമെന്ന് ആഗ്രഹിച്ചു. അതുപോലെ പറ്റിപ്പോയ തെറ്റിന് ഏതുവിധേനയും പ്രായശ്ചിത്തവും ചെയ്യണമല്ലോ?

യുസ്റയ്ക്കായി കൊണ്ടുവന്ന സമ്മാനം അവൾക്ക് വളരെ ഇഷ്ടമാ യെന്ന് കണ്ടപ്പോൾ ആനന്ദത്തോടെ ഞാൻ നെടുവീർപ്പിട്ടു. അതൊരു സിൽക്ക് ബ്ലൗസായിരുന്നു. യുസ്റയ്ക്കായി മികച്ച നിലവാരത്തിലുള്ള ഒരു വസ്ത്രം വാങ്ങണമെന്ന് കാതറീനോട് ആവശ്യപ്പെടുമ്പോൾ ഇവൾ ഹിജാബ് ധരിക്കാൻ തുടങ്ങിയെന്ന കാര്യമൊന്നും എനിക്കറിയില്ലായി രുന്നു. ഇറക്കം കുറഞ്ഞ കൈകളും നെഞ്ചിന്റെ ഭാഗം സുതാര്യവുമായ ബ്ലൗസ് കാർഡ്ബോർഡ് പെട്ടിയിലേക്ക് തിരികെ വയ്ക്കുമ്പോൾ യുസ്റ പറഞ്ഞു:

"വളരെ നന്നായിട്ടുണ്ട് കേട്ടോ"

ഇത് കേട്ട് വിശ്വസിക്കാനാകാത്തത് പോലെ ഇബ്റാഹീം തിരക്കി:

"ഹിജാബ് ധരിക്കുന്ന നീ എങ്ങനെയാ ഈ ബ്ലൗസ് ഇടുന്നത്?"

ചിരിയോടെയായിരുന്നു യുസ്റയുടെ മറുപടി:

"അതിനെന്താ കുഴപ്പം? നമ്മൾ മാത്രം തനിച്ചുള്ളപ്പോൾ എനിക്കിത് ധരിക്കാമല്ലോ? ഇനി പുറത്ത് പോകുമ്പോൾ മുകളിൽ സെഫ്സാരി കുപ്പായം കൂടി ധരിക്കണമെന്നല്ലേയുള്ളൂ? അപ്പോൾ മറ്റാരും കാണി ല്ലല്ലോ?"

"ഇതുപോലുള്ള ബ്ലൗസുകൾ നാലാള് കാണണം. അല്ലെങ്കിൽ ഇവ യൊക്കെ ധരിക്കുന്നതുകൊണ്ടെന്ത് പ്രയോജനമാണുള്ളത്?"

കൊഞ്ചിക്കൊണ്ടാണ് യുസ്റ അതിന് മറുപടി പറഞ്ഞത്:

"നിങ്ങൾക്ക് കാണാൻ പറ്റുമല്ലോ?"

തനിക്ക് സമ്മാനമായി കിട്ടിയ കുപ്പായം കയ്യിലെടുത്തുകൊണ്ട് ഇബ്റാഹീം പറഞ്ഞു:

“ഞാനിത് നാളെത്തന്നെ ധരിക്കും. പാരീസിൽനിന്നും കൊണ്ടുവന്ന ഇതുപോലൊരു മനോഹരമായ വസ്ത്രം ഓഫീസിൽ എന്റെ ഒപ്പമുള്ള വരെല്ലാം കണ്ടേതീരൂ.”

ഒരുനിമിഷം കഴിഞ്ഞ് എന്റെ നേരേ തിരിഞ്ഞ് അവൻ തുടർന്നു:

“ഇപ്പോൾ ടുണീഷ്യയിൽ... സർവ്വതും ഹിജാബ് ധരിച്ച രീതിയിൽ ലഭിക്കും കേട്ടോ?”

ഇതുകേട്ടതും യുസ്റയുടെ വലിയ കറുത്തകണ്ണുകൾ ഇബ്റാ ഹീമിനെ തന്നെ തുറിച്ചുനോക്കാൻ തുടങ്ങി. പിന്നെയൊരു പുഞ്ചിരിയോടെ അവൾ ചോദിച്ചു:

“നിങ്ങളെന്താണുദ്ദേശിച്ചത്?”

അത് കേട്ട ഞാനും ഒന്നമ്പരന്നുപോയി. ഹിജാബ് ധരിക്കാൻ തുട ങ്ങിയതിനാൽ ഇതുപോലുള്ള കാര്യങ്ങൾ കേൾക്കുമ്പോൾ യുസ്റ നിശ്ശ ബ്ദത പാലിക്കുമെന്നാണ് കരുതിയിരുന്നത്. എന്നാലിതാ എനിക്ക് പരി ചയമുള്ളതുപോലെതന്നെ യാതൊരു സങ്കോചവുമില്ലാതെ ധൈര്യ ത്തോടെ സംസാരിക്കുകയാണ് യുസ്റ. പുറംമോടിയിൽ ആളിൽ കാര്യ മായ മാറ്റങ്ങളുണ്ടെങ്കിൽപോലും തന്റെ വ്യതിരിക്തത നഷ്ടപ്പെടാതെ സൂക്ഷിക്കുന്നുണ്ടെന്നത് വ്യക്തം. അതാണ് യുസ്റയുടെ അരികിലേക്ക് പോകാനും സ്ത്രീകളെ സംബന്ധിച്ച വിഷയങ്ങളെക്കുറിച്ച് പലപ്പോഴും മനസ്സ് തുറന്ന് സംസാരിക്കാനും എന്നെ പ്രേരിപ്പിച്ചിട്ടുള്ളത്. എന്നാൽ മറ്റ് സഹോദരന്മാരുടെ ഭാര്യമാരുമായി എനിക്കങ്ങനെയൊരു ബന്ധമില്ല. ഉപചാരപൂർവ്വമായ സംഭാഷണങ്ങൾ മാത്രമാണ് ഉണ്ടായിട്ടുള്ളത്.

“ടുണീഷ്യയിലെ പെണ്ണുങ്ങൾ ഹിജാബ് ധരിക്കുമ്പോൾ തന്നെ ഇറുകി പ്പിടിച്ച ജീൻസ് ധരിക്കാനും മറക്കാറില്ല എന്നാണ് ഞാനുദ്ദേശിച്ചത്”

“ജീൻസ് ഇട്ടുകൂടാ എന്ന് നിങ്ങളെന്തിനാ വാശിപിടിക്കുന്നത്? അതിന് മുകളിൽ അയഞ്ഞൊരു വസ്ത്രം ധരിക്കുന്നതാണ് പ്രധാനം”

“അപ്പോൾ മിനിസ്കർട്ട് ഇടുന്നതോ?”

“മിനിസ്കർട്ടും ജീൻസും തമ്മിൽ എന്താ വ്യത്യാസം? അന്യപുരു ഷന്മാരുടെ മുന്നിൽ സ്ത്രീ ശരീരം മറച്ചുനടക്കണമെന്നേയുള്ളൂ.”

അല്പനേരം നിശ്ശബ്ദത പാലിച്ചശേഷം പരിഹാസ രൂപേണ ഇബ്റാഹീം പറഞ്ഞു:

“കഥ ഇവിടെയൊന്നും അവസാനിക്കുകയില്ല. ചില ഹിജാബ് ധാരണികൾ അടിവസ്ത്രമായി സ്ട്രിംഗ് ഇടാറുണ്ടെന്നും ഞാൻ കേട്ടി ട്ടുണ്ട്.”

ഇത് കേട്ടതും യുസ്റ പൊട്ടിചിരിച്ചു. പിന്നാലെ ചിരിയോടെ ഇബ്റാഹീം തുടർന്നു:

“ഒന്നാലോചിച്ചു നോക്കിക്കേ.. മുകളിൽ ഹിജാബ്.. ഉള്ളിൽ സ്ട്രിംഗ്..!”

എന്റെ നേരേ തിരിഞ്ഞ് ഇബ്റാഹീം തുറിച്ചുനോക്കി. ഈ വിഷയത്തെക്കുറിച്ച് ഞാനെന്തെങ്കിലും പറയുമോ എന്നറിയാനായിരിക്കും. എന്നാൽ ഞാനൊന്നും പറയാൻ പോയില്ല. അവശേഷിച്ച ഭക്ഷണങ്ങളും ഒഴിഞ്ഞ പാത്രങ്ങളുമായി അടുക്കളയിലേക്ക് പോകവേ യുസ്റ പറയാൻ തുടങ്ങി.

"അല്ലാഹുവേ.. നീ എല്ലാവരോടും ക്ഷമിക്കണേ, കരുണാമയനായ ദൈവമേ.."

തീൻമേശ വൃത്തിയാക്കിയശേഷം യുസ്റ എന്റെ മുഖത്തേക്ക് നോക്കി. അപ്പോഴാണ് അവൾ കണ്ണെഴുതിയിട്ടുണ്ടെന്ന് ഞാൻ ശ്രദ്ധിച്ചത്:

"നിങ്ങളുടെ മുഖത്ത് നല്ല ക്ഷീണമുണ്ടല്ലോ?"

കോട്ടുവായിട്ടുകൊണ്ട് യുസ്റ ചോദിക്കുന്നത് കേട്ട് ഉറക്കച്ചടവോടെ ഇബ്റാഹീമും എഴുന്നേറ്റു:

"യുസ്റ, ഞങ്ങളുടെ കിടപ്പുമുറി നിങ്ങൾക്ക് കിടക്കാനായി ഒരുക്കിയിട്ടുണ്ട്. അവിടെ കിടന്നാൽ മതി."

കഴിഞ്ഞപ്രാവശ്യങ്ങളിലേതു പോലെ തങ്ങളുടെ കിടപ്പുമുറി തന്നെ അവർ എനിക്ക് ഉറങ്ങാനായി നിർദ്ദേശിക്കുമെന്ന് ഉറപ്പായിരുന്നു. അതിനാൽ തന്നെ അവരുടെ ആവശ്യം തൽക്ഷണം നിരാകരിച്ചുകൊണ്ട് തീരുമാനിച്ചുറച്ചതുപോലെ ഞാൻ പറഞ്ഞു:

"ഞാൻ ഇവിടെ കിടന്നുകൊള്ളാം"

വിശ്വസിക്കാനാകാത്തതെന്തോ കേട്ടതു മാതിരി യുസ്റ ചോദിച്ചു:

"ഇവിടെ എവിടെയാ? ഈ സോഫയിലോ?"

"ആ... സോഫയിൽ തന്നെ. എന്റെ തീരുമാനത്തിൽ യാതൊരു മാറ്റവുമില്ല."

ഞാനൊരു പിടിവാശിക്കാരനാണെന്ന് അവർക്കിരുവർക്കും അറിയാം. ഒരു തീരുമാനമെടുത്തു കഴിഞ്ഞാൽ പിന്നെ എന്തൊക്കെ സംഭവിച്ചാലും ഞാനതിൽ നിന്നും പിൻമാറാനേ പോകുന്നില്ല. പ്രത്യേകിച്ച് ഇത്തരത്തിലുള്ള വിഷയങ്ങളാകുമ്പോൾ.

യുസ്റയും ഇബ്റാഹീമും പരസ്പരം നോക്കിയതല്ലാതെ ഒന്നും മിണ്ടിയില്ല.

രണ്ട്

അടുക്കളയിൽ ചെന്നിരിക്കുന്നത് എനിക്ക് വളരെയിഷ്ടപ്പെട്ട കാര്യമാണ്. ആവിപറക്കുന്ന പാചകപ്പാത്രങ്ങൾക്കിടയിലൂടെ നീങ്ങുകയോ, പച്ചക്കറികൾ തൊലി ചെത്തുകയോ, മാംസം മുറിക്കുകയോ, പാത്രങ്ങൾ കഴുകുകയോ ഒക്കെ ചെയ്യുന്ന യുസ്റയെ നോക്കിയിരിക്കുന്നത് നല്ലൊരു വിനോദമായിരുന്നു. ഓരോ സന്ദർശനത്തിലും ദിവസവും രാവിലെ കുറച്ച് സമയം അടുക്കളയിൽ ചെന്നിരിക്കാൻ പ്രത്യേകം താത്പര്യം കാണിക്കാറുണ്ട്. ഞാൻ ഒപ്പമുണ്ടാകുന്നതിൽ യുസ്റയ്ക്ക് പതിവുപോലെ ഇത്തവണയും സന്തോഷമാണുള്ളത്. ഇടയ്ക്കിടയ്ക്ക് എന്നെനോക്കി പുഞ്ചിരിച്ചുകൊണ്ട് എന്തെങ്കിലും വേണമോയെന്ന് തിരക്കും.

പെട്ടെന്ന് ഫ്ളാറ്റിന്റെ മുൻവശത്തെ വാതിൽ തുറന്ന് ഇബ്റാഹീം ഉള്ളിലേക്ക് കയറിവന്നു. ഈസമയം അവൻ ജോലിസ്ഥലത്ത് ഉണ്ടാകേണ്ടതാണ്. ചുമരിൽ തൂക്കിയിട്ടിരിക്കുന്ന ഘടികാരത്തിലേക്ക് നോക്കിക്കൊണ്ട് ഞാൻ തിരക്കി:

“നീ എന്താ ഈ സമയത്ത് ഇവിടെ?”

“ഇന്ന് വെള്ളിയാഴ്ചയല്ലേ? അതിനാൽ ജോലിസമയം തീരുന്നതിന് മുമ്പ് തന്നെ ഞങ്ങളെ പോകാനനുവദിക്കാറുണ്ട്.”

“അതെന്തിനാ?”

ഇത് കേട്ട് അതിശയത്തോടെ യുസ്റ ചോദിച്ചു:

“അതെന്തുകൊണ്ടാണെന്നറിയില്ലേ? വെള്ളിയാഴ്ച പള്ളിയിൽ പോകണ്ടേ?”

അംഗസ്നാനം ചെയ്യാനായി ഇബ്റാഹീം കുളിമുറിക്കുള്ളിലേക്ക് കയറി. തിരിച്ച് വന്ന് എന്റെ മുന്നിലിരുന്നുകൊണ്ട് തിരക്കി:

“ഞാൻ അവസാനം അയച്ച കത്തിൽ ആവശ്യപ്പെട്ടപോലെ സിഗരറ്റ് കൊണ്ടു വന്നിട്ടുണ്ടോ?”

ഇബ്റാഹീമിന് ഇഷ്ടപ്പെട്ട മാൾബോറോ സിഗരറ്റിന്റെ രണ്ട് പായ്ക്കറ്റുകൾ വാങ്ങിയ കാര്യം അപ്പോഴാണ് ഓർത്തത്. ഇന്നലെ അത് അവന്

നൽകുന്ന കാര്യം മറന്നുപോയിരുന്നു. സിഗരറ്റ് എടുക്കാനായി ഞാൻ എഴുന്നേറ്റു. അതിശയത്തോടെ പായ്ക്കറ്റുകളിൽ സ്പർശിച്ചശേഷം അതിലൊന്നിന്റെ കവർനീക്കി ഒരു സിഗരറ്റ് പുറത്തെടുത്ത ഇബ്റാഹീം സന്തോഷത്തോടെ പുകവലിക്കാൻ തുടങ്ങി. ഇത് കണ്ട യുസ്റ ചോദിച്ചു:

"നമസ്കരിക്കാനായി അംഗസ്നാനം ചെയ്തശേഷമാണോ നിങ്ങളിങ്ങനെ പുകവലിക്കുന്നത്?"

"ആ... അതിനെന്താ കുഴപ്പം?"

"പുകവലിച്ചാൽ അംഗസ്നാനത്തിന്റെ സാധുത നഷ്ടമാകുമെന്ന് ഞാൻ കേട്ടിട്ടുണ്ട്."

അല്പം പരിഹാസം നിറഞ്ഞൊരു പുഞ്ചിരിയായിരുന്നു ഇബ്റാഹീമിന്റെ മറുപടി. ശേഷം അവൻ പറഞ്ഞു:

"കത്തെഴുതിയപ്പോൾ ഡ്യൂട്ടി ഫ്രീ ഷോപ്പിൽ നിന്നും ഒരു കുപ്പി വിസ്കി കൂടി വാങ്ങണമെന്ന് പറയാൻ മറന്നുപോയി കേട്ടോ?"

അവന് മദ്യം ഇഷ്ടമാണെന്ന് എനിക്കറിയാം. വിവാഹശേഷം പലതവണ മദ്യപാനം അവസാനിപ്പിക്കാൻ ശ്രമിച്ചതുമാണ്. പ്രത്യേകിച്ച് നമസ്കരിക്കാൻ ആരംഭിച്ചശേഷം. എന്നാൽ വിജയിച്ചില്ലെന്ന് മാത്രം. പക്ഷേ, പള്ളിയിൽ പോകാനൊരുങ്ങുന്ന സമയത്ത് മദ്യത്തെക്കുറിച്ച് ചോദിച്ചത് എന്നെ അദ്ഭുതപ്പെടുത്തി. പോരാത്തതിന് മദ്യപാനം ഉപേക്ഷിക്കാൻ നിരന്തരം പ്രേരിപ്പിച്ചുകൊണ്ടിരിക്കുന്ന യുസ്റ അടുത്തുള്ളപ്പോൾ.

"മഹാനായ ദൈവമേ, ക്ഷമിക്കണേ"

ഇബ്റാഹീമിന്റെ മുഖത്തേക്ക് തുറിച്ച് നോക്കിക്കൊണ്ട് യുസ്റ പറഞ്ഞു.

"നീ പേടിക്കേണ്ട. വിസ്കി എനിക്കല്ല. ഒരു കൂട്ടുകാരന് വേണ്ടിയാണ്."

പുകവലിച്ച് കഴിഞ്ഞശേഷം അവൻ സോപ്പുപയോഗിച്ച് കൈ കഴുകുകയും പലതവണ വായിൽ വെള്ളം കുലുക്കുഴിയുകയും ചെയ്തു. ഇരുന്ന ഇടത്തേക്ക് തിരിച്ചെത്തുന്നതിന് മുമ്പ് ഇബ്റാഹീം റോഡിലേക്ക് ഒരുവട്ടം നോക്കി.

"വാഇൽ ഇനിയും സ്കൂളിൽനിന്നും വന്നില്ലല്ലോ?"

പൊലീസ്സ്റ്റേഷന് പിറകിലാണ് സ്കൂൾ സ്ഥിതിചെയ്യുന്നത്. പുറത്തേക്ക് തലനീട്ടി ഞാനും റോഡിലേക്കൊന്നു നോക്കി:

"സ്കൂൾ അടുത്താണല്ലോ? അവന് വീട്ടിൽ വന്ന് സമാധാനമായിട്ട് ഉച്ചഭക്ഷണം കഴിച്ചശേഷം തിരികെപ്പോകാൻ സാധിക്കുമല്ലേ?"

"ഉച്ചഭക്ഷണം കഴിക്കുന്നതിന് മുമ്പ് അവൻ എന്റെ ഒപ്പം പള്ളിയിലേക്ക് വരും."

“പള്ളിയിലേക്കോ? അതെന്തിനാ?”

അതിന് മറുപടി പറഞ്ഞത് യുസ്റയായിരുന്നു.

“മുതിർന്ന പുരുഷന്മാർക്കൊപ്പം ജുംഅ നമസ്കാരത്തിൽ പങ്കെടു ക്കുന്നതിനേക്കാൾ ഒന്നുമില്ല അവന് ഈ ലോകത്തിൽ പ്രിയങ്കരമായി.”

അതിശയത്തോടെ ഞാൻ അവളെത്തന്നെ നോക്കി. ഇത്തരം കാര്യ ങ്ങൾ ചെയ്യാൻ മാത്രമുള്ള പ്രായമില്ലാത്ത കുട്ടിയല്ലേ വാഇൽ ഇപ്പോഴു മെന്ന് ചോദിക്കാൻ വിചാരിച്ചതായിരുന്നു. എന്റെ അതിശയം ഇല്ലാതാ ക്കാനാഗ്രഹിക്കുന്നതുപോലെ അരികിലേക്ക് നടന്നടുത്തശേഷം യുസ്റ പറഞ്ഞു:

“നമസ്കരിക്കാൻ ആരും അവനെ നിർബന്ധിച്ചിട്ടില്ല. ദൈവം മഹാ നാണ്. ഈ കുട്ടിയൊരു മാലാഖയാണ്. കുട്ടിയായിരിക്കെത്തന്നെ ദൈവം അവന്റെ കണ്ണുകൾ തുറന്നുനൽകി”

അവൾ പറഞ്ഞത് ശരിവയ്ക്കുന്ന മട്ടിൽ പലതവണ തല കുലുക്കി ക്കൊണ്ട് ഇബ്റാഹീം പറഞ്ഞു:

“അവൻ നമസ്കരിക്കുന്നതൊന്ന് കാണണം! നമസ്കാരത്തിന്റെ ആരംഭത്തിൽ തക്ബീറിനായി അവൻ കൈകളുയർത്തുന്നത് ഒന്നു കാണുകതന്നെ വേണം!”

“പുരുഷനാകാൻ കഴിഞ്ഞെങ്കിലെന്ന് കൊതിതോന്നിപ്പോകുന്നു. എങ്കിൽ എനിക്കും അവർക്കൊപ്പം പള്ളിയിൽ പോയി വാഇൽ നമസ്ക രിക്കുന്നതൊന്ന് കാണാമായിരുന്നു.”

വാഇൽ സ്കൂളിൽനിന്നും എത്തിയപ്പോഴേക്കും അംഗസ്നാനം ചെയ്യാൻ ഉമ്മ അവനെ സഹായിച്ചു. പിന്നെ അവനൊപ്പം ഇബ്റാഹീം പള്ളിയിലേക്ക് പുറപ്പെട്ടു. അടുക്കളയിൽനിന്നും പുറത്തേക്കിറങ്ങിയ ഞാനാകട്ടെ അല്പനേരം ഫ്ളാറ്റിനുള്ളിലൂടെ നടക്കാൻ തുടങ്ങി.

ഈ ഫ്ളാറ്റിലേക്ക് താമസം മാറ്റിയശേഷം ഇബ്റാഹീമിനെ സന്ദർശി ക്കുന്നത് രണ്ടാം തവണയാണ്. തുറന്ന് കിടക്കുന്ന ജനാലയിലൂടെ കടന്നുവരുന്ന ദീപ്തമായ സൂര്യപ്രകാശത്തിൽ അവിടം കഴിഞ്ഞ തവണത്തേക്കാൾ കൂടുതൽ വിശാലമാണെന്ന് തോന്നി. വീട്ടുപകരണ ങ്ങൾക്ക് പോലും കൂടുതൽ ശോഭയും ഭംഗിയുമേറിയതുപോലെയാണ് തോന്നുക.

ഒരു ബസ്സിൽ കയറി നഗരമധ്യത്തിലേക്ക് പോകാനുള്ള സമയമുണ്ട്. ഹബീബ് ബൂർഖീബ റോഡിൽ ഒന്ന് ചുറ്റിക്കറങ്ങണം. പിന്നെ ഉച്ച ഭക്ഷണം തയ്യാറാകുന്നതിന് മുമ്പ് തന്നെ ബസാതീൻ കോളനിയിലേക്ക് തിരികെയെത്താനും സാധിക്കും. യാത്ര പറഞ്ഞിറങ്ങുമ്പോൾ തിരിച്ചെ ത്താൻ വൈകരുതെന്ന് യുസ്റ പ്രത്യേകം ഓർമ്മിപ്പിച്ചു. എന്റെ വരവ് ആഘോഷിക്കാനുള്ള ആദ്യവിരുന്നായിരിക്കും അവൾ തയ്യാറാക്കുന്ന ഇന്നത്തെ ഉച്ചഭക്ഷണം. ഇന്നലെ രാത്രിയുണ്ടാക്കിയ അത്താഴം

ചെറിയൊരാമുഖം മാത്രമായിരുന്നത്രേ. മാർബിൾ പാകിയ കോണിപ്പടികളിലൂടെ പതിയെ താഴേക്കിറങ്ങി. തെന്നി വീഴുമെന്ന ഭയവുമുണ്ട്. കണ്ടാലറിയാം കുറച്ച് മുമ്പാണ് പടികൾ കഴുകിയതെന്ന്. ചില ഇടങ്ങളിൽ ഇപ്പോഴും ഈർപ്പം ബാക്കിയുണ്ട്.

പൊലീസ് സ്റ്റേഷനിൽനിന്നും നൂറ് വാര അകലെയുള്ള പള്ളിയുടെ പ്രവേശനകവാടത്തിന് അഭിമുഖമായാണ് ബസ്സ്റ്റോപ്പ്. ബസ്സ്റ്റോപ്പ് എന്ന് പറഞ്ഞാൽ റോഡിന്റെ വലതുഭാഗത്തെ നടപ്പാതയിൽ നാട്ടിയിരിക്കുന്നൊരു ഇരുമ്പ് തൂണാണ്. അതിന് മുകളിലായി ബസ് നമ്പർ രേഖപ്പെടുത്തിയ ഒരു ബോർഡ് ഘടിപ്പിച്ചിട്ടുണ്ട്. തൂണിനരികിലായി രണ്ട് സ്ത്രീകളേയും ഒരു കുട്ടിയേയും കണ്ടു. അരികിൽ ചെന്ന് നിന്നതും ഇതുപോലൊരിടത്ത് ഇതുപോലൊരു സമയത്ത് കണ്ടതിലുള്ള അതിശയത്തോടെ സ്ത്രീകൾ രണ്ടുപേരും എന്നെത്തന്നെ തുറിച്ച് നോക്കാൻ തുടങ്ങി. എന്നാൽ ഞാനത് ശ്രദ്ധിച്ചില്ല. കോളനിയിൽ തങ്ങൾക്ക് പരിചയമില്ലാത്ത മുഖമായതിനാലായിരിക്കും അവരെന്നെ അങ്ങനെ നോക്കിയിട്ടുണ്ടാവുക എന്ന് ആശ്വസിച്ചു.

അവിടെ ഇരിക്കാനായി ഒരു സ്ഥലവും കണ്ടില്ല. തൂണ് നാട്ടിയിരിക്കുന്നത് തന്നെ വളരെ വീതി കുറഞ്ഞൊരു നടപ്പാതയിലാണ്. അവിടമാകെ കടലാസുകളും കുപ്പികളും ഒഴിഞ്ഞ കാർഡ്ബോഡ് പെട്ടികളും ചിതറിക്കിടക്കുന്നത് കണ്ടു. വസന്തകാലമായിട്ടുപോലും അസഹ്യമായ ചൂടാണ്. കുറച്ച് കഴിഞ്ഞപ്പോഴേക്കും വെയിൽ സഹിക്കാൻ കഴിയാതെയായി. ഒരല്പം തണലെവിടെയെങ്കിലും കിട്ടുമോയെന്നറിയാനായി ചുറ്റും നോക്കി. എന്നാൽ ഒരിടവും കണ്ടെത്താനായില്ല. റോഡിലൊന്നും മരങ്ങൾ കാണാനില്ല. ബസ്സ്റ്റോപ്പിനരികിലുള്ള വീടുകൾക്കൊന്നും പൂന്തോട്ടങ്ങളുമില്ല. ദേഹത്ത് കിടന്ന ഓവർകോട്ട് ഊരിമാറ്റിയ ശേഷം ഒരു ചുമരിൽ ചാരിനിന്നു.

പതിയെ ബസ്സ്റ്റോപ്പിലെ യാത്രികരുടെ എണ്ണം വർദ്ധിച്ചുവന്നു. വരാൻ വൈകുന്ന ബസ് കാത്തുനിൽക്കുന്നവരുടെ മുഖത്തേക്ക് നോക്കി അവരുടെ ചലനങ്ങൾ നിരീക്ഷിക്കുകയായിരുന്നു ഞാൻ. അക്കൂട്ടത്തിലുള്ളവരെല്ലാം സ്ത്രീകളും കുട്ടികളുമായിരുന്നു. ഞാനായിരിക്കും അവിടെയുള്ള ഒരേയൊരു പുരുഷൻ. ഞങ്ങളുടെ കണ്ണുകൾ കൂട്ടിമുട്ടുമ്പോഴെല്ലാം മനസ്സിലായൊരു കാര്യം ഈ ആളുകളെല്ലാം എന്നെത്തന്നെ തുറിച്ചു നോക്കുന്നുവെന്നതായിരുന്നു. ഇക്കൂട്ടത്തിലൊരു കുട്ടി തന്റെ ഉമ്മ മറ്റൊരു സ്ത്രീയുമായി സംസാരിക്കുന്ന അവസരം മുതലാക്കി എന്റെയരികിലേക്ക് വന്നു. ഞാൻ പുഞ്ചിരിച്ചെങ്കിലും അവൻ ചിരിച്ചതേയില്ല. ശിരസ്സ് ചരിച്ചശേഷം കടുത്ത കണ്ണുകളോടെ എന്നെത്തന്നെ നോക്കി. അല്പം കഴിഞ്ഞശേഷം അവൻ പിറകിലേക്ക് മാറി. ശേഷം കയ്യുയർത്തി വായുവിൽ എന്തോ ഒരു ചിഹ്നം വരച്ചു കാണിച്ചു. അതിന്റെ പൊരുളെന്തെന്ന് മാത്രം മനസ്സിലായില്ല. നടന്നതൊന്നും ശ്രദ്ധിക്കാതിരിക്കുന്ന ഉമ്മയുടെ അരികിലേക്ക് അവൻ തിരികെപ്പോയി.

ഞങ്ങളെ കടന്നുപോയ ബസ്സുകളെല്ലാം എതിർദിശയിലേക്കായിരുന്നു. നിരത്തിന്റെ അങ്ങേയറ്റത്തുള്ള അവസാന ബസ്സ്റ്റോപ്പ് വളരെ ദൂരത്തല്ല. എന്നിട്ടും ഒരൊറ്റ ബസ് പോലും അവിടെയെത്തിയശേഷം തിരികെ വന്നില്ല. കാത്തിരിപ്പിന്റെ നീണ്ട നിമിഷങ്ങൾക്കൊടുവിൽ ഞാൻ റോഡിന്റെ അങ്ങേയറ്റത്തേക്ക് നോക്കി. പക്ഷേ, ചക്രവാളത്തിലൊന്നും ബസ്സിന്റെ സൂചനപോലുമില്ല. ഉടനെയൊന്നും ഏതെങ്കിലുമൊരു ബസ് വരാൻ സാധ്യതയുണ്ടെന്ന് തോന്നുന്നില്ല. ഇനി ഒരു അഞ്ച് മിനിറ്റ് കഴിഞ്ഞ് ഏതെങ്കിലുമൊരു ബസ് വന്നാൽ പോലും നഗരത്തിൽ ചെന്ന് ഉദ്ദേശിച്ച കാര്യം ചെയ്യാനുള്ള സമയം ഏതായാലുമില്ല.

ഉച്ചഭക്ഷണം കഴിക്കാൻ ഫ്ളാറ്റിൽ തിരികെ എത്തുന്നത് വൈകുമെന്ന ഭയമുള്ളതിനാൽ ചെയ്യാനാഗ്രഹിച്ച കാര്യങ്ങൾ നാളേക്ക് മാറ്റിവയ്ക്കുവാൻ തീരുമാനിച്ചു. സത്യത്തിൽ എനിക്ക് വിശപ്പൊന്നും തോന്നുന്നില്ല. എന്തെങ്കിലും കഴിക്കാനുള്ള മോഹവുമില്ല. എന്നാൽ തീൻ മേശയ്ക്ക് ചുറ്റും തങ്ങൾക്കൊപ്പം ഞാനുമുണ്ടാകണമെന്ന യുസ്റയുടെ ആഗ്രഹം നിവർത്തിച്ചു കൊടുക്കണമല്ലോ. ബസ്സ്റ്റോപ്പ് വിട്ട് ഫ്ളാറ്റിലേക്ക് മടങ്ങാനാഞ്ഞപ്പോഴാണ് ഇബ്റാഹീമും വാഇലും പള്ളിയിലുണ്ടല്ലോ എന്നോർത്തത്. അവരിരുവരും പള്ളിയിലേക്ക് പോയിട്ട് സമയം കുറേയായല്ലോ? ഒരല്പസമയം കൂടി കഴിഞ്ഞാൽ നമസ്കാരം കഴിയാനിടയുണ്ട്. അതോടെ അവരെ കാത്തു നിൽക്കാൻ തന്നെ തീരുമാനിച്ചു. ഒരുമിച്ച് വീട്ടിലേക്ക് പോകാമല്ലോ? ഇപ്പോഴും എന്നെത്തന്നെ നോക്കി നിൽക്കുന്ന ബസ്സ്റ്റോപ്പിലെ ആളുകളെ വകഞ്ഞുമാറ്റി ഞാൻ പള്ളിക്കരികിലേക്ക് നടന്നു. പള്ളിക്കവാടത്തിനരികിലേക്ക് പോകണമെന്ന് തോന്നി. അങ്ങനെയാണെങ്കിലേ നമസ്കരിക്കുന്നവർ പുറത്തേക്കിറങ്ങുമ്പോൾ എനിക്ക് അവരെ ഇരുവരേയും കാണാനാകൂ. റോഡ് മുറിച്ച് കടന്ന ശേഷം അല്പം തണലുള്ളൊരിടത്ത് പോയിനിന്നു. അവിടെ നിന്നാൽ പള്ളിയിൽനിന്നും പുറത്തേക്കിറങ്ങുന്നവരെ കാണാനാകും.

ബസാതീൻ കോളനിയിൽ വലിയൊരു പള്ളിയുള്ളതിൽ അഭിമാനിക്കുന്നയാളാണ് ഇബ്റാഹീം. കഴിഞ്ഞ തവണ നാട്ടിലെത്തിയപ്പോൾ ഈ പള്ളിക്കരികിലൂടെ പോകുമ്പോഴെല്ലാം കോളനിനിവാസികളായ സുമനസ്സുകളുടെ സംഭാവനകൾ കൊണ്ടാണ് പള്ളി നിർമ്മിച്ചതെന്ന് ഇബ്റാഹീം പറഞ്ഞതോർമ്മവരുന്നു. കോളനിയിലെ ശ്രദ്ധേയമായ അതിരടയാളങ്ങളിൽ അവസാനത്തേതായ പൊലീസ് സ്റ്റേഷൻ പണിത അതേ വർഷം തന്നെയാണ് ഈ പള്ളി പണി കഴിപ്പിച്ചതും. ഈ പള്ളിയും പൊലീസ് സ്റ്റേഷനുമൊക്കെ നിർമ്മിച്ച സ്ഥലം തെരുവുനായ്ക്കളും കഴുതകളും ആടുകളുമൊക്കെ അലഞ്ഞുനടന്നിരുന്ന പൊതു ചവറുകൂനയായിരുന്നുവെന്ന് കേട്ടിട്ടുണ്ടെന്നും ഇബ്റാഹീം പറഞ്ഞിരുന്നു.

എന്നാൽ സഹോദരൻ പറഞ്ഞിട്ടുള്ളത് പോലെ അത്ര വലുതൊന്നുമായിരുന്നില്ല പള്ളി. വളരെ ലളിതമായ വാസ്തുകലയാണെങ്കിലും സുന്ദരമായ മന്ദിരം. ഏറ്റവും മനോഹരമെന്ന് പറയാവുന്നത് അസ്ത്രം കണക്കെ

ശൂന്യതയിലേക്ക് തല ഉയർത്തിനിൽക്കുന്ന മിനാരമാണ്. ഞാനിതുവരെ ഈ പള്ളിക്കുള്ളിലേക്ക് കയറിയിട്ടില്ല. ചിലപ്പോഴൊക്കെ വെള്ള മാർബിൾ പാകിയ വൃത്തിയുള്ള പ്രവേശന കവാടത്തിനരികെവരെ പോയിട്ടുണ്ടെന്ന് മാത്രം. അതാകട്ടെ പായയും പരവതാനിയും വിരിച്ചിട്ടുള്ള നമസ്കാര സ്ഥലവും അകത്തുള്ള വീതികുറഞ്ഞ തൂണുകളും, ചതുരാകൃതിയുള്ള പള്ളിമുറ്റവും കാണാനായിട്ടായിരുന്നു.

നമസ്കാരം കഴിഞ്ഞ് ആളുകൾ പുറത്തേക്കിറങ്ങുവാൻ തുടങ്ങി. പല പ്രായക്കാരായ പുരുഷന്മാർക്കൊപ്പം ധാരാളം കുട്ടികളുമുണ്ടായിരുന്നു അവർക്കിടയിൽ. ബസ്സ്റ്റോപ്പിൽ നിൽക്കുകയായിരുന്ന സ്ത്രീകളെപ്പോലെ തന്നെ പള്ളിയിൽനിന്നിറങ്ങി അരികിലൂടെ കടന്നു പോയവരെല്ലാം എന്നെത്തന്നെ തുറിച്ചു നോക്കുന്നുണ്ട്. ചിലരുടെയൊക്കെ തുറിച്ചുനോട്ടം വളരെ തണുപ്പൻ മട്ടിലാണ്. തിരിച്ച് ഞാനും അവരെ നോക്കാൻ തുടങ്ങിയപ്പോഴായിരുന്നു ഈ തുറിച്ചുനോട്ടത്തിന്റെ കാരണം മനസ്സിലായത്. അതുപോലെ ബസ് കാത്തുനിന്നവരെല്ലാം സ്ത്രീകളും കുട്ടികളുമായതെങ്ങനെയെന്നും മനസ്സിലാകുന്നു. ഈ സമയത്ത് പുരുഷന്മാരെല്ലാം പള്ളിക്കകത്ത് നമസ്കരിക്കുകയായിരുന്നു. നമസ്കാര നേരത്ത് പുറത്തുണ്ടായിരുന്ന ഏക പുരുഷൻ ഞാനായിരുന്നു!

അസ്വസ്ഥതയ്ക്കൊപ്പം ഒരല്പം ഭയവും സർവ്വദിക്കിൽനിന്നുമുള്ള കൂർത്തനോട്ടങ്ങൾ ശരം കണക്കെ നേരിടേണ്ടി വന്നപ്പോൾ തോന്നി. ഭാഗ്യത്തിന് ഇബ്റാഹീം അധികം വൈകാതെ പുറത്തേക്കിറങ്ങിവന്നു. എന്നെക്കണ്ടതും വാഇൽ വാപ്പയുടെ അരികിൽനിന്നും ഓടിയരികിലെത്തി. പള്ളിയുടെ കവാടത്തിൽ എന്നെ കണ്ടത് അവന് തികച്ചും യാദൃച്ഛികമായ ആനന്ദത്തിന് വക നൽകി. മുതിർന്നവർക്കൊപ്പം പള്ളിയിൽനിന്നും നമസ്കാരശേഷം പുറത്തേക്ക് വരുന്ന തന്നെ അങ്കിളായ ഞാൻ കാണുന്നതിൽ അവന് വലിയ അഭിമാനമുണ്ടാകും. വീട്ടിലേക്ക് മടങ്ങുന്ന വേളയിൽ അവൻ പെട്ടെന്ന് തിരക്കി:

“അങ്കിൾ തൗഫീഖ്, താങ്കൾ മുസ്‌ലിമാണോ?”

അതേയെന്ന മട്ടിൽ ഞാൻ തലകുലുക്കിയപ്പോൾ ഇബ്റാഹീം പറഞ്ഞു:

“എന്തൊരു ചോദ്യമാണിത്. പിന്നല്ലേ..? തൗഫീഖ് അങ്കിൾ മുസ്‌ലിം തന്നെയാണ്.”

മകന്റെ ചോദ്യത്തിന് മാപ്പപേക്ഷിക്കുന്നതുപോലെ ഇബ്റാഹീം എന്റെ കയ്യിൽ പിടിച്ച് ഒന്നമർത്തി. എന്നാൽ വാഇൽ ഒരല്പനേരം കഴിഞ്ഞപ്പോൾ വീണ്ടും ചോദിച്ചു:

“പിന്നെയെന്താ അങ്കിൾ ഞങ്ങൾക്കൊപ്പം പള്ളിയിലേക്ക് വരാത്തത്?”

അവനിൽനിന്നും ഇത്തരമൊരു ചോദ്യം പ്രതീക്ഷിച്ചതേയില്ല. ഒന്ന്

പുഞ്ചിരിച്ചതല്ലാതെ മറുപടിയൊന്നും പറഞ്ഞില്ല. പകരം ഇബ്റാഹീമായിരുന്നു മറുപടി പറഞ്ഞത്:

“നിന്റെ അങ്കിൾ ഫ്രാൻസിലെ പള്ളിയിലാ പോകാറുള്ളത്.”

“ഫ്രാൻസിലും പള്ളിയുണ്ടോ?”

“പിന്നല്ലേ? ലോകത്തെല്ലായിടത്തും ധാരാളം പള്ളികളുണ്ട്.”

ശേഷം വിഷയം മാറ്റാനെന്നവണ്ണം ഇബ്റാഹീം കൂട്ടിച്ചേർത്തു:

“വസന്തകാലം കഴിഞ്ഞിട്ടില്ലെങ്കിലും വല്ലാത്ത ചൂട്തന്നെയാണ്. ഇങ്ങനെയാണെങ്കിൽ വേനൽക്കാലത്തെ അവസ്ഥയെന്താകും? ഈ വർഷത്തെ ചൂടേറ്റ് നാമെല്ലാം ചത്തൊടുങ്ങിയത് തന്നെ!”

അപ്പാർട്ട്മെന്റ് ഗാർഡൻവരെ എത്തുവോളം ഞങ്ങൾ നിശ്ശബ്ദരായി നടന്നു. ഗാർഡന് മുന്നിൽ ഒരു മൂന്ന് ചെറുപ്പക്കാർ നിൽക്കുന്നുണ്ട്. വേലിയിൽ ചാരിനിന്ന് ഉറക്കെ സംസാരിക്കുകയാണവർ. അരികിലൂടെ പോയപ്പോൾ അവർ ഞങ്ങളുടെ മുഖത്തേക്ക് തന്നെ തുറിച്ചുനോക്കുന്നുണ്ടായിരുന്നു. ഒരല്പം ദൂരേക്കെത്തിയതും പകയോടും വെറുപ്പോടും കൂടി ഇബ്റാഹീം പറഞ്ഞു:

“എന്നും ഗാർഡന് മുന്നിൽ വന്ന് നിന്നോളും...നായിന്റെ മക്കൾ. അകത്തേക്ക് പോകുന്നവരേയും പുറത്തേക്ക് പോകുന്നവരേയും തുറിച്ചു നോക്കും.”

അപ്പാർട്ട്മെന്റിന്റെ മൂന്നാം നിലയിലെത്തിയതും ഒരു ഫ്ളാറ്റിന്റെ വാതിൽ പെട്ടെന്ന് തുറന്നു. ഏതോ ഒരു സ്ത്രീ തല പുറത്തേക്കിടുന്നതും കണ്ടു. പിന്നെ വാതിൽ പെട്ടെന്നടയുകയും ചെയ്തു. ആ മുഖം നല്ല പരിചയമുള്ളതാണല്ലോ എന്നോർത്തു. എന്നാൽ എവിടെ വച്ചാണ് കണ്ടതെന്ന് മാത്രം ഓർമ്മ വരുന്നില്ല. വാഇൽ കേൾക്കുമെന്ന ഭയമുണ്ടായിരുന്നതിനാൽ ഞാൻ ഇബ്റാഹീമിന്റെ അടുത്തേക്ക് ചെന്ന് ആ സ്ത്രീയാരാണെന്ന് പതിഞ്ഞ സ്വരത്തിൽ തിരക്കി.

“അവളെ മറന്നുപോയോ....? അത് നഈമയാണ്.”

യുസ്റയുടെ പഴയ സുഹൃത്തായ നഈമ. ‘ഹിജാബ് ധാരിയും വിധവയുമായ നഈമ’. ഞാനവളെക്കുറിച്ച് അങ്ങനെയാണ് പറയാറുണ്ടായിരുന്നത്. ആ നഈമ വളരെ മാറിപ്പോയിരിക്കുന്നു. ആ ചെറിയ കൂടിക്കാഴ്ചയ്ക്കിടയിൽ മനസ്സിലായത് അവൾ അല്പം തടിച്ചിട്ടുണ്ടെന്നാണ്. ഒപ്പം തൊലിവെളുപ്പും കൂടിയിരിക്കുന്നു. കഴിഞ്ഞ തവണത്തെ സന്ദർശനത്തിനിടയ്ക്ക് ആദ്യമായി നഈമയെക്കുറിച്ച് സംസാരിച്ചപ്പോൾ യുസ്റ വളരെയേറെ പുകഴ്ത്തിയിരുന്ന കാര്യം ഓർമ്മവന്നു. വളരെ അപൂർവ്വമായ വ്യക്തിത്വമുള്ളവളാണ് നഈമയെന്ന് യുസ്റ പറഞ്ഞിരുന്നു. നല്ലമനസ്സിനും ശാന്തസ്വഭാവത്തിനുടമയും സംസ്കാരസമ്പന്നയും മതബോധവുമുള്ള സ്ത്രീ.

താൻ തനിച്ച് താമസിക്കുന്ന ഫ്ളാറ്റിന്റെ ജനാലകൾ അക്കാലത്ത് ദിവസവും രാവിലെ നഈമ തുറന്നിടുന്നത് പതിവായിരുന്നു. തന്റെ ടേപ്പ്റെക്കോർഡറിൽ പ്രവാചക കീർത്തനങ്ങളടങ്ങിയ കാസറ്റുകളിട്ട് അപ്പാർട്ട്മെന്റിലുള്ള അയൽക്കാരെയെല്ലാം കേൾപ്പിക്കും. ഒരു ദിവസം അവൾ റോഡ് മുറിച്ച് കടക്കുന്നത് ദൂരെ നിന്ന് കണ്ടു. അപ്പാർട്ട്മെന്റിലുള്ളവരുടെയെല്ലാം അതിശയം പിടിച്ചുപറ്റുന്ന തരത്തിലുള്ള അവളുടെ മതബോധത്തിന് പിന്നിൽ എന്തോ നിഗൂഢമായൊരു രഹസ്യമുണ്ടെന്നൊരു തോന്നൽ എന്റെ മനസ്സിലുണ്ടായിരുന്നു. എന്നാൽ അവളെക്കുറിച്ച് ആഴത്തിലുള്ള സ്നേഹം മനസ്സിൽ കൊണ്ട് നടന്നിരുന്ന യുസ്റയോട് നഈമയെ സംബന്ധിച്ച യഥാർത്ഥവികാരം പങ്കുവയ്ക്കാൻ ശ്രമിച്ചതുമില്ല.

ഒരു ദിവസം യുസ്റ പറഞ്ഞത് തന്റെ ഈ ഭക്തയായ അയൽക്കാരിക്ക് വിദേശയാത്ര വലിയ ഇഷ്ടമാണെന്ന കാര്യമായിരുന്നു. പ്രത്യേകിച്ച് യൂറോപ്പിലേക്ക്. ഇടയ്ക്കിടയ്ക്ക് ഇറ്റലിയിലേക്ക് പോകും. തിരിച്ചുവരുന്നത് കണ്ണും മനസ്സും കുളിർപ്പിക്കുന്ന സ്ത്രീകളുടെ വിവിധതരം വസ്ത്രങ്ങളുമായിട്ടായിരിക്കും. പിന്നെയവയൊക്കെ ബസാതീൻ കോളനിയിൽ കൊണ്ടുവന്ന് വിൽക്കും. അതോടെ മനസ്സിൽ തോന്നിയ കാര്യം യുസ്റയോട് തുറന്ന് പറയാതിരിക്കാൻ കഴിഞ്ഞില്ല. നിന്റെ ഈ ഹിജാബ് ധാരിണിയായ അയൽക്കാരി മിക്കവാറും ഒരു വൃത്തികെട്ട സ്ത്രീയാവാനാണ് സാധ്യതയെന്നാണ് ഞാൻ പറഞ്ഞത്. ഇത് കേട്ട യുസ്റ വികാരക്ഷോഭത്തോടെ എന്നോട് ദേഷ്യപ്പെട്ടു. ദൈവത്തേയോ മനുഷ്യരേയോ പേടിയില്ലാത്ത സംശയാലുവും കുടില മനസ്സിനുടമയുമാണ് ഞാനെന്ന് വിളിക്കുകയും ചെയ്തു.

അങ്ങനെ ഒരു ദിവസം നഈമ ഞങ്ങളുടെ അപ്പാർട്ടുമെന്റിൽ എത്തുന്നതുവരെ യുസ്റ തന്റെ സുഹൃത്തിനെ പ്രതിരോധിച്ചുകൊണ്ടേയിരുന്നു. ഞാൻ വീട്ടിലുണ്ടെന്നറിഞ്ഞ് സലാം പറയാൻ വന്നതാണെന്നായിരുന്നു നഈമ പറഞ്ഞത്. നഈമയുടെ കണ്ണുകളിൽ സുറുമ ഇട്ടിരിക്കുന്നതും ഇടയ്ക്കിടയ്ക്ക് എന്റെ നേരെയുള്ള നോട്ടങ്ങളും എന്നോട് സംസാരിക്കുന്ന രീതിയുമൊക്കെ യുസ്റ ശ്രദ്ധിച്ചു. ഞാനൊരു ഫ്രഞ്ചുകാരിയെയാണ് വിവാഹം കഴിച്ചിരിക്കുന്നതെന്ന് യുസ്റ നഈമയോട് പറഞ്ഞിട്ടുണ്ടായിരുന്നു. അപ്പോൾ ഞാൻ നഈമയുടെ കണ്ണിൽ തനിക്ക് വിവാഹം കഴിക്കാൻ പറ്റിയൊരു മനുഷ്യനാണ്. അതിനൊരു കാരണവുമുണ്ട്. ഒരു ടുണീഷ്യക്കാരൻ ഏതെങ്കിലുമൊരു യൂറോപ്യൻ വനിതയെ വിവാഹം കഴിച്ചാൽ അത് ആ സ്ത്രീയോടുള്ള സ്നേഹം കൊണ്ടായിരിക്കുകയില്ല എന്നായിരിക്കും ഇവിടെ സർവ്വരും കരുതുക. മറിച്ച് യൂറോപ്പിലേക്കൊരു റെസിഡന്റ്സ് പെർമിറ്റ് തരപ്പെടുത്താനും അവിടെ ജീവിക്കാനുള്ള നിയമസാധുത നേടാനുമായിരിക്കുമെന്ന് ആളുകൾ കരുതും.

തന്റെ ഈ ലക്ഷ്യം നേടിക്കഴിഞ്ഞാൽ പിന്നെ ലഭിക്കുന്ന ആദ്യ അവസരത്തിൽ തന്നെ അയാൾ ഈ യൂറോപ്യൻ ഭാര്യയെ വിവാഹമോചനം ചെയ്യാൻ മടിക്കില്ല.

ഇക്കാര്യങ്ങളെല്ലാം സ്വന്തം കണ്ണുകൾ കൊണ്ട് കണ്ടതോടെ നഊമ യുടെ വിശ്വാസത്തെക്കുറിച്ചുള്ള എന്റെ സംശയത്തിലും ഞാനവളെ വൃത്തികെട്ടവളായിരിക്കുമെന്ന് വിശേഷിപ്പിച്ചതിലുമൊന്നും യാതൊരു തെറ്റുമില്ലെന്ന് യുസ്റ ആ സ്ത്രീയുടെ മുന്നിൽ വച്ച് തന്നെ തുറന്ന് പറഞ്ഞു. പിന്നെ അവൾ നഊമയെ തന്റെ ഫ്ളാറ്റിൽനിന്നും ഇറക്കി വിട്ടു. വിദേശത്ത് നിന്നും തനിക്കായി കൊണ്ടുവരാറുള്ള സമ്മാന ങ്ങളൊക്കെ വേണ്ടായെന്ന് വച്ച് നഊമയുമായുള്ള ബന്ധങ്ങളെല്ലാം യുസ്റ വിച്ഛേദിച്ചു.

ഞങ്ങൾ അപ്പാർട്ട്മെന്റിൽ എത്തിച്ചേർന്നയുടനെ പള്ളിയിൽ നടന്ന കാര്യങ്ങളൊക്കെ വാഇൽ ഉമ്മയോട് വിസ്തരിച്ച് വിവരിച്ച് കൊടുത്തു. ശേഷം എന്തോ രഹസ്യം വെളിപ്പെടുത്തുന്നത് പോലെ അവൻ എന്നെയും ഇബ്റാഹീമിനെയും മാറിമാറി നോക്കി:

“ഞങ്ങൾ നഊമയെ കണ്ടു.”

“ഏത് നഊമ?”

“താഴത്തെ ഫ്ളാറ്റിൽ താമസിക്കുന്ന നഊമ.”

“നിങ്ങൾ അവളെ എവിടെ വച്ച് കണ്ടു?”

“അവരുടെ ഫ്ളാറ്റിൽ”

“അവളുടെ ഫ്ളാറ്റിൽ വച്ചോ?”

ഉടനെ വിശദീകരിക്കുന്നത് പോലെ ഇബ്റാഹീം പറഞ്ഞു:

“അവളുടെ ഫ്ളാറ്റിനകത്തല്ല. ഞങ്ങൾ മൂന്നാമത്തെ നിലയിലെത്തിയ പ്പോൾ പെട്ടെന്ന് അവളുടെ ഫ്ളാറ്റിന്റെ വാതിൽ തുറക്കുന്നത് കണ്ടു. ഞങ്ങളെ കണ്ടതും ആ സ്ത്രീ വാതിലടച്ചു. കണ്ണിമവെട്ടുന്ന നേരത്തെ സംഭവമാണിതൊക്കെ.”

തല കുലുക്കിക്കൊണ്ട് യുസ്റ എന്റെ നേരേ ഒന്ന് നോക്കി. പിന്നെ ഗൂഢമായൊന്ന് പുഞ്ചിരിച്ചു.

മൂന്ന്

തലസ്ഥാനമായ ടുനിസ് നഗരഹൃദയത്തിലൂടെ കടന്നുപോകുന്ന ഹബീബ് ബുർഖീബ റോഡിലൂടെ പതിയെ നടക്കുകയായിരുന്നു ഞാൻ. കാൽനടയാത്രക്കാരുടെ മുഖങ്ങളിലേക്കും വ്യാപാരസ്ഥാപനങ്ങളുടെ മുൻവശങ്ങളിലേക്കുമൊക്കെ നോക്കിക്കൊണ്ട് ഒരു നടപ്പാതയിൽ നിന്നും മറ്റൊന്നിലേക്ക് നീങ്ങിക്കൊണ്ടിരുന്നു. ക്ഷീണം തോന്നിയപ്പോൾ ഹോട്ടൽ ഇന്റർനാഷണലിന്റെ മുൻഭാഗത്തുള്ള കോഫി ഹൗസിലേക്ക് കയറി. എയർകണ്ടീഷൻ ചെയ്ത സ്ഥലമാണെന്ന് മനസ്സിലായപ്പോൾ വലിയ സന്തോഷമായി. എന്നാൽ ഒഴിഞ്ഞ ടേബിളുകളൊന്നും കാണാനില്ല. ഏതെങ്കിലുമൊരു സ്ഥലത്ത് ആളൊഴിയുന്നതും കാത്ത് കോഫി ഹൗസിന്റെ മുൻവശത്തുള്ള കോണ്ടൂറിനരികിൽ ചെന്ന് നിന്നു. അപ്പോഴാണ് എന്നെപ്പോലെ സ്ഥലം കാത്ത് നിൽക്കുന്നവർ ധാരാളമുണ്ടെന്ന് മനസ്സിലായത്. അവധി അല്ലാത്ത ഒരു ദിവസമായിട്ടും ഇതുപോലൊരു സമയത്ത് കോഫീഹൗസ് ഇത്രയേറെ തിരക്കുള്ളതായി മാറിയതെങ്ങനെയെന്ന് അതിശയിച്ചുപോയി. ഭാഗ്യത്തിന് ഞാൻ നിന്ന സ്ഥലത്തിനരികിലെ ടേബിളിൽ ഉണ്ടായിരുന്നവർ ഒരുമിച്ച് പെട്ടെന്നെഴുന്നേറ്റ് സ്ഥലം വിട്ടു. ഈ അവസരം മുതലാക്കി ഞാൻ ധൃതിയിൽ ആ ടേബിളിനരികിൽ ചെന്നിരുന്നു.

സഹായത്തിനെത്തിയ വെയിറ്റർ അതിവേഗത്തിലാണ് എന്നെ തിരിച്ചറിഞ്ഞത്. കണ്ടയുടനെ എനിക്കും ഓർമ്മ വന്നു. ഫ്രാൻസിലേക്ക് കുടിയേറുന്നതിന് മുമ്പ് ഞാൻ ഈ കോഫിഹൗസിൽ പലപ്പോഴും വരുമായിരുന്നു. ഊഷ്മളതയോടെ അയാൾ ഹസ്തദാനം ചെയ്തു. ഫ്രാൻസിൽ സ്ഥിരതാസമാക്കിയ ആളാണെന്ന് മനസ്സിലായതും അയാൾ അതിലുള്ള അഭിനന്ദനം നേർന്നു. മറ്റുള്ളവർ കേൾക്കുമെന്ന ഭയമുള്ളതുപോലെ ചുറ്റും നോക്കിക്കൊണ്ട് പതിഞ്ഞ സ്വരത്തിൽ അയാൾ പിന്നീട് പറഞ്ഞത് വളരെക്കാലമായി യൂറോപ്പിലേക്കൊന്ന് കുടിയേറുവാൻ താൻ സ്വപ്നം കാണുകയാണെന്ന കാര്യമായിരുന്നു.

ഒഴിഞ്ഞൊരു ടേബിൾ കണ്ടുപിടിക്കാനായതിന്റെ ആനന്ദത്തിലായിരുന്നു ഞാൻ. പ്രത്യേകിച്ച് ആ ടേബിൾ കിടക്കുന്ന സ്ഥലം ഒഴിഞ്ഞ

യിടമല്ലാത്ത സ്ഥിതിക്ക്. ഹബീബ് ബുർഖീബ റോഡിൽ നിന്നും തിരിഞ്ഞു വരുന്ന മറ്റൊരു റോഡിലൂടെ കടന്നുപോകുന്ന യാത്രക്കാരെയൊക്കെ അവിടെ ഇരുന്നാൽ നല്ലതുപോലെ കാണാനാകും. എന്നാൽ നിർഭാഗ്യത്തിന് ആ സന്തോഷം അധികം നീണ്ടുനിന്നില്ല. അല്പസമയം കഴിഞ്ഞതും ഒരു ചെറുപ്പക്കാരൻ അരികിലേക്ക് വന്ന് ഞാനിരുന്ന ടേബിളിൽ ഇരുന്നോട്ടെയെന്ന് ചോദിച്ചു. ആദ്യം ഒരല്പം സംശയിച്ചുനിന്നെങ്കിലും പിന്നീട് സമ്മതിച്ചു. കുറച്ച് സമയം കഴിഞ്ഞതും അയാളുടെ സുഹൃത്തെന്ന് തോന്നിക്കുന്ന മറ്റൊരു ചെറുപ്പക്കാരൻ അരികിലെത്തി. എന്നാൽ അയാൾ അനുവാദം ചോദിക്കാനൊന്നും നിൽക്കാതെ വന്നിരുന്നു. അല്പസമയം കൂടി കഴിഞ്ഞതും മൂന്നാമതൊരു ചെറുപ്പക്കാരനും കൂടി ആ സംഘത്തിനൊപ്പം ചേർന്നു.

ഇതോടെ യാതൊരു പരിചയവുമില്ലാത്ത മൂന്ന് ചെറുപ്പക്കാരുടെ ഇടയിൽ പെട്ടുപോയ അവസ്ഥയായി എന്റേത്.

ഏറ്റവും പുതിയ ഫാഷനിലുള്ള വസ്ത്രങ്ങളും സ്പോർട്സ് ഷൂസുകളുമായിരുന്നു ചെറുപ്പക്കാരുടെ വേഷം. ഒരാൾ മുന്നിലോട്ട് തള്ളി നിൽക്കുന്ന ഹാറ്റ് ധരിച്ചിട്ടുണ്ട്. പുതിയ മോഡലിലുള്ള സൺഗ്ലാസ് ധരിച്ചിരിക്കുകയാണ് രണ്ടാമൻ. മൂവരുടേയും കൈവശം മൊബൈൽ ഫോണുകളുമുണ്ട്. തുടക്കത്തിൽ പതിഞ്ഞ സ്വരത്തിലാണ് സംസാരിച്ചിരുന്നതെങ്കിലും പതിയെപ്പതിയെ അവരുടെ ശബ്ദവും ചിരിയും അട്ടഹാസവുമൊക്കെ ഉയരാൻ തുടങ്ങി. തുടർച്ചയായി ചുറ്റും നോക്കുകയും കാണുന്നതിനെക്കുറിച്ചൊക്കെ കമന്റുകൾ പറഞ്ഞുകൊണ്ടിരിക്കുകയുമാണ്. അടുത്തുകൂടി ഏതൊരു സ്ത്രീ കടന്നുപോയാലും തലയുയർത്തി തുറിച്ചുനോക്കും. ഇവരുടെ പെരുമാറ്റം എനിക്ക് തീരെ ഇഷ്ടപ്പെട്ടിട്ടില്ലെന്ന് മനസ്സിലാക്കട്ടെ എന്ന് കരുതി ഞാൻ ഇരിക്കാൻ അനുവാദം നൽകിയ ചെറുപ്പക്കാരന്റെ മുഖത്തേക്ക് പലതവണ നോക്കി. എന്നാൽ അതുകൊണ്ട് യാതൊരു പ്രയോജനവുമുണ്ടായില്ല. കുറച്ചു സമയം കൂടി കഴിഞ്ഞപ്പോൾ എനിക്ക് മനസ്സിലായത് ഈ ചെറുപ്പക്കാർ ഇതൊക്കെ ചെയ്യുന്നത് മനഃപ്പൂർവ്വമാണെന്നാണ്. ഞാൻ ആ ടേബിളിൽ നിന്നും എഴുന്നേറ്റു പോയാൽ അവിടെ അവരുടെ മാത്രം ഇടമായി മാറുമല്ലോ?

അതോടെ അവരുടെ സാന്നിദ്ധ്യം അവഗണിച്ചുകൊണ്ട് അവിടെ ത്തന്നെ ഇരിക്കാൻ ഞാൻ തീരുമാനിച്ചു. കുറച്ച് മുമ്പ് വാങ്ങിയ പത്രം തുറന്ന ശേഷം അതിലേക്ക് നോക്കിയിരുന്നു. എന്നാൽ നിമിഷംപ്രതി വർദ്ധിച്ചുവരുന്ന ചെറുപ്പക്കാരുടെ സംസാരവും ചിരിയും അട്ടഹാസവുമൊക്കെ കേട്ട് പിടിച്ചുനിൽക്കുന്നത് വളരെ ബുദ്ധിമുട്ടായിരിക്കുമെന്ന് അധികം വൈകാതെ മനസ്സിലായി. പിന്നെ ആ ഹാറ്റ് ധരിച്ച ചെറുപ്പക്കാരൻ വ്യക്തമായ ആനന്ദത്തോടെ എന്റെ നേർക്ക് ഊതി വിട്ടുകൊണ്ടിരിക്കുന്ന സിഗരറ്റിന്റെ പുകയും സഹിക്കാൻ കഴിയുന്നില്ല. അതോടെ അവശേഷിച്ച കോഫി ഒറ്റയിറക്കിന് കുടിച്ചിറക്കി ഞാൻ എഴുന്നേറ്റു.

കോണ്ടൂറിനടുത്തേക്ക് ചെന്നശേഷം അതിന്റെ എതിർവശത്ത് നില യുറപ്പിച്ചു. ഈ ചെറുപ്പക്കാരിൽ നിന്നും കഴിയുന്നത്ര അകന്നു നിൽക്കണം. പിന്നെ തിരക്കു വർദ്ധിച്ചുകൊണ്ടേയിരിക്കുന്ന കോഫീ ഹൗസിനുള്ളിലേക്ക് നോട്ടം പായിച്ചു.

മിക്കവാറും ഇടപാടുകാരൊക്കെ ചെറുപ്പക്കാരാണ്. സ്ത്രീകളിൽ അധികം പേരും പുരുഷന്മാർക്കൊപ്പമാണ് വന്നിരിക്കുന്നത്. ചിലരൊക്കെ ഹിജാബ് ധരിച്ചിട്ടുണ്ട്. വേറെ കുറച്ച് സ്ത്രീകൾ സംഘമായിട്ടാണ് ഇരി ക്കുന്നത്. അവരുടെ പെരുമാറ്റവും രൂപവും കണ്ടാൽതന്നെ ഒന്നുകിൽ മര്യാദക്കാരാണെന്നോ അല്ലെങ്കിൽ അഭിസാരികകളാണെന്നോ മനസ്സി ലാകും. പ്രത്യേകിച്ച് യാതൊരു കൂസലുമില്ലാതെ പുകവലിച്ചുതള്ളുന്ന പെണ്ണുങ്ങളെ കണ്ടാൽ. നിരന്തരമെന്നോണം ചുറ്റും നോക്കിക്കൊണ്ടിരി ക്കുകയോ, വാഷ്റൂമിലേക്ക് ഇടയ്ക്കിടയ്ക്ക് പോയിവരികയോ, മഞ്ഞയും മെറൂണും നിറങ്ങളിലുള്ള തലമുടി നേരെയാക്കിക്കൊണ്ടിരിക്കുകയോ ആയിരിക്കും ഈ പെണ്ണുങ്ങൾ.

ഒരല്പം അതിശയത്തോടെയാണ് വെയിറ്റർ എന്റെ നേരെ നോക്കി യത്. ശേഷം ഞാൻ നേരത്തേ ഇരുന്ന ടേബിളിലേക്കും ഒന്ന് നോക്കി. അതോടെ ഞാനെന്തിനാണ് ടേബിൾ വിട്ടൊഴിഞ്ഞത് എന്നതിന്റെ രഹസ്യം തനിക്കറിയാമെന്ന മട്ടിലുള്ള ഗൂഢമായൊരു പുഞ്ചിരി അയാ ളുടെ ചുണ്ടിൽ വിരിഞ്ഞു. ഞാനയാൾക്ക് കോഫിയുടെ വില നൽകി. എന്നാൽ അതുമായി പോകാതെ എന്റെയരികിൽ തന്നെ നിന്നശേഷം അയാൾ തന്റെ കുടിയേറ്റ സ്വപ്നത്തെക്കുറിച്ച് വീണ്ടും സംസാരിക്കാൻ തുടങ്ങി. അടുത്തേക്ക് വന്നശേഷം തന്റെ സ്വപ്നസാക്ഷാത്കാരത്തിനായി ഒന്ന് സഹായിക്കാനാകുമോ എന്ന് തിരക്കി:

"എനിക്ക് താങ്കളൊരു ഔദ്യോഗികരേഖ അയച്ചുതന്നാൽ മാത്രം മതി. അതെനിക്ക് ഫ്രാൻസിൽ അഭയം കിട്ടാനുതകും. ഒരേയൊരു ഔദ്യോ ഗിക രേഖ. അതില്ലാതെ വിസ കിട്ടുകയേ ഇല്ല." ഒട്ടും പ്രതീക്ഷിക്കാത്ത തരത്തിലുള്ള ഈ ആവശ്യത്തോടുള്ള പ്രതികരണമായി എന്ത് പറയ ണമെന്ന് ആലോചിക്കുന്നതിനിടയിൽ വെയിറ്റർ കഫേയുടെ പ്രവേശന കവാടത്തിനരികിലെ ടേബിളിനരികിലേക്ക് പോയി. അവിടെ രണ്ട് സ്ത്രീകളാണ് ഉണ്ടായിരുന്നത്.

കഫേയിലെത്തിയിട്ടുള്ള ഇടപാടുകാരെയൊക്കെ ഒന്നുകൂടൊന്നു നോക്കി. വാഷ്റൂമിനരികിലുള്ള ടേബിളിൽ കുറച്ച് യൂറോപ്യൻ വിനോദ സഞ്ചാരികൾ ഇരിപ്പുണ്ട്. ചുറ്റും നടക്കുന്നതൊക്കെ നിശ്ശബ്ദമായി നിരീ ക്ഷിക്കുകയാണവർ. ഒപ്പം ബിയർ കുടിക്കുന്നുമുണ്ട്. രാവിലെ യാതൊരു തരത്തിലുമുള്ള മദ്യപാനീയങ്ങൾ കുടിക്കുന്ന ശീലമെനിക്കില്ല. എന്നിട്ടും ആ വിനോദസഞ്ചാരികളെപ്പോലെ ഒരു തണുത്ത ബിയർ കുപ്പി നുകരാ നുള്ള മോഹം പെട്ടെന്ന് മനസ്സിലുണർന്നു. കോണ്ടൂറിനുള്ളിലെ വെയി റ്ററിനരികിൽ ചെന്ന് ഒരു ബിയർ വേണമെന്ന് പറഞ്ഞു. എന്നാൽ അയാൾ

അതിന് തയ്യാറായില്ല. ഉച്ചയ്ക്ക് ഒരു മണിക്ക് മുമ്പ് കോഫീഹൗസുകളിലും ബാറുകളിലും ടുണീഷ്യൻ പൗരന്മാർക്കും അറബികൾക്കും മുസ്ലിം കൾക്കും മദ്യപാനീയങ്ങൾ വിൽക്കുന്നതിന് നിരോധനമുണ്ടെന്ന് അയാൾ പറഞ്ഞു.

കോണ്ടൂറിനരികിലേക്ക് തിരികെ വന്ന വെയിറ്റർ ഒരു ടേബിളിലേക്ക് വിരൽ ചൂണ്ടി. അവിടെ രണ്ട് സ്ത്രീകൾ ഇരിപ്പുണ്ട്. എനിക്ക് വേണ മെങ്കിൽ അവിടെ ഇരിക്കാമത്രേ. ഇക്കാര്യത്തെക്കുറിച്ച് ആ സ്ത്രീകളു മായി സംസാരിച്ചെന്നും എന്നെ ഒരൽപം നിരീക്ഷിച്ചശേഷം അവർ സമ്മ തിച്ചെന്നും വെയിറ്റർ സൂചിപ്പിച്ചു. ഈ രണ്ട് സ്ത്രീകളും വേശ്യകളാ ണെന്ന് എനിക്കുറപ്പായിരുന്നു. എന്നിട്ടും അവരുടെ അടുത്ത് പോയിരി ക്കുന്ന കാര്യത്തിൽ എനിക്ക് വലിയ താത്പര്യം തോന്നി. ഒരല്പം അമാന്തിച്ചു നിന്നശേഷം ഉറച്ച കാൽവയ്പുകളോടെ ആ ടേബിളിനരി കിലേക്ക് നടന്നു.

അടുത്ത് ചെന്നിരുന്നതും സ്ത്രീകളിലൊരാൾ ഞാനേത് രാജ്യക്കാര നാണെന്ന് ഈജിപ്ഷ്യൻ ഉച്ചാരണത്തിൽ തിരക്കി. ഞാൻ ടുണീഷ്യക്കാ രൻ തന്നെയാണെന്ന് പറഞ്ഞത് കേട്ട് അവരാകെ പകച്ചുപോയത് പോലെ തോന്നി. വല്ല ലബനൻകാരനോ, സിറിയക്കാരനോ, ഇനി അതുമല്ലെങ്കിൽ മറ്റേതെങ്കിലും രാജ്യക്കാരനോ ആകുമെന്നായിരിക്കും അവർ കരുതി യിരിക്കുക എന്നത് തീർച്ചയായിരുന്നു. എന്നാൽ കുറച്ചുവർഷക്കാലമായി ഞാൻ ഫ്രാൻസിലാണ് താമസമെന്ന് മനസ്സിലാക്കിയതോടെ തങ്ങൾക്ക് പൂർണ്ണമായിട്ടും തെറ്റിയിട്ടില്ലെന്ന് അവർ പറഞ്ഞു. എന്റെ രൂപം കണ്ടാൽ ടുനീഷ്യക്കാരുടേത് പോലെ തോന്നുന്നില്ലത്രേ.

അവരെ വശീകരിക്കുവാനൊന്നുമല്ല അടുത്തു വന്നിരിക്കുന്നതെന്ന് അറിയിക്കാനെന്നവണ്ണം ഞാൻ റോഡിലേക്ക് തിരിഞ്ഞ് കാൽനടയാത്ര ക്കാരേയും വാഹനങ്ങളേയും നിരീക്ഷിക്കാൻ തുടങ്ങി. എന്റെ ഈ പ്രവർത്തി അവർക്കിഷ്ടപ്പെട്ടിട്ടില്ലെന്നത് വ്യക്തമാണ്. അതോടെ ഒട്ടും കൂസലില്ലാതെ അവർ ടുണീഷ്യക്കാരായ കുടിയേറ്റക്കാരെക്കുറിച്ച് സംസാ രിക്കാൻ തുടങ്ങി. വേനൽക്കാലത്ത് ടുണീഷ്യയിൽ തിരിച്ചെത്തുമ്പോൾ ഈ കുടിയേറ്റക്കാർ സമ്പന്നരെപ്പോലെ പെരുമാറുകയും വിലയേറിയ വസ്ത്രങ്ങളണിയുകയും ഉദാരപൂർവം പണം ചെലവിടുകയും പുതിയ ആഡംബര വാഹനങ്ങളിൽ സഞ്ചരിക്കുകയും ചെയ്യുമത്രേ. സത്യത്തി ലവർ യൂറോപ്പിൽ ജീവിക്കുക നായ്ക്കളെപ്പോലെയായിരിക്കും. അവിടെ തെരുവുകൾ തൂക്കുകയോ, പൊതുശൗചാലയങ്ങൾ വൃത്തിയാക്കുകയോ, മാരകരോഗങ്ങൾ ബാധിച്ച വൃദ്ധരെ പരിചരിക്കുകയോ, മറ്റ് അപമാന കരമായ ജോലികൾ ചെയ്യുന്നവരോ ഒക്കെയായിരിക്കുമത്രെ ഈ കുടി യേറ്റക്കാർ.

എന്നെ കുത്തിനോവിക്കുക തന്നെയാണ് അവരുടെ ശ്രമമെന്നത് വ്യക്തമായി. ഇനി ഒരുപക്ഷേ, ഞാൻ അവിടെ നിന്നും എഴുന്നേറ്റ്

പോകാനുമായിരിക്കാം. അടുത്ത് വന്നിരിക്കുവാൻ അനുവദിക്കുമ്പോൾ തങ്ങൾ കരുതിയ തരത്തിലുള്ള വിലപിടിച്ച ഇരയല്ല ഞാനെന്ന് അവർക്ക് ഇപ്പോൾ ഉറപ്പായിക്കഴിഞ്ഞിട്ടുണ്ടാകും. എന്നാൽ അവരുടെ സംസാരത്തിൽ ഞാൻ അസ്വസ്ഥനായതേയില്ല. കാരണം ഇത്തരം വർത്തമാനങ്ങൾ കേൾക്കുന്നത് ശീലമായിട്ടുണ്ട്. സാധാരണ ടുണീഷ്യക്കാരൊക്കെ ഇത്തരം പരാമർശങ്ങൾ കേട്ടാൽ തിരിച്ചടിക്കുന്നതിൽ പ്രത്യേക ആനന്ദം കണ്ടെത്തുന്നവരാണ്. എന്തൊക്കെയാണെങ്കിലും അവരുടെ അരികിൽ അധികനേരം ഇരിക്കാൻ ആഗ്രഹിച്ചില്ല. ആകെക്കൂടി ആഗ്രഹിച്ചത് ഏതെങ്കിലുമൊരു ടേബിളിൽ കുറച്ചുനേരം ചെന്നിരിക്കണമെന്നത് മാത്രമായിരുന്നു. ആദ്യം കണ്ട ചെറുപ്പക്കാരുമായുണ്ടായ സംഭവങ്ങൾക്ക് ശേഷം പുറത്താക്കപ്പെട്ടവനെപ്പോലെ കോഫീഹൗസിൽ നിന്നും ഇറങ്ങിപ്പോകുവാൻ ആഗ്രഹിച്ചില്ല എന്നതാണ് വാസ്തവം.

തങ്ങൾ പറഞ്ഞതൊന്നും എന്റെ പെരുമാറ്റത്തിൽ യാതൊരു സ്വാധീനവും ചെലുത്തുന്നില്ലെന്ന് മനസ്സിലാക്കിയതോടെ സ്ത്രീകളിലൊരാൾ അടുത്തേക്ക് ചാഞ്ഞ ശേഷം എന്ത് ചെയ്യുന്നുവെന്ന് തിരക്കി. പാരീസിലെ ഹൈസ്ക്കൂളുകളിലൊന്നിൽ ചരിത്ര, ഭൂമിശാസ്ത്ര അദ്ധ്യാപകനാണെന്ന് മറുപടി പറഞ്ഞു. ഇത് കേട്ടതും പറഞ്ഞത് വിശ്വസിക്കാനാകാത്തത് പോലെ അതിശയത്തോടെ അവർ എന്നെ തുറിച്ചുനോക്കി. പിന്നെ വലിയ വായിൽ പൊട്ടിച്ചിരിച്ചു.

തങ്ങൾക്ക് പരിചയമുള്ള ടുണിഷ്യക്കാരായ കുടിയേറ്റക്കാരെപ്പോലെയൊന്നുമല്ല ഞാനെന്ന് അവരിലൊരാൾ പറഞ്ഞു. കോഫിഹൗസിൽ നിന്നും ഇറങ്ങി സീദീ ബൂസഈദിലേയോ, ലാ മർസായിലേയോ, കർത്താജിലേയോ ഏതെങ്കിലും വടക്കൻ നഗരപ്രാന്തത്തിലേക്ക് കറങ്ങാൻ പോയാലോ എന്ന് അവരിലൊരാൾ ചോദിച്ചു. ഈ സ്ഥലങ്ങളിലെ മനോഹരമായ തീരപ്രദേശങ്ങളിലാകെ കോഫീഷോപ്പുകളും റെസ്റ്റോറന്റുകളും ആഡംബര ഹോട്ടലുകളുമൊക്കെയുണ്ട്. വിദേശവിനോദസഞ്ചാരികളോ, സമ്പന്നരായ തദ്ദേശവാസികളോ മാത്രമേ ആ സ്ഥലങ്ങളിലേക്ക് പോകാറുമുള്ളൂ. എന്നാൽ എന്റെ കൈവശം വാഹനമൊന്നുമില്ലെന്ന് ഞാനവരോട് പറഞ്ഞു. അതോടെ ഒരു നിമിഷം നിശ്ശബ്ദരായി ഇരുന്ന ശേഷം അവർ ഇരുവരും ടുണീഷ്യക്കാരായ കുടിയേറ്റക്കാരെക്കുറിച്ച് പരിഹാസത്തോടെ വീണ്ടും സംസാരിക്കാൻ തുടങ്ങി.

എന്റെ കാര്യത്തിൽ പൂർണ്ണമായും നിരാശരായതോടുകൂടി അവർ ഇരുവരും ചുറ്റും നോക്കാൻ തുടങ്ങി. ഇടയ്ക്കിടയ്ക്ക് മേശയ്ക്കരികിലൂടെ കടന്നുപോകുകയും തങ്ങളെ നോക്കുകയും ചെയ്യുന്ന പുരുഷന്മാരെക്കുറിച്ച് അവർ കമന്റുകൾ പറഞ്ഞുകൊണ്ടിരുന്നു. അവയിൽ അധികവും ആ പുരുഷന്മാരുടെ രൂപത്തേയും വസ്ത്രത്തേയും പുറംമോടിയേയും കുറിച്ചായിരിക്കും. ചിലപ്പോഴൊക്കെ പരസ്പരം അടുത്തേക്ക് ചാഞ്ഞ് കൈകളിൽ പിടിമുറുക്കി പൊട്ടിച്ചിരിക്കും. മറ്റു ചിലപ്പോഴൊക്കെ

എന്റെ സാന്നിദ്ധ്യം പോലും അവഗണിച്ചുകൊണ്ട് പിറുപിറുക്കുകയും അശ്ലീലഭാഷയിൽ സംസാരിക്കുകയും ചെയ്തുകൊണ്ടിരുന്നു.

എന്നാൽ ഏറ്റവും വിചിത്രമായ കാര്യം ഇതൊന്നും എന്നെ അസ്വസ്ഥനാക്കിയില്ല എന്നതായിരുന്നു. നേരെ മറിച്ച് വളരെക്കാലമായി കേട്ടിട്ടില്ലാത്ത തരത്തിലുള്ള ഇത്തരം പ്രയോഗങ്ങൾ കേട്ടപ്പോൾ ചെറിയൊരു ആനന്ദം അനുഭവിക്കാനായി എന്ന് വേണമെങ്കിലും പറയാനാകും. ചിലപ്പോഴൊക്കെ അരികിലൂടെ കടന്നുപോകുന്ന പുരുഷന്മാരുടെനേരെ ഞാനും നോക്കാൻ തുടങ്ങി. കണ്ണുകൾ കൂട്ടിമുട്ടുമ്പോൾ ചിലരൊക്കെ മുഖം തിരിക്കും. പിന്നീട് ഒപ്പമിരിക്കുന്ന സ്ത്രീകളെ നോക്കുന്നതും അവസാനിപ്പിക്കും. മറ്റു ചിലരാകട്ടെ വെല്ലുവിളിക്കുന്നത് പോലെ എന്നെ തുറിച്ചു നോക്കിയശേഷം സ്ത്രീകളെ വീണ്ടും നോക്കും.

കഫേയിൽ നിന്നും പുറത്തേക്കിറങ്ങുമ്പോൾ ഒപ്പമിരുന്ന സ്ത്രീകളെ അഭിവാദ്യം ചെയ്തെങ്കിലും അവർ പ്രതികരിച്ചതേയില്ല. അവരിലൊരാൾ താനൊന്നും കേട്ടിട്ടേയില്ല എന്ന് ഭാവിച്ചുകൊണ്ട് ചുറ്റും നോക്കുന്നത് തുടർന്നു. മറ്റേയാളാകട്ടെ ആദ്യമായിട്ട് കാണുന്ന മട്ടിൽ എന്റെ മുഖത്തേക്ക് തുറിച്ചു നോക്കിക്കൊണ്ടിരുന്നു. പ്രവേശന കവാടത്തിനരികിലെത്തിയപ്പോഴേക്കും കുടിയേറ്റം സ്വപ്നം കാണുന്ന വെയിറ്റർ വീണ്ടും അടുത്തു വന്നു. യാത്ര പറയുന്നതിന് മുമ്പ് തന്റെ സ്വപ്നസാക്ഷാത്കാരത്തിന് വേണ്ട സഹായം ചെയ്യണമെന്ന് ഓർമ്മിപ്പിക്കുകയായിരുന്നു അയാൾ.

ചൂട് പിടിച്ച വായുവായിരുന്നു പുറത്ത്. കാൽനടയാത്രക്കാർക്കായുള്ള പ്രത്യേക പാതയിലേക്ക് നടന്നു. ഒരല്പം തണൽ തേടി മരങ്ങൾക്ക് കീഴേ നടക്കുകയാണ്. വ്യാപകമായ ആധുനീകരണത്തിന് ശേഷം പാതയ്ക്ക് നല്ല നീളവും വീതിയുമുണ്ടിപ്പോൾ. ധാരാളം കെട്ടിടങ്ങൾ പുതുക്കിപ്പണിയുകയോ, ഇടിച്ചുകളഞ്ഞതിന് ശേഷം പുതിയ കെട്ടിടങ്ങൾ പണിയുകയോ ചെയ്തിരിക്കുന്നു. കാൽനടയാത്രക്കാർക്ക് മാത്രമായുള്ള വിശാലമായ നടപ്പാതയിൽ പുതുതായി കല്ല് പാകിയിരിക്കുന്നു. എങ്കിലും നഗരത്തിലെ മറ്റ് റോഡുകളിൽ നിന്നൊക്കെ വ്യത്യസ്തമാക്കുന്ന സവിശേഷമായ ഘടന ആ പാതയിൽ ഇപ്പോഴും സംരക്ഷിക്കപ്പെട്ടിട്ടുണ്ട്. കാര്യമായുണ്ടായ ഒരേയൊരു വ്യത്യാസം നേരത്തേ കാൽനടയാത്രക്കാർക്കായുള്ള പാതയുടെ നടുക്കുണ്ടായിരുന്ന പൂക്കൾ വിൽക്കുന്ന കൗണ്ടറുകൾ ഇപ്പോൾ പാതയുടെ അവസാനഭാഗത്തേക്ക് മാറ്റിയിരിക്കുന്നത് മാത്രമായിരിക്കും. ഇരുഭാഗത്തുമായി നിരത്തിയിട്ടുള്ള മരങ്ങൾക്ക് കീഴിലുള്ള തടിബഞ്ചുകളൊക്കെ ആളുകൾ കയ്യടക്കിയിരിക്കുന്നു. അവിടെ ഇരിക്കുന്നവരിൽ ചിലരൊക്കെ വിനോദസഞ്ചാരികളാണ്. കാൽമുട്ടും തുടഭാഗവുംവരെ പുറത്ത് കാണുന്ന തരത്തിലുള്ള ഇറക്കം കുറഞ്ഞ നിക്കറുമാണ് മിക്കവരുടേയും വേഷം. വിനോദ സഞ്ചാരികളായ സ്ത്രീകളിൽ കുറേപ്പേർ അർദ്ധനഗ്നകളാണെന്ന് തന്നെ പറയാം.

നടപ്പാതയുടെ അവസാനഭാഗത്തെത്തുന്നതുവരെ നടപ്പ് തുടർന്നു. ശേഷം ബാർസലോണ സ്‌ക്വയറിലേക്ക് തിരിഞ്ഞ് നടന്നു. ബസാതീൻ കോളനിയിലേക്ക് പോകുന്ന ബസ്സുകൾ നിർത്തുന്ന സ്റ്റാന്റ് അവിടെയാണ്. അപ്പാർട്ട്മെന്റിലെത്തിയപ്പോൾ പ്രധാനപ്പെട്ടൊരു കാര്യമറിയിക്കാനായി കാത്തിരിക്കുകയാണെന്ന് ഇബ്റാഹീം പറഞ്ഞു. യുസ്റയും താനും ഒരു തീരുമാനമെടുത്തിട്ടുണ്ടെന്നും ഞാനെന്ത് പറഞ്ഞാലും ചെയ്താലും തങ്ങൾ പിന്മാറുകയേ ഇല്ലെന്നും അവൻ കൂട്ടിച്ചേർത്തു.

"ഇന്ന് രാത്രി മുതൽ നിങ്ങൾ വാഇലിന്റെ മുറിയിൽ കിടക്കണം."

എതിർക്കാൻ ശ്രമിച്ചെങ്കിലും സംസാരിക്കാനുള്ള അവസരംപോലും ഇബ്റാഹീം തന്നില്ല.

"സ്വീകരണ മുറിയിലെ സോഫയിൽ കിടന്നുറങ്ങുന്നത് നാണക്കേടാണ്. നിങ്ങളെ ഇങ്ങനെ വിടാൻ ഞങ്ങൾക്കാകില്ല. ഒരു അപരിചിതനെപ്പോലെ നിങ്ങൾ ഇങ്ങനെ സ്വീകരണമുറിയിലെ സോഫയിൽ കിടന്നാണുറങ്ങുന്നതെന്ന വിവരം അയൽക്കാരെങ്ങാനും അറിയാനിടയായാൽ അവരൊക്കെ എന്തായിരിക്കും പറയുക?"

ഈ തീരുമാനം മാറ്റിക്കാനുള്ള ദുർബലമായ ശ്രമമെന്നോണം ഞാൻ തിരക്കി:

"അപ്പോൾ വാഇലോ? അവൻ എവിടെ കിടന്നുറങ്ങും?" ഇതുകേട്ട് യുസ്റ പറഞ്ഞു:

"അവൻ ഞങ്ങൾക്കൊപ്പം കിടന്നോളും ചെറിയ കുട്ടിയല്ലേ? അവന്റെ സാന്നിദ്ധ്യം ഞങ്ങൾക്കൊരു അസ്വസ്ഥതയും സൃഷ്ടിക്കില്ല".

പിന്നാലെ ഇബ്റാഹീം പറഞ്ഞു:

"അല്ലെങ്കിൽ തന്നെ നിങ്ങൾ ഞങ്ങൾക്കൊപ്പം ഒരു വർഷം തികച്ചൊന്നും താമസിക്കുകയില്ലല്ലോ? നിങ്ങളുടെ സന്ദർശനങ്ങളെപ്പോഴും ഹ്രസ്വമായിരിക്കുമല്ലോ?"

"ഞാൻ ഇത്തവണ ഇവിടെ പത്തൊമ്പത് ദിവസമുണ്ടാകും".

"പത്തൊമ്പത് ദിവസമോ?"

യുസ്റയുടെ അതിശയം നിറഞ്ഞ ചോദ്യത്തിനുത്തരമായി ഞാൻ പറഞ്ഞു:

"അതെ. കൂടുതൽ സമയം ഇവിടെ കഴിയാൻ എനിക്കാകില്ല".

"നീണ്ട അഞ്ച് വർഷക്കാലം വിദേശത്തായിരുന്ന നിങ്ങൾ പത്തൊമ്പത് ദിവസത്തേക്ക് മാത്രമായി നാട്ടിൽ വരുന്നു. ഇതെന്ത് അവധിയാണ്? നിങ്ങളെപ്പോലെ വിദേശത്ത് ജോലി ചെയ്യുന്നവരൊക്കെ വർഷാവർഷം നാട്ടിലെത്തും. രണ്ട് മാസം ഇവിടെ കഴിയും. ചിലപ്പോഴൊക്കെ രണ്ട് മാസത്തിൽ കൂടുതൽ സമയം നാട്ടിൽ കഴിയാറുമുണ്ട്."

മനസ്സില്ലാമനസ്സോടെ എനിക്ക് ഇബ്റാഹീമിന്റെയും യുസ്റയുടെയും നിർദ്ദേശം സ്വീകരിക്കേണ്ടി വന്നു. എങ്കിലും സ്വന്തം മുറി ഒഴിയേണ്ടി വരുന്ന വാഇലിന്റെ കാര്യമോർത്തപ്പോൾ അല്പം കുറ്റബോധവും തോന്നി. പക്ഷേ, ആ മുറിയിലേക്ക് കയറി വാതിലടച്ചപ്പോൾ വല്ലാത്ത ആശ്വാസമാണ് തോന്നിയത്. പ്രത്യേകിച്ചും ആ മുറി അടുക്കളയിൽ നിന്നും സ്വീകരണമുറിയിൽ നിന്നും അല്പം മാറി ഇടനാഴിയുടെ അങ്ങേ യറ്റത്താകുമ്പോൾ.

ഇബ്റാഹീമും യുസ്റയും ചേർന്ന് മുറി ഒരുക്കിയിട്ടുണ്ടായിരുന്നു. ഒരാൾക്ക് കിടക്കാൻ പറ്റിയ തരത്തിലുള്ളൊരു കിടക്കയും അടുത്താ യൊരു മേശയും അതിന്മേലൊരു ടേബിൾലാമ്പും. കൂടാതെ വാഇലു മായി ബന്ധപ്പെട്ട സാധനങ്ങളൊക്കെ ഒഴിപ്പിച്ചിരിക്കുന്നു. ചുമരിൽ തൂക്കി യിരിക്കുന്ന വാഇൽ വരച്ച ചിത്രങ്ങൾ മാത്രമാണ് ആകെ അവശേഷിച്ചി രുന്നത്.

അന്നുമുതൽ ആ മുറി അപ്പാർട്ട്മെന്റിലെ എന്റെ സ്വന്തം ഇടമായി മാറി. എനിക്ക് മാത്രമായുള്ളൊരിടം. അവിടേക്ക് തിരിച്ചെത്തി തനിച്ചിരി ക്കാൻ കൊതിക്കുന്നൊരിടം. അല്പമെന്തെങ്കിലും വായിക്കാനാഗ്രഹിക്കു മ്പോഴോ, സ്വീകരണമുറിയിൽ ഇരുന്ന് മടുക്കുമ്പോഴോ, ടെലിവിഷനിൽ ഏതെങ്കിലും ഈജിപ്ഷ്യനോ മെക്സിക്കനോ ആയ പരമ്പരകളോ ഇനി അതുമല്ലെങ്കിൽ ഇബ്റാഹീമും യുസ്റയും ഇഷ്ടപ്പെടുന്ന മറ്റേതെങ്കിലും പ്രോഗ്രാമുകളോ പ്രക്ഷേപണം ചെയ്യപ്പെടുമ്പോഴോ ഒക്കെ ഞാൻ അഭയം തേടുന്നൊരിടമായി മാറുകയായിരുന്നു വാഇലിന്റെ ആ മുറി.

നാല്

ഉറക്കം വരാതായപ്പോൾ എഴുന്നേറ്റ് വന്ന് ജനാല തുറന്നു. രാത്രി ഇത്രയേറെ വൈകിയിട്ടും പൊലീസ് സ്റ്റേഷൻ തുറന്ന് തന്നെയിരിപ്പുണ്ട്. സൂക്ഷിച്ച് നോക്കിയപ്പോൾ സ്റ്റേഷന്റെ പ്രവേശനകവാടത്തിലുള്ള പ്രകാശസംവിധാന രീതി മാറ്റിയിരിക്കുന്ന കാര്യം ശ്രദ്ധിച്ചു. അതിശക്തമായ പ്രകാശത്തിൽ സ്റ്റേഷനിൽ നിന്നും കുറച്ചുവാര മാറി സ്ഥിതിചെയ്യുന്ന കൂറ്റൻ പരസ്യബോർഡിലുള്ള ഭരണകക്ഷിയായ ഡെമോക്രാറ്റിക് കോൺസ്റ്റിറ്റ്യൂഷണൽ അസംബ്ലി പാർട്ടിയുടെ ചിഹ്നം സൂചിപ്പിക്കുന്ന പോസ്റ്റർ വ്യക്തമായി കാണാം.

ബസാതീൻ കോളനിയാകെ രാത്രിയുടെ നിശ്ശബ്ദതയിൽ മുങ്ങി നിൽക്കുകയാണ്. അബുൽ ഖാസിം അൽ-ശാബി റോഡും അതിൽ നിന്നും പിരിഞ്ഞുപോകുന്ന ചെറുപാതകളുമൊക്കെ ശൂന്യമാണ്. ജനാല തുറക്കുന്നതിന് മുമ്പ് ഇടയ്ക്കിടയ്ക്ക് കേൾക്കാമായിരുന്ന ഇരമ്പലുകൾ സൃഷ്ടിച്ച വാഹനങ്ങളൊന്നും കാണാനില്ല. ജനാലപ്പടിയിൽ ഊന്നിനിന്നുകൊണ്ട് തെളിഞ്ഞ ആകാശത്തിലങ്ങിങ്ങായി ചിതറിക്കിടക്കുന്ന നക്ഷത്രങ്ങളെ നോക്കി നിന്നു.

പെട്ടെന്ന് അപ്പാർട്ട്മെന്റ് സമുച്ചയത്തിലെ ഏതോ ഫ്ളാറ്റിലെ ജനാലകളിലൊന്ന് തുറക്കുന്ന ശബ്ദം ചെവിയിൽ വന്നലച്ചു. കുറച്ചുകൂടി മുന്നോട്ടാഞ്ഞ് താഴേക്ക് നോക്കിയപ്പോൾ എനിക്കവളെ കാണാൻ സാധിച്ചു. പൊലീസ് സ്റ്റേഷനിൽനിന്നും കടന്നുവരുന്ന പ്രകാശം മാത്രം മതി അത് അവൾ തന്നെയാണെന്ന് ഉറപ്പു വരാൻ. 'ഹിജാബ് ധാരിയും വിധവയുമായ നഈമ'. എന്നാൽ അദ്ഭുതപ്പെടുത്തിയ കാര്യം ഇത്തവണ അവൾ ശിരസ്സ് മറച്ചിരുന്നില്ല എന്നതായിരുന്നു.

ഇതാദ്യമായിട്ടാണ് നഈമയുടെ തലമുടി കാണാനവസരം ലഭിക്കുന്നത്. തോളിലേക്ക് വീണു കിടക്കുന്ന നീണ്ട തലമുടി. പൊലീസ് സ്റ്റേഷനിൽ നിന്നുള്ള പ്രകാശത്തിൽ തലമുടിയുടെ മൃദുലതയും മിനുസവും ബോധ്യമാകും. കരുതിയിരുന്നതിനേക്കാൾ സുന്ദരമായ തലമുടി. കറുത്തിരുണ്ട തലമുടിക്ക് നന്നായി യോജിച്ച തരത്തിലുള്ള ഓറഞ്ച് നിറമുള്ള ഗൗണാണ് വേഷം.

ഞാൻ ഇങ്ങനെ നോക്കിനിൽക്കുന്ന കാര്യം അവൾ മനസ്സിലാക്കിയിട്ടുണ്ടാകുമോ? ആ തലമുടിയിലേക്ക് തന്നെ കുറേനേരം നോക്കിനിന്നു. കുറച്ചുകൂടി മുന്നോട്ടാഞ്ഞശേഷം ഒന്ന് തൊണ്ടയനക്കി. അതു കേട്ടതും അവൾ തല ഉയർത്തി നോക്കി. എന്നെക്കണ്ടതും ധൃതിയിൽ പിൻവാങ്ങിയശേഷം അവൾ ജനാല കൊട്ടിയടച്ചു. അല്പം അസ്വസ്ഥത എന്നെയും പിടികൂടിക്കഴിഞ്ഞിരുന്നു. അതോടെ ജനാല അടച്ച ശേഷം മുറിക്കുള്ളിലെ ലൈറ്റ് അണച്ചു. ഇരുളിൽ അഭയം തേടുമ്പോൾ, ചെയ്ത പ്രവർത്തി ഒളിച്ചു വയ്ക്കാൻ ശ്രമിക്കുകയായിരുന്നു ഞാൻ. കുറച്ചു നേരം മുറിയുടെ നടുക്ക് വന്ന് നിന്നശേഷം കിടക്കയിൽ കയറി നിവർന്ന് കിടന്നു.

തലയണയിലേക്ക് ശിരസ്സ് വച്ചതും സർവ്വദിക്കിൽ നിന്നെന്നതുപോലെ ചോദ്യങ്ങൾ വലയം ചെയ്യാൻ തുടങ്ങി. എന്നെ കണ്ടിട്ടുണ്ടെങ്കിൽ അവൾ എന്തായിരിക്കും കരുതിയിട്ടുണ്ടാകുക? എന്നെപ്പോലെ തന്നെ അവളും അസ്വസ്ഥയായിരിക്കുമോ? ആശയക്കുഴപ്പമായിരിക്കുമോ അതോ മറ്റെന്തെങ്കിലും വികാരമായിരിക്കുമോ മനസ്സിൽ? എല്ലാത്തിനുമുപരിയായി അവൾക്കെന്നെ മനസ്സിലായിട്ടുണ്ടാകുമോ? രണ്ട് ദിവസം മുമ്പ് തന്റെ ഫ്ളാറ്റിന്റെ വാതിൽ തുറക്കുന്നതിനിടയ്ക്ക് ഇബ്റാഹീമിനും വാഇലിനുമൊപ്പം എന്നെയും അവൾ കണ്ടിട്ടുണ്ടാകുമെന്നുറപ്പാണ്. എന്നാൽ പെട്ടെന്ന് വാതിൽ തിരിച്ചടച്ചതിനാൽ എന്നെ നല്ലതുപോലെ കണ്ടിട്ടുണ്ടാകുമോ എന്ന കാര്യത്തിലൊരു ഉറപ്പുമില്ല. ഇനി അവളെന്നെ തിരിച്ചറിഞ്ഞിട്ടുണ്ടെങ്കിൽ ഓർക്കുന്നുണ്ടാകുമെന്ന കാര്യം ഉറപ്പാണ്. അഞ്ച് വർഷം മുമ്പ് സഹോദരന്റെ ഫ്ളാറ്റിൽ വച്ച് അവളെന്നെ കണ്ടിട്ടുണ്ടല്ലോ? അന്ന് ഞാൻ പറഞ്ഞതുപോലൊരു ചീത്ത സ്ത്രീയാണെന്ന് ബോധ്യമായ യുസ്റ ഈ നഈമയെ തന്റെ ഫ്ളാറ്റിൽ നിന്നും ഇറക്കിവിടുകയായിരുന്നു.

ഈ ചോദ്യങ്ങളിൽ നിന്നും മുക്തമാകാൻ ശ്രമിച്ചെങ്കിലും സാധിച്ചില്ല. അടക്കിനിർത്താനാകാത്ത ആഗ്രഹത്തിന്റെ പ്രേരണയിൽ കിടക്കവിട്ടെഴുന്നേറ്റ ശേഷം ജനാലയ്ക്കടുത്തേക്ക് വീണ്ടും ചെന്നു. തുറന്നു നോക്കിയതും അവളെ വീണ്ടും കണ്ട് ഞാൻ ഞെട്ടിപ്പോയി. കഴിഞ്ഞ തവണത്തേതുപോലെ ജനാലപ്പടിയിൽ കയ്യൂന്നി നിൽക്കുകയായിരുന്നു അവൾ. എന്നാൽ ഇത്തവണ കഴുത്ത് അല്പം ചരിഞ്ഞാണ് നില്പ്. അതിനാൽ മുഖത്തിന്റെ ഒരു ഭാഗം കാണാൻ സാധിക്കും. തലമുടിയാകട്ടെ ഒരുമിച്ച് കൂട്ടി ഇടതുവശത്തേക്ക് താഴ്ത്തി ഇട്ടിരിക്കുന്നു. അതിനാൽ തന്നെ മുഖത്തിന്റെയും കഴുത്തിന്റെയും കുറേ ഭാഗം വ്യക്തമായി കാണാനാകും. അതുപോലെ ശ്രദ്ധിച്ച മറ്റൊരു കാര്യം അവളുടെ മുറിയിൽ ഇരുട്ടായിരുന്നില്ല എന്നതായിരുന്നു. ചെറിയ വെളിച്ചം പുറത്തേക്ക് വരുന്നത് കാണാം.

അതോടെ അവൾക്കെന്നെ മനസ്സിലായിട്ടുണ്ടെന്ന കാര്യത്തിലെ സംശയം പൂർണ്ണമായി മാറിക്കിട്ടി. എന്ന് മാത്രമല്ല ഞാൻ കാണട്ടെ എന്ന്

കരുതിതന്നെയാകും അവൾ വീണ്ടും ജനാലയ്ക്കരികെ വന്ന് നിൽക്കുന്നതെന്നു തോന്നി. പ്രത്യേകിച്ചും ഇതുവരെ ഹിജാബിനടിയിലായിരുന്ന സുന്ദരമായ തലമുടി ഞാൻ കാണാൻ വേണ്ടി. പക്ഷേ, കരുതിയത് പോലെ എന്നോട് പകയുണ്ടെന്ന് തോന്നിക്കുന്ന യാതൊരു പെരുമാറ്റവും ഇതുവരെ അവളിൽ നിന്നുണ്ടായിട്ടില്ലായെന്നതും പ്രത്യേകം ശ്രദ്ധിച്ചു. ഇതാദ്യമായിട്ടായിരിക്കും പണ്ട് ചെയ്ത കാര്യത്തെക്കുറിച്ചോർത്ത് എനിക്കല്പം കുറ്റബോധം തോന്നുന്നത്. ഒപ്പം അവളോട് അല്പം സഹതാപവും.

കുറച്ച് നിമിഷങ്ങൾക്ക് മുമ്പുവരേയും മനസ്സിലില്ലാതിരുന്ന ഒരു കാര്യത്തെക്കുറിച്ചോർത്ത് കാട് കയറുകയായിരുന്നു ഞാൻ. അപമാനവും നിന്ദയും കലർന്നൊരു ചിന്ത. തിന്മ ചെയ്യാൻ പ്രേരിപ്പിക്കുന്ന മനസ്സും പെരുകി വന്ന മോഹങ്ങളും തോന്നിപ്പിച്ചത് എന്നെങ്കിലുമൊരു ദിവസം എനിക്കവളെ സ്വന്തമാക്കാനാകുമെന്ന കാര്യമായിരുന്നു. പ്രത്യേകിച്ച് ഇതുവരെയുണ്ടായ അനുഭവങ്ങൾ അവളുടെ കാര്യത്തിൽ ഒന്ന് ശ്രമിച്ചു നോക്കാൻ തന്നെ പ്രേരിപ്പിക്കുന്നവയാകുമ്പോൾ.

ചീത്ത സ്ത്രീയായ നഈമ. 'ഹിജാബ് ധാരിയായിരുന്ന വിധവയായ നഈമ'. അവസരങ്ങളൊത്തു വന്നാൽ ടുണീഷ്യയിൽ തങ്ങുന്ന സമയത്തിനിടയ്ക്ക് എപ്പോഴെങ്കിലും പ്രതീക്ഷിക്കാനാകാത്ത വിധത്തിലൊരു 'പരിഗണന' ഇതേ നഈമ നൽകാനിടയുണ്ട്. അക്കാര്യം ഞങ്ങൾക്കിടയിൽ പരമരഹസ്യമായിരിക്കുമെന്ന കാര്യവും ഉറപ്പാണ്. തികച്ചും പരമാനന്ദകരമായൊരു അതിശയമായിരിക്കുമത്.

ഇത്തരത്തിൽ വളരെ വൈകാരികമായൊരു വിഷയത്തിൽ നഈമയെപ്പോലൊരു സ്ത്രീ താമസിക്കുന്ന അതേ അപ്പാർട്ട്മെന്റിൽ തന്നെ കഴിയാൻ സാധിക്കുന്നു എന്നതിനേക്കാൾ മികച്ചൊരു സാഹചര്യവുമില്ല. ആകെക്കൂടി ശ്രദ്ധിക്കേണ്ട കാര്യം ഇത്തരം കോളനികളിലൊക്കെ വളരെയധികം മറ്റുള്ളവരുടെ കാര്യങ്ങളിൽ പ്രത്യേകതാത്പര്യത്തോടെ ചൂഴ്ന്നന്വേഷിക്കുന്ന ആളുകളുടെ കണ്ണിൽ പെടാതെ കാര്യങ്ങൾ സാധിക്കുക എന്നതായിരിക്കും.

നഈമയുടെ പ്രതികരണമെന്തെന്നറിയാനായി ഞാൻ ഒരു തവണ കൂടി തൊണ്ടയനക്കി നോക്കി. എന്നാൽ അവളിൽ യാതൊരു ചലനവും കാണാനായില്ല. ഒന്നും കേൾക്കാത്തത് പോലെ നിന്നപടി നിൽക്കുകയാണ്. ഞാൻ മുകളിലുള്ള ഫ്ളാറ്റിൽ നിന്ന് കൊണ്ട് തന്നെ നിരീക്ഷിക്കുകയാണെന്ന് ഇപ്പോൾ അവൾക്കറിയാമെന്നതുറപ്പാണ്. കുറച്ചുകൂടി മുന്നോട്ടാഞ്ഞുകൊണ്ട് ഞാനവളുടെ മുഖത്തേക്ക് ശ്രദ്ധിച്ചു നോക്കാൻ തുടങ്ങി. കോണിപ്പടി കയറിവരുന്നതിനിടയ്ക്ക് യാദൃച്ഛികമായി കണ്ടപ്പോൾ തോന്നിയതുപോലെ അവളൊന്ന് തടിച്ചുണ്ടെന്നും ചർമ്മത്തിന്റെ നിറം കൂടുതൽ വെളുത്തിട്ടുണ്ടെന്നും ഉറപ്പായി. അതുപോലെ അവൾ പണ്ടത്തേതിനേക്കാൾ കൂടുതൽ സുന്ദരിയും മോഹിനിയുമായിരിക്കുന്നു.

അതേസമയം പ്രായത്തിലുണ്ടായ വർദ്ധനവിന്റെ സൂചനകളൊന്നും കാണാനുമില്ല. എന്നല്ല ഇങ്ങനെ മുകളിൽ നിന്നും നോക്കുമ്പോൾ അവൾക്ക് നാല്പത് വയസ്സ് പ്രായമായെന്ന് തോന്നുകയേയില്ല. ഒരു പക്ഷേ ഹിജാബ് ധരിക്കുന്നത് ഉപേക്ഷിച്ചതു കൊണ്ടായിരിക്കും ഇത്തര ത്തിൽ ആദ്യമായിട്ട് അവളെ കാണാനും ഇങ്ങനെയൊക്കെ തോന്നാനു മൊക്കെ ഇടയായിട്ടുണ്ടാകുക.

അവളോട് സംസാരിക്കണമോ? പക്ഷേ, ഇതുപോലൊരു സ്ത്രീയോട് എന്ത് സംസാരിക്കാനായിരിക്കും എനിക്കിപ്പോൾ സാധിക്കുക? അതു മാത്രമല്ല ഇബ്റാഹീമും യുസ്റയും അതെങ്ങാനും കേൾക്കുകയോ, ഞാൻ നഈമയെ ഒളിഞ്ഞ് നോക്കുന്നത് കണ്ടുപിടിക്കുകയോ ചെയ്താൽ എന്തായിരിക്കും അവസ്ഥ? അതിനെക്കാളൊക്കെ അപകടം പിടിച്ച കാര്യം രാത്രി ഇത്രയും വൈകിയ വേളയിൽ അവളോട് സംസാരിക്കാൻ ശ്രമി ക്കുന്നതായിരിക്കും. ഇബ്റാഹീമും യുസ്റയും അറിയാനുള്ള ഒരു സാധ്യതയുമില്ലെന്നറിയാം. അവർ ഇരുവരും വളരെ നേരത്തേ സ്വന്തം മുറിയിലേക്ക് പോയതാണ്. ഇപ്പോൾ ഉറങ്ങിയിട്ടുണ്ടാകും. അതുമാത്ര മല്ല, എന്റെ മുറിയോട് ചേർന്നതാണ് അവരുടെ മുറിയെങ്കിലും എന്റെ മുറിയുടേയും നഈമയുടെ മുറിയുടേയും ജനാലകളെപ്പോലെ വടക്കു ഭാഗത്ത് തുറക്കാൻ കഴിയുന്നതല്ല അതിന്റെ ജനാല. നേരെ മറിച്ച് കിഴക്ക് ഭാഗത്തേക്കായിരിക്കും അവരുടെ ജനാല തുറക്കാനാകുന്നത്. കാര്യം ഇങ്ങനെയൊക്കെയാണെങ്കിലും ഇത്തരം കാര്യങ്ങളിൽ അല്പം ജാഗ്രത പുലർത്തണമല്ലോ?

അതോടെ ജനാലയുടെ അടുത്ത് നിന്ന് മാറിയശേഷം അസ്വസ്ഥ മായ മനസ്സിനെ നിയന്ത്രിക്കാനെന്നവണ്ണം മുറിക്കുള്ളിൽ ഉലാത്താൻ തുടങ്ങി. ദാഹം തോന്നിയതിനാൽ അടുക്കളയിലേക്ക് നടന്നു. ഒച്ചയു ണ്ടാകാതിരിക്കാനായി പതിഞ്ഞ കാലടികളോടെയാണ് നടന്നത്. ദാഹം ശമിക്കുന്നതുവരെ വെള്ളം കുടിച്ചു. തണുത്ത വെള്ളം കൊണ്ട് നെറ്റി തുടച്ചശേഷം മുറിയിലേക്ക് തിരിച്ച് നടന്നു. സാധാരണ മനസ്സിലെത്തേണ്ട കാര്യമില്ലാത്തൊരു ചിന്തയായിരുന്നു അപ്പോൾ തോന്നിയത്. ഒരുപക്ഷേ, നഈമ എന്നോട് പ്രതികാരം ചെയ്യാൻ ശ്രമിക്കുകയാണെങ്കിലോ? വലിയൊരപവാദത്തിലേക്ക് എന്നെ വലിച്ചിഴയ്ക്കാനുള്ള ഗൂഢപദ്ധതി യുടെ ഭാഗമായിരിക്കുമോ അവൾ ഇപ്പോൾ ചെയ്യുന്നതൊക്കെയും? തന്നെ ക്കുറിച്ച് പണ്ട് ഞാൻ യുസ്റയോട് പറഞ്ഞ അപവാദങ്ങളോട് പ്രതികാരം ചെയ്യാനായി കെണി ഒരുക്കുകയാണോ ഈ വിചിത്രമായ പെരു മാറ്റത്തിലൂടെ നഈമ?

ശരിയാണെന്ന് തോന്നുന്നില്ലെങ്കിൽ കൂടിയും മറ്റൊരു സാധ്യതയും തള്ളിക്കളയാനാകില്ല. നഈമയ്ക്ക് ഇപ്പോഴും എന്നിലുള്ള പ്രതീക്ഷ ഇല്ലാതായിട്ടുണ്ടാകില്ല എന്നതാണത്. ഞാൻ വിവാഹം കഴിക്കുമെന്ന പ്രതീക്ഷയിൽ തന്നെയായിരിക്കും ഇപ്പോഴുമവൾ. ഇത്തരത്തിലുള്ള

പെരുമാറ്റത്തിന്റെ ഉദ്ദേശ്യം എന്നോട് പ്രതികാരം ചെയ്യാനാകില്ല. മറിച്ച് എങ്ങനെയെങ്കിലും എന്നെ വലയിൽ വീഴ്ത്താനുള്ള പ്രലോഭനം തന്നെ ആയിരിക്കും. എന്റെ തൊണ്ടയനക്കലും ഒളിഞ്ഞുനോട്ടവുമൊക്കെ തന്നിലുള്ള താത്പര്യം കൊണ്ട് തന്നെ ആയിരിക്കുമെന്ന് അവൾ അനുമാനിച്ചിരിക്കാനാണ് സർവസാധ്യതയും.

ജനാലയ്ക്കരികിലേക്കു ചെന്ന ശേഷം താഴേക്ക് വീണ്ടും നോക്കി. നഈമയെ കാണാനായില്ല. കുറച്ചു കൂടി കുനിഞ്ഞു നോക്കി. ജനാല തുറന്നു കിടക്കുകയാണെന്നു മനസ്സിലായി. ആ മുറിക്കുള്ളിൽ നിന്നും പുറത്തേക്കു പ്രതിഫലിച്ചിരുന്ന അരണ്ട വെളിച്ചം പോലും പൂർണ്ണമായും അപ്രത്യക്ഷമായിരിക്കുന്നു. അതോടെ ഞാൻ ആകാശത്തിലെ നക്ഷത്രങ്ങളെ നോക്കാൻ തുടങ്ങി. പൊലീസ് സ്റ്റേഷനിലേക്ക് നോക്കിയപ്പോൾ അത് ഇപ്പോഴും തുറന്നുതന്നെ ഇരിക്കുന്നതാണ് കണ്ടത്. ജനാല അടച്ച ശേഷം കിടക്കയ്ക്കരികിലേക്കു ചെന്നു.

ഒരല്പം നേരം കഴിഞ്ഞതും അടഞ്ഞു കിടക്കുന്ന വാതിലിന് പിന്നിൽ ഇടനാഴിയിൽ ഒരു കാൽപ്പെരുമാറ്റം കേട്ടു. തല ഉയർത്തി ചെവി വട്ടം പിടിച്ചു നോക്കി. ശബ്ദം കേട്ടതും എഴുന്നേറ്റു ലൈറ്റ് ഓണാക്കി. വാതിൽ പിടി തിരിയുന്നത് കണ്ടപ്പോൾ അടുത്തേക്ക് ചെന്ന് വാതിൽ തുറന്നു. അത് വാഇലായിരുന്നു. ചിരിക്കുന്നതിനിടയിൽ അവൻ കണ്ണുകൾ തിരുമ്മുന്നുണ്ട്.

“നീ എന്താ ഇവിടെ?”

“ഞാൻ ബാത്റൂമിൽ പോയതാ”

“പിന്നെന്താ കിടപ്പുമുറിയിലേക്ക് തിരികെ പോകാത്തത്?”

“ഈ മുറിയിൽ വെട്ടം കണ്ടു, അതാ”

“എന്തു വെട്ടം ?നിന്റെ കാൽപ്പെരുമാറ്റം കേൾക്കുന്നതുവരെ ഇവിടെ വെളിച്ചമില്ലായിരുന്നല്ലോ ?”

“വെട്ടമുണ്ടായിരുന്നു”

അപ്പോഴാണ് അവൻ പറഞ്ഞത് സത്യം തന്നെയാണെന്ന് മനസ്സിലായത്. മുറിയിലെ ജനലിലുള്ള കർട്ടൻ താഴ്ത്തി ഇടാത്തതിനാൽ പൊലീസ് സ്റ്റേഷനിൽ നിന്നുള്ള ശക്തമായ പ്രകാശം പ്രതിഫലിച്ചത് കണ്ടതിനെ കുറിച്ചായിരിക്കും വാഇൽ പറയുന്നത്. അവന്റെ മുറിയിലേക്ക് പൊയ്ക്കോളാൻ പറഞ്ഞു. എന്നാൽ ഉറക്കം വരുന്നതുവരെ എനിക്കൊപ്പം ഇരിക്കാൻ അനുവദിക്കണം എന്ന് അപേക്ഷിക്കുന്നത് പോലെ അവൻ എന്റെ കൈയിൽ പിടിച്ചു. എന്റെ സമ്മതം അറിഞ്ഞതും അവന്റെ കുഞ്ഞുമുഖം തിളങ്ങി. പിന്നെ കട്ടിലിൽ കയറി നിവർന്നു കിടന്നു. ഞാനും ഒപ്പം കിടന്നു. ഒരു അല്പം കഴിഞ്ഞതും ഞാൻ നഈമയെക്കുറിച്ച് ആലോചിക്കുന്നതിനിടയ്ക്ക് വാഇൽ ചോദിച്ചു:

"ഫ്രാൻസിലെ പള്ളി വലുതാണോ?"

"ഉം"

"ഞങ്ങളുടെ പള്ളിയുടെ അത്ര വലുതോ?"

"ഉം"

"അതിന്റെ മിനാരത്തിന് നല്ല ഉയരമുണ്ടോ?"

"അതെ"

"ഞങ്ങളുടെ പള്ളിയുടേത് പോലെ വൃത്തി ഉണ്ടോ?"

"ഉം"

"അവിടെ ഇമാമുണ്ടോ?"

"ഉണ്ട്"

"ഞങ്ങളുടെ ഇമാമിനെപ്പോലുള്ള ആളാണോ?"

"ഉം"

"അദ്ദേഹത്തിന് വെളുത്ത താടിയുണ്ടോ?"

"ഉണ്ട്"

"ഖുർആൻ മുഴുവൻ മനപ്പാഠമാക്കിയിട്ടുള്ള ആളാണോ?"

"ഉം"

എന്റെ ദേഹത്തോട് ഒട്ടിക്കിടന്ന ശേഷം തല നെഞ്ചിൽ ചേർത്തു വച്ചുകൊണ്ട് വാഇൽ പറഞ്ഞു:

"നമസ്കരിക്കാത്തയാൾ കാഫിറാണെന്നാണ് എന്റെ സ്കൂളിലെ സാർ പറഞ്ഞിട്ടുള്ളത്"

"കാഫിർ എന്നാൽ എന്താണർത്ഥമെന്നറിയാമോ നിനക്ക്?"

"ദൈവത്തോട് സ്നേഹമില്ലാത്തയാളാണ് കാഫിർ"

പിന്നെ തലയുയർത്തി അവൻ എന്റെ നേരെ നോക്കാൻ തുടങ്ങി. താൻ പറഞ്ഞതിനെ സംബന്ധിച്ചു എന്റെ പ്രതികരണമോ, അഭിപ്രായമോ അറിയാനാണ് ആ നോട്ടമെന്നത് വ്യക്തം. എന്നാൽ ഞാൻ ഒന്നും പറഞ്ഞില്ല.

"ഫ്രഞ്ചുകാരും ജൂതന്മാരുമൊക്കെ കാഫിറാണെന്നാണ് സാർ പറഞ്ഞിട്ടുള്ളത്"

ഒരല്പം നീണ്ട നിശ്ശബ്ദതയ്ക്ക് ശേഷം അവൻ തുടർന്ന് പറഞ്ഞു:

"എന്റെ അങ്കിൾ ഫ്രാൻസിലാണ് താമസിക്കുന്നതെന്നും അദ്ദേഹം അവിടത്തെ പള്ളിയിൽ പോയി നമസ്കരിക്കാറുണ്ടെന്നും ഞാൻ സാറിനോട് പറഞ്ഞു. അങ്കിളിന്റെ ഭാര്യ കാതറിൻ ഫ്രഞ്ചുകാരിയാണ്. എന്നാൽ അവർ കാഫിറൊന്നുമല്ല. കാരണം അവർ അങ്കിളിനെ

സ്നേഹിക്കുന്നവരാണ്. എന്റെ വാപ്പയേയും ഉമ്മയേയും പിന്നെ എന്നേയും സ്നേഹിക്കുന്നവരാണെന്നും ഞാൻ അദ്ദേഹത്തോട് പറഞ്ഞു."

അവൻ തന്റെ മുറിയിലേക്ക് മടങ്ങിപ്പോയതും ഞാൻ എഴുന്നേറ്റ് ജനാലയിലെ കർട്ടൺ താഴ്ത്തിയ ശേഷം ലൈറ്റണച്ചു. മനസ്സിൽ നിന്നും നഈമയുടെ രൂപത്തെ ആട്ടിയോടിക്കാൻ ശ്രമിച്ചുനോക്കി. പക്ഷേ, വിജയി ക്കാനായില്ല. നടന്ന സംഭവങ്ങളൊക്കെ ഒന്നുകൂടി ഓർത്തുനോക്കി. കഴിഞ്ഞ തവണ നാട്ടിൽ വന്നതിനിടയ്ക്ക് നഈമയെ കാണാനിടയായ സന്ദർഭങ്ങളേതൊക്കെയാണ്? ഇന്ന് രാത്രി കണ്ടതുപോലുള്ള കാര്യ ത്തിന്റെ രഹസ്യമറിയുവാൻ സഹായിക്കുന്ന തരത്തിലുള്ള ഒരു നോട്ടമോ, ചലനമോ, സൂചനയോ, മറ്റോ അവളിൽ നിന്നും ഉണ്ടായിട്ടുണ്ടോ എന്ന് തിരയുകയായിരുന്നു ഞാൻ. ഉറക്കത്തിലേക്ക് വഴുതി വീഴുന്നതുവരെ ഓർമ്മയിൽ തിരയുന്നത് തുടർന്നുകൊണ്ടേയിരുന്നു.

പിറ്റേ ദിവസം രാവിലെ ഉറക്കമുണർന്ന ഉടനെ ജനാലയ്ക്കരികിലേക്ക് കുതിക്കുകയായിരുന്നു. ജനാല തുറന്ന ശേഷം ശ്രദ്ധയോടെ നഈമ യുടെ മുറിയുടെ ജനാലയിലേക്ക് കുനിഞ്ഞ് നോക്കി. അടഞ്ഞ് കിടക്കുന്ന ജനാല കണ്ടതും മുറിയിൽ നിന്നും പുറത്തേക്കിറങ്ങി. പെട്ടെന്ന് കുളിച്ച ശേഷം അടുക്കളയിലേക്ക് ചെല്ലുമ്പോൾ കഴിഞ്ഞ ദിവസം കണ്ടകാര്യ ത്തെക്കുറിച്ച് യുസ്റയോട് സംസാരിക്കാമെന്ന് തീരുമാനിച്ചുറച്ചിരുന്നു. പ്രഭാത ഭക്ഷണം കഴിക്കുന്നതിനിടെ അവളോട് കാര്യം പറഞ്ഞു. ഭക്ഷണം കഴിച്ച പാത്രങ്ങളും മറ്റും കഴുകിവയ്ക്കുന്ന തിരക്കിലായിരുന്ന യുസ്റ എന്റെ വർത്തമാനം കേട്ട് മുന്നിൽ വന്നിരുന്നു.

"യാദൃച്ഛികമായാണ് അവളെ കാണാനിടയായത്. അതോടെ ഉറക്കം കണ്ണിൽ നിന്നും പോയി. എന്താണ് കാരണമെന്നറിയില്ല. മനസ്സാകെ അസ്വസ്ഥമായപ്പോൾ എഴുന്നേറ്റ് ചെന്ന് ജനാല തുറന്ന് താഴേക്ക് നോക്കി. അപ്പോഴതാ അവൾ അവിടെ നിൽക്കുന്നു."

യുസ്റ തോളുകുലുക്കുന്നത് കണ്ടതും ഞാൻ തുടർന്നു:

"വിചിത്രമായ കാര്യം അവൾ ഹിജാബ് ധരിച്ചിരുന്നില്ല എന്നതായി രുന്നു"

തന്റെ ശിരോവസ്ത്രത്തിൽ നിന്നും പുറത്തേക്ക് വീണുകിടന്ന മുടി യിഴകൾ നേരെയാക്കി എന്റെ നേരെ നോക്കി ഗൂഢമായി പുഞ്ചിരിച്ചു കൊണ്ട് പതിഞ്ഞ സ്വരത്തിൽ യുസ്റ പറഞ്ഞു:

"കുറേക്കാലം മുമ്പേ തന്നെ അവൾ ഹിജാബ് ധരിക്കുന്നത് ഉപേക്ഷിച്ചതാണ്. തനിനിറം പുറത്തു കാണിച്ച അവളൊരു പിഴച്ച സ്ത്രീ തന്നെയാണ്. ആളുകളെ കള്ളം പറഞ്ഞ് പറ്റിച്ചിരുന്ന അവളുടെ കള്ളി വെളിച്ചത്താക്കിയത് ദൈവമാണ്"

"അവൾ ഇപ്പോഴും ടേപ്പ്റെക്കോർഡറിൽ പ്രാർത്ഥനാ കാസറ്റുകൾ ഇട്ട് കേൾപ്പിക്കാറുണ്ടോ?"

“ഇല്ല. ഹിജാബ് ഉപേക്ഷിച്ച് തലമുടി പുറത്ത് കാണിക്കാൻ തുടങ്ങിയതോടെ പ്രാർത്ഥനയുമില്ല, സ്തുതിഗീതങ്ങളുമില്ല. അവളൊരു കള്ളിയാണെന്ന് ഞാൻ പറഞ്ഞിട്ടില്ലേ? അവളുടെ മതബോധമൊക്കെ മഹാകള്ളമായിരുന്നു.”

നഈമയെ സംബന്ധിച്ച കഴിയുന്നതിലുമധികം വിവരങ്ങൾ ലഭിക്കാനുള്ള സുവർണ്ണാവസരമാണ് അറിയാതെയാണെങ്കിലും യുസ്റ നൽകിയിരിക്കുന്നത്. ഒന്ന് അമാന്തിച്ചശേഷം ഞാൻ ചോദിച്ചു:

“അവൾക്ക് മക്കളുണ്ടോ?”

“ഇല്ല. മച്ചിയാണവൾ. അതിനാലല്ലേ ഭർത്താവ് മൊഴിചൊല്ലിയത്?”

“തനിച്ചാണോ താമസം? ”

“അല്ല. ഒപ്പമൊരു വൃദ്ധയുമുണ്ട്”

“അവളുടെ ഉമ്മയാണോ”

“ഉമ്മയാണെന്നാണ് അവൾ പറഞ്ഞിട്ടുള്ളത്. എന്നാൽ ഞാനത് വിശ്വസിച്ചിട്ടില്ല. അവൾ പറഞ്ഞിട്ടുള്ള കാര്യത്തിലെല്ലാം എനിക്ക് സംശയമാണ്.”

“ഉമ്മയല്ലെങ്കിൽ പിന്നെ ആരായിരിക്കും?”

“എനിക്കറിയില്ല”

“അവളുടെ മാതാപിതാക്കളിലാരുടെയെങ്കിലും സഹോദരിയായിരിക്കും”

യുസ്റ അതുകേട്ട് ഒന്നും പറഞ്ഞില്ല. വേറെ കുറേ ചോദ്യങ്ങൾ കൂടി ചോദിക്കണമെന്ന് ആഗ്രഹമുണ്ടായിരുന്നു. എന്നാൽ ആവശ്യത്തിലുമധികം താത്പര്യം നഈമയുടെ കാര്യത്തിലുണ്ടെന്ന് യുസ്റ ശ്രദ്ധിക്കുമെന്ന് തോന്നിയപ്പോൾ കൂടുതലൊന്നും ചോദിക്കണ്ടായെന്ന് തീരുമാനിച്ചു.

അഞ്ച്

യൂറോപ്പിലേക്ക് കുടിയേറാനുള്ള സ്വപ്നവും പേറി നടക്കുന്ന ഹോട്ടൽ ഇന്റർനാഷണലിലെ കോഫിഹൗസിലുള്ള വെയിറ്റർ എന്നെ കണ്ടതും ഓടി അടുത്തു വന്ന് ഊഷ്മളതയോടെ കൈ തന്നു. പിന്നെ എനിക്ക് ഇരിക്കാനൊരിടം തേടലായി. കോഫി ഹൗസിനുള്ളിൽ കയറി ഇരിക്കാനാഗ്രഹിക്കുന്നില്ലെന്ന് അറിയിച്ചപ്പോൾ ഒരു മണിക്കൂർ കഴിഞ്ഞ് വന്നാൽ താൻ പറ്റിയൊരു ടേബിൾ കണ്ടുപിടിച്ച് തരാമെന്ന് അയാൾ ഉറപ്പ് നൽകി. കഴിഞ്ഞ തവണ വന്നപ്പോൾ സംഭവിച്ചതുപോലെ യാതൊരു അസ്വസ്ഥതയുമില്ലാതെ മാന്യന്മാരായ ഇടപാടുകാർക്കൊപ്പം ഇരിപ്പിടം പങ്കിടാനാകുമത്രേ.

കോഫിഹൗസിൽനിന്നും പുറത്തിറങ്ങിയശേഷം ഹബീബ് ബൂർഖീബ റോഡിലൂടെ നടന്നു. റോഡിന്റെ അവസാന ഭാഗത്തെത്തിയപ്പോൾ പഴയ പട്ടണപ്രദേശത്തുകൂടി ഒന്ന് നടന്നാലോ എന്ന് തോന്നി. അവിടെ വെയിൽ അല്പം കുറവുണ്ടാകാറുണ്ട്. സൈതൂന പള്ളിത്തെരുവിലേക്ക് കടന്നപ്പോൾ സർവ്വയിടത്തും വിനോദസഞ്ചാരികളാണ്. എന്നാൽ വിനോദസഞ്ചാര സീസൺ തുടങ്ങിയിട്ടേ ഉള്ളൂതാനും. എല്ലാവരും യൂറോപ്യൻ സഞ്ചാരികളാണ്. പതിയെ നടക്കുന്നതിനിടയിൽ പുരാവസ്തുക്കളും കരകൗശലവസ്തുക്കളും നിറഞ്ഞ കൊച്ചു കടകളിലേക്ക് നോക്കി ഫോട്ടോകൾ എടുക്കുകയാണവർ. പിടിവാശിക്കാരായ കച്ചവടക്കാരോട് വില പേശുന്നുമുണ്ട്.

സൂഖ് അൽ-അത്താറീനരികിൽ വളരെ ജനപ്രിയമായ ഒരു കോഫി ഷോപ്പുള്ള കാര്യം ഓർമ്മവന്നു. അതോടെ ധൃതിയിൽ അങ്ങോട്ട് നടന്നു. സ്ഥലത്തെത്തിയപ്പോൾ അങ്ങനെയൊരു കോഫിഷോപ്പേ കാണാനില്ല. തൽസ്ഥാനത്തൊരു ബാങ്ക് കെട്ടിടം നിൽക്കുന്നു. ഓരോരോ കമ്പോളങ്ങൾ പിന്നിട്ട് അവസാനം സൂഖ് അൽ-ഷവാശീനിലെത്തിച്ചേർന്നു. അവിടെ പ്രധാന തെരുവുകളൊക്കെ സംഗമിക്കുന്നയിടത്ത് ഒരു കോഫി ഷോപ്പ് ഇപ്പോഴും ഉണ്ടല്ലോ എന്നറിഞ്ഞപ്പോൾ അതിയായ സന്തോഷമാണ് തോന്നിയത്.

അതൊരു സാധാരണ കോഫിഷോപ്പായിരുന്നില്ല. തെരുവുകൾ സംഗമിക്കുന്നയിടത്ത് നിരത്തിയിരിക്കുന്ന കുറേ ശിലാബെഞ്ചുകൾ. പായ വിരിച്ചിരിക്കുന്നതിന് മുകളിൽ ഇടപാടുകാർ ചുവരിൽ ചാരി ഇരിക്കുന്നു. ഈ ബെഞ്ചുകൾക്ക് മുന്നിലായി പൊക്കം കുറഞ്ഞ ചെറിയ മേശകളിട്ടിട്ടുണ്ട്. പ്രത്യേകിച്ച് ലൈറ്റുകളൊന്നും കാണാനില്ല. മേൽക്കൂരയിലെ ചെറിയ വിടവുകളിലൂടെ കടന്നുവരുന്ന സൂര്യപ്രകാശം മതിയാകും ആവശ്യത്തിന് വെളിച്ചം ലഭിക്കാൻ. ഒരു കോണിലായി വലിയൊരു മേശ ഇട്ടിട്ടുണ്ട്. അതിന് മുകളിലായി ചായയും കാപ്പിയും തയ്യാറാക്കുന്നതിനുള്ള സ്റ്റൗവ്വും കൂജകളും കപ്പുകളും പിഞ്ഞാണങ്ങളുമൊക്കെ കൂട്ടിവച്ചിരിക്കുന്നു. പുതിന ഇലയിട്ട ഒരു ഗ്രീൻ ടീ വാങ്ങി നുണയുന്നതിനിടയിൽ ഞാൻ ആ സ്ഥലത്തിന്റെ ശാന്തതയും ശീതളച്ഛായയും ആസ്വദിക്കുകയായിരുന്നു.

മേൽക്കൂരയിലാകെ ചിതറിക്കിടക്കുന്ന സുഷിരങ്ങളിലേക്ക് നോക്കുന്നതിനിടെ ചുണ്ണാമ്പ് പൂശിയ വെളുത്ത ചുമരുകൾ ആ സ്ഥലത്തിന് പ്രത്യേക സൗന്ദര്യം നൽകുന്നതുപോലെ തോന്നി. അപ്പോഴാണ് ആരോ ചുമലിൽ സ്പർശിച്ചുവെന്ന് തോന്നിയത്. തിരിഞ്ഞു നോക്കിയപ്പോൾ അവൻ അതാ മുന്നിൽ നിൽക്കുന്നു. നജീബ് കമ്മൂൻ. കുനിഞ്ഞരികിലേക്ക് വന്ന് അവൻ എന്നെ ദീർഘനേരം ആശ്ലേഷിച്ചു. സ്ഥലം കിട്ടാനായി അടുത്തുണ്ടായിരുന്നയാളിനെ ഒന്നകറ്റിയിരുത്തിയശേഷം അവൻ അരികിൽ വന്നിരുന്നു.

സർവ്വകലാശാലയിൽ പഠിക്കുന്ന കാലത്താണ് ഞാൻ നജീബിനെ പരിചയപ്പെടുന്നത്. ഒരേ ഫാക്കൽറ്റിയിലും പഠനവകുപ്പിലുമായിരുന്നു ഞങ്ങളിരുവരും. ഒരേ സർവ്വകലാശാലാ കോളനിയിലായിരുന്നു അക്കാലത്ത് താമസവും. ആദ്യം കണ്ടതുമുതലേ ഞങ്ങൾ സുഹൃത്തുക്കളായി മാറി. അവന്റെ സ്വാഭാവിക പെരുമാറ്റവും നല്ല മനസ്സും ലാളിത്യവും എനിക്ക് വലിയ ഇഷ്ടമായിരുന്നു. എന്നാൽ അവനുമായി എന്നെ കൂടുതലടുപ്പിച്ചത് അവന്റെ ബുദ്ധിശക്തിയും കലാബോധവുമായിരുന്നു.

ഞങ്ങൾ തമ്മിലുള്ള ബന്ധം തുടർന്നു പോന്നു. യൂറോപ്പിൽനിന്നും ആദ്യത്തെ അവധിക്ക് ടുണീഷ്യയിലേക്ക് വന്നപ്പോൾ അവനെ കാണാൻ വല്ലാതെ കൊതിച്ചു. എന്നെ കാണുമ്പോഴെല്ലാം അവനും അതിയായ സന്തോഷമായിരുന്നു. ഡിഗ്രി പഠനം പൂർത്തിയായതിന് പിന്നാലെ അവൻ ചെയ്തത് പോലെ അദ്ധ്യാപക ജോലി ലഭിക്കാനായി ശ്രമിക്കാത്തതിൽ അവൻ എന്നെ അഭിനന്ദിച്ചിരുന്നു. ഡോക്ടറേറ്റ് ബിരുദം നേടാനായി ഫ്രാൻസിൽ പോയി പഠനം തുടരാനായിരുന്നു എന്റെ തീരുമാനം. കാലം കഴിയവേ ഞങ്ങൾ പരസ്പരം കാണുന്നത് കുറഞ്ഞുവന്നു. ക്രമേണ പരസ്പരമുള്ള ബന്ധം തന്നെ ഇല്ലാതായി.

കഴിഞ്ഞ പത്ത് വർഷക്കാലമായിട്ടുണ്ടാകും ഞങ്ങൾ തമ്മിൽ കാണാതായിട്ടിപ്പോൾ. ഞങ്ങൾക്കൊപ്പം പഠിച്ചിട്ടുള്ള സഹപാഠികളെ

പിൽക്കാലത്ത് യാദൃച്ഛികമായി കാണാനിടയാകുമ്പോൾ അവനെ സംബന്ധിച്ച് ലഭിച്ചിരുന്ന ചെറിയ വിവരങ്ങൾ പോലും പിന്നീട് പൂർണ്ണമായിട്ടും ഇല്ലാതായി.

സുഖവിവരങ്ങളും ടുണീഷ്യയിലേക്കുള്ള വരവിനേയും താമസവിവരങ്ങളേയും സംബന്ധിച്ചുള്ള പരമ്പരാഗതമായ ചോദ്യങ്ങൾക്ക് ശേഷം അവൻ ആദ്യമായി തിരക്കിയത് എന്റെ ഡോക്ടറേറ്റ് പഠനത്തെ സംബന്ധിച്ചായിരുന്നു.

എന്നാൽ ഞാനാപഠനം പാതിവഴിക്ക് അവസാനിപ്പിച്ചുവെന്നും ജീവിത സാഹചര്യങ്ങൾ അനുവദിക്കാത്തതിനാൽ സ്വന്തം സ്വപ്നം വേണ്ടായെന്ന് വയ്ക്കേണ്ടിവന്നുവെന്നും അറിയിച്ചപ്പോൾ അവന്റെ മുഖത്ത് നിരാശയും ദുഃഖവും മിന്നിമറയുന്നത് കണ്ടു. എന്നാൽ ഞാൻ പാരീസിലുള്ള ഒരു ഹൈസ്കൂളിൽ അദ്ധ്യാപകനായി ജോലി നോക്കുകയാണെന്നും ജീവിത സാഹചര്യങ്ങളിൽ തൃപ്തനാണെന്നും പറഞ്ഞപ്പോൾ അവന്റെ മുഖത്ത് സന്തോഷഭാവം വിടരുന്നതും കണ്ടു. എന്നാൽ അവനെ ഏറ്റവും കൂടുതൽ ആനന്ദിപ്പിച്ചത് ഞാനൊരു ഫ്രഞ്ചുകാരിയെ വിവാഹം കഴിച്ചതും പാരീസിൽ സ്ഥിരതാമസമാക്കിയതുമായിരുന്നു.

“ബ്രാവോ...”

ആത്മവിശ്വാസം നിറഞ്ഞ സ്വരത്തിൽ അവൻ തുടർന്ന് പറഞ്ഞു:

“ഇക്കാലത്ത് ഒരു യൂറോപ്പുകാരിയെ കല്യാണം കഴിക്കുന്നതിനേക്കാൾ മികച്ച വേറൊരു കാര്യവുമില്ല കേട്ടോ?” വിശ്വസിക്കാനാകാത്തതുപോലെ ഞാൻ അവനു നേരേ നോക്കി.

“ഈ യൂറോപ്യൻ സഞ്ചാരികളിൽ ഏതെങ്കിലുമൊരുവൾ എന്നെ വിവാഹം കഴിക്കാൻ സമ്മതിച്ചാൽ ഞാനവൾക്ക് മുന്നിൽ സാഷ്ടാംഗം നമിക്കും. ഞാനവളുടെ പാദങ്ങളിൽ ചുംബിക്കാനും തയ്യാറാണ്.”

വിവാഹം കഴിക്കുന്നതിന് മുമ്പ് സ്ത്രീകളുമായുള്ള അവന്റെ ബന്ധം വളരെ സങ്കീർണ്ണവും ദുഷ്കരവുമായിരുന്നുവെന്ന് എനിക്കറിയാം. സ്ത്രീകളെ ആകർഷിക്കുന്ന തരത്തിലുള്ള ഒരു പുരുഷനായിരുന്നില്ല നജീബ്. നല്ലതുപോലെ അറിയാത്തവർക്കൊക്കെ അവന്റെ ലാളിത്യവും വിനയവുമൊക്കെ ദൗർബല്യമായും ആത്മവിശ്വാസക്കുറവുമായേ തോന്നൂ. സ്ത്രീകൾക്ക് താത്പര്യമുള്ള കാര്യങ്ങളിലുള്ള ശ്രദ്ധയില്ലായ്മയും അത് കാണിച്ചുകൊടുക്കാനുള്ള കഴിവില്ലായ്മയുമായേ ഗണിക്കൂ. ഇക്കാര്യത്തിൽ രഹസ്യമായി വേദനിക്കുന്നയാളാണ് നജീബെന്ന് എനിക്കറിയാം. അതേസമയം ഇത്തരത്തിൽ അവൻ സംസാരിക്കുന്നത് കേട്ടിട്ടേയില്ല.

“ഞാൻ പറയുന്നത് വിശ്വസിക്കണം. ഏതെങ്കിലുമൊരു യൂറോപ്യൻ സ്ത്രീയെ കണ്ടുമുട്ടിയാൽ ഞാനവളെ വിവാഹം കഴിച്ചിരിക്കും.”

ഞങ്ങൾ തമ്മിൽ കണ്ടു മുട്ടിയ ആദ്യനിമിഷങ്ങളിൽ അയാളെപ്പോലൊരാളിൽ നിന്നും പ്രതീക്ഷിക്കാത്ത തരത്തിലുള്ള സംസാരം കേട്ടശേഷം കാര്യങ്ങൾ മനസ്സിലാക്കി തമാശയെന്നോണം തിരക്കി:

"തനിക്കൊപ്പം സ്വന്തം നാട്ടിലേക്ക് പോരാൻ അവൾ ആവശ്യപ്പെട്ടാൽ നീയെന്ത് ചെയ്യും?"

എന്നാൽ ആ ചോദ്യം താൻ പ്രതീക്ഷിച്ചിരുന്നതാണെന്ന മട്ടിൽ ധൃതിയിൽ അവൻ മറുപടി പറഞ്ഞു:

"അവളാഗ്രഹിക്കുന്ന എവിടേക്ക് വേണമെങ്കിലും ഞാൻ പോകും. അതിനി സാങ്കല്പിക ലോകമായ 'വാക്‌വാകി'ലേക്കാണെങ്കിൽ പോലും."

ഞങ്ങളെ ആരും നിരീക്ഷിക്കുന്നില്ലെന്ന് ഉറപ്പുവരുത്തുന്നതിനായി ചുറ്റും നോക്കിയശേഷം അടുത്തേക്ക് ചാഞ്ഞ് നജീബ് ചെവിയിൽ പിറുപിറുത്തു:

"ടുണീഷ്യ മാറിപ്പോയിരിക്കുന്നു, കേട്ടോ?"

അവൻ പറഞ്ഞ കാര്യത്തിന് വേണ്ട പ്രാധാന്യം കല്പിക്കുന്നുവെന്ന് കാണിക്കുന്നതിനായി ഞാൻ ഒന്ന് തലകുലുക്കി. ഒരിക്കൽക്കൂടി ചുറ്റും നോക്കിയശേഷം കൂടുതൽ അടുത്തേക്ക് ചാഞ്ഞ് അവൻ കൂട്ടിച്ചേർത്തു:

"സത്യത്തിൽ ടുണീഷ്യയിൽ കാര്യങ്ങൾ മാറിയിരിക്കുന്നത് കൂടുതൽ വഷളായ രീതിയിലേക്കാണ്."

സംസാരം കേൾക്കാൻ ശ്രമിക്കുന്നത് പോലെ അടുത്തിരുന്നയാൾ ഞങ്ങൾക്ക് നേരേ നോക്കുന്നത് കണ്ടതും നജീബ് ഒന്ന് നിശ്ശബ്ദനായി. അതോടെ വിഷയം മാറ്റാനെന്ന വണ്ണം ഞാൻ അവന്റെ ജോലിയെപ്പറ്റി തിരക്കി.

"വളരെ ക്ലേശകരം...അരോചകവും"

അദ്ധ്യാപനവൃത്തി വളരെ ഇഷ്ടപ്പെട്ട ജോലിയായിരുന്നു നജീബിന്. അത് പ്രാവർത്തികമാക്കുന്നതിൽ അതിയായ ആനന്ദം അനുഭവിച്ചിരുന്ന വ്യക്തിയുമായിരുന്നു. ടുണീഷ്യയിലേക്കുള്ള എന്റെ ആദ്യ അവധിക്കാലത്ത് തമ്മിൽ കണ്ടപ്പോഴെല്ലാം അതിനെക്കുറിച്ച് അവൻ വലിയ ആവേശത്തോടെ സംസാരിക്കുന്നത് ഓർമ്മവരുന്നു. തനിക്കിത് വളരെ യോജിച്ച തൊഴിലാണെന്ന് അന്നവൻ ഉറപ്പിച്ച് പറയുമായിരുന്നു. ജീവിത സുരക്ഷയ്ക്ക് ഉതകുന്ന മാന്യമായ വരുമാനം ഉറപ്പുവരുത്തുന്ന തൊഴിലാണത്. ഒപ്പം വായിക്കാനുള്ള ആഗ്രഹസഫലീകരണത്തിനുള്ള ആവശ്യമായ സമയവും ലഭിക്കുന്നു. ഇതൊക്കെ കൂടാതെ താൻ വളരെയേറെ ഇഷ്ടപ്പെടുന്ന കുട്ടികളുടെ ലോകവുമായി നിരന്തരമായി ബന്ധപ്പെടാനും സാധിക്കും.

"അദ്ധ്യാപകന് കിട്ടുന്ന ശമ്പളം വളരെ തുച്ഛമാണ്"

ഇരുകൈകൊണ്ടും കാപ്പിക്കപ്പിൽ പിടിച്ച് തടിച്ച ചുണ്ടുകൾകൊണ്ട് ശബ്ദമുണ്ടാക്കി നജീബ് കാപ്പി നുണയാൻ തുടങ്ങി. നീഗ്രോകളുടേത് പോലുള്ള ചുണ്ടുകളുള്ളതിനാൽ നജീബ് പലപ്പോഴും വിഷമത്തിലായിട്ടുള്ളത് ഓർമ്മവന്നു.

“ഒന്നാലോചിച്ച് നോക്കിക്കേ. ഇത്രയും വർഷക്കാലം ജോലി ചെയ്തിട്ടും എന്റെ ശമ്പളം വളരെ തുച്ഛമാണിപ്പോഴും.”

കയ്യിലിരുന്ന കാപ്പിക്കപ്പ് ശ്രദ്ധയോടെ മേശയുടെ മധ്യഭാഗത്ത് വച്ച ശേഷം അടുത്തിരുന്നയാളിനോട് പറയുന്നത് പോലെ നോക്കിക്കൊണ്ട് നജീബ് തുടർന്നു:

“എനിക്കെന്റെ ശമ്പളം ഒന്നിനും തികയുന്നില്ല. ഏതാണ്ടെല്ലാ ദിവസവും ഭാര്യ എന്നോട് വഴക്കടിച്ചുകൊണ്ടേയിരിക്കുന്നു.”

തന്റെ ഭാര്യയെക്കുറിച്ച് നജീബ് എന്നോട് പരാതിപ്പെടുന്നത് ഇതാദ്യമായിട്ടായിരിക്കും. സർവ്വകലാശാലയിൽനിന്നും ബിരുദം നേടി പുറത്തിറങ്ങി അധികം വൈകാതെ തന്നെ നജീബ് വിവാഹിതനായിരുന്നു. അവൻ ആ വിവാഹത്തിൽ സന്തുഷ്ടനുമായിരുന്നു എന്നാണോർമ്മ. കണ്ടുമുട്ടുമ്പോഴൊക്കെ താനും ഭാര്യയും തമ്മിലുള്ള ആത്മബന്ധത്തെക്കുറിച്ചായിരിക്കും നജീബ് സംസാരിക്കുക. തന്നെ മനസ്സിലാക്കുകയും വിലമതിക്കുകയും തനിക്ക് എല്ലാ നിലയ്ക്കും യോജിച്ചവളുമായൊരു പെണ്ണിനെ അവസാനം കണ്ടെത്തുന്നതിൽ ഭാഗ്യം ചെയ്തവനാണ് താനെന്ന് നജീബ് പറയുമായിരുന്നു. അക്കാലത്ത് ഞാൻ വിവാഹത്തെക്കുറിച്ചൊന്നും ചിന്തിച്ചിരുന്നില്ല. അത് പഠനകാര്യങ്ങളിൽ മുഴുകിയിരുന്നതുകൊണ്ട് മാത്രമായിരുന്നില്ല. മറിച്ച് വിവാഹം കഴിക്കണമെന്ന് തോന്നാത്തതു കൊണ്ടുകൂടിയായിരുന്നു. എന്നാൽ എന്നെ പ്രോത്സാഹിപ്പിക്കാനെന്നവണ്ണം നജീബ് വിവാഹത്തിന്റെ മേന്മകളെക്കുറിച്ച് നിരന്തരമായി സംസാരിക്കുമായിരുന്നു.

“ഞാൻ തന്നെ സർവ്വതും തരപ്പെടുത്തണം. ഭക്ഷണം, കുടുംബച്ചെലവുകൾ, കുട്ടികളുടെ കാര്യം. ഭാര്യ ജോലിയൊന്നും ചെയ്യുന്നില്ല. നയാപൈസ സമ്പാദിക്കുന്നില്ലെങ്കിൽ പോലും അവളെന്നോട് വഴക്കടിച്ചുകൊണ്ടിരിക്കുന്നു.”

അപ്പോഴാണ് നജീബ് ജീവിച്ചുകൊണ്ടിരിക്കുന്ന ദുരന്തത്തിന്റെ വ്യാപ്തി എത്രമാത്രമാണെന്ന് ബോധ്യമായത്. അതോടെ എനിക്കവനോട് അല്പം സഹതാപവും തോന്നി. വേദന ലഘൂകരിക്കാനായി അവനോടെന്തെങ്കിലും പറയണമെന്ന് സത്യമായിട്ടും ആഗ്രഹിച്ചതാണ്. എന്നാൽ എന്ത് പറയണമെന്ന് മാത്രം അറിയില്ല.

“അവൾക്ക് വേണ്ടി ഒന്നും ചെയ്യാൻ എനിക്കാകുന്നില്ലായെന്നതാണ് പ്രശ്നം. വിവാഹമോചനം ചെയ്യാമെന്ന് വച്ചാൽ വീട് അവൾക്ക് വിട്ടുകൊടുക്കാനായിരിക്കും എല്ലാവരും കൂടെ നിർബന്ധിക്കുക. കുട്ടികൾ അവൾക്കൊപ്പമായിരിക്കുമല്ലോ കഴിയുക? ഇതാണ് ടുനീഷ്യയിലെ നിയമം. വിവാഹമോചനം നടക്കുമ്പോൾ മക്കൾക്കൊപ്പം സ്വന്തം വീടും കൂടെ ഭാര്യയ്ക്ക് വിട്ടു നൽകാൻ പുരുഷൻ നിർബന്ധിതനാകുന്നു. സ്ത്രീകളെ ഭയമാണ് ടുനീഷ്യയിലെ ആണുങ്ങൾക്കെല്ലാം.”

കൈ ഉയർത്തി ശിരസ്സിൽ തഴുകുന്ന നജീബിനെ കണ്ടപ്പോൾ അവന്റെ ചുരുണ്ട തലമുടി പഴയതുപോലെ തന്നെ ഉണ്ടല്ലോ എന്ന് മനസ്സിലായി. മുൻഭാഗത്ത് കുറച്ച് നരച്ച മുടികളുണ്ടെന്നതൊഴിച്ചാൽ കാര്യമായ മാറ്റങ്ങളൊന്നുമില്ല.

"യുറോപ്പുകാരികളേക്കാൾ നല്ല ആരെങ്കിലുമുണ്ടോ?" അവൻ ഒന്ന് നിശ്ശബ്ദനായപ്പോൾ ആ അവസരം മുതലാക്കി ഞാൻ വീണ്ടും ചുറ്റും നോക്കാൻ തുടങ്ങി. സുഹൃത്ത് പൊടുന്നനെ വന്ന് മുന്നിൽ പെട്ടപ്പോൾ മുടങ്ങിപ്പോയതായിരുന്നു ആ നിരീക്ഷണം. കൽപ്പടവുകളിൽ കുറച്ച് ഇടപാടുകാർ ഇപ്പോഴുമുണ്ട്.

ഞങ്ങളുടെ നേരേ മുന്നിലിരിക്കുന്നത് നാൽപ്പതുകാരിയായൊരു സ്ത്രീയാണ്. ഒപ്പം അവരേക്കാൾ പ്രായക്കുറവുള്ളൊരു പുരുഷനുമുണ്ട്. ആധുനികരീതിയിലുള്ള മികച്ച വസ്ത്രങ്ങളും കണ്ണുകളിൽ സൺഗ്ലാസ്സുമാണ് സ്ത്രീയുടെ വേഷം. വെട്ടിച്ചുരുക്കിയ തലമുടി. നീളമേറിയ കഴുത്തിൽ ഒരു സ്വർണ്ണമാലയുമുണ്ട്. കൂടെയുള്ള പുരുഷൻ നിർത്താതെ സംസാരിക്കുന്നത് നിശ്ശബ്ദയായി കേട്ടിരിക്കുന്നതിനിടയിൽ ആസ്വദിച്ച് പുകവലിക്കുകയായിരുന്നു ആ സ്ത്രീ. സിഗരറ്റ് വലിച്ചശേഷം പുകപുറത്തേക്ക് വിടാനായി വായ തുറക്കുന്നതിനിടയിൽ ഞാനവരുടെ ലോലമായ അധരങ്ങളിലേക്ക് ഒളികണ്ണിട്ട് നോക്കുന്നുണ്ടായിരുന്നു.

"നിന്നെപ്പോലെ വിദേശത്തേക്ക് കുടിയേറിയിരുന്നെങ്കിൽ ഇന്ന് എനിക്കീ അവസ്ഥ വരില്ലായിരുന്നു."

അല്പം പരുഷമായിപ്പോയെന്ന് പിന്നീട് തോന്നിയ സ്വരത്തിൽ നജീബിനോട് പറയേണ്ടിവന്നു:

"നീ കരുതുന്നതുപോലൊരു സ്വർഗമൊന്നുമല്ല യൂറോപ്പ്. യൂറോപ്പിലെ സ്ത്രീകളും പല തരക്കാരായിരിക്കും. നിന്റെ ഭാര്യയേക്കാൾ മോശപ്പെട്ടൊരു സ്ത്രീയുടെ കയ്യിലായിരിക്കും ഒരുപക്ഷേ, ചെന്നുവീഴുക."

"ശരിയായിരിക്കും. യൂറോപ്പിലുമുണ്ടാകും കുറച്ച് പ്രശ്നങ്ങൾ. അതാകട്ടെ വേറെ ചില പ്രശ്നങ്ങളായിരിക്കുമല്ലോ? എന്നാൽ ഇവിടെയാകട്ടെ പ്രശ്നങ്ങൾ മാത്രമല്ലേയുള്ളൂ? ഡിഗ്രി സർട്ടിഫിക്കറ്റുകൾക്ക് പോലും ഒരു വിലയുമില്ലാതായിരിക്കുന്നു."

ചുണ്ടിൽ ചെറിയൊരു പരിഹാസച്ചിരിയുമായി നജീബ് തുടർന്നു:

"ഞങ്ങളുടെ കോളനിയിലുള്ളൊരു ചെറുപ്പക്കാരന്റെ കഥയറിയാം. ബിരുദപഠനം വിജയകരമായി പൂർത്തിയാക്കാനാകാതെ തൊഴിൽരഹിതനായ അവൻ അങ്ങാടിയിലൂടെ എപ്പോഴും ചുറ്റിക്കറങ്ങി നടക്കും. ഇതിനിടയിൽ യാദൃശ്ചികമായൊരു ജർമ്മൻ ടൂറിസ്റ്റായ സ്ത്രീയെ പരിചയപ്പെട്ടു. അവന്റെ രൂപം കണ്ടപ്പോൾ ആ സ്ത്രീക്ക് അങ്ങ് ഇഷ്ടപ്പെട്ടു. നാട്ടിൽ തിരിച്ചെത്തിയശേഷം ജർമ്മനിയിലേക്കുള്ള ഒരു തൊഴിൽ കരാർ ആ സ്ത്രീ അവന് ഒപ്പിച്ചുകൊടുത്തു. അവൾ പിന്നീട് അവനെ വിവാഹം

കഴിക്കുകയും അവൻ അവിടെ സ്ഥിരതാമസമാക്കുകയും ചെയ്തു. ആ നായിന്റെ മോനിപ്പോൾ മന്ത്രിമാരേക്കാൾ മികച്ച രീതിയിലാണ് ജീവിക്കുന്നത്. എല്ലാ വേനൽക്കാലത്തും ഏറ്റവും പുതിയ ബ്രാന്റിലുള്ള വലിയൊരു മേഴ്സിഡസ് കാറിൽ അവൻ ടുണീഷ്യയിലേക്കൊരു വരവ് വരും. കുറഞ്ഞ കാലത്തിനുള്ളിൽ തന്റെ കുടുംബത്തിനായൊരു വീട് പണിയുകയും ഹമ്മാമാത്തിൽ ഒരു വില്ല വാങ്ങുകയും ചെയ്തു. ഇവനെപ്പോലെ വിനോദസഞ്ചാരികളെക്കൊണ്ട് ജീവിക്കുന്ന ധാരാളം ചെറുപ്പക്കാരുണ്ടിവിടെ. വിദേശവനിതകളെ വല വീശിപ്പിടിക്കാനായി കമ്പോളങ്ങളിൽ ചുറ്റിത്തിരിയുന്ന ഇവന്മാരെ എന്നും കാണാനാകും. ഹിജഡകളുമായി ലൈംഗിക ബന്ധത്തിലേർപ്പെടുന്ന കാര്യത്തിൽ മാത്രം ശ്രദ്ധിക്കുന്ന വേറെ ചിലവന്മാരുണ്ട്. അതില്ലാതെ ഇവന്മാർക്കൊരു ജീവിതമേയില്ല. ഈ അവസാന വർഷങ്ങളിൽ ഹിജഡകളുടെ പൂങ്കാവനമായി ത്തീർന്നിരിക്കുകയാണ് ടുണീഷ്യ. തങ്ങൾക്ക് പറ്റിയ ഇരകളെത്തേടി യൂറോപ്പിൽ നിന്നാകെ ആളുകളെത്തുന്നു. എന്റെ റബ്ബേ.. വിവാഹം കഴിച്ച് തന്റെ നാട്ടിലേക്ക് എന്നെയും കൂടി കൂട്ടിക്കൊണ്ടു പോകാൻ തുനിയുന്ന ആ ജർമ്മൻകാരിയെപ്പോലൊരു വിനോദസഞ്ചാരിയെ എനിക്കെന്തുകൊണ്ടായിരിക്കും പരിചയപ്പെടാൻ കഴിയാത്തത്?"

പിന്നെ നജീബ് ഉറക്കെച്ചിരിച്ചു. അത് കേട്ട് എനിക്കും ചിരി വന്നു.

"പക്ഷേ, ഇതുപോലെ തടിച്ച ചുണ്ടുകളുള്ള എന്റെ പ്രായത്തിലൊരാളെ ഇഷ്ടപ്പെടാൻ ആര് വരാനാണ്? ഒരാളും വരില്ല. ഇനി വന്നാൽ തന്നെ പല്ല് കൊഴിഞ്ഞ വല്ല വൃദ്ധയുമായിരിക്കും."

ഒരല്പം കഴിഞ്ഞതും അവൻ ചാടി എഴുന്നേറ്റു.

"എനിക്കിപ്പോൾ പോയേ തീരൂ. സമയം വളരെ വൈകിപ്പോയി"

"എവിടേക്കാ?"

"വീട്ടിലേക്ക്. ഭാര്യ എന്നെ കാത്തിരിക്കുകയാകും. ഇനിയും വൈകിയാൽ അവൾ ലോകം കീഴ്മേൽ മറിക്കും."

ആറ്

ബസാതീൻ കോളനിയിൽ, ഒരു ബാങ്ക് പ്രവർത്തനം തുടങ്ങി എന്ന് യുസ്റ പറഞ്ഞതോടെ നഗരത്തിലേക്ക് പോകാനുള്ള തീരുമാനം മാറ്റി. ചെയ്യാൻ ഉദ്ദേശിച്ച കാര്യം കോളനിയിൽ വച്ചുതന്നെ നടത്താൻ തീരുമാനിച്ചു. കൈവശമുള്ള വിദേശ കറൻസിനോട്ടുകളിൽ കുറച്ച് മാറ്റിയെടുക്കണം. ശേഷം പോസ്റ്റോഫീസിൽ പോയി കാതറീനെ ഫോൺ ചെയ്ത് എനിക്കിവിടെ സുഖമാണെന്ന് അറിയിക്കണം. ഒരു തവണ മാത്രമേ അവളെ വിളിച്ചിട്ടുണ്ടായിരുന്നുള്ളൂ. ഇന്നലെ നഗരത്തിൽ പോയപ്പോൾ ഫോൺ ചെയ്യണമെന്ന് കരുതിയതായിരുന്നു. എന്നാൽ നജീബിനെ യാദൃച്ഛികമായി കാണാനിടയായതോടെ അക്കാര്യം മറന്നുപോയി. വീട്ടിൽനിന്ന് കാതറീനെ വിളിക്കാമെന്ന് ഇബ്റാഹീം പലതവണ പറഞ്ഞതായിരുന്നു. തന്റെ മൊബൈൽ ഫോൺ ഉപയോഗിക്കാമെന്നും പറഞ്ഞു. അവൻ ഇടയ്ക്കിടയ്ക്ക് ഫോൺ പുറത്തെടുത്ത് അഭിമാനത്തോടെ നോക്കുന്നത് കാണാറുണ്ട്. എന്നാൽ ഞാനത് നിരസിക്കുകയായിരുന്നു. ഞാനായിട്ട് അവന്റെ ചെലവുകൾ ഇനിയും കൂട്ടാൻ പാടില്ലല്ലോ.

പടികൾ ഇറങ്ങി വരുന്നതിനിടയിൽ മൂന്നാം നിലയിലെത്തിയതും ഞാനൊന്ന് നിന്നു. നഊമയുടെ ഫ്ളാറ്റിലേക്ക് നോക്കിയപ്പോൾ വാതിൽ അടച്ചിട്ടില്ലെന്ന് മനസ്സിലായി. മനസ്സിനുള്ളിൽ ചെറിയൊരു അസ്വസ്ഥത തല പൊക്കിക്കഴിഞ്ഞിരുന്നു. അകത്തേക്കു നോക്കാനായി എത്തിനോക്കിയെങ്കിലും ഒന്നും കാണാൻ കഴിഞ്ഞില്ല. അതോടെ എന്തു ചെയ്യണമെന്നറിയാതെ ഒരു നിമിഷം അങ്ങനെതന്നെ നിന്നു. കുറച്ചുകൂടി വാതിലിന് അടുത്തേക്കു ചെന്നാലോ എന്നാലോചിച്ചതേയുള്ളൂ. അപ്പോഴേക്കും വാതിലിനു പിന്നിൽനിന്നും എന്തോ ശബ്ദം കേട്ടു. അതോടെ ഞാൻ ധൃതിയിൽ അവിടെനിന്നും കടന്നു. രണ്ടാംനിലയിലെത്തിയപ്പോൾ കാലൊന്ന് വഴുതി. രാവിലെ സാധാരണ ഉള്ളതുപോലെ പടിക്കെട്ടിൽ ഇപ്പോഴും നല്ല ഈർപ്പമുണ്ട്.

അപ്പാർട്ട്മെന്റിനു മുന്നിലെ പൂന്തോട്ടത്തിലൂടെ കടന്നുപോകുന്ന നടപ്പാതയിലെത്തിയതും തലയുയർത്തി നഊമയുടെ ഫ്ളാറ്റിലേക്ക് നോക്കി. അവിടെനിന്ന് നോക്കിയാൽ കാണാനാകുന്നത് ഒരേയൊരു

ജനാലയാണ്. അതിന്റെ ഇരുപാളികളും തുറന്നു കിടപ്പുണ്ട്. അപ്പാർട്ട്മെന്റിനു ചുറ്റുമുള്ള ആളുകളെ ജനാലകളിലൂടെയും ബാൽക്കണിയിലൂടെയുമൊക്കെ നിരീക്ഷിച്ചുകൊണ്ടിരിക്കുന്ന ചില സ്ത്രീകളുണ്ടാകും. അവരുടെ കണ്ണിൽ പെട്ടുപോകാതിരിക്കാനായി നടത്തം തുടർന്നു. തോട്ടത്തിൽനിന്നും പുറത്തേക്കു കടക്കുന്നതിനു മുൻപ് ഒരിക്കൽകൂടി നഈമയുടെ ഫ്ളാറ്റിലേക്ക് നോക്കിയെങ്കിലും ആരേയും കണ്ടില്ല. അവിടെ കേട്ട ശബ്ദം എന്തായാലും നഈമയുടേതല്ലെന്ന കാര്യം ഉറപ്പായിരുന്നു. ഒപ്പം താമസിക്കുന്ന വൃദ്ധയുടേതുമല്ല. അതൊരു ആൺസ്വരമായിരുന്നു. എന്നാലൊരു മുതിർന്ന പുരുഷന്റെയോ കുഞ്ഞിന്റേതോ അല്ലെന്നും ഉറപ്പാണ്.

ബാങ്കിലെത്തിയപ്പോൾ അവിടെയുള്ള ആളുകളുടെ എണ്ണം കണ്ട് അതിശയിച്ചു പോയി. എന്നാൽ ഇടപാടുകാരെ സ്വീകരിക്കാനായി ആകെ ഒരു ഉദ്യോഗസ്ഥനേയുള്ളൂ. അയാളുടെ ഡെസ്കിനു മുന്നിലാകട്ടെ കാത്തു നിൽക്കുന്നവരുടെ നീണ്ട നിരയാണ്. ഞാൻ നേരേ കറൻസി നോട്ട് മാറ്റുന്ന ആളൊഴിഞ്ഞ കൗണ്ടറിലേക്കു ചെന്നു. അവിടെയുണ്ടായിരുന്ന ഉദ്യോഗസ്ഥനാകട്ടെ ഒരു കെട്ട് നോട്ട് എണ്ണിത്തിട്ടപ്പെടുത്തുന്ന തിരക്കിലായിരുന്നു. അയാൾ തല ഉയർത്തിയതും ഞാനൊന്ന് അഭിവാദ്യം ചെയ്തു. എന്നാൽ അയാൾ പ്രതികരിച്ചതേയില്ല. ശേഷം കാത്തു നിൽക്കുന്ന ആളുകളുടെ നിരയിലേക്ക് തലകൊണ്ട് ചെറുതായൊന്ന് ആംഗ്യം കാണിച്ചു. എന്നാൽ എനിക്ക് നോട്ട് മാറ്റിയെടുത്താൽ മാത്രം മതിയെന്ന് പറഞ്ഞുനോക്കി. തുറിച്ചുനോക്കിയ ശേഷം മറ്റുള്ളവരെപ്പോലെ കാത്തുനിൽക്കൂവെന്ന് അയാൾ കല്പിച്ചു. റിസപ്ഷനിൽ ചെന്ന് പേര് രജിസ്റ്റർ ചെയ്ത് നോട്ട് മാറ്റിയെടുക്കുന്നതിനുള്ള റെസീപ്റ്റ് വാങ്ങണമത്രേ. അതില്ലാതെ ഒരു ഫിൽസ് പോലും മാറ്റിക്കിട്ടില്ല. കൈവശമുള്ളത് സാക്ഷാൽ അമേരിക്കൻ ഡോളറാണെങ്കിലും ശരിതന്നെ. പതിയെ നീങ്ങുന്ന വരിയിൽ എന്റെ ഊഴവും കാത്തുള്ള നില്പായി പിന്നീട്. മുന്നിലെത്തിയപ്പോൾ ഉദ്യോഗസ്ഥൻ എന്റെ പാസ്പോർട്ട് ആവശ്യപ്പെട്ടു.

പാസ്പോർട്ട് തിരിച്ചും മറിച്ചും നോക്കിയശേഷം അയാൾ അതിനുള്ളിലെ ഫോട്ടോയിലേക്ക് സൂക്ഷിച്ചുനോക്കി. അതെന്റെ പാസ്പോർട്ട് തന്നെയാണെന്ന് ഉറപ്പിക്കാനായി അയാൾ പിന്നീട് മുഖത്തേക്കു തുറിച്ചുനോക്കി. ടുണീഷ്യയിൽ എവിടെയാണ് താമസമെന്ന് ചോദിച്ചു. പാസ്പോർട്ട് തിരികെത്തന്നശേഷം നോട്ട് മാറ്റിയെടുക്കുന്നതിനുള്ള റെസീപ്റ്റ് നൽകി.

ബാങ്കിൽനിന്നും പുറത്തിറങ്ങിയ ശേഷം നേരെ പോസ്റ്റോഫീസിലേക്കു പോയി. ഉച്ചയ്ക്ക് അപ്പാർട്ട്മെന്റിലേക്കു മടങ്ങുന്നതിനു മുമ്പ് കാതറീനെ ഫോൺ ചെയ്യാനായിരുന്നു പരിപാടി. രാവിലെ ഫോൺ ചെയ്യുന്നത് അത്ര ഇഷ്ടപ്പെട്ട കാര്യമായിരുന്നില്ല. എന്നാൽ കാര്യം മറന്നുപോകുമെന്ന് തോന്നിയപ്പോൾ രാവിലെ തന്നെ ഇക്കാര്യം നടത്തണമെന്നങ്ങ്

തീരുമാനിച്ചു. ഫോൺ വിളിച്ചശേഷം ഫോൺ ബൂത്തുകൾക്കു മുന്നിൽ നിരത്തിയിരിക്കുന്ന കസേരകളിലൊന്നിൽ പോയിരുന്നു. ശേഷം അവിടെ നടക്കുന്ന കാര്യങ്ങൾ നിരീക്ഷിക്കാൻ തുടങ്ങി. അത് മടുത്തതോടെ അവിടെനിന്നും പുറത്തേക്കിറങ്ങി. ശേഷം അബുൽ ഖാസിം അൽ-ശാബി റോഡിനു സമാന്തരമായുള്ള നീണ്ട പാതയിലൂടെ നടക്കാൻ തുടങ്ങി. അത് ചെന്നവസാനിച്ചത് പ്രദേശത്തെ ഷോപ്പിങ് മാളിലേക്കായിരുന്നു.

ഈ മാളിനെക്കുറിച്ച് ഇബ്റാഹീമും യുസ്റയും പല തവണ ആവേശത്തോടെ സംസാരിച്ചുകേട്ടിട്ടുണ്ട്. ഓരോ തവണയും തങ്ങൾക്ക് ഈ മാളിലുള്ള അതിശയം പ്രകടിപ്പിക്കാറുള്ള അവർ ഇരുവരും എനിക്കറിയാവുന്ന പഴയ ഷോപ്പിങ് കേന്ദ്രത്തിൽനിന്നും ഈ മാൾ തീർത്തും വ്യത്യസ്തമാണെന്ന് ഉറപ്പിച്ചുപറയുകയും ചെയ്യാറുണ്ട്. പഴയതിനേക്കാൾ വളരെ വലുതും സുന്ദരവും വൃത്തിയുള്ളതുമാണത്രേ ഈ പുതിയ മാൾ. ഹലാൽ മാംസക്കച്ചവടം നടത്തി വലിയ സമ്പന്നനായി മാറിയ ജർമ്മനിയിൽ സ്ഥിരതാമസമാക്കിയൊരു കുടിയേറ്റക്കാരനായ ഹാജിയാണത്രേ മാൾ വാങ്ങിയത്. ശേഷമതിനെ ബസാതീൻ കോളനിക്കു യോജിച്ച തരത്തിലുള്ള ലക്ഷണമൊത്തൊരു ഷോപ്പിങ് മാളാക്കി മാറ്റിയത്രേ. കുറച്ചു ഭാഗം ഇടിച്ചു മാറ്റിയ ശേഷം മാൾ പുതുക്കിപ്പണിതു. കുറച്ച് പുതിയ ഷോപ്പുകൾ കൂട്ടിച്ചേർക്കുകയും ആധുനിക രീതിയിലുള്ള ഒരു കോഫി ഹൗസ്, ഒരു ആഡംബര റെസ്റ്റോറന്റ്... പിന്നെ പഴയതിനേക്കാൾ മൂന്നു മടങ്ങ് വലിപ്പമുള്ള സൂപ്പർമാർക്കറ്റും തുടങ്ങി.

കോഫിഹൗസിനുള്ളിലെ വസ്തുക്കളെല്ലാം നല്ല വൃത്തിയോടെയും ക്രമത്തോടെയുമാണ് നിരത്തിയിരിക്കുന്നത്. ചിലരൊക്കെ സാധാരണക്കാർ താമസിക്കുന്ന കോളനികളിലൊന്നായി മാത്രം കരുതിയിരുന്ന ഞങ്ങളുടെ പ്രദേശത്തിന് ഇത് തീർത്തും ആഡംബരം നിറഞ്ഞൊരു ഷോപ്പിങ് മാൾ തന്നെയായിരിക്കും. ചുവരിൽ തൂക്കിയിരിക്കുന്ന ടുണീഷ്യയിലേയും യൂറോപ്പിലേയും ഫുട്ബോൾ ടീമുകളുടെ വർണചിത്രങ്ങളിലേക്കു നോക്കിയിരിക്കുമ്പോൾ വിഖ്യാത ഈജിപ്ഷ്യൻ ഗായിക ഉമ്മു കുൽസൂമിന്റെ ഗാനം കേട്ടു. ഞാൻ നോക്കുന്നത് കണ്ടതും കോഫിഹൗസിലെ കോണ്ടൂറിന് പിറകിലിരിക്കുകയായിരുന്ന മാനേജർ വെളുക്കെ ചിരിച്ചു. അല്പം അസ്വസ്ഥത തോന്നിയെങ്കിലും ഞാനും തിരിച്ചു ചിരിച്ചു കാണിച്ചു. സത്യത്തിൽ എനിക്ക് ഗാനങ്ങൾ കേൾപ്പിക്കുന്ന കോഫി ഹൗസുകൾ തീരെ ഇഷ്ടമല്ല. അതിനി സാക്ഷാൽ ഉമ്മു കുൽസൂമിന്റെ ഗാനങ്ങളാണെങ്കിലും ശരിതന്നെ.

പകുതിയിലധികം ടേബിളുകളും ഒഴിഞ്ഞു കിടപ്പുണ്ട്. മിക്കവാറും ഇടപാടുകാരും ചെറുപ്പക്കാരാണ്. ചിലരൊക്കെ ചീട്ടുകളിയിൽ മുഴുകിയിരിക്കുന്നു. സൂക്ഷിച്ചു നോക്കിയപ്പോൾ ഒരു കാര്യം മനസ്സിലായി. അടുത്ത ടേബിളുകളിലൊന്നിൽ ഇരിക്കുന്ന ചെറുപ്പക്കാരിൽ രണ്ടുപേർ സഹോദരന്റെ അപ്പാർട്ട്മെന്റ് നിൽക്കുന്ന ഗാർഡനു മുന്നിൽ കുറച്ചു

ദിവസം മുൻപ് കണ്ട ചെറുപ്പക്കാരിൽപെട്ടവരാണ്. ഒരു നിമിഷം ചീട്ടുകളി നിർത്തി എന്റെ നേരേ നോക്കി എന്തോ പിറുപിറുത്തശേഷം അവർ വീണ്ടും കളി തുടർന്നു.

മാനേജർ അരികിലേക്ക് വന്നശേഷം ഉമ്മുകുൽസൂമിന്റേതായി അപ്പോൾ കേട്ട 'അത്‌ലാൽ' എന്ന ഗാനം ഇഷ്ടമാണോ എന്നു തിരക്കി. അതേയെന്ന് പറഞ്ഞപ്പോൾ താൻ ഉമ്മുകുൽസൂമിനെ അതിയായി സ്നേഹിക്കുന്നയാളാണെന്ന് പറഞ്ഞു. അവരുടെ ശബ്ദം പരിശുദ്ധനായ ദൈവത്തിന്റെ അദ്ഭുത അടയാളങ്ങളിലൊന്നായാണത്രേ അയാൾ കരുതുന്നത്. അവരുടെ ധാരാളം ഗാനങ്ങൾ മനപ്പാഠമാണെന്ന് പറഞ്ഞ ശേഷം അഭിമാനത്തോടു കൂടി ഒരു കാര്യം കൂടി കൂട്ടിച്ചേർത്തു. 1965ൽ ടുണീഷ്യയിലെ അൽ-മൻസഹിലുള്ള സ്പോർട്സ് പാലസിൽ നടന്ന ഉമ്മുകുൽസൂമിന്റെ ലൈവ് സംഗീതവിരുന്നിൽ തന്റെ അങ്കിൾ പങ്കെടുത്തിട്ടുണ്ടത്രെ.

പിന്നീടയാൾ അകന്നു പോയപ്പോഴായിരുന്നു അല്പം ആശ്വാസം തോന്നിയത്. എന്നാൽ ടേബിളുകൾക്കിടയിലൂടെ ഒന്ന് ചുറ്റിക്കറങ്ങിയ ശേഷം അയാൾ വീണ്ടും അരികിലെത്തിയതോടെ ആശ്വാസം എങ്ങോ അപ്രത്യക്ഷമായി. ഇത്തവണ അറിയേണ്ടിയിരുന്നത് ഞാൻ കോളനിയിലെ പുതിയ താമസക്കാരനാണോ എന്നായിരുന്നു. ഫ്രാൻസിലാണ് താമസമെന്നറിയിച്ചപ്പോൾ താൻ ഫ്രാൻസിനെ ഇഷ്ടപ്പെടുന്നുവെന്നും അതിനെ മറ്റ് യൂറോപ്യൻ നാടുകളേക്കാളേറെ വിലമതിക്കുന്നുവെന്നും അയാൾ പറഞ്ഞു. അതിന് കാരണം ഫ്രാൻസിലെ മികവുറ്റ ഫുട്ബോൾ ടീമാണത്രേ. എന്നാൽ ഫ്രാൻസിൽ ഹിജാബ് ധരിക്കുന്നത് വിലക്കുന്നതും സ്കൂളുകളിൽ നിന്ന് ശിരോവസ്ത്രം ധരിക്കുന്ന മുസ്‌ലിം പെൺകുട്ടികളെ പുറത്താക്കുന്നത് എന്തുകൊണ്ടാണെന്നതും മാത്രം അയാൾക്കിപ്പോഴും മനസ്സിലാകുന്നതേയില്ല.

കോഫിഹൗസിനോട് ചേർന്നുനിൽക്കുന്ന സൂപ്പർ മാർക്കറ്റ് വളരെ വലുതാണ്. അതിനുള്ളിൽ കണ്ട മിക്കവാറും ഇടപാടുകാരൊക്കെ സ്ത്രീകളാണ്. പേയ്മെന്റ് കൗണ്ടറുകൾക്ക് പിറകിലിരിക്കുന്നവരെല്ലാം വളരെ സുന്ദരികളായ ചെറുപ്പക്കാരികളാണ്. ഇടയ്ക്കിടയ്ക്ക് ചുറ്റും നോക്കുകയാണ് ആ യുവതികൾ. ചിലർ നഖം പോളിഷ് ചെയ്യുകയോ മുടി കോതി ഒതുക്കുകയോ കണ്ണാടിയിൽ നോക്കുകയോ ഒക്കെയാണ്.

സൂപ്പർമാർക്കറ്റിനുള്ളിൽ കറങ്ങിനടക്കാനുള്ള മോഹം എന്തായാലും ഇല്ല. എങ്കിലും എല്ലാ ഷോപ്പുകളിലൂടെയും ഒന്നു കടന്നുപോകാൻ തന്നെ തീരുമാനിച്ചു. കാരണം മടങ്ങിച്ചെല്ലുമ്പോൾ ഇബ്റാഹീമും യുസ്റയും ചോദ്യങ്ങൾകൊണ്ട് മൂടാനിടയുണ്ട്. ആവശ്യത്തിന് ചുറ്റിക്കറങ്ങാതെയും തങ്ങളുടെ ഉപദേശം സ്വീകരിക്കാതെയുമാണ് ഞാൻ തിരിച്ചുവന്നിരിക്കുന്നതെന്നറിഞ്ഞാൽ അവർ വളരെ നിരാശരായി മാറുമെന്ന കാര്യം ഉറപ്പാണ്.

സൂപ്പർമാർക്കറ്റിനുള്ളിൽനിന്നും പുറത്തേക്കിറങ്ങാനായി തിരിഞ്ഞതും അതാ മുന്നിൽ നിൽക്കുന്നു നഈമ. ശരീരത്തിനുള്ളിലൂടെ വല്ലാത്തൊരു വിറയൽ കടന്നുപോയി. കണ്ടത് എന്നെത്തന്നെയാണെന്ന് ഉറപ്പിക്കാനെന്നതുപോലെ അവൾ ഒരു നിമിഷം മുഖത്തേക്കുതന്നെ നോക്കി. പിന്നെ മുഖം തിരിച്ച് നടന്നുപോയി. ഞാനാകട്ടെ നിന്നയിടത്ത് തന്നെ അനക്കമറ്റ് നിന്നു. അതിശയനിമിഷം കടന്നുപോയ ശേഷം പിറകിലേക്കു തിരിഞ്ഞു നോക്കിയപ്പോൾ കുറച്ച് വാരയകലെ സാധനങ്ങൾ എടുത്തു നോക്കിക്കൊണ്ട് നിൽക്കുന്ന നഈമയെ വീണ്ടും കണ്ടു.

എന്തൊരു യാദൃച്ഛികതയാണിത്. ഇവിടെ വച്ച് അവളെ കാണാനിടയാകുമെന്ന് കരുതിയതേയില്ല. അതും ഈ സമയത്ത്. പക്ഷേ, ഇത് വെറും യാദൃച്ഛികമായി സംഭവിച്ച കാര്യമായിരിക്കുമോ? ഒരുപക്ഷേ ഞാൻ അപ്പാർട്ട്മെന്റിലെ പടികളിറങ്ങി വരുന്നത് നഈമ കണ്ടിരിക്കാനിടയില്ലേ? ഇനി അതുമല്ലെങ്കിൽ ഏതെങ്കിലും റോഡിൽ ചുറ്റിത്തിരിയുമ്പോഴോ ബാങ്കിലോ പോസ്റ്റോഫീസിലോ ഒക്കെ വച്ച് അവൾ എന്നെ കണ്ടിരിക്കാനും ഇടയുണ്ട്.

ഞാനറിയാതെ അവൾ ഷോപ്പിങ് മാൾ വരെ എന്നെ പിന്തുടർന്നെത്താനും ഇടയുണ്ട്. എന്നെ നോക്കാനെന്നതുപോലെ അവൾ എന്റെ നേരെ അല്പം തിരിയുന്നത് ശ്രദ്ധയിൽ പെട്ടു. എന്നാൽ നോക്കാനുള്ള ധൈര്യമില്ലാത്തതുപോലെ. രാത്രിയിൽ ജനാലയ്ക്കൽ കണ്ടതുപോലെ ഓറഞ്ച് നിറത്തിലുള്ള ഗൗണായിരുന്നു നഈമയുടെ വേഷം. ഒപ്പം ഹൈഹീലുള്ള ചെരുപ്പുകളും.

എനിക്ക് പുറംതിരിഞ്ഞ് നഈമ കുറച്ച് ചുവടുകൾ വയ്ക്കുന്നത് കണ്ടു. ഇതാദ്യമായിട്ടായിരിക്കും അവളുടെ പിറകിൽ നിന്നുള്ള രൂപം വ്യക്തമായി കാണുന്നത്. കൂടുതൽ അഴകളവുകളുള്ളതുപോലെ തോന്നുന്ന ശരീരഘടന. വീണ്ടും ഒരിക്കൽ കൂടി നടത്തം മതിയാക്കി അവൾ എനിക്കു നേരെ തിരിഞ്ഞു. എന്നാൽ അരികിലേക്ക് ചെല്ലാനുള്ള ധൈര്യം മാത്രം എനിക്കുണ്ടായില്ല. ഞാനിങ്ങനെ നോക്കിനിൽക്കുന്നതിൽ അവൾക്ക് പ്രത്യേക അസ്വസ്ഥതയൊന്നുമില്ലെന്നത് ഏതാണ്ട് ഉറപ്പാണ്. എന്നാൽ അരികിലേക്ക് കൂടുതൽ അടുക്കുകയോ സംസാരിക്കാൻ ശ്രമിച്ചാലോ ഉള്ള പ്രത്യാഘാതങ്ങൾ എന്തൊക്കെയായിരിക്കുമെന്ന ഭയം നീങ്ങിയതേയില്ല. നേർക്കുനേർ കാണാനിടയായാൽ ചിരിക്കണമെന്ന് തന്നെ തീരുമാനിച്ചു. ഒരല്പം കഴിഞ്ഞതും അതു തന്നെയാണ് സംഭവിച്ചതും. എന്നാൽ അവൾ തിരിച്ച് ചിരിച്ചതുമില്ല. പകരം മുഖം തിരിച്ച് ഒരു കൂട് മത്സ്യപാക്കറ്റ് കൈയിലെടുത്ത് പരിശോധിക്കാൻ തുടങ്ങി. പിന്നെ അത് എടുത്ത സ്ഥലത്ത് തിരികെ വച്ച ശേഷം ധൃതിയിൽ സൂപ്പർമാർക്കറ്റിൽ നിന്നും പുറത്തേക്കു പൊയ്ക്കളഞ്ഞു.

തന്നെ പിന്തുടരുന്നതിലുള്ള എന്റെ മോഹം എത്രത്തോളമുണ്ടെന്ന് പരീക്ഷിക്കുന്നതിനുള്ള ശ്രമമായിരിക്കുമോ നഈമ ഈ നടത്തിയിരിക്കുക? ഇപ്പോൾ ഇങ്ങനെ സൂപ്പർമാർക്കറ്റിൽനിന്നും പുറത്തേക്ക്

പോകുന്നത് എന്നെ അവൾക്ക് പിന്നാലെ പോകാൻ പ്രേരിപ്പിക്കാനാകുമോ? ഷോപ്പിങ് മാളിൽ കൂടുതൽ ആളൊഴിഞ്ഞ ഇടത്തേക്ക് ഞാൻ അവളെ പിന്തുടരണമെന്നായിരിക്കുമോ ഈ പ്രവർത്തിയുടെ ഉദ്ദേശ്യം? ഇതോടെ ഞാൻ പുറത്തേക്കിറങ്ങി അവൾ എങ്ങോട്ട് പോയെന്നു തിരക്കി. ഇടനാഴിയിലേക്കിറങ്ങി ഓരോ ഷോപ്പിലും കയറിയിറങ്ങിയെങ്കിലും അവളുടെ പൊടിപോലും കാണാനായില്ല. ഭൂമി പിളർന്ന് ആണ്ടുപോയതുപോലെ എങ്ങോ അപ്രത്യക്ഷയായിരിക്കുകയാണ് നഈമ. എന്നാൽ ഷോപ്പിങ് മാളിൽ അവളെ കാണാനാകാതെ നിരാശപ്പെട്ട് പുറത്തേക്കിറങ്ങുമ്പോൾ അതാ നിൽക്കുന്നു നഈമ.

ഷോപ്പിങ് മാളിന്റെ പ്രവേശനകവാടത്തിനരികിലുള്ള കുട്ടികളുടെ കളിപ്പാട്ടങ്ങൾ വിൽക്കുന്ന കടയുടെ മുന്നിൽ നിൽക്കുകയായിരുന്നു അവൾ. സർവ്വശക്തിയും സംഭരിച്ച് ചുറ്റും നോക്കി പരിചയമുള്ള ആരുംതന്നെ അടുത്തൊന്നുമില്ലെന്ന് ഉറപ്പാക്കി ഞാൻ നഈമയുടെ അടുക്കലേക്കു നടന്നു. ഞങ്ങൾക്കിടയിൽ ഒരൊറ്റ കാലടിയുടെ അകലം മാത്രം. അവളുടെ പരിമളം എന്റെ മൂക്കിലെത്തി. തിരിച്ചറിയാൻ കഴിയാത്ത തരത്തിലുള്ള ഏതോ ഗന്ധവുമായി കലർന്ന പരിമളം. ആ മുഖത്തേക്കൊന്നു നോക്കാനായി ശിരസ്സുയർത്തിയ നേരം ഇളംചുവന്ന ലിപ്സ്റ്റിക്കിട്ട ആ അധരങ്ങളിൽ ഒരു ചെറുചിരി കണ്ടു. കൂടുതൽ അടുത്തേക്ക് ചെല്ലാനാഞ്ഞതും നഈമ സ്ഥലം വിട്ടുകളഞ്ഞു. സൂപ്പർമാർക്കറ്റിനകത്തു വച്ച് ഇത്തരത്തിൽ അവൾ പ്രതികരിച്ചിരുന്നെങ്കിൽ ഞാൻ ഉറപ്പായും നഈമയോട് സംസാരിച്ചേനേ. എന്നാൽ ഇപ്പോഴവൾ പുറത്തേക്കിറങ്ങിക്കഴിഞ്ഞു. എന്നെ തിരിച്ചറിയുന്ന ധാരാളം ആളുകൾ ഇപ്പോഴവളെ കാണുന്നുണ്ടാകും. അതിനാൽതന്നെ ഇപ്പോൾ നഈമയുടെ അരികിലേക്ക് ചെല്ലാനോ സംസാരിക്കാനോ തുനിഞ്ഞാൽ അതവൾക്കും എനിക്കും പ്രശ്നങ്ങൾ സൃഷ്ടിക്കും.

ഭാഗ്യത്തിന് അവളെ പിന്തുടരാൻ ശ്രമിച്ചില്ല. നടത്തം തുടരാൻ ശ്രമിക്കവേ ആരോ എന്റെ പേര് ചൊല്ലി വിളിക്കുന്നതു കേട്ടു. തിരിഞ്ഞുനോക്കിയതും അതാ മുന്നിൽ നിൽക്കുന്നു ലൈല. യുസ്റയുടെ സഹോദരി. പുഞ്ചിരിച്ചുകൊണ്ട് അവൾ അരികിലേക്കു വന്നു. ഊഷ്മളതയോടെ കൈപിടിച്ച് കുലുക്കിയ ശേഷം അവളെന്റെ കവിളിൽ ചുംബിച്ചു. വളരെ സ്വാഭാവികതയോടെയാണ് ലൈലയുടെ പെരുമാറ്റം. യുസ്റയെപ്പോലെ വലിയ മതഭക്തയൊന്നുമല്ല ലൈല. സഹോദരിയെപ്പോലെതന്നെ തുറന്ന മനസ്സിനും വിശ്വാസ്യതയ്ക്കും ഉടമയാണെങ്കിലും യുസ്റയേക്കാൾ ശക്തമായ വ്യക്തിത്വത്തിനുടമയാണ് ലൈല. കൂടുതൽ സ്വതന്ത്രയായ സ്ത്രീയാണവളെന്ന് പറയാനാകും. കുറച്ചു കാലത്തേക്കാണെങ്കിലും സർവ്വകലാശാലയിൽ പഠിക്കാൻ അവസരം കിട്ടിയിട്ടുണ്ട്. വിദ്യാർത്ഥിനിയായിരിക്കുമ്പോൾ യൂറോപ്പിൽ പോയിട്ടുമുണ്ട്. ബസാതീൻ കോളനിയിലെ ബഹുഭൂരിപക്ഷം സ്ത്രീകളെപ്പോലെ ജോലിക്കൊന്നും പോകാതെ വീട്ടുകാര്യങ്ങൾ മാത്രം നോക്കി നടക്കുന്നവളല്ല ലൈല. നഗരമധ്യത്തിലുള്ള

ഒരു കമ്പനിയിലെ ഉദ്യോഗസ്ഥയാണ്. അധ്യാപകനായ ഭർത്താവിന് അവളുടെ ഈ സ്വാതന്ത്ര്യത്തിൽ യാതൊരു പിണക്കവുമില്ല. തന്റെ ഭാര്യയോട് വളരെ മാനസിക അടുപ്പമുള്ളയാളാണ് താനെന്നാണ് അയാളെക്കുറിച്ച് എല്ലാവരും കരുതുന്നത്. സ്ത്രീ സ്വാതന്ത്ര്യമെന്ന ആശയത്തോട് കോളനിയിലെ പുരുഷന്മാർക്കിടയിൽ ഏറ്റവും അധികം തുറന്ന മനസ്സുള്ളത് അയാൾക്കായിരിക്കും. എന്നെങ്കിലുമൊരു നാൾ ഭാര്യതന്നെ വിവാഹമോചനം ചെയ്യുമോയെന്ന ഭയമുള്ളതുകൊണ്ടാണ് അയാൾ ഇത്ര സൗഹാർദ്ദമനസ്സ് കാണിക്കുന്നതെന്നും പറയുന്നവരുമുണ്ട്. അയാളുടെ ഭയം തന്റെ സൗന്ദര്യമില്ലായ്മയെക്കുറിച്ചുള്ള ചിന്തയല്ല. മറിച്ച് അവഗണിക്കാൻ കഴിയാത്ത തരത്തിലുള്ള ഒരു ശമ്പളവർദ്ധനവ് തന്നേക്കാൾ ഭാര്യയ്ക്കുള്ളതുകൊണ്ട് കൂടിയാണെന്ന് ആളുകൾ പറയുന്നുണ്ട്.

എന്നെ കാണാൻ കഴിഞ്ഞതിൽ ലൈല അതിയായി സന്തോഷിക്കുകയായിരുന്നു. നഗ്നമായ തോളുകളിലേക്ക് വീണുകിടക്കുന്ന നീണ്ട തലമുടി ഇഴകൾ ഇടയ്ക്കിടയ്ക്ക് തഴുകിക്കൊണ്ടേയിരിക്കുകയാണവൾ. സ്വർണ നിറത്തിലുള്ള തലമുടിയുള്ളവൾ എന്നാണ് ആളുകൾ ലൈലയെ വിളിക്കാറുള്ളതെന്ന് ഓർമ വന്നു. എന്നാൽ കാര്യം അങ്ങനെയല്ലെന്ന് ബസാതീൻ കോളനിയിലുള്ള സർവ്വർക്കും അറിയാമെന്നതാണ് വാസ്തവം. ഇറ്റലിയിൽനിന്നും ഇറക്കുമതി ചെയ്യുന്ന ഒരു ഹെയർ ക്രീം അവൾ സ്ഥിരമായി തലയിൽ പുരട്ടാറാണ് പതിവ്. ടുനീഷ്യയ്ക്കും ഇറ്റലിയിലെ ജിൻവയ്ക്കുമിടയിൽ യാത്ര നടത്തുന്ന കടത്തുബോട്ടിൽ ജോലി ചെയ്യുന്ന ഒരു സുഹൃത്തു വഴി ഭർത്താവ് വാങ്ങിക്കൊടുക്കുന്നതാണ് ഈ ഹെയർ ക്രീം.

ഇബ്റാഹീമിന്റെ പഴയ താമസസ്ഥലത്ത് വച്ച് ആദ്യം കണ്ടപ്പോൾ തന്നെ എനിക്ക് ലൈലയെ നല്ല ഇഷ്ടമായിരുന്നെന്ന കാര്യം ഓർത്തുപോയി. അന്നവൾ വിവാഹിതയായിരുന്നില്ല. അന്ന് മുതൽ തമ്മിൽ കാണുമ്പോഴൊക്കെ നെഞ്ചിനുള്ളിൽ ചെറിയൊരു പിടച്ചിലുണ്ടാകാറുണ്ട്. ടുണീഷ്യയിൽ തന്നെ കഴിഞ്ഞിരുന്നെങ്കിൽ ഒരുപക്ഷേ അവളെന്റെ ഭാര്യയായേനേ. രണ്ട് വയസ്സ് കൂടുതലുള്ള യുസ്റയ്ക്കാണ് ലൈലയേക്കാൾ കൂടുതൽ ബുദ്ധിശക്തിയും മര്യാദ നിറഞ്ഞ പെരുമാറ്റവുമെന്ന കാര്യത്തിൽ ആർക്കും അഭിപ്രായവ്യത്യാസമുണ്ടാകില്ല. എന്നാൽ ലൈലയാണ് കൂടുതൽ സുന്ദരിയെന്ന കാര്യത്തിൽ ഇബ്റാഹീം അടക്കമുള്ള അറിയാവുന്ന ആരും എതിരും പറയില്ല. സത്യത്തിൽ സൗന്ദര്യമല്ല, മറിച്ച് സ്ത്രൈണതയാണ് ലൈലയ്ക്ക് കൂടുതലുള്ളത്. എങ്ങനെ തന്റെ മനോഹാരിത പുറത്തറിയിക്കണമെന്ന് അവൾക്കറിയാം. ശരീരത്തിന്റെ കുറേ ഭാഗങ്ങൾ പുറത്തു കാണുന്ന തരത്തിലുള്ള കൈ ഇല്ലാത്തതും നേർത്തതും ഇറുകിപ്പിടിച്ചതുമായ വസ്ത്രങ്ങൽ ധരിക്കുന്ന കാര്യത്തിൽ യാതൊരു മടിയുമില്ലാത്തത് അവൾക്ക് ഇക്കാര്യത്തിൽ സഹായകമാകുന്നുണ്ട്.

ഞാൻ നാട്ടിൽ വന്ന വാർത്തയറിഞ്ഞിട്ടും ഒന്ന് കാണാനായി ഇബ്റാഹീം താമസിക്കുന്നയിടത്തേക്ക് വരാത്തതിൽ ലൈല ക്ഷമ ചോദിച്ചു. സഹോദരിയുമായി പിണക്കത്തിലായതാണ് കാരണം. കോളനിയിൽ വച്ച് എന്നെങ്കിലുമൊരു ദിവസം എന്നെ കാണാനാകുമെന്ന് അവൾക്ക് ഉറപ്പുണ്ടായിരുന്നത്രേ. ഈ പിണക്കത്തിനെന്താ കാരണമെന്ന് ചോദിച്ചപ്പോൾ ചിരിയോടെ ലൈല പറഞ്ഞത് അത് പെണ്ണുങ്ങൾ തമ്മിലുള്ള വഴക്കാണെന്നായിരുന്നു. ഒപ്പം നഈമയുമായി പരിചയപ്പെട്ട ശേഷം യുസ്റ മതബോധമുള്ള ആളായി മാറിയതോടെ തമ്മിൽ കാണുമ്പോഴൊക്കെ തങ്ങൾ അസ്വസ്ഥരായിരുന്നെന്നു കൂടി കൂട്ടിച്ചേർത്തു. ലൈലയുടെ വസ്ത്രധാരണരീതിയെക്കുറിച്ച് സ്ഥിരമായി യുസ്റ കുറ്റം പറയും. നഈമ ഇപ്പോൾ ഹിജാബ്ധാരിയല്ലെന്ന് ഞാൻ പറഞ്ഞു. അതു കേട്ടതും യുസ്റയുടേതു പോലുള്ള കണ്ണുകളിലൊന്ന് ഇറുക്കിക്കാണിച്ചുകൊണ്ട് ലൈല പറഞ്ഞത് അതാണ് നഈമയ്ക്കും മറ്റുള്ളവർക്കുമെല്ലാം നല്ലതെന്നാണ്.

ലൈലയോട് യാത്ര പറഞ്ഞതിനുശേഷം ഞാൻ ഷോപ്പിങ് മാളിൽ നിന്നും പുറത്തിറങ്ങി. പ്രത്യേക ലക്ഷ്യമൊന്നുമില്ലാതെ നടക്കാൻ തുടങ്ങി. പതിവുപോലെ നല്ല ചൂടുള്ള അന്തരീക്ഷം. എങ്കിലും ഇടയ്ക്കിടയ്ക്ക് ചെറിയ കാറ്റ് വീശുന്നതിനാൽ നല്ല ചൂട് തോന്നുന്നില്ല. അവസാനത്തെ ബസ്സ്റ്റോപ്പ് സ്ഥിതി ചെയ്യുന്ന കോളനിയുടെ അങ്ങേയറ്റത്തെത്തിച്ചേർന്നു. കുറച്ചു വർഷം മുമ്പ് വരെ പേരിനു മാത്രം വില്ലകളുള്ള ആളൊഴിഞ്ഞ സ്ഥലമായിരുന്നിവിടം. അവിടമിപ്പോൾ നല്ല ആൾത്തിരക്കുള്ള സ്ഥലമായി മാറിയിരിക്കുന്നു. എവിടെ നോക്കിയാലും കടകളാണ്. അതും ചെറിയ കടകൾ. ചിലതൊക്കെ മുമ്പ് മോട്ടോർ വാഹനങ്ങളുടെ ഗ്യാരേജുകളായിരുന്നെന്നേ തോന്നൂ. ഇപ്പോഴവ, പലചരക്കുകടയോ ബാർബർ ഷോപ്പോ കശാപ്പുശാലയോ വർക്ക്ഷോപ്പോ പച്ചക്കറിയും പഴവർഗങ്ങളും വിൽക്കുന്ന കടയോ ഇനി അതുമല്ലെങ്കിൽ ചേലാകർമ്മകേന്ദ്രങ്ങളോ ഒക്കെ ആയി മാറിയിരിക്കുകയാണ്. കോളനിയുടെ ഈ ആൾത്തിരക്കേറിയ സ്ഥലത്ത് കുറേ നേരം ചെലവഴിച്ചു. അവിടം വിട്ടത് ഉച്ചയായപ്പോൾ മാത്രമായിരുന്നു.

അപ്പാർട്ട്മെന്റ് ഗാർഡനു മുന്നിൽ സ്ഥിരമായി കാണാറുള്ള മൂന്ന് ചെറുപ്പക്കാരുടെ ശബ്ദം ഉയർന്നു കേട്ടു. വഴക്കടിക്കുന്നതു പോലെയാണ് സംസാരം. ഞാൻ കുറച്ചടി ദൂരത്തെത്തിയപ്പോഴേക്കും അവർ പൊടുന്നനെ നിശ്ശബ്ദരായി. ഷോപ്പിങ് മാളിലെ കോഫിഷോപ്പിൽ വച്ച് കണ്ട അക്കൂട്ടത്തിലെ രണ്ട് പേരിലൊരാൾ അടുത്തേക്കു വന്ന് ഒരു സിഗരറ്റ് തരുമോയെന്ന് ചോദിച്ചു. ഞാൻ പുക വലിക്കാറില്ലെന്ന് പറഞ്ഞു. അതു കേട്ടതും ഒരക്ഷരം പോലും മിണ്ടാതെ അയാൾ തല കുലുക്കി. എന്നാൽ ഞാൻ നടത്തം തുടർന്നതോടെ പിറകിൽ വലിയൊരു പൊട്ടിച്ചിരി മുഴങ്ങി. ശേഷം അവരിലൊരാൾ യൂറോപ്പിലേക്ക് കുടിയേറുന്ന ടുണീഷ്യക്കാരെ അധിക്ഷേപിക്കുന്നത് കേട്ടു. യൂറോപ്പിൽ പിച്ചക്കാരായി കഴിയുമ്പോഴും

തങ്ങളവിടെ സമ്പന്നരാണെന്ന വ്യാജപ്രതീതി നാട്ടിൽ സൃഷ്ടിക്കുന്ന കള്ളന്മാരാണത്രേ ഈ കുടിയേറ്റക്കാരൊക്കെ. ഒന്നും കേൾക്കാത്തതു പോലെ നടന്നതല്ലാതെ ഞാനൊന്നും മറുപടി പറയാനൊന്നും പോയില്ല. എന്നാൽ എന്റെ ശാന്തത അവരെ തങ്ങളുടെ പ്രവർത്തി തുടരാനാണ് പ്രേരിപ്പിച്ചത്. അവരുടെ പൊട്ടിച്ചിരി പതിയെ വർദ്ധിച്ചുകൊണ്ടിരുന്നു.

പടിക്കെട്ടുകൾ കയറുന്നതിനിടെ ആലോചിച്ചത് നഊമയെക്കുറിച്ചായിരുന്നു. ഒപ്പം ഷോപ്പിങ് മാളിൽ അവളെ കണ്ടതും. മൂന്നാംനിലയിലെത്തിയതും ഞാൻ അവളുടെ ഫ്ളാറ്റിന്റെ വാതിലിലേക്കു നോക്കി. രണ്ട് മണിക്കൂറിനു മുമ്പ് കണ്ടതുപോലെ ഇപ്പോഴും പകുതി തുറന്ന് കിടക്കുകയാണ് വാതിൽ. ഒരു നിമിഷം നിന്ന ശേഷം ഞാനൊന്ന് ചെവി വട്ടം പിടിച്ചു നോക്കി. ഒന്നും കേൾക്കാനാകുന്നില്ല. അവൾ ഇനിയും ഫ്ളാറ്റിലേക്ക് തിരിച്ചെത്താതിരിക്കാനും സാധ്യതയുണ്ട്. പക്ഷേ, ഇവളെന്തു കൊണ്ടായിരിക്കും ഇങ്ങനെ വാതിൽ അടയ്ക്കാതെ പോകുന്നത്? പിന്നെ ഈ നിശ്ശബ്ദതയുടെ അർത്ഥം? ഈ വീട്ടിൽ ആരും ഇല്ലായിരിക്കുമോ? പടിയിറങ്ങിപ്പോകുമ്പോൾ കേട്ട ശബ്ദത്തിന്റെ ഉടമ എവിടെയായിരിക്കും? ആ വൃദ്ധയോ? ഇനി അവർ ഇരുവരും പുറത്തുപോയിരിക്കുകയാണെങ്കിൽ പിന്നെന്താ വാതിൽ അടയ്ക്കാത്തത്?

മനസ്സിൽ ചോദ്യങ്ങൾ നിറയവേ ഞാൻ നിന്നയിടത്ത് തന്നെ മരവിച്ച് നിന്നു പോയി. അവിടെ അങ്ങനെ നിൽക്കാൻ പാടില്ലായെന്ന് അറിയാം. എപ്പോൾ വേണമെങ്കിലും മറ്റ് മൂന്നു ഫ്ളാറ്റുകളുടെ ഏതിന്റെയെങ്കിലും വാതിൽ തുറക്കപ്പെടാം. അതോടെ എന്റെ കള്ളി വെളിച്ചത്താകും. എന്നിട്ടും ചലിക്കാനായില്ല. എന്താണ് നടക്കുന്നതെന്നറിയാനുള്ള മോഹം തടുക്കാനാകാത്ത അവസ്ഥയിലായിരുന്നു ഞാനപ്പോൾ.

പടിക്കെട്ടുകൾക്ക് കീഴിലേക്കും മുകളിലേക്കും നോക്കി. ആരും വരുന്നില്ലെന്ന് ഉറപ്പായതോടെ പതിഞ്ഞ കാൽവയ്പുകളോടെ നഊമയുടെ ഫ്ളാറ്റിനരികിലേക്ക് ചെന്നു. വാതിലിനരികിലെത്തിയപ്പോൾ ഒന്നുകൂടി ശ്രദ്ധിച്ചു. ഇല്ല, ഒരു ശബ്ദമോ ചലനമോ പോലും കേൾക്കാനോ കാണാനോ ഇല്ല. തല നീട്ടി വാതിലിനുള്ളിലേക്ക് നോക്കാനാഞ്ഞു. പെട്ടെന്ന് വാതിലിന് പുറകിൽ ഒരു കുട്ടി നിൽക്കുന്നത് കണ്ട് ഞാൻ ഞെട്ടിപ്പോയി. എന്താ ഇവിടെ എന്ന് അവൻ തിരക്കി. അപ്പാർട്ട്മെന്റിൽ താമസിക്കുന്ന ഒരാളെ അന്വേഷിച്ച് വന്നതാണെന്നും അയാൾ ഏത് നിലയിലാണെന്നോ, ഫ്ളാറ്റിലാണെന്നോ അറിയില്ലെന്നും പറഞ്ഞുനോക്കി. എന്നാൽ ആ വ്യക്തിയുടെ പേരോ രൂപമോ ഒന്നും അവൻ തിരിച്ച് ചോദിച്ചില്ല. മരവിച്ച് പോയതുപോലുള്ള കണ്ണുകളോടെ തുറിച്ചുനോക്കിയ ശേഷം അവൻ തിരിഞ്ഞ് പൊയ്ക്കളഞ്ഞു. വാതിൽ അപ്പോഴും പഴയതുപോലെ തുറന്നുതന്നെ കിടന്നു.

പടികയറി മുകളിലേക്കു പോകുമ്പോൾ കാര്യങ്ങൾ സമാധാനമായി അവസാനിച്ചതിൽ ദൈവത്തിനു നന്ദി പറഞ്ഞു. സഹോദരന്റെ

ഫ്ളാറ്റിലെത്തിച്ചേർന്നതും ശ്വാസം വിടാനായി ഒരു നിമിഷം നിന്നു. ഉള്ളി ലേക്ക് കയറിയതും അപ്പാർട്ട്മെന്റിന് മുന്നിൽ നിന്ന ചെറുപ്പക്കാർ എന്തി നാണ് പരിഹസിച്ച് ചിരിച്ചതെന്ന് ഇബ്റാഹീം ചോദിച്ചു. താഴെ നടന്ന കാര്യങ്ങൾ ജനാലയിലൂടെ അവൻ കണ്ടിട്ടുണ്ടായിരുന്നു. അവർ എനിക്ക് അസ്വസ്ഥത ഉണ്ടാക്കിയോ എന്നും ചീത്ത പറഞ്ഞോ എന്നുമൊക്കെയാ യിരുന്നു അവനറിയേണ്ടിയിരുന്നത്. ഞാനൊന്നും കേട്ടില്ല എന്ന് മറുപടി പറഞ്ഞു. അവർ ചിരിച്ചതൊന്നും ശ്രദ്ധിച്ചതു തന്നെയില്ല എന്ന ഭാവ ത്തിലായിരുന്നു ഞാൻ.

ഏഴ്

ഉറക്കമുണർന്നതുതന്നെ ആ അലർച്ച കേട്ടുകൊണ്ടായിരുന്നു. പിന്നീടാണ് മനസ്സിലായത്, ഈ അലർച്ച കേട്ടതുകൊണ്ടാണ് അപ്പോൾ ഉണരാൻ കഴിഞ്ഞതെന്ന്. ശബ്ദം യുസ്റയുടേതാണെന്നത് ഉറപ്പ്. രാവിലെ ഈ നേരത്ത് ഇങ്ങനെ ബഹളം കേൾക്കാൻ എന്തായിരിക്കും കാരണമെന്ന് സ്വയം ചോദിച്ചു. പെട്ടെന്ന് മുറിയുടെ വാതിൽ തുറന്ന് വാഇൽ എത്തിനോക്കി. ക്ലോക്കിൽ നോക്കിയപ്പോൾ ഇന്ന് ഞായറാഴ്ചയാണല്ലോയെന്ന് ഓർത്തു. അകത്തേക്ക് കടന്നുവരുവാൻ ഞാൻ അനുവദിക്കുന്നതും കാത്ത് വാതിൽക്കൽതന്നെ നിൽക്കുകയാണ് വാഇൽ. ഞാൻ വിളിച്ചതും അവൻ കിടക്കയ്ക്കരികിലേക്ക് ഓടിവന്നു. പുതപ്പിനടിയിലേക്ക് നുഴഞ്ഞ് കയറി എന്റെയരികിലേക്ക് ചേർന്ന് കിടക്കുന്നതിനിടയിൽ അവൻ പറഞ്ഞു:

"വാപ്പയും ഉമ്മയും വഴക്കുകൂടുകയാണ്."

അത് കേട്ടപ്പോൾ അതിശയമൊന്നും തോന്നിയില്ല. അവർ ഇരുവരും നിരന്തരം വഴക്കിടാറുണ്ടെന്ന കാര്യം നേരത്തെതന്നെ അറിയാം. അവർക്കൊപ്പം ചെലവഴിക്കാറുള്ള ഓരോ അവധിക്കാലത്തും ഇത്തരം കുറേ വഴക്കിടലുകൾ കണ്ടിട്ടുമുണ്ട്. എന്നാൽ ഇത്തവണ നാട്ടിലെത്തി ഒരാഴ്ചയിലധികമായിട്ടും അവർ വഴക്കിട്ടില്ലല്ലോ എന്ന് ആലോചിച്ച് അദ്ഭുതപ്പെട്ടിരിക്കുകയായിരുന്നു ഇതുവരെ. ചിലപ്പോൾ ഞാനില്ലാത്ത നേരങ്ങളിൽ അവർ തമ്മിൽ പിണങ്ങിയിരിക്കാൻ നല്ല സാധ്യതയുണ്ട്. അവരുടെ വഴക്കിടലുകൾ ഏറ്റവും കടുക്കാറുള്ളത് ഞായറാഴ്ചകളിലാണ്. അതും രാവിലെ പ്രാതൽ കഴിച്ചശേഷം വിവിധ കാര്യങ്ങളെ സംബന്ധിച്ച് സംസാരിക്കാൻ തുടങ്ങുമ്പോഴായിരിക്കും വഴക്ക് തുടങ്ങുക.

മിക്കപ്പോഴും ഈ വഴക്കുകൾ തുടങ്ങിവയ്ക്കുന്നതിന്റെ ഉത്തരവാദിത്തം യുസ്റയ്ക്കായിരിക്കും. നിസ്സാര കാരണങ്ങളുടെ പേരിലുള്ള പോരിടലുകൾ. ഇബ്റാഹീം അത്ര മോശം ഭർത്താവൊന്നുമല്ല എന്നതാണ് വാസ്തവം. അവൻ യുസ്റയെ സ്നേഹിക്കുകയും ഉത്തമയായ ഭാര്യയായി

കരുതുകയും ചെയ്യുന്നുണ്ട്. യുസ്റയ്ക്കും ഇബ്റാഹീമിന്റെ കാര്യത്തിൽ അഭിമാനമേയുള്ളൂ. തന്റെ ചെറിയ ശമ്പളം വച്ച് ഭാര്യയ്ക്കും മകനും വേണ്ട സൗകര്യങ്ങളൊക്കെ ഒരുക്കിക്കൊടുക്കുന്നതിൽ ഇബ്റാഹീം ബദ്ധശ്രദ്ധനാണെന്ന കാര്യം യുസ്റയ്ക്ക് നല്ലതുപോലെയറിയാം. ഭർത്താവിന്റെ കഴിവുകൊണ്ടാണ് കോളനിയിലെ അറിയാവുന്ന മറ്റ് മിക്ക കുടുംബങ്ങളെപ്പോലെ ജീവിക്കാൻ അവർക്കാകുന്നത്. മാസം കൃത്യമായി ശമ്പളം കിട്ടുന്ന ജോലി ചെയ്യുന്ന സഹോദരി ലൈലയുടെയും ഭർത്താവിന്റെയും കുടുംബം എങ്ങനെ ജീവിക്കുന്നുവോ അതേ നിലവാരത്തിലാണ് യുസ്റയുടെ കുടുംബവും ജീവിച്ചുകൊണ്ടിരിക്കുന്നത്. ലൈലയുടേതുപോലെ അവർക്കും പുതിയൊരു ഫ്ളാറ്റ് സ്വന്തമായുണ്ട്. വലിപ്പം അല്പം കുറവാണ്, രണ്ട് കിടപ്പുമുറികളേ ഉള്ളൂ എന്ന കുറവുണ്ട് എന്നേയുള്ളൂ. അവരെപ്പോലെത്തന്നെ യുസ്റയുടെ കുടുംബവും ആഹാര സാധനങ്ങൾക്ക് നല്ല തുക ചെലവിടുന്നു. സഹോദരി ലാളിച്ചുവളർത്തുന്ന മകനേക്കാൾ ഒട്ടും മോശപ്പെട്ട നിലയിലല്ല യുസ്റയുടെ മകൻ വാഇൽ. ലൈലയുടെ ഭർത്താവിന് മൊബൈൽ ഫോണുണ്ട്. പഴയ മോഡലാണെങ്കിൽകൂടി ഇബ്റാഹീമിനുമുണ്ടൊരു മൊബൈൽ ഫോൺ. ആകെ തങ്ങളേക്കാൾ മികവെന്നു പറയാൻ അവർക്കുള്ളത് ഒരു കാറാണ്. അതുപോലെ മറ്റൊരു കാര്യം കുറച്ചു മാസങ്ങൾക്കുമുമ്പ് ലൈല സ്വന്തമായൊരു മൊബൈൽ ഫോൺ വാങ്ങിയതാണ്. അതവൾ സ്വന്തം ശമ്പളമുപയോഗിച്ച് വാങ്ങിച്ചതാണെന്ന കാര്യം അറിയാവുന്നതിനാൽ ആർക്കും വലിയ വിഷമമൊന്നുമില്ല. ഇനി അതവളുടെ ഭർത്താവിന്റെ സമ്മാനമായിരുന്നെങ്കിൽ യുസ്റയ്ക്ക് അസൂയ തോന്നിയേക്കുമായിരുന്നു. അതുപോലൊന്ന് തനിക്കും വാങ്ങിത്തരാൻ ഭർത്താവ് ഇബ്റാഹീമിനെ നിർബന്ധിക്കുകയും ചെയ്തേനേ. അല്ലെങ്കിൽ തന്നെ പുറത്ത് ജോലിക്കൊന്നും പോകാതെ വീട്ടിനുള്ളിൽ തന്നെ അധികനേരവും ചെലവിടുന്ന യുസ്റയ്ക്ക് മൊബൈൽഫോൺ കൊണ്ട് എന്തു പ്രയോജനം?

യുസ്റയുടെ അലർച്ച വീണ്ടും കേട്ടു. ഇബ്റാഹീമിന്റെ ഒച്ചവച്ച സംസാരം പിന്നാലെ വന്നു. ശേഷം രൂക്ഷമായ തർക്കവും. അടുക്കളയിൽ നിൽക്കുകയായിരുന്ന അവരുടെ അരികിലേക്ക് ചെന്നപ്പോഴാണ് ഈ ഞായറാഴ്ച ദിവസത്തെ വഴക്കിന്റെ കാരണമറിയുന്നത്. ഞങ്ങളുടെ മൂത്ത സഹോദരൻ ബഷീറും ഭാര്യ ആയിശയുംകൂടി ഫ്ളാറ്റിലേക്ക് വരികയാണത്രേ. അവർ വരുന്നതിനെക്കുറിച്ച് ഇബ്റാഹീം രണ്ടും ദിവസം മുമ്പ് തന്നെ എന്നോട് പറഞ്ഞിരുന്നു. എന്തോ ആവശ്യത്തിനായി ബഷീർ തൂനിസ് പട്ടണത്തിലേക്ക് വരുന്നുണ്ടത്രേ. അന്നു വൈകീട്ട് എന്നെയൊന്ന് കാണാനായി ഇവിടെ വരുമെന്നാണ് ഇബ്റാഹീം പറഞ്ഞത്. അതറിഞ്ഞതും രാത്രി അത്താഴം കഴിച്ചിട്ടേ പോകാവൂ എന്ന് ഇബ്റാഹീം സഹോദരനോട് പറയുകയും ചെയ്തു.

ഇപ്പോൾ ഇബ്റാഹീമും യുസ്റയും തമ്മിലുള്ള അഭിപ്രായ വ്യത്യാസം അതിഥികളുടെ സന്ദർശനമോ അവരെ അത്താഴം കഴിക്കാൻ ക്ഷണിച്ചതോ ഒന്നുമല്ല. അതിവിടെ സാധാരണയാണ്. സഹോദരീ സഹോദരന്മാരുടെ കുടുംബങ്ങൾ ഇടയ്ക്കിടയ്ക്ക് പരസ്പരം സന്ദർശി ക്കാറുണ്ട്. എന്നാൽ സഹോദരൻ ബഷീറിനേയും ഭാര്യയേയും ഏതു രീതിയിൽ സ്വീകരിക്കണമെന്ന വിഷയത്തിലാണ് ഇപ്പോൾ തർക്കം. പതിവുപോലെ വളരെ ഊഷ്മളമായിട്ടു വേണം സഹോദരനേയും ഭാര്യ യേയും സ്വീകരിക്കേണ്ടതെന്ന അഭിപ്രായക്കാരനാണ് ഇബ്റാഹീം. അവർ ക്കായി തങ്ങൾ തയ്യാറാക്കുന്ന അത്താഴത്തിന്റെ നിലവാരത്തിനനു സരിച്ചായിരിക്കും ഈ സന്ദർശനത്തിന്റെ ഊഷ്മളത വിലയിരുത്തപ്പെടു ന്നത്. സഹോദരനേയും ഭാര്യയേയും വീട്ടിൽ വിളിച്ചുവരുത്തിയശേഷം അവർക്കായി സാധാരണ അത്താഴം ഒരുക്കുന്നതിനോട് എന്തായാലും ഇബ്റാഹീമിന് യോജിപ്പില്ല. ബഷീർ ആളൊരു സ്വാർത്ഥനാണെന്നും ഭാര്യ ആയിശ കള്ളിയും ഗർവ്വുകാരിയുമാണെന്നൊക്കെ അറിയാമെങ്കിൽ പോലും അവരെ വിളിച്ചുവരുത്തി അപമാനിക്കാൻ ഇബ്റാഹീം സമ്മതി ക്കില്ല. എന്നാൽ യുസ്റയ്ക്ക് നേരെ മറിച്ചാണ് അഭിപ്രായം. അതിന് കാരണം പുതുക്കിപ്പണിത ബഷീറിന്റെ വീട്ടിലേക്ക് തങ്ങൾ അവസാന മായി പോയപ്പോഴുണ്ടായ മറക്കാനാകാത്ത അനുഭവങ്ങളാണ്.

തങ്ങളെ അവർ നല്ല രീതിയിലാണ് സ്വീകരിച്ചതെന്ന് യുസ്റ അംഗീ കരിച്ചുതരും. ആ വിശാലമായ വീട്ടിലുള്ള വസ്തുക്കളെല്ലാം നടന്നുകാണാ നായി തങ്ങളുടെ ഒപ്പം കൂടാമെന്ന് അവർ നിർബന്ധം പിടിക്കുകയും ചെയ്തിരുന്നു. തങ്ങളുടെ മകനായ വാഇലിനെ അവർ നന്നായി ശ്രദ്ധിച്ചു. പലതവണ അവനെ ലാളിക്കുകയും ചെയ്തു. പക്ഷേ തങ്ങൾക്കായൊരു ക്കിയ വിരുന്ന് അവരെപ്പോലുള്ള സമ്പന്നർക്ക് യോജിച്ച തരത്തിലുള്ള തായിരുന്നില്ല. അത് വെറും സാധാരണ ഭക്ഷണം മാത്രമായിരുന്നു.

ഒപ്പം തങ്ങളോട് വലിയ ഗർവ്വോടുകൂടി ആയിശ പെരുമാറിയതും യുസ്റയുടെ മനസ്സിനെ വേദനിപ്പിച്ചിരുന്നു. താൻ എപ്പോഴും മറ്റുള്ളവ രേക്കാൾ മികച്ചവളാണെന്ന ചിന്തയായിരുന്നു ആ സ്ത്രീയുടെ മനസ്സിൽ. താൻ ആയിശയോളം വലിപ്പമുള്ളവളല്ല എന്ന് യുസ്റയ്ക്കറിയാം. താൻ ആ സ്ത്രീയെപ്പോലൊരു അദ്ധ്യാപികയല്ല. സഹോദരി ലൈലയുടെ കാര്യ ത്തിലേതുപോലെ താൻ ഈ ആയിശയുമായി മത്സരിക്കാനും യോഗ്യ യല്ല. കാരണം ബഷീറും ഭാര്യയും തങ്ങളേക്കാൾ വളരെ സമ്പന്നരാണ്. എങ്കിലും ഇത്രയ്ക്ക് അഹങ്കാരവും പൊങ്ങച്ചവും കാണിക്കുന്നതെന്തി നാണെന്ന് മാത്രം മനസ്സിലാകുന്നില്ല. അവരുടെ വീടൊരു കൊട്ടാരം കണക്കെയാണെന്നത് ശരിയാണ്. ആ വീട്ടിലേക്കായി അവർ വാങ്ങിയിട്ടി രുന്ന പുതിയ വീട്ടുപകരണങ്ങളൊന്നും യുസ്റ മറ്റൊരിടത്തും കണ്ടി ട്ടുമില്ല. പക്ഷേ അതൊന്നും ഇങ്ങനെ മറ്റുള്ളവരെ ആക്ഷേപിക്കുന്ന തര ത്തിൽ പെരുമാറാനുള്ള ന്യായമാകില്ലല്ലോ.

ഇപ്പോൾ ലഭിച്ചിരിക്കുന്ന സുവർണ്ണാവസരം മുതലെടുത്ത് പഴയ പെരുമാറ്റത്തിന് പകരം വീട്ടാനാണ് യുസ്റയുടെ പദ്ധതി. തങ്ങൾക്ക് ആയിശയെ ഇഷ്ടമേയല്ലെന്ന് വിളമ്പുന്ന അത്താഴത്തിലൂടെ വെളിപ്പെടുത്തുക. അതല്പം അപമാനമായാലും കുഴപ്പമൊന്നുമില്ല.

"ദൈവമാണേ അപമാനകരമാണിത്. എന്റെ മൂത്ത സഹോദരനെ ഈ തരത്തിൽ സ്വീകരിക്കുന്നത് നാണക്കേടാണ്."

പിന്നെ പരിഭവം നിറഞ്ഞ സ്വരത്തിൽ ഇബ്റാഹീം കൂട്ടിച്ചേർത്തു:

"എനിക്ക് സംസാരിക്കാൻതന്നെ വയ്യ. ഇതുപോലൊരു പിടിവാശിക്കാരിയായ സ്ത്രീയെ ഇന്നേവരെ കണ്ടിട്ടില്ല."

തല കുമ്പിട്ട് ഇബ്റാഹീമിന് മുന്നിൽ അനങ്ങാതിരിക്കുകയാണ് യുസ്റ. പിന്നെ ക്ഷീണിച്ച കണ്ണുകളോടെ എന്റെ നേരെ നോക്കി. എന്നിൽ പൂർണ്ണവിശ്വാസമുള്ളതുപോലെ. ഇത്തരം വിഷയങ്ങളിൽ എന്റെ പിന്തുണ ലഭിക്കുമെന്ന് യുസ്റയ്ക്ക് ഉറപ്പാണ്. ഇബ്റാഹീമിന്റെ പക്ഷത്താണ് ശരിയെന്ന് ഉറപ്പുണ്ടെങ്കിൽപോലും മിക്കപ്പോഴും ഞാൻ യുസ്റയുടെ പക്ഷത്തായിരിക്കും നിൽക്കുക. അത് ഞാൻ സ്വന്തം സഹോദരനോട് പക്ഷപാതം കാണിക്കുന്നുവെന്ന് യുസ്റയ്ക്കു തോന്നാതിരിക്കാനാണ്. പിന്നെ ഞാനവളുടെ പക്ഷം ചേരുന്നതോടെ യുസ്റ അല്പം മയപ്പെടും. ചിലപ്പോഴൊക്കെ അവളതോടെ സ്വന്തം നിലപാടിൽ നിന്നും പിന്തിരിയുകയും ചെയ്തിട്ടുണ്ട്. അതോടെ ആ പ്രശ്നം പെട്ടെന്ന് പരിഹരിച്ച് കിട്ടുകയും ചെയ്യും.

"ഒന്നാലോചിച്ച് നോക്കിക്കേ. നീ അവർക്കുവേണ്ടി മക്കൊറോണി പാസ്ത പാചകം ചെയ്ത് നൽകുന്നതിനെക്കുറിച്ചാണ് ആലോചിക്കുന്നത്. വെറും മക്കൊറോണി മാത്രം. ഇതാർക്കെങ്കിലും വിശ്വസിക്കാനാകുമോ?"

അതുകേട്ട് വികാരക്ഷോഭത്തോടെ യുസ്റ പറഞ്ഞു:

"ഞാൻ പറയാത്തത് പറയരുത്. മക്കൊറോണി പാസ്തയെന്നല്ല ഞാൻ പറഞ്ഞത്. മാംസം ചേർത്ത മക്കൊറോണിയെന്നാണ് പറഞ്ഞത്."

"മാംസമോ അതോ കൊഴുപ്പോ? അവർക്കായി നാം ഒരേയൊരു വിഭവം മാത്രം തയ്യാറാക്കുന്നത് അപമാനകരം തന്നെയാണ്."

മേശപ്പുറത്തിരുന്ന കടലാസും പേനയും കൈയിലെടുത്ത് ഇബ്റാഹീം എന്തോ എഴുതാൻ തുടങ്ങി:

"ഞാനിവളോട് ആവശ്യപ്പെട്ടത് എന്താണെന്ന് ഒന്നു നോക്കിക്കേ."

തലനീട്ടി യുസ്റ കടലാസിലേക്ക് നോക്കി.

"മക്കൊറോണിക്കൊപ്പം വരട്ടിയ സാലഡും ത്വാജീനയും കൂടെ പാചകം ചെയ്യണമെന്ന് മാത്രമാണ് ഞാനിവളോട് ആവശ്യപ്പെട്ടത്. ഇത്രയേ ഉള്ളൂ കാര്യം."

യുസ്റ ഉറക്കെയാണ് മറുപടി പറഞ്ഞത്:

"മറ്റൊരു വിഭവം കൂടി ഉണ്ടാക്കാൻ എനിക്കെന്തായാലും വയ്യ."

"മിണ്ടാതിരിയെടീ. ഇവിടെ കാര്യങ്ങൾ തീരുമാനിക്കുന്നത് ഞാനാണ്."

"എങ്കിൽ ഞാൻ അടുക്കള നിങ്ങൾക്ക് വിട്ടുതന്നേക്കാം. ഇഷ്ടമുള്ളത് ഉണ്ടാക്കിക്കോളൂ."

ഇബ്റാഹീം യുസ്റയുടെ നേരെ തുറിച്ചുനോക്കി. പിന്നെ ചാടി എഴുന്നേറ്റ് ആവേശത്തോടെ കസേര പിറകിലേക്ക് തള്ളിയെറിഞ്ഞു. അവൾക്കരികിലേക്ക് കുനിഞ്ഞ് കൈ ഓങ്ങുമ്പോൾ കോപംകൊണ്ട് വിറയ്ക്കുകയായിരുന്നു അവൻ. നിയന്ത്രണംവിട്ട് ഇബ്റാഹീം യുസ്റയെ തല്ലുമോയെന്ന ഭീതിയായിരുന്നു എനിക്ക്. എന്റെ കൺമുന്നിൽ അത് പലപ്പോഴും നടന്നിട്ടുമുണ്ട്. പരിഭ്രമത്തോടെ ഞാൻ നോക്കുന്നത് കണ്ടതോടെ അവൻ കസേരയിലേക്ക് തിരികെ ചെന്നിരുന്ന് ദൈവത്തോട് പശ്ചാത്തപിക്കാൻ തുടങ്ങി. ഒരു നിമിഷം കഴിഞ്ഞശേഷം അവൻ കൂട്ടിച്ചേർത്തു.

"ഞാൻ പറഞ്ഞത് ഇവൾ ചെയ്തേ തീരൂ."

"പടച്ചോനാണേ ഇത് തന്നെ കൂടുതലാണ്. അവർക്കിത് തന്നെ മതി. പിന്നെ ഈ വിഭവങ്ങളൊക്കെ ഉണ്ടാക്കാനൊട്ട് എനിക്ക് സമയവുമില്ല."

തീരുമാനിച്ചുറച്ചതുപോലെയാണ് ഇബ്റാഹീം പ്രതികരിച്ചത്:

"ഞാൻ പറഞ്ഞതെല്ലാം നീ ഉണ്ടാക്കിവച്ചേ പറ്റൂ. മനസ്സിലായോ നിനക്ക്?"

ഭർത്താവ് പറഞ്ഞതിന് അവസാനം കീഴടങ്ങേണ്ടിവന്നതുപോലെ കുറെനേരം യുസ്റ നിശ്ശബ്ദയായിരുന്നു. പിന്നെ ഒന്ന് സഹായിക്കാമോ എന്നമട്ടിൽ എന്റെ നേരെ നോക്കിക്കൊണ്ട് അവൾ പറഞ്ഞു:

"എനിക്ക് ധാരാളം പണികളുണ്ട്. ഉച്ചഭക്ഷണം കഴിഞ്ഞാൽ വാഇലിനെ കുളിപ്പിക്കണം. പിന്നെ വീട് വൃത്തിയാക്കണം. എല്ലാം അഴുക്കും പൊടിയും മൂടിക്കിടക്കുകയാണ്. വീട് മുഴുവൻ വൃത്തിയാക്കിയേ പറ്റൂ. കുറെക്കാലമായിട്ടുണ്ടാകും ഇവിടെയൊന്ന് വൃത്തിയാക്കിയിട്ട്."

യുസ്റ പറഞ്ഞതൊക്കെ മനസ്സിലാക്കുന്നെന്ന മട്ടിൽ ഞാൻ തല കുലുക്കി. എന്നാൽ മറ്റൊന്നും ചെയ്യാതിരുന്നത് ഇബ്റാഹീം വിചിത്രമായി എന്റെ നേരെ നോക്കിയതുകൊണ്ടായിരുന്നില്ല. മറിച്ച് ഇത്തവണ സത്യം സഹോദരന്റെ ഭാഗത്താണെന്ന് നല്ലതുപോലെ അറിയാവുന്നതുകൊണ്ടായിരുന്നു. അതേസമയം യുസ്റയോട് അവൻ വളരെ പരുഷമായി പെരുമാറുന്ന രീതിയോട് എനിക്ക് യാതൊരു യോജിപ്പുമില്ലതന്നെ.

"ആട്ടിൻതൊഴുത്തുപോലെ കിടക്കുന്ന നമ്മുടെ വീട് കാണുമ്പോൾ ആ ആയിശയ്ക്ക് സന്തോഷമാകും. പോകുന്നയിടങ്ങളിലെല്ലാം ഇക്കാര്യം

പറഞ്ഞ് ആ സ്ത്രീ നമ്മളെ അപമാനിക്കണമെന്നാണോ നിങ്ങളാഗ്രഹിക്കുന്നത്? എനിക്ക് നല്ലതുപോലെയറിയാം ആ വെട്ടുകിളിയെ. നമ്മുടെ വീട് നിറയെ വൃത്തികേടാണെന്ന് കാണുന്നവരോടൊക്കെ അവൾ പറഞ്ഞുനടക്കും."

ഈ സംഭാഷണം മുഴുവൻ ശ്രദ്ധയോടെ കേട്ടിരിക്കുകയായിരുന്നു വാഇൽ. അവൻ ഇതുകേട്ടതും പൊട്ടിച്ചിരിച്ചു. യുസ്റ ആയിശയെ വെട്ടുകിളിയോട് ഉപമിച്ചതുകേട്ടപ്പോൾ എനിക്കും ചിരി മുട്ടിയതാണ്. എന്നാലത് പണിപ്പെട്ട് അടക്കിനിർത്തി. വാഇൽ ചിരിച്ചത് ഇഷ്ടപ്പെടാതെ ഇബ്റാഹീം യുസ്റയോട് കയർത്തു.

"വായടക്കുമോ നീയൊന്ന്."

"ഞാനൊരു തമാശ പറഞ്ഞതാണ്."

"തമാശ പറയാനുള്ള നേരമാണോയിത്?"

സ്വീകരണമുറിയിലിരിക്കുകയായിരുന്ന മൊബൈൽ ഫോൺ ബെല്ലടിച്ചതും ഇബ്റാഹീം അടുക്കളയിൽനിന്നും അങ്ങോട്ട് പോയി. അതോടെ ചിരിച്ചുകൊണ്ട് വാഇൽ അരികിലേക്ക് വന്നു. പിന്നെ പതിഞ്ഞ സ്വരത്തിൽ അവൻ പറയാൻ തുടങ്ങി.

"വെട്ടുകിളി... വെട്ടുകിളി..."

ഇതുകേട്ട് ചിരി യുസ്റയിലേക്കും പടർന്നു. എനിക്കും ചിരിയടക്കാനായില്ല. ഇബ്റാഹീം തിരികെ വന്നതും ഞങ്ങൾ ചിരി നിർത്തിക്കളഞ്ഞു. അതോടെ അടുക്കളയിൽ കനത്ത നിശ്ശബ്ദതയായി. യുസ്റ എഴുന്നേറ്റ് എനിക്കുള്ള പ്രഭാതഭക്ഷണം തയ്യാറാക്കാൻ തുടങ്ങി. ഭക്ഷണം ഉണ്ടാക്കി നൽകിയശേഷം അവൾ അടുക്കളയിൽനിന്നും പുറത്തേക്കു പോയി. എന്നാൽ പെട്ടെന്നുതന്നെ തിരികെ വന്ന യുസ്റ ഉച്ചഭക്ഷണം തയ്യാറാക്കുന്ന പണിതുടങ്ങി. പ്രഭാതഭക്ഷണം കഴിച്ചുകഴിഞ്ഞതും ഇബ്റാഹീം തിരക്കി:

"ഇന്നലെ കാതറീന് ഫോൺ ചെയ്തോ?"

ഉവ്വെന്ന് ഞാൻ തലകുലുക്കി. ഇന്നലെയും ഇതേ ചോദ്യം ചോദിക്കുകയും ഞാൻ മറുപടി പറയുകയും ചെയ്തതായിരുന്നു. മറന്നുപോയതാകും. ഇനി ഈ നിശ്ശബ്ദതയ്ക്കൊരവസാനം ഉണ്ടാക്കാനായി എന്തെങ്കിലും ചോദിക്കാൻവേണ്ടി തിരക്കിയതുമാകാം.

"അവളെന്താ നിങ്ങൾക്കൊപ്പം വരാത്തത്?"

"എന്നെപ്പോലെ അവൾക്കിപ്പോൾ അവധിക്കാലമല്ലല്ലോ? ജോലി ഉപേക്ഷിച്ച് വരാനുമാകില്ല."

ഒരല്പനേരം നിശ്ശബ്ദനായിരുന്നശേഷം വർദ്ധിച്ച ആവേശത്തോടെ ഇബ്റാഹീം പറഞ്ഞു:

"ജീവിതത്തിലിന്നോളം ഇതുപോലെ നല്ല മനസ്സിനുടമയും വിനയാന്വിതയുമായ ഒരു സ്ത്രീയെ ഞാൻ കണ്ടിട്ടേയില്ല. ദൈവം എത്ര പരിശുദ്ധൻ. ശരിക്കും ഒരു മുസ്ലീം സ്ത്രീയെപ്പോലെ തന്നെയാണ് കാതറീൻ!"

യുസ്റയും എന്നെ നോക്കി പുഞ്ചിരിക്കാൻ തുടങ്ങി. എന്നാൽ ഇബ്റാഹീം ശ്രദ്ധിക്കുമെന്ന ഭയമുണ്ടായിരുന്നതിനാൽ ഞാൻ തിരിച്ച് ചിരിച്ചില്ല. അവൻ തുടർന്ന് പറഞ്ഞു:

"അടുത്ത തവണ ഈ സമയത്ത് വരരുത്. വേനൽക്കാലത്ത് നാട്ടിൽ വരണം. ഞങ്ങൾക്കൊപ്പം കൂടുതൽ സമയം കഴിയുകയും വേണം. ഒപ്പം കാതറീനെയും കൂട്ടണം. പിന്നെ വരുമ്പോൾ കാർ കൊണ്ടുവന്നിരിക്കണം."

തിളങ്ങുന്ന കണ്ണുകളോടെ വാഇൽ തിരക്കി:

"അങ്കിളിന് കാറുണ്ടോ?"

ഇബ്റാഹീം അതുകേട്ട് പറഞ്ഞു:

"ഇല്ല. പക്ഷേ ഒരു കാറ് വാങ്ങിക്കും."

ഇബ്റാഹീം ഇങ്ങനെ കാറിനെക്കുറിച്ച് സംസാരിക്കുന്നത് ഇതാദ്യമായിട്ടല്ല. ഞാൻ ടുണീഷ്യയിൽ വരുമ്പോഴൊക്കെ അവൻ ഇങ്ങനെ സംസാരിക്കാറുണ്ട്. വാഹനങ്ങൾ വിലക്കുറവ് കൊണ്ടും ആധിക്യം മൂലവും കഴുതകളെപ്പോലെയാണെന്ന് കരുതുന്നൊരു നാട്ടിൽ ജീവിക്കുന്നൊരാൾക്ക് കാർ സ്വന്തമായില്ലായെന്ന് പറഞ്ഞാൽ ആരെങ്കിലും വിശ്വസിക്കുമോ? യുസ്റയുടെ അവസ്ഥയും ഇതുതന്നെയായിരിക്കും. പാരീസിൽ കഴിയുന്ന എനിക്ക് കാറിന്റെ ആവശ്യമില്ലെന്ന് ഞാൻ പല തവണ പറഞ്ഞിട്ടുള്ളതാണ്. കാതറീനാകട്ടെ കാറുകളേക്കാൾ പ്രിയം മോട്ടോർസൈക്കിളുകളോടാണ്. എന്നാൽ ഇതൊന്നും മനസ്സിലാക്കാൻ ഇബ്റാഹീമോ യുസ്റയോ തയ്യാറല്ല. അവരുടെ അഭിപ്രായത്തിൽ എന്നെപ്പോലെ വർഷങ്ങളായി ഫ്രാൻസിൽ താമസിക്കുന്നൊരാൾക്ക് വിലപിടിച്ചൊരു കാർ സ്വന്തമായുണ്ടായേ തീരൂ. വേനൽക്കാലത്ത് ടുണീഷ്യയിലേക്ക് അവധിക്കെത്തുന്ന മിക്കവാറും കുടിയേറ്റക്കാരെപ്പോലെ എന്തെങ്കിലും സാധാരണ തൊഴിൽ ചെയ്യുന്നയാളല്ല താൻ. അദ്ധ്യാപകനാണ്. പോരെങ്കിൽ വിവാഹം കഴിച്ചിരിക്കുന്നത് ഒരു ഫ്രഞ്ചുകാരിയേയും. നാട്ടിൽ വരുമ്പോൾ താൻ കാർ കൂടെ കൊണ്ടുവരണം. അത് നാട്ടുകാരൊക്കെ കാണാൻവേണ്ടി മാത്രമല്ല. മറിച്ച് കാറില്ലാതെ ടുനീഷ്യയിൽ യാത്ര ചെയ്യുന്നത് വലിയ കഷ്ടപ്പാടായതുകൊണ്ടുകൂടിയാണ്.

ചിലപ്പോഴൊക്കെ ഇബ്റാഹീമിന്റെ സുഹൃത്തുക്കൾ എന്റെ കാർ ഏത് മോഡലാണ്, എന്തു നിറമാണ്, എത്ര പഴക്കമുണ്ടെന്നൊക്കെ തിരക്കാറുണ്ട്. എനിക്ക് കാറില്ലെന്ന് ഞാൻ മറുപടി പറയുന്നതു കേൾക്കുമ്പോൾ ഇബ്റാഹീമിന്റെ മുഖത്ത് നാണക്കേടും അസ്വസ്ഥതയുമായിരിക്കും മിന്നിമറയുക. ഞാനെന്തോ തെറ്റ് ചെയ്തതുപോലെയായിരിക്കും

അവന്റെ ഭാവം. ഒരു തവണ ഇല്ലാത്തൊരു കാറിനെക്കുറിച്ചെങ്കിലും സംസാരിക്കണമെന്ന് ആവശ്യപ്പെടുകപോലും ചെയ്തത് ഓർമ്മവരുന്നു. ആഗ്രഹിക്കുന്ന തരത്തിലുള്ള കാർ വാങ്ങാനുള്ള പണം കൈയിലുള്ള തിനാൽ സത്യത്തിൽ അതൊരു കള്ളം പറച്ചിലാകില്ലെന്ന് ന്യായവും കണ്ടെത്തി.

അടുക്കളയിൽ വീണ്ടും നിശ്ശബ്ദത. ടി.വിയിലെ കാർട്ടൂൺ പരമ്പര കാണാനായി വാളൽ സ്വീകരണമുറിയിലേക്ക് പോയതോടെ നിശ്ശബ്ദത കനത്തതുപോലെ തോന്നി. യുസ്റയാകട്ടെ പാചകം ചെയ്യുന്ന തിരക്കി ലാണ്. ഇബ്റാഹീം തന്റെ മൊബൈൽ ഫോണും നോക്കിയിരിക്കുന്നു. അടുക്കളയിൽനിന്നും മുറിയിലേക്ക് പോകണമെന്നൊരു തോന്നൽ. എന്നിട്ടും ഞാൻ അവിടെത്തന്നെ ഇരുന്നു. തനിച്ചാക്കിപ്പോയാൽ ഇബ്റാഹീമും യുസ്റയും വീണ്ടും വഴക്കിടുമോ എന്ന ഭയമായിരുന്നു. പ്രത്യേകിച്ച് അവരിരുവരും ഇപ്പോഴും അസ്വസ്ഥരായി തുടരുന്ന സാഹ ചര്യത്തിൽ.

റോഡിലേക്ക് എത്തിനോക്കിയപ്പോൾ മറ്റു ദിനങ്ങളേക്കാൾ വാഹന ങ്ങളും കാറുകളും നന്നേ കുറവാണെന്ന് തോന്നി. എന്നാൽ കാൽനട യാത്രക്കാർ കുറച്ചധികമുണ്ട്. അവരിൽതന്നെ മിക്കവരും കുട്ടികളും സ്ത്രീകളുമായിരിക്കും. മിക്കവരും കടകളിൽനിന്നും വാങ്ങിയ സാധന ങ്ങൾ നിറച്ച സഞ്ചികളും പെട്ടികളും തൂക്കിയാണ് നടന്നുനീങ്ങുന്നത്. പതിവുപോലെ പൊലീസ് സ്റ്റേഷൻ തുറന്നുതന്നെ ഇരിപ്പുണ്ട്. എന്നാൽ സ്റ്റേഷന് മുന്നിലുള്ള പരസ്യബോർഡിൽ പതിച്ചിരുന്ന ഭരണകക്ഷിയായ ഡെമോക്രാറ്റിക് കോൺസ്റ്റിറ്റ്യൂഷണൽ അസംബ്ലി പാർട്ടിയുടെ ചിഹ്ന മടങ്ങിയ പോസ്റ്റർ നീക്കം ചെയ്തതായി കണ്ടു. പകരം തൽസ്ഥാനത്ത് മറ്റൊരു വലിയ പോസ്റ്റർ സ്ഥലം കൈയടക്കിയിരിക്കുന്നു. സുന്ദരനായ ഒരു ബാലൻ കൈയിലൊരു മുല്ലപ്പൂ ബൊക്കെയുമായി നിൽക്കുന്ന ചിത്ര മാണത്. അതിന് കീഴിൽ വലിയ അക്ഷരങ്ങളിൽ എഴുതിയിരിക്കുന്നു.

'ഒന്നു പുഞ്ചിരിക്കൂ, നിങ്ങൾ ടുണീഷ്യയിലാണല്ലോ!'

ഇബ്റാഹീം എന്നെത്തന്നെ സൂക്ഷിച്ചുനോക്കുന്നുണ്ടായിരുന്നു. യുസ്റയുമായുള്ള അവന്റെ പെരുമാറ്റം എനിക്ക് തീരെ ഇഷ്ടമായിട്ടി ല്ലെന്ന കാര്യം ആളിന് മനസ്സിലായിട്ടുണ്ടെന്നതിൽ സംശയമേതുമില്ല. തന്റെ പ്രവർത്തിയിൽ അവനും അത്ര സന്തോഷമില്ലെന്ന് ആ ഭാവങ്ങൾ സൂചിപ്പിച്ചു. ഒപ്പം നടന്ന കാര്യങ്ങളിൽ അല്പം ഖേദവുമുള്ളതുപോലെ. പതിവുപോലെ എന്റെ സഹായം തേടുകയാണ്. തന്റെ ദുരിതം മറികട ക്കാനായി എന്റെ ചെറിയ സഹായമാണവൻ ആഗ്രഹിക്കുന്നത്. ചെറുപ്പ ത്തിലേതുപോലെതന്നെ, അവനിപ്പോഴും ഒരു മാറ്റവുമില്ല.

കുടുംബത്തിലുള്ളവരിലാരോടെങ്കിലുമോ അല്ലെങ്കിൽ ബന്ധുക്ക ളിലോ പരിചയക്കാരിലോപെട്ട ആരോടെങ്കിലുമോ മോശമായി പെരുമാറി

പ്പോയാൽ അവനുടനെ പശ്ചാത്താപം തോന്നുമായിരുന്നു പണ്ടും. തന്റെ തെറ്റിനെക്കുറിച്ചാലോചിക്കുമ്പോൾ അവനാകെ ദുർബലനാകും. ഒപ്പം എന്നോടോ, മറ്റേതെങ്കിലും സഹോദരനോടോ കൂടുതൽ അടുത്തുകൂടും. തന്നെ വിടാതെ പിന്തുടരുന്ന പാപബോധത്തിൽനിന്നും രക്ഷപ്പെടാനുള്ള എന്തെങ്കിലുമൊരു നോട്ടമോ, ചലനമോ, സഹായമോ ഞങ്ങളിൽനിന്നും ലഭിക്കുമോയെന്നന്വേഷിക്കുകയായിരിക്കും അന്നേരമവൻ.

പതിവുപോലെതന്നെ അവനോട് കടുത്ത രീതിയിൽ പെരുമാറാതിരിക്കാനാണ് ഞാൻ തീരുമാനിച്ചത്. നല്ലൊരു മനസ്സിനുടമയാണ് ഇബ്റാഹീമെന്ന് എനിക്കറിയാം. ഇത്തരത്തിൽ പെരുമാറിയതിലൂടെ യുസ്റയെ അപമാനിക്കാനോ ഉപദ്രവിക്കാനോ ഒന്നുമായിരിക്കില്ല അവനുദ്ദേശിച്ചത്. എന്നാൽ എന്റെ നേരെ നോക്കുന്ന ഇബ്റാഹീമിന് താനുദ്ദേശിച്ച കാര്യം അത്ര എളുപ്പത്തിൽ സാധിച്ചുകൊടുക്കാൻ മനസ്സ് വന്നില്ല. ഞാൻ തല തിരിച്ച് സ്വീകരണമുറിയിലേക്ക് നോക്കി. ഒരല്പം വിഷമിച്ചോട്ടെ എന്നു തന്നെ കരുതി. അടുത്ത തവണ തന്നെത്തന്നെ നിയന്ത്രിക്കാൻ അവൻ ശ്രമിക്കണമല്ലോ. രണ്ടാമത് ഞങ്ങളുടെ കണ്ണുകൾ കൂട്ടിമുട്ടിയതും ഞാൻ ചെറുതായൊന്നു പുഞ്ചിരിച്ചു.

ഇബ്റാഹീം എഴുന്നേറ്റ് യുസ്റയുടെ അരികിലേക്ക് ചെന്നു. പിന്നെ ഉച്ചഭക്ഷണത്തിനായി എന്താണ് തയ്യാറാക്കിയിരിക്കുന്നതെന്ന് ശാന്തമായ സ്വരത്തിൽ തിരക്കി. പതിവുപോലെ ആ ചോദ്യം കേട്ടതായിട്ടുപോലും നടിക്കാത്ത ഭാവത്തിലായിരുന്നു യുസ്റ. എന്നാൽ ഇബ്റാഹീം ദേഷ്യപ്പെട്ടൊന്നുമില്ല. അവൾ അത്രയെളുപ്പമൊന്നും മറുപടി പറയില്ലെന്നവന് നല്ലതുപോലെ അറിയാം. അതേ സ്വരത്തിൽ രണ്ടാമതും പിന്നെ മൂന്നാമതും ചോദ്യം ആവർത്തിച്ചുനോക്കി. നാലാമത്തെ തവണ അവളുടെ മുതുകിൽ സ്നേഹം പ്രകടിപ്പിക്കുന്നവിധം സ്പർശിച്ചുകൊണ്ട് തിരക്കി. അപ്പോൾ മാത്രമാണ് ഒരുത്തരം ലഭിച്ചത്.

ടെലിവിഷനിൽ കണ്ട കാര്യം വളരെ വലിയ തമാശയാണെന്ന് വാഇൽ വന്ന് പറഞ്ഞു. ഇബ്റാഹീം അവനെ അണച്ചുപിടിച്ചശേഷം ഉമ്മ കൊടുത്തു. ദേഷ്യമടക്കി ശാന്തത തിരികെപ്പിടിച്ചുവെന്ന് സൂചിപ്പിക്കുന്ന തരത്തിലുള്ള പെരുമാറ്റം. പക്ഷേ വാഇൽ കുതറിമാറി സ്വീകരണമുറിയിലേക്ക് തിരികെ ഓടിപ്പോയി. അതുകണ്ട് ജോലി മതിയാക്കി യുസ്റയും അവന് പിറകേ പോയി. കുറച്ചുകഴിഞ്ഞതും പുഞ്ചിരിച്ചുകൊണ്ട് അവൾ അടുക്കളയിലേക്ക് തിരികെയെത്തി. അങ്ങനെ ആ വഴക്ക് അവിടെ അവസാനിച്ചതിൽ എനിക്ക് വല്ലാത്ത ആശ്വാസമാണ് തോന്നിയത്. കാര്യങ്ങൾ പഴയപടിയായിരിക്കുന്നു.

അത്താഴം തയ്യാറാക്കുന്നതിനായി വാങ്ങേണ്ട സാധനങ്ങളുടെ വിശദമായ പട്ടികതന്നെ യുസ്റ തയ്യാറാക്കി. ഒന്നും മറന്നുപോകാതിരിക്കാനായി പന്നെയത് ഇബ്റാഹീമിന്റെ മുന്നിൽ ഉറക്കെ വായിച്ചുകേൾപ്പിച്ചു.

രാവിലെ മുതൽ താൻ ആവശ്യപ്പെട്ടതൊക്കെ ലഭിച്ചിരിക്കണമെന്ന് യുസ്റയ്ക്ക് നിർബന്ധമുണ്ട്. ഈ കാര്യങ്ങളൊന്ന് ഒതുക്കിയ ശേഷം വേണം തനിക്ക് മറ്റു ജോലികൾ ചെയ്യാൻ. ഇബ്റാഹീം തർക്കിക്കാനൊന്നും പോയില്ല. ഒരക്ഷരംപോലും പറയാതെ സാധനങ്ങളുടെ പട്ടിക വാങ്ങി കീശയിൽ തിരുകി.

അവൻ പുറത്തേക്കു പോയതും ഹിജാബ് നേരെയാക്കിയശേഷം യുസ്റ എന്റെ മുന്നിൽ വന്നിരുന്നു. എന്താണ് പറയേണ്ടതെന്ന് ചിന്തിക്കുകയായിരുന്നു ഞാൻ. അതിനിടയ്ക്ക് ഇബ്റാഹീം മേശപ്പുറത്ത് ഇട്ടേച്ചുപോയ സിഗരറ്റ് കവറിൽനിന്നും അവളൊരു സിഗരറ്റെടുത്ത് കത്തിച്ച് പുക വലിക്കാൻ തുടങ്ങി. അതിശയം കാരണം എന്റെ നാവിറങ്ങിപ്പോയി. ഇതുകണ്ട് എന്നെ നോക്കി ചിരിക്കുകയായിരുന്നു യുസ്റ. സിഗരറ്റ് അല്പം വലിക്കുന്നതിനിടയിൽ ഇടയ്ക്കിടയ്ക്ക് സ്വീകരണമുറിയിലേക്ക് നോക്കുന്നുമുണ്ട്. വാഇലെങ്ങാനും കാണുമെന്നായിരിക്കും ഭയം. പിന്നെ സിഗരറ്റ് കെടുത്തി വെള്ളത്തിൽ മുക്കി ജനാലയിലൂടെ പുറത്തേക്കെറിഞ്ഞു. ഒപ്പം വായ നല്ലതുപോലെ കുലുക്കിതുപ്പുകയും ചെയ്തു. വീണ്ടും തന്റെ ജോലിത്തിരക്കിലേക്ക് മുഴുകുംമുമ്പ് യുസ്റ പറഞ്ഞു:

“ഈ ആയിശയെപ്പോലെ ഭാഗ്യവതിയായൊരു സ്ത്രീയെ എനിക്കറിയില്ല. ഒരിക്കൽകൂടി അവളെന്നെ തോല്പിച്ചു. വെട്ടുകിളി... പക്ഷേ എനിക്കുമൊരു ദിവസമുണ്ടാകും... അന്ന് ഞാൻ കാണിച്ചുതരാം.”

എട്ട്

മൂത്ത സഹോദരനും ഭാര്യയ്ക്കുമൊപ്പമുള്ള സായാഹ്നം സമാധാനപൂർവ്വമാണ് കടന്നുപോയത്. സത്യത്തിൽ എനിക്ക് വളരെ ഭയമുണ്ടായിരുന്നു. എന്നാൽ വളരെ മനോഹരമായിരുന്നു ആ സംഗമമെന്ന് വേണം പറയേണ്ടതെന്ന് തോന്നുന്നു. ഇബ്റാഹീം ആഗ്രഹിച്ചതുപോലെതന്നെ മൂന്നുതരം വിഭവങ്ങളാണ് യുസ്റ ഞങ്ങൾക്കായി തയ്യാറാക്കിയത്. എല്ലാം നല്ല സ്വാദിഷ്ടമായ വിഭവങ്ങൾ. അതുപോലെ ഞാൻ പ്രതീക്ഷിച്ചിരുന്ന യുസ്റയും ആയിശയും തമ്മിലുള്ള ഏറ്റുമുട്ടൽ ഭാഗ്യത്തിനുണ്ടായില്ല. അതിന്റെ ക്രെഡിറ്റ് അത്താഴത്തിനുണ്ടാക്കിയ വിഭവങ്ങൾ മികച്ചതായതുകൊണ്ട് മാത്രമായിരുന്നില്ല. ഒപ്പം ആയിശ വാഇലിന് മനോഹരമായൊരു സമ്മാനം നൽകിയതുകൊണ്ടും കൂടിയായിരുന്നു. ഈ സമ്മാനം തന്റെ സ്വന്തം പണംകൊണ്ടാണ് വാങ്ങിയതെന്ന് ആയിശ പലതവണ പറയുകയും ചെയ്തിരുന്നു. അതൊരു ചുവന്ന മെഴ്സിഡസ് കാറായിരുന്നു. വാഇലിനൊപ്പം ആ സമ്മാനം അവന്റെ വാപ്പയ്ക്കും ഉമ്മയ്ക്കുമൊക്കെ വളരെ ഇഷ്ടമായി.

ഫ്ളാറ്റിലെത്തിച്ചേർന്നയുടനെ ആയിശ വാഇലിനെ അടുത്തേക്ക് വിളിപ്പിച്ചു. അരികിലേക്ക് വരാൻ ധൈര്യപ്പെടാതെ നിൽക്കുകയായിരുന്നു അവൻ. വാഇലിന്റെ മുടിയിൽ തഴുകിയശേഷം ആയിശ അവനെ തന്റെ മടിയിൽ പിടിച്ചിരുത്തി. പിന്നെ ആരും പ്രതീക്ഷിക്കാത്ത തരത്തിൽ ആ സമ്മാനം അവന് നൽകി. ഇത് തുടക്കം മുതലേ വല്ലാത്തൊരു ആശ്വാസമാണ് വീടിനുള്ളിൽ സൃഷ്ടിച്ചത്. വലിയ സന്തോഷമായ വാഇലാകട്ടെ പിന്നെ ആയിശയെ വിട്ടുമാറിയതേ ഇല്ല.

അല്പം അസ്വസ്ഥതയുണ്ടായിരുന്നതിനാൽ സഹോദരനേയും ഭാര്യയേയും അല്പം മിതത്വത്തോടെയാണ് സ്വാഗതം ചെയ്തത്. യുസ്റയുടെ വികാരങ്ങളെ മാനിക്കണമല്ലോ? എന്നാൽ ആയിശയുടെ സമ്മാനം കുറച്ച് സന്തോഷിക്കാനും അതിഥികൾക്ക് അല്പംകൂടി പ്രാധാന്യം നൽകാനുമുള്ള നല്ല കാരണമായി മാറി. എന്നാൽ, യുസ്റ ആളാകെ മാറിപ്പോയിരുന്നു. പുഞ്ചിരി പിന്നീട് അവളുടെ അധരങ്ങളെ വിട്ടകന്നതേയില്ല. വളരെ സ്നേഹത്തോടെ ആയിശയോടും ഭർത്താവിനോടും

നിർത്താതെ സംസാരിക്കുകയും കുടിക്കാനായി തങ്ങളുടെ കൈവശമുള്ള തെല്ലാം നൽകുകയുമായിരുന്നു യുസ്റ.

അല്പം വിശ്രമം കഴിഞ്ഞതും ബഷീർ എല്ലാവരോടും അപ്പാർട്ട് മെന്റിന് താഴേക്ക് ചെല്ലാൻ നിർബന്ധിച്ചു. രാത്രിയായാൽ ഇരുട്ട് വീഴും. അതിന് മുമ്പേ തന്റെ പുതിയ കാറൊന്നു കാണണം.

ജർമ്മനിയിൽ സ്ഥിരതാമസമാക്കിയ ഒരു കുടിയേറ്റക്കാരന്റെ കൈയിൽനിന്നാണ് കുറച്ച് മാസങ്ങൾക്കു മുമ്പ് ഈ മനോഹരമായ ആഡംബരവാഹനം ബഷീർ വാങ്ങിയത്. ടുണീഷ്യയിൽ ഇനിയും പ്രചാര ത്തിലെത്തിയിട്ടില്ലാത്ത പുതിയ മോഡൽ മെഴ്സിഡസ് കാറാണത്. ആയിശ വാഇലിന് സമ്മാനമായി കൊണ്ടുവന്ന കളിപ്പാട്ടക്കാറിന്റെ അതേ മോഡൽ. കാറിന്റെ ഉൾവശം നല്ലതുപോലെ കാണാനായി ബഷീർ ഡോറുകളെല്ലാം തുറന്നിട്ടു. അതിനുള്ളിൽ കയറുമ്പോൾ താനനുഭവി ച്ചിട്ടുള്ള വർദ്ധിച്ച ആനന്ദം വിവരിച്ചശേഷം ബഷീർ എല്ലാവരോടും കാറിൽ കയറാമോ എന്ന് തിരക്കി. കോളനിയിലൂടെ ഒന്ന് ചുറ്റിക്കറങ്ങി വരാമത്രേ.

ഇതുപോലൊരു നേരത്ത് അബുൽ ഖാസിം അൽ-ശാബി റോഡിൽ നല്ല തിരക്കുണ്ടാകാറില്ല. പൊലീസ് സ്റ്റേഷൻ കടന്നുപോയതും ബഷീർ കാറിന്റെ വേഗത ഇരട്ടിയാക്കി. ശ്രദ്ധിച്ച് സാവകാശം വണ്ടി ഓടിക്കുവാൻ ആവശ്യപ്പെടുന്ന ഭാര്യയുടെ വാക്കുകളൊന്നും അയാൾ ഗൗനിച്ചതേയില്ല. കുറെ തെരുവുകൾ പിന്നിട്ടശേഷം തിരികെ വരുന്നതിനിടയിൽ തന്റെ സഹോദരി ലൈല താമസിക്കുന്ന തെരുവിലൂടെ പോകാമോ എന്ന് യുസ്റ ബഷീറിനോട് ഒരു ചിരിയോടെ ചോദിച്ചു. അവളുടെ അപ്പാർട്ടുമെന്റിനടു ത്തെത്തുമ്പോൾ കാറിന്റെ വേഗത കുറയ്ക്കുകയും വേണം. ഈ മെഴ്സി ഡസ് കാണുന്നതോടെ തന്റെ കാറിന്റെ പേര് പറഞ്ഞുള്ള ലൈലയുടെ പൊങ്ങച്ചം പറച്ചിൽ ഇല്ലാതാകുമല്ലോ. യുസ്റയുടെ ആവശ്യം ബഷീർ നിവർത്തിച്ചുകൊടുത്തു. ലൈലയുടെ അപ്പാർട്ട്മെന്റിന് മുന്നിൽ കാർ കുറേനേരം നിർത്തിയിട്ടശേഷം ബഷീർ രണ്ട് തവണ ഹോൺ മുഴക്കുക പോലും ചെയ്തു. സമീപമുള്ള ഫ്ളാറ്റുകളിൽനിന്നും ആളുകൾ താഴേക്ക് എത്തിനോക്കുന്നത് കണ്ടു. എന്നാൽ ലൈലയുടെ ഫ്ളാറ്റിൽ മാത്രം ആരേയും കണ്ടില്ല.

അപ്പാർട്ട്മെന്റ് സ്ഥിതിചെയ്യുന്ന ഗാർഡന്റെ പ്രവേശനകവാടത്തിൽ നിന്നും കുറച്ച് വാരയകലെയായി ബഷീർ കാർ പാർക്ക് ചെയ്തു. അവിടെ യാകുമ്പോൾ ഇബ്റാഹീമിന്റെ ഫ്ളാറ്റിന്റെ അടുക്കള ജനാലയിലൂടെ നോക്കിയാൽ കാർ കാണാനുമാകും.

ഇബ്റാഹീം പറഞ്ഞതനുസരിച്ചാണ് ബഷീർ അപ്രകാരം ചെയ്തത്. വിലപിടിച്ച കാറുകൾ മോഷണം പോകുന്നത് കോളനിയിൽ പതിവാണ്. അതുകൂടാതെ അസൂയക്കാരും തെരുവിൽ അലഞ്ഞുതിരിയുന്നവരും

കുടിയാന്മാരുമൊക്കെ ഉണ്ടാക്കുന്ന കേടുപാടുകൾ ഈയടുത്ത വർഷങ്ങളിൽ വളരെയധികമായിരിക്കുന്നു. സഹോദരന്റെ കാറിനെന്തായാലും ഇത്തരത്തിലൊരു ഗതിയുണ്ടാവാൻ ഇബ്റാഹീം സമ്മതിക്കില്ല. ആരെങ്കിലുമൊരു ആണിവച്ചോ താക്കോൽ വച്ചോ കാറിന്റെ പുറത്ത് പോറലുണ്ടാക്കാനോ കണ്ണാടി ഇടിച്ചു പൊട്ടിക്കാനോ വൃത്തികേടാക്കാനോ, മുൻവശത്ത് ഉറപ്പിച്ചിരിക്കുന്ന മെഴ്സിഡസ് രൂപം ഊരിയെടുക്കുകയോ ഓടിച്ച് മാറ്റുകയോ ചെയ്യാൻ പാടില്ല. ആ വേറിട്ട രൂപമില്ലെങ്കിൽ മെഴ്സിഡസിന് നഷ്ടമാകുന്നത് അതിന്റെ സൗന്ദര്യവും ഗാംഭീര്യവുമായിരിക്കും.

അത്താഴവിരുന്ന് വളരെനേരം നീണ്ടുനിന്നു. ഭക്ഷണം കഴിഞ്ഞ് ചായ കുടിക്കാനായി സോഫയിൽ വന്നിരിക്കുന്നതിനിടയിൽ ബഷീർ ചോദിച്ചു:

"പിന്നെ ഫ്രാൻസിലെന്തൊക്കെയാ വിശേഷങ്ങൾ?"

ഇതുപോലൊരു ചോദ്യം ഞാൻ പ്രതീക്ഷിച്ചിരുന്നതുതന്നെയായിരുന്നു. കാണുമ്പോഴൊക്കെ ബഷീർ ഇത്തരത്തിൽ ഫ്രാൻസിലെ കാര്യങ്ങൾ തിരക്കാറുള്ളതാണ്. അയാൾക്കറിയാവുന്ന ഒരേയൊരു യൂറോപ്യൻ രാജ്യമാണ് ഫ്രാൻസ്. ചെറുപ്പകാലത്ത് രണ്ടു വർഷക്കാലം അവിടെ കഴിഞ്ഞിട്ടുണ്ട്. സർവ്വകലാശാലയിൽനിന്നും ബിരുദം നേടി പുറത്തിറങ്ങിയ ഉടനെ അഗ്രികൾച്ചറൽ എൻജിനീയറിങ്ങിലെ തന്റെ വിദ്യാഭ്യാസം പൂർത്തിയാക്കാനായി ഫ്രാൻസിലേക്ക് പോയതായിരുന്നു ബഷീർ.

ജീവിതത്തിൽ വലിയ മോഹങ്ങൾക്കുടമയായിരുന്ന ബഷീറിന് വലിയൊരു എൻജിനീയറാകാനായിരുന്നു ആഗ്രഹം. എന്നാൽ വിദേശവാസം സഹിക്കാനാകാതെ പഠനം ഇടയ്ക്കുവച്ച് അവസാനിപ്പിക്കേണ്ടിവന്നു. യൂറോപ്പിലെ ജീവിതം വളരെ സങ്കീർണവും വിഷമതകൾ നിറഞ്ഞതുമാണെന്നായിരുന്നു അയാൾ പറയാറുള്ളത്. അങ്ങനെ തന്റെ സ്വപ്നം വേണ്ടായെന്ന് വയ്ക്കുകയായിരുന്നു ബഷീർ. പിൽക്കാലത്ത് എനിക്ക് സംഭവിച്ചതും മറ്റൊന്നായിരുന്നില്ല. ഒരു ഡോക്ടറാകുക എന്ന സ്വപ്നം എനിക്കും ഉപേക്ഷിക്കേണ്ടിവന്നു. എന്തായാലും ബഷീർ പിന്നീട് ടുണീഷ്യയിലേക്ക് തന്നെ തിരികെയെത്തി.

തിരിച്ചെത്തിയതിന് ശേഷമുള്ള ആദ്യവർഷങ്ങൾ വളരെ ബുദ്ധിമുട്ടേറിയതായിരുന്നു. പ്രത്യേകിച്ച് എൻജിനീയറിങ് സഹായിയായി ജോലി കിട്ടുന്നതിന് മുമ്പ്. സ്വന്തം സ്വപ്നം വേണ്ടായെന്ന് വയ്ക്കുന്നതിന് മുമ്പ് അയാൾ നിരസിച്ചിരുന്ന ജോലിയായിരുന്നു അത്. എന്നാൽ കാലം കഴിഞ്ഞതോടെ തന്റെ മോഹഭംഗമെന്ന പരാജയത്തെ മറക്കാൻ അയാൾക്കായി. അതിനയാളെ സഹായിച്ചത് ആയിശയുമായി പരിചയപ്പെട്ടതോടെയായിരുന്നു. ആദ്യം അവളെ പ്രണയിച്ചുപോകുകയും പിന്നെ വിവാഹം കഴിക്കുകയും ചെയ്തു. ശേഷം ഭരണകക്ഷിയായ ഡെമോക്രാറ്റിക്

കോൺസ്റ്റിറ്റ്യൂഷണൽ അസംബ്ലി പാർട്ടിയിൽ ചേർന്ന് പ്രവർത്തിക്കാനും തുടങ്ങി. ആയിശയുടെ സ്വാധീനം കാരണമാണ് താൻ പാർട്ടിക്കാരനായതെന്നാണ് ബഷീർ പറയാറുള്ളത്. ഒരുകാലത്ത് തനിക്ക് വളരെ വെറുപ്പായിരുന്ന ഒരു പാർട്ടിയുടെ നയങ്ങളെ പതിയെപ്പതിയെ പിന്തുണയ്ക്കേണ്ട ഗതിയായിരുന്നു അയാൾക്കുണ്ടായത്. ചെറിയ കാലയളവിനുള്ളിൽതന്നെ സ്വന്തം വിദ്യാഭ്യാസ നിലവാരവും ബുദ്ധിശക്തിയും ത്യാഗസന്നദ്ധതയുംകൊണ്ട് പാർട്ടിയുടെ പ്രമുഖ പ്രാദേശിക അംഗങ്ങളിലൊരാളായി മാറാൻ ബഷീറിന് സാധിച്ചു. കഷ്ടപ്പാടുകളിലുണ്ടായ ഈ വലിയ മാറ്റത്തിനൊപ്പം ജീവിതത്തിലും മറ്റൊരു മാറ്റമുണ്ടായി. നാട്ടിലെ പാർട്ടി നേതാവിന്റെ സഹായത്തോടെ ബാങ്കിൽനിന്നും വലിയൊരു തുക ലോണെടുക്കാൻ കഴിഞ്ഞു. അതുപയോഗിച്ച് ആരംഭിച്ച കോഴി വളർത്തൽ കേന്ദ്രം അതിശയിപ്പിക്കുന്ന വേഗതയിലാണ് വളർന്നത്. പിന്നീടത് ബേജ മേഖലയിലെതന്നെ ഏറ്റവും വലിയ കോഴിവളർത്തൽ കേന്ദ്രമായി മാറി. എന്തിനേറെ, ചിലയാളുകളൊക്കെ അയാളെ വിളിക്കുന്നത് തന്നെ 'കോഴി ബഷീർ' എന്നാണ്.

ഫ്രാൻസിനെക്കുറിച്ച് ബഷീർ ചോദിക്കുമ്പോൾ ചിലപ്പോഴൊക്കെ തോന്നാറുള്ളത് അയാൾക്കിപ്പോഴും ആ നാടിനെ വലിയ കാര്യമാണെന്നായിരുന്നു. അവിടെ നടക്കുന്ന കാര്യങ്ങളെന്തൊക്കെയാണെന്ന് അറിയാനുള്ള ആഗ്രഹം കൊണ്ടു നടക്കുന്നൊരാൾ. ഇതിലൂടെ എന്നേയും ചുറ്റുമുള്ളവരേയും ബോധ്യപ്പെടുത്താൻ ശ്രമിക്കുന്നൊരു കാര്യവുമുണ്ട്. തനിക്കും ഫ്രാൻസിനെക്കുറിച്ചറിയാം, താനും യൂറോപ്പിൽ പോയിട്ടുണ്ട്, ജീവിതം സാഹസമായിരുന്ന ഒരുകാലത്ത് കുറച്ച് സമയമാണെങ്കിൽ പോലും അവിടെ ജീവിച്ചിട്ടുമുണ്ട്. ഇതൊക്കെ കാരണമായി ഒരല്പം അമാന്തിച്ചെങ്കിലും പിന്നെ വലിയ താത്പര്യമില്ലാതെ ഞാൻ മറുപടിയെന്നോണം പറഞ്ഞു:

"ഫ്രാൻസ്... പഴയതുപോലെതന്നെ."

"അതിനർത്ഥം നിങ്ങളിപ്പോഴും വൻതുക നികുതി നൽകുന്നുവെന്നായിരിക്കും, അല്ലേ?"

ശേഷം ചിരിയോടെ അയാൾ ഇബ്റാഹീമിനെ നോക്കി പറയാൻ തുടങ്ങി:

"വല്ലാത്ത ലോകമാണ് ഈ ഫ്രാൻസ്. നിങ്ങൾ സമ്പാദിക്കുന്നതൊക്കെ തട്ടിയെടുക്കുന്നൊരു നാട്!"

അവസാനമായി കണ്ടപ്പോഴും നികുതിയുടെ വിഷയത്തെക്കുറിച്ച് സംസാരിച്ചിരുന്ന കാര്യം ബഷീർ ഇപ്പോഴും ഓർക്കുന്നുണ്ടാകുമെന്ന് തോന്നിപ്പോയി.

"എല്ലാ നാട്ടിലും നികുതികളുണ്ടല്ലോ?"

"പക്ഷേ ഫ്രാൻസിലെ നികുതി വളരെക്കൂടുതലാണ്. നമ്മുടെ നാട്ടിലൊക്കെ കാര്യങ്ങൾ എത്ര ഭേദം!"

ഇതുകേട്ടതും ഇബ്റാഹീം ചോദിച്ചു:

"ഭേദമോ? എന്ത് ഭേദം?"

"ഫ്രാൻസിലേതുപോലെ ഇവിടെ ടുണീഷ്യയിൽ നിങ്ങളെ സർവ്വ കാര്യങ്ങളിലും ആരും നിരീക്ഷിക്കാനില്ല. നിങ്ങൾ സമ്പാദിക്കുന്ന ഓരോ നയാപൈസയുടെ പേരിലും വിചാരണ ചെയ്യാനും ശ്രമിക്കുന്നില്ല."

ഞങ്ങളെന്തെങ്കിലും പറയുമെന്ന് കരുതി ബഷീർ അല്പനേരം നിശ്ശബ്ദനായി. പിന്നെ ഞങ്ങളുടെ നിശ്ശബ്ദത നീളുമെന്നുറപ്പായപ്പോൾ അയാൾ തുടർന്നു:

"സമ്പാദിക്കുന്നതൊക്കെ ഞാൻ വെളിപ്പെടുത്തിയിട്ടില്ല. ഞാനത് സമ്മതിക്കുന്നുമുണ്ട്. ഫ്രാൻസിലുള്ളവരെപ്പോലെ അപ്രകാരം ചെയ്തിരുന്നെങ്കിൽ ഒന്നും സമ്പാദിക്കാൻ കഴിയില്ലായിരുന്നു."

അതിശയത്തോടെയാണ് ഇബ്റാഹീം തിരക്കിയത്:

"അപ്പോൾ നിങ്ങൾക്ക് സർക്കാരിനെ ഭയമില്ലേ?"

"ഭയക്കുകയോ? ഞാനോ? എന്തിന് ഭയക്കണം? ടുണീഷ്യയിലുള്ള സർവ്വരും എന്നെപ്പോലെ ഇങ്ങനെ ചെയ്യുന്നവർ തന്നെയാണ്. ഒരു ദിവസം നികുതി വകുപ്പ് ഉദ്യോഗസ്ഥർ പരിശോധനയ്ക്ക് വന്നു. സത്യത്തിൽ ഞാൻ ഇക്കൂട്ടരുടെ കാര്യംതന്നെ മറന്നിരിക്കുകയായിരുന്നു. പത്ത് വർഷത്തിലധികമായി കണ്ണിൽപ്പെടാത്ത കൂട്ടർ. എന്റെ കൈവശമുള്ള രജിസ്റ്ററുകളൊക്കെ എടുത്തുകൊണ്ടുപോയി. കോഴിവളർത്തൽ കേന്ദ്രത്തിലെ കണക്കുകൾ പരിശോധിച്ചശേഷം എന്നോടാവശ്യപ്പെട്ടത് ഇരുപത് മില്യൺ ദിനാർ നികുതിയടയ്ക്കണമെന്നാണ്. സത്യത്തിൽ എല്ലാ വർഷവും ഞാൻ അടയ്ക്കുന്ന തുകയേക്കാൾ വളരെ വലിയ തുകയായിരുന്നു അത്."

"ഇരുപത് മില്യണോ?"

ഞങ്ങളുടെ മുഖത്തേക്ക് തുറിച്ചുനോക്കിക്കൊണ്ട് ഇബ്റാഹീം ചോദിച്ചു.

"അതെ. ഇരുപത് മില്യൺ തന്നെ. അക്കാലത്ത് കോഴി വളർത്തൽ കേന്ദ്രത്തിൽനിന്നും നല്ല വരുമാനമായിരുന്നു എനിക്ക്. ഇപ്പോഴുള്ളതുപോലെ നാട്ടിൽ ധാരാളം കോഴിവളർത്തൽ കേന്ദ്രങ്ങളിലൊന്നുമുണ്ടായിരുന്നില്ല അന്ന്. ഞാൻ ഉദ്യോഗസ്ഥരുടെ കൈയിൽനിന്നും നോട്ടീസ് കൈപ്പറ്റിയെങ്കിലും ഒരക്ഷരംപോലും മിണ്ടിയില്ല. എന്നാൽ പിന്നീട് ഞാൻ എത്ര തുകയാണ് നികുതിയടച്ചതെന്നറിയാമോ നിങ്ങൾക്ക്? അഞ്ച് മില്യൺ. വെറും അഞ്ച് മില്യൺ. അതോടെ ആ ഫയൽ ക്ലോസ് ആയി."

ഇതുകേട്ട് തമാശയായിട്ട് ഇബ്റാഹീം ചോദിച്ചു:

"അതിന് നിങ്ങൾ അവരെ എന്തു ചെയ്തു? എങ്ങനെയാ ഈ ഇരുപത് മില്യൺ അഞ്ചായി മാറിയത്? വല്ല കൂടോത്രവും ചെയ്തോ?"

അഭിമാനത്തോടെ സ്വന്തം ചുമലിലേക്ക് ചൂണ്ടി ബഷീർ പറഞ്ഞു:

"എന്റെ കാര്യത്തിൽ സ്വാധീനമുള്ളവർ ഇടപെട്ടു. അതോടെ ഉത്തരവ് മുകളിൽനിന്നും താനേ വന്നു."

വൈകാരികത തീരെ കുറയാത്ത സ്വരത്തിൽ ഞാൻ പറഞ്ഞു.

"ഫ്രാൻസിലായിരുന്നെങ്കിൽ നിങ്ങളെ വെറും ഇരുപത് മില്യണിലൊതുക്കാതെ നികുതി കുടിശ്ശിക വരുത്തിയതിനുള്ള ശിക്ഷയായി കുറേ പിഴകൂടി ചുമത്തിയേനേ. ചിലപ്പോൾ ജയിലിലിടയ്ക്കുകയും ചെയ്തേനേ. രാജ്യത്തിന്റെ സ്വത്ത് കൊള്ളയടിച്ച കുറ്റമാണിത്."

ബഷീർ പൊട്ടിച്ചിരിച്ചു:

"രാജ്യത്തിന്റെ സ്വത്തോ? ഈ ഫ്രാൻസ് വല്ലാത്തൊരു രാജ്യമാണ് കേട്ടോ?"

യുസ്റയും ഇബ്റാഹീം ചേർന്ന് തീൻമേശപ്പുറത്ത് അവശേഷിച്ച പാത്രങ്ങൾ അടുക്കളയിലേക്ക് എടുത്തുകൊണ്ടുപോകാൻ തുടങ്ങി. ആവശ്യത്തിലധികം വൈകാരികതയോടെ അല്പം കടുത്ത സ്വരത്തിൽ ബഷീറിനോട് സംസാരിച്ചതിൽ എനിക്ക് ഖേദം തോന്നി. എന്നാൽ അല്പസമയം കഴിഞ്ഞപ്പോൾ ഞാൻ പറഞ്ഞതിലൊന്നും ബഷീറിന് വലിയ അസ്വസ്ഥതയൊന്നുമില്ലെന്ന് മനസ്സിലായി. അയാൾ എന്നെ നോക്കി പുഞ്ചിരിക്കുന്നതിന് മുമ്പ് ഇബ്റാഹീമിനോട് തിരക്കി:

"ഇവൻ നിങ്ങൾക്ക് ഫ്രാൻസിൽനിന്നും എന്താ കൊണ്ടുവന്നത്?"

ഇതുകേട്ടുനിന്ന യുസ്റയാണ് അഭിമാനത്തോടെ പ്രതികരിച്ചത്:

"കുറേ സമ്മാനങ്ങൾ കൊണ്ടുവന്നിട്ടുണ്ട്."

ഇതുകേട്ടതും എനിക്ക് വല്ലാത്ത അപകർഷത തോന്നിപ്പോയി. ബഷീറിനോ ഭാര്യയ്ക്കോ ബേജയിൽ താമസിക്കുന്ന അവരുടെ മക്കൾക്കാർക്കെങ്കിലുമോ ആയി ഞാനൊരു സമ്മാനവും കൊണ്ടുവന്നില്ലല്ലോ? സത്യത്തിൽ ഇവരെയാരെയും ചെന്നുകാണാനുള്ള പദ്ധതി ഇല്ലായിരുന്നു. ടുനീഷ്യയിൽ വരുമ്പോൾ ഇവരിലാരെയെങ്കിലും കണ്ടുമുട്ടുമെന്ന് കരുതിയതുമില്ല. പെട്ടെന്ന് ഇബ്റാഹീം എഴുന്നേറ്റ് സ്വീകരണമുറിയിൽ നിന്നും പുറത്തേക്ക് പോയി. തിരികെ എത്തിയത് ഞാൻ സമ്മാനമായി കൊണ്ടുവന്ന് നൽകിയതിൽ പെട്ട മൂന്ന് കവർ സിഗരറ്റുമായിട്ടായിരുന്നു.

"ഓ... വളരെ നന്ദി."

ഒരു കൂടിൽനിന്നും സിഗരറ്റ് പുറത്തേക്കെടുക്കുന്നതിനിടയിൽ എന്നെ

നോക്കി ബഷീർ പറഞ്ഞു. പുകവലിക്കുന്നതിനിടയിൽ അയാൾ കൂട്ടിച്ചേർത്തു:

"ഈ ലോകത്ത് അമേരിക്കക്കാരെപ്പോലൊരു കൂട്ടരില്ല. അവരുടെ സർവ്വവസ്തുക്കളും ഒന്ന് വേറിട്ടത് തന്നെയായിരിക്കും. അവരുടെ സിഗരറ്റുകളും മനോഹരംതന്നെ. ഈ അമേരിക്കക്കാരുടെ ഒരേയൊരു ദൂഷ്യവശം അവർക്ക് അറബികളുമായും മുസ്‌ലിംകളുമായുമുള്ള രാഷ്ട്രീയ നയനിലപാടുകൾ മാത്രമായിരിക്കും."

അല്പം കഴിഞ്ഞ് ഇബ്റാഹീമിനടുത്തേക്ക് ചാഞ്ഞുകൊണ്ട് ബഷീർ തുടർന്നു:

"പക്ഷേ ഫ്രഞ്ചുകാരുടെ കൈയിൽ മനോഹരമായതൊന്നുണ്ട് കേട്ടോ?"

യുസ്റയും ആയിശയും പാത്രങ്ങൾ കഴുകുന്ന തിരക്കിലാണെന്ന് ഉറപ്പുവരുത്താനായി അടുക്കളയിലേക്ക് നോട്ടം പായിച്ചശേഷം അയാൾ ഇബ്റാഹീമിന്റെ ചെവിയിൽ പറഞ്ഞു:

"പെണ്ണുങ്ങൾ. ഫ്രഞ്ചുകാരികൾ മനോഹരികളാണ്. എളുപ്പം വളയുന്നവർ!"

കാർ ഉപയോഗിച്ച് കളിച്ചുകൊണ്ടിരിക്കുകയായിരുന്നു വാഇൽ. കളി നിർത്തിയശേഷം അവൻ ചോദിച്ചു:

"ഈ എളുപ്പം വളയുന്നവർ എന്നുവച്ചാലെന്താ?"

ഞങ്ങൾ മൂന്നുപേർക്കും അതു കേട്ടതും ചിരിയടക്കാനായില്ല. വാഇൽ ഞങ്ങളെ നോക്കിയശേഷം ചിരിയോടെ ചോദിച്ചു:

"കാതറീനും എളുപ്പം വളയുന്നയാളാണോ?"

വളരെ ഗൗരവത്തോടെ. ബഷീറായിരുന്നു പ്രതികരിച്ചത്:

"കാതറീൻ മറ്റ് ഫ്രഞ്ചുകാരികളെപ്പോലുള്ള സ്ത്രീയല്ല. കാതറീൻ... അല്ലാഹു അവളെ അനുഗ്രഹിക്കട്ടെ... നല്ലൊരു സ്ത്രീയാണ്."

വാഇൽ തന്റെ കളി തുടരുന്നതിനിടയിൽ എന്റെ നേരെ നോക്കി ബഷീർ പറഞ്ഞു:

"ജീവിതത്തിലിന്നോളം കാതറീനെപ്പോലൊരു ഫ്രഞ്ചുകാരിയെ ഞാൻ കണ്ടിട്ടേയില്ല കേട്ടോ?"

അയാൾക്ക് കാതറീനെ ഇഷ്ടമാണെന്ന് എനിക്കറിയാമായിരുന്നു. പലതവണ ഇക്കാര്യത്തെക്കുറിച്ച് എന്നോട് പറഞ്ഞിട്ടുമുണ്ട്. ഭാര്യ ആയിശയ്ക്കും കാതറീനെ വലിയ കാര്യമാണ്. ഒരു ദിവസം അവൾ അതിസുന്ദരിയൊന്നുമല്ലെന്നും ഫ്രാൻസിലേക്ക് കുടിയേറിയിരുന്നില്ലെങ്കിൽ കുറച്ചുകൂടി സുന്ദരിയായൊരു സ്ത്രീയെ വിവാഹം കഴിക്കാൻ എനിക്ക് സാധിക്കുമായിരുന്നു എന്ന് ആയിശ യുസ്റയോട് സംസാരിച്ചിട്ടുണ്ടെന്നത് ശരിയാണ്. എന്നാൽ ഇത്തവണ കാതറീനെ വളരെ വലിയ രീതിയിൽ

പുകഴ്ത്തുകയാണ് ബഷീർ. താൻ സംസാരിച്ച തരത്തിലുള്ള ഫ്രഞ്ചു കാരികളെപ്പോലെയേ അല്ല കാതറീനെന്നും ഉറപ്പിച്ച് പറയുകയാണയാൾ.

ഇതൊക്കെ കേട്ട് പുഞ്ചിരിച്ചതല്ലാതെ ഞാനൊന്നും പറഞ്ഞതേയില്ല. ഫ്രഞ്ച് സ്ത്രീകളെക്കുറിച്ചും യൂറോപ്പ്കാരികളായ സ്ത്രീകളെക്കുറിച്ചും പൊതുവേയുള്ള ഇത്തരം പരാമർശങ്ങൾ ഞാൻ പലതവണ കേട്ടിട്ടുള്ള താണ്. എന്നാൽ ഇവരൊക്കെ വൃത്തികെട്ട സ്ത്രീകളാണെന്നും ഇഷ്ടപ്പെട്ട ഏതൊരു പുരുഷനുമായും വഴിവിട്ട ബന്ധം സ്ഥാപിക്കാൻ മടിക്കാത്തവരാണെന്നും കരുതുന്നവരുമുണ്ട്. ആകെ നിശ്ശബ്ദത പരന്ന പ്പോൾ ബഷീറിനല്പം അസ്വസ്ഥതയുണ്ടെന്നത് വ്യക്തമായി. അയാളുടെ ഈ അസ്വസ്ഥത എന്നേയും ഇബ്റാഹീമിനേയുംകൂടി വല്ലാതാക്കി ക്കളഞ്ഞു.

ഒപ്പമിരുന്ന് മടുത്തതും ഞാനെഴുന്നേറ്റ് മുറിയിലേക്ക് നടന്നു. രാത്രി യുടെ ശുദ്ധമായ വായു ശ്വസിക്കണമെന്ന് തോന്നി. മുറിയിലെത്തി ജനാല മലർക്കെ തുറന്നശേഷം തലനീട്ടി താഴേക്ക് നോക്കി. അപ്പോ ഴതാ താഴെ നിലയുടെ ജനാലയിൽ നഈമ നിൽക്കുന്നു. തലയിലൊരു ടവ്വൽ ചുറ്റിവച്ചിരിക്കുകയാണ്. പൈജാമപോലെയുള്ള വീതിയുള്ള കുപ്പായമാണ് വേഷം. പുകയിലയുടെ ഗന്ധം മണത്തപ്പോൾ ഞാൻ കുറച്ചുകൂടി കുനിഞ്ഞുനോക്കി. അപ്പോഴാണ് അവളുടെ വലതുകൈയി ലൊരു സിഗരറ്റ് കണ്ടത്. അതോടെ ഞാൻ ജനാലയടച്ചശേഷം സ്വീക രണമുറിയിലേക്ക് തിരികെച്ചെന്നു. യുസ്റയും ആയിശയും ഭർത്താക്ക ന്മാർക്കിടയിൽ തൊട്ടുരുമ്മിയിരിക്കുന്നത് കണ്ടാൽ ആത്മാർത്ഥ സുഹൃത്തുക്കളാണെന്നേ തോന്നൂ. പെട്ടെന്ന് ബഷീറിനെ നോക്കി യുസ്റ പറഞ്ഞു:

“ആശംസകൾ...”

“ആശംസകളോ? എന്തിന്?”

“ഹജ്ജിന്... നിങ്ങൾ ഹജ്ജ് ചെയ്യാൻ പോകുന്നുവെന്നു കേട്ടു.”

ബഷീർ ഇതുകേട്ട് അല്പം ഗൗരവത്തോടെ ഭാര്യയെ നോക്കി:

“ഇവൾക്ക് രഹസ്യങ്ങൾ സൂക്ഷിക്കാനറിയില്ലെന്ന് എനിക്കുറപ്പായി രുന്നു.”

“രഹസ്യമോ? എപ്പോഴാ ഹജ്ജ് തീർത്ഥാടനത്തിന് പോകുന്നത് രഹസ്യമായി മാറിയത്? ഹജ്ജിന് പോകുന്നവർ അക്കാര്യം ജനങ്ങളിൽ നിന്നും മറച്ചുവയ്ക്കാൻ പാടില്ല. നേരെ മറിച്ച് അക്കാര്യം സർവ്വയിട ങ്ങളിലും അറിയിക്കുകയാണ് വേണ്ടത്. ഹജ്ജ് തീർത്ഥാടനത്തേക്കാൾ വലിയൊരു നന്മയുണ്ടോ അല്ലെങ്കിൽതന്നെ? ഹജ്ജ് ചെയ്യുന്ന കാര്യത്തിൽ അഭിമാനം കൊള്ളുന്നവരാണ് ജനങ്ങൾ. നമ്മുടെ കുടുംബത്തിൽനിന്നും ഹജ്ജിന് പോകുന്ന ആദ്യവ്യക്തിയായിരിക്കും നിങ്ങൾ. ഇബ്റാഹീമും

യുസ്റയും ആ കുടുംബത്തിലുള്ളവരാകുമ്പോൾ നാമെന്തിന് ഹജ്ജ് പോലൊരു സുപ്രധാന കാര്യം അവരിൽനിന്നും മറച്ചുപിടിക്കണം?"

ഇതുകേട്ടതും ഇബ്റാഹീം തിരക്കി:

"ഹജ്ജിന് പോകാൻ എപ്പോഴാ പ്ലാൻ?"

"അടുത്ത വർഷം, ഇൻഷാ അല്ലാഹ്! എല്ലാം കോഴി വളർത്തൽ കേന്ദ്രത്തെ ആശ്രയിച്ചായിരിക്കും. പഴയതുപോലെ ഇപ്പോൾ വലിയ വരുമാനമൊന്നുമില്ല."

അതുകേട്ട് യുസ്റ പറഞ്ഞു:

"പടച്ചവൻ നൽകിയ അനുഗ്രഹങ്ങൾക്ക് നന്ദി പറയാൻ ശ്രമിക്കുക. സ്ഥിരം പരിതപിക്കുക എന്നത് നിങ്ങളുടെ ശീലമായിരിക്കുകയാണല്ലേ? വലിയ മന്ത്രിമാർക്ക് മാത്രം കഴിയുന്ന തരത്തിലൊരു മെഴ്സിഡസ് കാർ വാങ്ങി. വരുന്ന വർഷം ഹജ്ജിന് പോകുന്നു. എന്നിട്ടും ഇങ്ങനെ പരിതപിക്കുകയാണോ?"

"ദൈവത്തിന് സ്തുതി!"

ഉള്ളംകൈകൊണ്ട് മുഖത്ത് തഴുകി ബഷീർ പ്രാർത്ഥിച്ചു. ഒരല്പം കഴിഞ്ഞ് കൈയിലെ വാച്ചിലേക്ക് നോക്കിക്കൊണ്ട് അയാൾ എഴുന്നേറ്റു:

"സമയം വളരെ വൈകി. ഞങ്ങൾക്ക് പോകാനുള്ള സമയമായി."

വന്നപ്പോൾ ലഭിച്ച സ്വീകരണത്തേക്കാൾ നീണ്ട യാത്രയയപ്പായിരുന്നു പിന്നീട് നടന്നത്. യുസ്റ ആയിശയെ ചുംബിക്കുന്നതിനിടയിൽ കഴിയുന്നത്ര വേഗത്തിൽ മക്കൾക്കൊപ്പം തങ്ങളെ കാണാൻ വീണ്ടും വരണമെന്ന് അഭ്യർത്ഥിച്ചു. വാഇലാകട്ടെ ബഷീറിന്റെയും ആയിശയുടെയും കൈകളിൽ തന്നെ പിടിമുറുക്കിയിരിക്കുകയായിരുന്നു. അവർ പുറത്തേക്കിറങ്ങാൻ തുനിഞ്ഞപ്പോൾ മാത്രമായിരുന്നു അവൻ പിടിവിടാൻ തയ്യാറായത്. ഇബ്രാഹീമാകട്ടെ കാർ പാർക്ക് ചെയ്തിരുന്ന സ്ഥലംവരെ കൂടെ പോകാൻ നിർബന്ധം പിടിക്കുകയും ചെയ്തു.

യുസ്റ വാഇലിനെ ഉറങ്ങാനായി കൂട്ടിക്കൊണ്ടുപോയി. തിരിച്ചുവന്ന ശേഷം എന്റെ അരികിൽ വന്നിരുന്നു. എന്റെ മുഖത്തേക്കവൾ നോക്കുന്നതു കണ്ടപ്പോൾ തോന്നിയത് ഈ സന്ദർശനത്തെക്കുറിച്ച് കൂടുതൽ സംസാരിക്കാൻ ആഗ്രഹിക്കുന്നതുപോലെയാണ്.

എന്നാൽ എനിക്കാകട്ടെ അതിനുള്ളൊരു മാനസികാവസ്ഥ ഉണ്ടായിരുന്നില്ല. കുറച്ചുനേരം നിശ്ശബ്ദനായി തനിച്ചിരിക്കണം. അത്രമാത്രമാണിപ്പോൾ മനസ്സാഗ്രഹിക്കുന്നത്. അതോടെ ഞാൻ എഴുന്നേറ്റ് മുറിയിലേക്ക് പതിയെ നടന്നു.

ഒൻപത്

ബസാതീൻ കോളനിയിലെത്തിയിട്ട് രണ്ടു ദിവസം കഴിഞ്ഞിരിക്കുന്നു. ബാർസലോണ സ്ക്വയറിൽ ഒരിക്കൽക്കൂടി കാല് കുത്തിയപ്പോൾ വല്ലാത്ത ആനന്ദമാണ് തോന്നിയത്. ഹബീബ് ബൂർഖീബ റോഡിൽ നിന്നും മാറി ഇടറോഡുകൾ വഴി നടന്നു. രാവിലെ മുഴുവൻ അവിടെ ത്തന്നെ ചെലവഴിച്ചു. വളരെ വർഷങ്ങളായി എത്തിപ്പെടാനാകാത്ത പല സ്ഥലങ്ങളിലും കുറേസമയം ചുറ്റിക്കറങ്ങി. കാപ്പിക്കടകളിലും ചെറിയ ഷോപ്പുകളിലുമൊക്കെ കയറി ഇരുന്നു. ഇതിൽ പലയിടത്തും ആദ്യമായി ട്ടാണ് വരുന്നത്. വിശപ്പ് തോന്നിയപ്പോൾ ഒട്ടും അമാന്തിക്കാതെ ഒരു ചെറിയ ചായക്കടയിലേക്ക് കയറി. അവിടെയാണെങ്കിൽ ഇരിക്കാൻ കസേരയോ മേശയോ ഒന്നുമുണ്ടായിരുന്നില്ല. ആളുകളൊക്കെ നിന്നു കൊണ്ട് ധൃതിയിൽ ആഹാരം കഴിക്കുന്നു.

ഉച്ചയ്ക്കുശേഷം ബസാതീൻ കോളനിയിലേക്ക് തിരികെപ്പോകാനാ യിരുന്നു പദ്ധതി. എന്നാൽ ഞാൻ നേരെ പോയത് വടക്കൻ അതിർത്തി പ്രദേശങ്ങളിലേക്കുള്ള റെയിൽവേ സ്റ്റേഷനിലേക്കായിരുന്നു. വളരെക്കാല മായിട്ടുണ്ടാകും കടൽ കണ്ടിട്ട്. അങ്ങനെയൊരു മോഹം പിടികൂടിയ പ്പോഴാണ് തീരുമാനം മാറ്റിയത്. സ്റ്റേഷനിലെത്തിയശേഷം ഏറ്റവും അവസാന റെയിൽവേ സ്റ്റേഷൻവരെ എത്താനുള്ള ടിക്കറ്റ് എടുത്ത് ട്രെയിനിൽ കയറി. സത്യത്തിൽ മനസ്സിൽ പ്രത്യേകിച്ചൊരു ലക്ഷ്യമേ യുണ്ടായിരുന്നില്ല. കടൽത്തീരത്തോട് ചേർന്നുകിടക്കുന്ന ചെറിയ നാടു കളിലൂടെ കടന്നുപോകുമ്പോഴൊക്കെ ട്രെയിൻ നിർത്താറുണ്ടെന്ന് അറി യാമായിരുന്നു. ലാ ഗുലേറ്റ മുതൽ ലാ മർസാ വരെ നീളുന്ന യാത്ര യ്ക്കിടയിൽ ഏത് സ്റ്റേഷനിൽ വേണമെങ്കിലും ഇറങ്ങാൻ കഴിയും.

ട്രെയിൻ പുറപ്പെട്ടതും ചെറുപ്പത്തിൽ തോന്നുന്ന തരത്തിലുള്ള ഒരാ നന്ദം മനസ്സിൽ നിറയുകയായിരുന്നു. പഴയകാല ട്രെയിനുകൾ എനിക്ക് വലിയ ഇഷ്ടമാണ്. തലസ്ഥാനമായ ടുനിസ് പട്ടണം പിന്നിട്ടിരിക്കുന്നു. കുറച്ച് ദൂരം കഴിഞ്ഞതും വലിയ കെട്ടിടങ്ങൾ അപ്രത്യക്ഷമാകുകയും ഇടതുവശത്ത് തടാകത്തിന്റെ ദൃശ്യവും വലതുഭാഗത്ത് കനാലും കാണാൻ തുടങ്ങി. ആ ദൃശ്യങ്ങൾ സർവ്വതിനേയും ഗ്രസിച്ചതുമാതിരി.

ട്രെയിനിന്റെ മിക്കവാറും ജനാലകളും തുറന്നുകിടക്കുകയാണ്. കടലിന്റെ ഗന്ധവുമായി കടന്നുവരുന്ന കാറ്റിൽ എന്റെ മുൻവശത്തിരിക്കുന്ന സ്ത്രീകളുടെ മുടിയിഴകൾ ഉലയുന്നുണ്ടായിരുന്നു. ഇടയ്ക്കിടയ്ക്ക് അവർ എന്നെ ഒളികണ്ണിട്ട് നോക്കുന്നുണ്ട്. മടിയിൽ ഇരിക്കുന്ന ഹാന്റ്ബാഗു കളിൽ മുറുകെപ്പിടിച്ചിരിക്കുന്നത് കണ്ടാൽ തോന്നുക ചുറ്റും നോക്കി യിരിക്കുന്നതിനിടയിൽ ഒന്നശ്രദ്ധമായാൽ ഞാൻ അവരുടെ കൈയിൽ നിന്നും അവ തട്ടിയെടുക്കും എന്നതുപോലെയാണ്.

അന്ന് മുഴുവൻ പിന്നീട് വടക്കൻ അതിർത്തിപ്രദേശങ്ങളിലാണ് ചെല വഴിച്ചത്. സീദീ ബൂസഈദിൽ ട്രെയിൻ ഇറങ്ങിയശേഷം മറ്റു സ്ഥല ങ്ങളിൽ ചുറ്റിക്കറങ്ങാമെന്നായിരുന്നു കരുതിയത്. എന്നാൽ അവിടെ യൊക്കെ വിനോദസഞ്ചാരികളുടെ നല്ല തിരക്കായിരിക്കുമെന്നോർത്ത തോടെ ആ തീരുമാനം മാറ്റേണ്ടിവന്നു. പ്രത്യേകിച്ച് ഈ സമയത്ത് കോഫിഷോപ്പുകളിലും റോഡുകളിലും ഇടവഴികളിലുമൊക്കെ നിറയെ സഞ്ചാരികളായിരിക്കും. അതോടെ ലെ കറമിലിറങ്ങി. അവിടെ ചുറ്റി ക്കറങ്ങുന്നത് മടുത്തതും കർത്താജിലേക്ക് പോയി. ഒറ്റയ്ക്കായിരുന്നു യാത്ര. ഞാനത് ആസ്വദിക്കുന്നുണ്ടായിരുന്നു നല്ലതുപോലെ. ഞാനായിട്ട് ആരോടും സംസാരിക്കാൻ പോയില്ല. തിരിച്ചും ആരും എന്നോടൊന്നും ചോദിച്ചതുമില്ല!

തലസ്ഥാനത്തേക്ക് തിരിച്ചെത്തിയപ്പോഴേക്കും രാത്രിയായിക്കഴിഞ്ഞി രുന്നു. കറങ്ങി നടന്നതിനാൽ നല്ല ക്ഷീണം തോന്നി. ബസാതീൻ കോളനിയിലേക്ക് പോകുന്ന ബസ്സുകൾ നിർത്തിയിടുന്ന സ്റ്റാന്റ് സ്ഥിതി ചെയ്യുന്ന ബാർസലോണ സ്ക്വയറിലേക്ക് പോകാൻ മാത്രമുള്ള ധൈര്യ വുമില്ല. അതിനാൽതന്നെ റെയിൽവേസ്റ്റേഷന് മുന്നിൽ വടക്കൻ അതിർത്തിപ്രദേശങ്ങളിൽനിന്നും വരുന്ന യാത്രക്കാരെ കാത്ത് കിടക്കുന്ന ടാക്സി കാറുകളിലൊന്നിൽ കയറിയേ തീരൂ. തന്റെ കാറിന് നേരെ ഞാൻ നടന്നടുക്കുന്നത് കണ്ടതും അതിന്റെ ഡ്രൈവർ എങ്ങോട്ടാണ് പോകാ നുള്ളതെന്ന് ഉറക്കെ ചോദിച്ചു. എന്റെ മറുപടി കേട്ടതും താൻ ജോലി കഴിഞ്ഞ് വീട്ടിലേക്ക് മടങ്ങുകയാണെന്ന് ഡ്രൈവർ പറഞ്ഞു. താൻ താമസിക്കുന്ന പ്രദേശത്തേക്ക് പോകാനാഗ്രഹിക്കുന്ന ഒരു യാത്ര ക്കാരനെയാണ് അയാൾ തിരയുന്നതെന്ന് വ്യക്തം.

അതോടെ ഞാൻ അയാളെവിട്ട് മറ്റു ടാക്സി കാറുകളുടെ അരികി ലേക്ക് നീങ്ങി. എന്നാൽ അപ്പോഴേക്കും ആ ഡ്രൈവർ എന്റെ പിന്നാലെ വന്നു. ബസാതീൻ കോളനി താൻ താമസിക്കുന്ന സ്ഥലത്തിൽനിന്നു വളരെ ദൂരെയല്ലെന്നും തന്റെ കാറിൽ വേണമെങ്കിൽ കയറാമെന്നും അയാൾ പറഞ്ഞു. സമ്മതഭാവത്തിൽ ഞാൻ തലകുലുക്കി. കാറ് നല്ല വൃത്തിയുണ്ട്. രാത്രികാലങ്ങളിൽ സർവ്വീസ് നടത്തുന്ന മറ്റ് ടാക്സി ഡ്രൈവർമാരേക്കാൾ ഇയാൾക്ക് പ്രായക്കൂടുതലുള്ളതായി തോന്നി. പിറകിലത്തെ ഡോർ തുറന്ന് അകത്തേക്ക് കയറാൻ തുനിഞ്ഞപ്പോൾ മുൻവശത്തെ ഡ്രൈവറുടെ അരികിലുള്ള സീറ്റിൽ ഇരിക്കാൻ പറഞ്ഞു.

പിറകിലത്തെ സീറ്റ് അത്ര വൃത്തിയല്ലത്രേ. പകൽസമയത്ത് താൻ വാങ്ങിയ സാധനസാമഗ്രികൾ അടങ്ങിയ കവറുകളും കൂടുകളും കുന്നു കൂട്ടിയിരിക്കുകയാണ് പോരാത്തതിന്. ഒന്നും പറയാതെ അനുസരിച്ചു. സത്യത്തിൽ പിറകിലുള്ള സീറ്റിൽ ഇരിക്കാൻ ഇഷ്ടപ്പെടുന്നയാളായി രുന്നു ഞാൻ.

കാർ നേരെ പോയത് ഹബീബ് ബൂർഖീബ റോഡിലേക്കായിരുന്നു. ആദ്യത്തെ സ്ക്വയറിലെത്തിയതും ഇടത്തേക്ക് തിരിഞ്ഞു. ബസാതീൻ കോളനിയടക്കമുള്ള തെക്കൻ നഗരപ്രദേശങ്ങളിലേക്ക് പോകുന്ന മറ്റു വാഹനങ്ങളൊക്കെ സഞ്ചരിക്കുന്ന പാതയിലൂടെ പോകാതെ ഇടുങ്ങിയ തെരുവുകളിലൂടെയും റോഡുകളിലൂടെയുമാണ് അയാൾ കാറോടിച്ചത്. എന്താ ഇങ്ങനെയെന്ന് ചോദിക്കണമെന്നു തോന്നിയെങ്കിലും അതിന് മുതിർന്നില്ല. പതിവ് വഴിയേക്കാൾ ദൂരക്കൂടുതൽ ഈ പുതിയ പാതയ്ക്കു ണ്ടോയെന്നൊന്നും ഉറപ്പില്ലായിരുന്നു. കൂടാതെ അയാളുടെ രൂപവും ഭാവവും കണ്ടാൽ തട്ടിപ്പുകാരായ ടാക്സിഡ്രൈവർമാരിലൊരാളാണെന്ന് തോന്നുന്നതുമില്ല.

ആദ്യത്തെ ട്രാഫിക് ഐലന്റിലെത്തിയതും ഡ്രൈവിംഗ് സീറ്റിനടി യിലെ കൂട്ടിൽനിന്നും അയാളൊരു കാസറ്റെടുത്ത് ടേപ്പ് റെക്കോർഡറി ലിട്ടു. സിറിയൻ ഗായകൻ ഫരീദ് അൽ-അത്ഗ്രശിന്റെ വിഖ്യാതമായ 'ബസാത് അൽ-രീഹ്' എന്ന ഗാനമാണ് ടേപ്പ് റെക്കോർഡറിൽനിന്നും കേട്ടത്. എനിക്ക് ഫരീദിനെ വലിയ ഇഷ്ടമാണ്. എല്ലാ ടുനീഷ്യക്കാരെ പ്പോലെയും ഞാനും 'ബസാത് അൽ-രീഹ്' ഗാനത്തെ സ്നേഹിക്കുന്നു. വളരെക്കാലമായി കേട്ടിട്ടില്ലാത്ത ഈ പഴയ ഗാനത്തിനൊപ്പം പെട്ടെന്ന് ഫരീദിന്റെ സ്വരം കേട്ടതും സന്തോഷംകൊണ്ട് ശരിക്കും വീർപ്പുമുട്ടി പ്പോയി. പക്ഷേ കുറച്ചുസമയം കഴിഞ്ഞതും ആ പാട്ട് കേൾക്കുന്നത് സഹിക്കാൻ കഴിയാത്ത അവസ്ഥയിലായി രണ്ട് ചെവികളും. ആവശ്യ ത്തിലുമധികം ശബ്ദത്തിലായിരുന്നു ടേപ്പ് റെക്കോർഡർ പ്രവർത്തിച്ചി രുന്നത്. ആകെക്കൂടി ഒരേയൊരു സ്പീക്കറാണുണ്ടായിരുന്നത്. അതാ കട്ടെ എന്റെ സീറ്റിന് നേരെ മുന്നിലും. അതോടെ കാര്യങ്ങൾ കൂടുതൽ വഷളായി. ഡ്രൈവറുടെ നേർക്ക് പലതവണ തിരിഞ്ഞുനോക്കി. ഞാനാകെ അസ്വസ്ഥനാണെന്ന് അറിയട്ടെയെന്ന് കരുതി. ഫലമൊ ന്നുമുണ്ടായില്ലെന്ന് മാത്രം.

"ഹരിതാഭയാർന്ന ഹേ ടുണീഷ്യാ..
ഹൃദയങ്ങൾ ഭേദിക്കുന്നവളല്ലോ നീ?
എന്നാൽ നിൻ വെള്ളമാനുകളെ
കെണിയിൽ വീഴ്ത്താൻ ഏത് വേട്ടക്കാരനാ കഴിയുക?"

ഈ വരികളെത്തിയതും ഡ്രൈവർ ശബ്ദം വീണ്ടും കൂട്ടി. പിന്നെ തന്റെ പരുക്കൻ ശബ്ദത്തിൽ ഒപ്പം പാടാനും തുടങ്ങി. പാട്ടിന്റെ താളത്തിനൊപ്പം സ്റ്റിയറിങ് വീലിൽ വലതുകൈകൊണ്ട് പതിയെ മുട്ടിക്കൊണ്ടുമിരുന്നു. ഒന്നമാന്തിച്ചെങ്കിലും അല്പം ധൈര്യം സമാഹരിച്ച്

അവസാനം ഞാനയാളോട് ശബ്ദം അല്പം കുറയ്ക്കാമോ എന്ന് ചോദിച്ചു. അതോടെ അയാളുടെ പാട്ട് നിലച്ചു. ഒരു നിമിഷം നിശ്ശബ്ദ നായിരുന്നശേഷം മാന്യമായ സ്വരത്തിൽ അയാൾ ചോദിച്ചു:

"നിങ്ങൾക്ക് അസുഖം വല്ലതുമുണ്ടോ?"

ഇല്ലായെന്നു കേട്ടതും വിചിത്രഭാവത്തിൽ ഡ്രൈവർ തിരക്കി:

"പിന്നെയെന്തിനാ ശബ്ദം കുറയ്ക്കാൻ ആവശ്യപ്പെട്ടത്. ഇങ്ങനെ ശബ്ദം കുറയ്ക്കാൻ ആവശ്യപ്പെട്ട ആദ്യത്തെയാളായിരിക്കും നിങ്ങൾ. ഫരീദ് 'ബസാത് അൽ-രീഹ്' പാടുമ്പോൾ സാധാരണ ശബ്ദം കൂട്ടാനാണ് ആളുകൾ ആവശ്യപ്പെടാറുള്ളത്."

കാറിന്റെ മുകൾഭാഗത്ത് ഘടിപ്പിച്ചിരുന്ന ബൾബ് പ്രകാശിപ്പിച്ചശേഷം അയാൾ ഒരു നിമിഷം എന്നെത്തന്നെ നോക്കി. പിന്നെ അതണച്ചുകൊണ്ട് അയാൾ തിരക്കി:

"നിങ്ങൾക്ക് ഫരീദ് അൽ-അത്'റശിനെ ഇഷ്ടമല്ലേ?"

"വളരെ ഇഷ്ടമാണ്. പുള്ളിയുടെ മിക്ക പാട്ടുകളും ഇഷ്ടമാണ്. പ്രത്യേ കിച്ച് ഈ പാട്ട്."

"എങ്കിൽ പിന്നെ നിങ്ങൾക്ക് ടുണീഷ്യയെ ഇഷ്ടമല്ലായിരിക്കും."

പെട്ടെന്ന് ടേപ്പ് റെക്കോർഡറിലേക്ക് കൈനീട്ടി അയാളത് ഓഫാക്കി. കാസറ്റ് പുറത്തെടുത്ത് സീറ്റിനടിയിലെ കൂട്ടിലേക്കിട്ടത് എന്റെ പെരുമാറ്റം തീരെ ഇഷ്ടപ്പെട്ടില്ലെന്ന മട്ടിലായിരുന്നു. അയാളുടെ ഈ പ്രതികരണ ത്തിൽ എനിക്കല്പം അസ്വസ്ഥതയും അമ്പരപ്പും തോന്നി. എന്നിട്ടും ഞാനൊന്നും പറയാതെ നിശ്ശബ്ദത പാലിച്ചതേയുള്ളൂ. അയാളും ഒന്നും മിണ്ടിയില്ല. പകരമായി കാറിന്റെ വേഗം കൂട്ടിക്കൊണ്ടിരുന്നു.

ഓരോ ജംഗ്ഷനെത്തുമ്പോഴും എനിക്ക് വല്ലാത്ത ഭയം തോന്നി. ഒരല്പം ജാഗ്രതപോലുമില്ലാതെയാണ് കാറോടിക്കുന്നത്. ഏതെങ്കിലു മൊരു പൊലീസുകാരൻ സ്ഥലത്തില്ലെങ്കിൽ വേഗത ഒട്ടും കുറയ്ക്കു ന്നില്ല. മറ്റു ഡ്രൈവർമാരെയൊക്കെ തഴഞ്ഞ് ഇയാൾക്കൊപ്പം കൂടിയ തിൽ ഖേദം തോന്നിപ്പോയി. എന്നാൽ അയാളുടെ പെരുമാറ്റത്തിൽ പ്രത്യേക ശ്രദ്ധയൊന്നും നൽകേണ്ടതില്ലെന്ന് തീരുമാനിച്ചു. എന്തൊക്കെ പറഞ്ഞാലും കുറച്ച് മുമ്പുണ്ടായിരുന്ന ബഹളം തീർന്നല്ലോ? സത്യത്തിൽ ശബ്ദം കുറച്ച് ആ ഗാനം തുടർന്നും കേൾക്കണമെന്ന് എനിക്ക് ആഗ്രഹ മുണ്ടായിരുന്നു. പിന്നെ ബസാതീൻ കോളനിയിലേക്ക് ഇനി അധികം ദൂരമില്ല. കുറച്ചു സമയം കൂടി കഴിയുന്നതോടെ ഇതെല്ലാം അവസാനി ക്കുമല്ലോ? പുറത്തു നടക്കുന്ന കാര്യങ്ങളെന്തൊക്കെയാണെന്നറിയാനായി ശിരസ്സ് ഡോറിലെ കണ്ണാടിയോട് അടുപ്പിച്ചപ്പോൾ ഡ്രൈവർ ചോദിക്കു ന്നതു കേട്ടു:

"നിങ്ങൾ അൾജീരിയക്കാരനാണോ?"

"അല്ല."

"എന്നാൽ പിന്നെ ലിബിയനായിരിക്കും അല്ലേ?"

ഇയാളെന്തുകൊണ്ടായിരിക്കും എന്നെ ലിബിയക്കാരനെന്ന് കരുതിയതെന്ന് മനസ്സിലായി. കുറച്ചുമുമ്പ് നന്ദി പറയാനായി ഞാനുപയോഗിച്ചത് 'ശുക്റൻ' എന്ന ശുദ്ധ അറബി പ്രയോഗമായിരുന്നു. പ്രാദേശിക രൂപമായ 'മേഴ്സി അലൈക്' എന്ന് പറഞ്ഞിരുന്നില്ല. ടുണീഷ്യയിൽ ആരെങ്കിലും ശുദ്ധ അറബി ഭാഷയിൽ സംസാരിച്ചാൽ അയാളെ ആളുകൾ ലിബിയക്കാരനായേ കരുതുകയുള്ളൂ.

"ഞാൻ ടുണീഷ്യക്കാരൻ തന്നെയാണ്. വിദേശത്ത് താമസിക്കുന്നു എന്നേയുള്ളൂ."

"എനിക്കു തോന്നിയത് നിങ്ങളൊരു അൾജീരിയക്കാരനാണെന്നാണ്. ഈ അൾജീരിയക്കാർ ആളുകൾ മാന്യന്മാരൊക്കെതന്നെയാണ്. എല്ലാ വേനൽക്കാലത്തും ആയിരക്കണക്കിന് അൾജീരിയക്കാർ ഇവിടെ നമ്മുടെ ടുണീഷ്യയിലെ കടലും തീരങ്ങളും ആസ്വദിക്കാനെത്തുന്നുണ്ട്. പക്ഷേ ഇവന്മാർക്കൊന്നും ടുണീഷ്യയെ ഇഷ്ടമേയല്ല. എന്നാൽ അതൊന്നും ഭാവിക്കുകയുമില്ല. ഇവന്മാർക്ക് ഞങ്ങളെ ഇഷ്ടമേയല്ലെന്ന കാര്യം എനിക്കുറപ്പാണ്. ഞാനീ അൾജീരിയക്കാർക്കൊപ്പം ധാരാളം ഇടപഴകിയിട്ടുണ്ട്. ടുണീഷ്യക്കാരെപ്പോലെതന്നെ എനിക്ക് ഈ അൾജീരിയക്കാരെയും നല്ലതുപോലെ അറിയാം."

കുറച്ചുനേരം നിശ്ശബ്ദനായിരുന്നശേഷം താൻ പറഞ്ഞ കാര്യങ്ങളിലുള്ള എന്റെ പ്രതികരണമെന്തെന്നറിയാനായി നേരെ നോക്കി. എന്നാൽ ഞാനൊന്നും മിണ്ടിയതേയില്ല. താൻ പറയുന്നതു ശരിയാണെന്നാണ് അയാൾ വിശ്വസിക്കുന്നത്. ഇത്തരമൊരു വിഷയത്തിൽ ഇയാളുമായി സംസാരിച്ചതുകൊണ്ട് യാതൊരു പ്രയോജനവുമില്ലെന്നും അറിയാം. അല്ലെങ്കിൽതന്നെ ഇക്കാര്യം ടാക്സി ഡ്രൈവർമാരുടേയും ബാർബർമാരുടേയും റെസ്റ്റോറന്റുകളിലേയും കോഫിഷോപ്പുകളിലേയും വെയിറ്റർമാരുടേയുമൊക്കെ ഇഷ്ടസംസാരവിഷയമാണ്.

"അതെന്തുകൊണ്ടാണെന്നറിയാമോ? ടുണീഷ്യ വളരെ സമൃദ്ധമായൊരു രാജ്യമായതുകൊണ്ടാണ്. ഈ നാട് വലിപ്പത്തിൽ ചെറുതാണ്. അൾജീരിയയുടെ പത്തിലൊന്ന് വലിപ്പംപോലുമില്ല. ടുനീഷ്യയിൽ പെട്രോളിയമോ പ്രകൃതിവാതകങ്ങളോ ഇല്ല. എന്നിട്ടും ഈ രാജ്യം സമൃദ്ധമാണ്. അതിന്റെ ബുദ്ധിശക്തിയുടെ ബലംകൊണ്ട്. രാജ്യത്തിന്റെ ആദ്യപ്രസിഡന്റായിരുന്ന ഹബീബ് ബൂർഖീബ പറയാറുണ്ടായിരുന്നതുപോലെ ടുണീഷ്യയുടെ ഏറ്റവും വലിയ സമ്പത്ത് അതിന്റെ മഹത്തായ മാനവവിഭവശേഷിയായിരിക്കും. അല്ലാഹു അദ്ദേഹത്തിനും പിന്നെ ആ മഹാന് ജന്മം നൽകിയ മാതാവിനും ആത്മശാന്തി നൽകട്ടെ."

ഞാൻ നിശ്ശബ്ദനായിരിക്കുകയും പ്രത്യേകിച്ച് ശ്രദ്ധിക്കാതിരിക്കുകയും ചെയ്താൽ അയാൾ സംസാരം നിർത്തുമെന്നാണ് കരുതിയത്. പക്ഷേ അയാൾ സംസാരം തുടർന്നതേയുള്ളൂ.

"നിങ്ങൾ എവിടെയാണ് താമസിക്കുന്നത്?"

"ഫ്രാൻസിൽ."

"ഓ... അത് ശരി. ഇപ്പോൾ മനസ്സിലായി നിങ്ങളെന്തിനാണ് ശബ്ദം കുറയ്ക്കാനാവശ്യപ്പെട്ടതെന്ന്. ഫ്രഞ്ചുകാരെപ്പോലെയായിരിക്കുകയാണ് നിങ്ങളും. ഈ ഫ്രഞ്ചുകാരെപ്പോലെ കൈകാര്യം ചെയ്യാൻ ബുദ്ധിമുട്ടുള്ള ആരുമില്ല കേട്ടോ? എപ്പോഴൊക്കെ ഫ്രഞ്ചുകാരായ വിനോദസഞ്ചാരികളി ലൊരാൾ കാറിൽ കയറിയാലും എനിക്ക് ദേഷ്യം പിടിക്കും. തങ്ങളുടെ നാട്ടിലേതുപോലെ സർവ്വതും വൃത്തിയും വെടിപ്പുമായിരിക്കണമെന്ന വർക്ക് നിർബന്ധമുണ്ട്. എന്നാൽ ഒന്നും കേൾക്കാൻ മാത്രം അവർക്കിഷ്ട മില്ല. നിങ്ങളും അതുപോലെ തന്നെയാണ്."

അയാളുടെ സ്വരംമാറ്റവും വർദ്ധിച്ച ചലനങ്ങളും പിന്നെ എന്നെ നോക്കുന്ന രീതിയുമൊക്കെ കണ്ടപ്പോൾ ആളിന്റെ അസ്വസ്ഥത കുറച്ച ധികം കുറഞ്ഞതായിട്ടാണ് ഞാൻ അനുമാനിച്ചത്. അതോടെ അല്പം ആശ്വാസം തോന്നി.

"ഈ ഫ്രഞ്ചുകാർ വലിയ പിശുക്കന്മാരാണെന്ന കാര്യം ഞാൻ പ്രത്യേകം ശ്രദ്ധിച്ചിട്ടുണ്ട്. ഫ്രഞ്ചുകാരെ എനിക്കിഷ്ടം തന്നെയാണ്. ദൈവമാണേ സത്യം. പക്ഷേ അവരെക്കുറിച്ച് ഞാൻ പറഞ്ഞത് പരമ സത്യമാണ്. ടാക്സിയിൽ കയറി ഇറങ്ങാൻ നേരം പണം തരുന്നതിനു മുമ്പ് അവർ ടാക്സിയുടെ ഫെയർമീറ്ററിൽ നോക്കും. ചില്ലറ തിരികെ നൽകിയാൽ കൈയോടെ വാങ്ങും. എന്നാൽ ജർമ്മനി, ബൽജിയം, സ്പെയിൻ, ഇറ്റലി തുടങ്ങിയ സ്ഥലങ്ങളിൽ നിന്നുള്ളവരോ ഈ അടുത്ത കാലത്തായി ടുണീഷ്യ സന്ദർശിക്കാൻ എത്തിത്തുടങ്ങിയ റഷ്യക്കാരോ, പോളോൺകാരോപോലും ഇങ്ങനെ ചില്ലറയായി കിട്ടുന്ന ബാക്കി തുക വാങ്ങാറില്ല."

തെക്കൻപാത ഉപേക്ഷിച്ചശേഷം ബസാതീൻ കോളനിയിലേക്ക് പോകുന്ന റോഡിലൂടെ കാർ നീങ്ങിക്കൊണ്ടിരുന്നു. വാഹനങ്ങളും എണ്ണ ത്തിൽ വളരെ കുറവ്. റോഡിലാണെങ്കിൽ ആവശ്യത്തിന് വെളിച്ചവുമില്ല. ഇരുട്ടാണെങ്ങും. പാതയുടെ ഇരുവശത്തുമുള്ള കെട്ടിടങ്ങളിലേക്ക് നോക്കി യിരിക്കുമ്പോൾ കാര്യങ്ങളവസാനം ശാന്തമായല്ലോ എന്ന ചിന്തയായി രുന്നു മനസ്സിൽ. കുറച്ചു സമയം കൂടി കഴിഞ്ഞാൽ ഞാനെന്റെ സഹോ ദരന്റെ വാസസ്ഥലത്തെത്തും. അതോടെ ഈ ടാക്സി കാറിൽ വച്ചു ണ്ടായ കാര്യങ്ങളൊക്കെ മറക്കാം.

പെട്ടെന്ന് ഡ്രൈവർ ബ്രേക്കിൽ ആഞ്ഞ് ചവിട്ടി. കാറിന്റെ ടയറുകൾ ഉഗ്രൻ ശബ്ദത്തോടെ റോഡിൽ ഉരഞ്ഞുനിന്നു. കാർ റോഡിന്റെ വലതു വശം ചേർത്ത് നിർത്തിയശേഷം ഡ്രൈവർ നേരെയിരുന്നു:

"പൊലീസ്... പടച്ചവനേ രക്ഷിക്കണേ... അവസാനനിമിഷം മാത്ര മാണ് അയാളെന്റെ കണ്ണിൽപ്പെട്ടത്."

എന്താണുദ്ദേശിച്ചതെന്ന് ചോദിക്കാൻ പോയതാണ്. അപ്പോഴാണ് അരണ്ട വെളിച്ചത്തിൽ ആ കാഴ്ച കണ്ടത്. ഒരു പൊലീസുകാരൻ സമീപത്തെ കെട്ടിടത്തിൽനിന്നും കാറിനടുത്തേക്ക് നടന്നുവരുന്നു. വാഹനത്തിന്റെ രേഖകൾ പരിശോധിക്കാനുള്ള സാധാരണ നടപടി മാത്ര മായിരിക്കും എന്നാണ് കരുതിയത്. എന്നാൽ പൊലീസുകാരൻ എന്റെ നേരെ വന്നിട്ട് ഡോർ തുറക്കാൻ ആവശ്യപ്പെട്ടത് അതിശയിപ്പിച്ചു. തന്റെ കൈയിലിരുന്ന ഇലക്ട്രിക് ടോർച്ച് മുഖത്തേക്കടിച്ചശേഷം അയാളെന്റെ ഐഡന്റിറ്റി കാർഡ് കാണണമെന്ന് പറഞ്ഞു. ഞാനയാൾക്ക് കാർഡ് നൽകുമ്പോൾ സംഭവിക്കുന്ന കാര്യങ്ങൾ സത്യമാണെന്ന് വിശ്വസിക്കാൻ കഴിയാത്ത അവസ്ഥയിലായിരുന്നു. യാത്രക്കാരുടെ ഐഡന്റിറ്റി പരിശോ ധിക്കാനായി പൊലീസുകാർ ടാക്സി കാറുകൾ തടഞ്ഞുനിർത്തുന്ന കാര്യം വിശ്വസിക്കാൻപോലും കഴിയുന്നില്ല. എന്റെ തിരിച്ചറിയൽ കാർഡി ലേക്ക് സൂക്ഷിച്ചുനോക്കിക്കൊണ്ട് പൊലീസുകാരൻ ചോദിച്ചു:

"ടുണീഷ്യക്കാരനാണോ?'

ദേഷ്യമടക്കാനായില്ല എനിക്ക്.

"ടുണീഷ്യക്കാരനാണെന്ന കാര്യമെന്താ കാർഡിൽ കാണുന്നില്ലേ?"

"എന്നോടിത്തരത്തിൽ സംസാരിക്കരുത് കേട്ടോ? ഇല്ലെങ്കിൽ സുരക്ഷാ ഉദ്യോഗസ്ഥന്റെ ജോലിക്ക് തടസ്സം സൃഷ്ടിച്ചുവെന്ന കുറ്റം അങ്ങ് ചുമത്തും തന്റെ മേൽ, മനസ്സിലായോ? ആദ്യം എന്റെ ചോദ്യ ത്തിന് ഉത്തരം പറയ്, ടുണീഷ്യക്കാരനാണോ നിങ്ങൾ?"

"അതെ."

"ഫ്രാൻസിലാണോ താമസം?"

"അതെ."

"എന്താ തൊഴിൽ?"

"അദ്ധ്യാപകനാണ്."

ഇയാൾ എന്നോടെന്തിനാണ് ഈ ചോദ്യങ്ങളൊക്കെ ഉന്നയിക്കു ന്നതെന്ന് മാത്രം മനസ്സിലാകുന്നില്ല. ഈ വിവരങ്ങളെല്ലാം ഐഡന്റിറ്റി കാർഡിൽ രേഖപ്പെടുത്തിയിട്ടുള്ളതാണ്. അയാൾ വീണ്ടും ടോർച്ച് എന്റെ മുഖത്തേക്ക് തെളിച്ചു.

"എന്താ പഠിപ്പിക്കുന്നത്?"

"ചരിത്രവും ഭൂമിശാസ്ത്രവും."

"ടുണീഷ്യയിൽ എത്തിയിട്ട് എത്രകാലമായി?"

"പത്തു ദിവസം മുമ്പ്."

"അവസാനമായി ഇവിടെ വന്നതെപ്പോഴാണ്?"

"അഞ്ചു വർഷം മുമ്പ്."

വീണ്ടുമൊരിക്കൽക്കൂടി തിരിച്ചറിയൽ കാർഡ് പരിശോധിച്ചശേഷം അല്പം ശാന്തമായ സ്വരത്തിൽ പൊലീസുകാരൻ പറഞ്ഞു:

"ഇത്തവണ ക്ഷമിച്ചിരിക്കുന്നു. അടുത്തതവണ ഇമ്മാതിരി പെരുമാറി പ്പോകരുത്. പൊലീസുകാരോട് മാന്യമായി വേണം പെരുമാറേണ്ടത്. ചോദ്യങ്ങൾക്കെല്ലാം മറുപടി പറയണം. ജീവിക്കുന്നത് ഫ്രാൻസിലല്ലെന്ന ബോധം വേണം. ഫ്രാൻസ് വേറെ. ടുനീഷ്യ വേറെ. ടുണീഷ്യ അരാജ കത്വം നിറഞ്ഞ നാടല്ല. ഇത് അച്ചടക്കവും സുരക്ഷയുമുള്ള നാടാണ്. മനസ്സിലായോ?"

ഞാൻ തലകുലുക്കി. ഐഡന്റിറ്റി കാർഡ് തിരികെത്തരുന്നതിനിട യിൽ പൊലീസുകാരൻ ഡ്രൈവറോട് യാത്ര തുടരാൻ സൂചന നൽകി. അതോടെ കാർ വീണ്ടും യാത്രയാരംഭിച്ചു. അവശേഷിച്ച ദൂരം പിന്നിട്ടത് തികഞ്ഞ നിശ്ശബ്ദതയിലായിരുന്നു. ഞാനാകെ മന്ദത ബാധിച്ചതുപോലെ യായി. സംസാരിക്കാനാഗ്രഹിക്കുന്നതുപോലെ ഡ്രൈവർ നേരെ നോക്കി യെങ്കിലും ഞാനത് അവഗണിച്ചുകൊണ്ട് എന്നിലേക്ക് ചുരുണ്ടുകൂടി. അപ്പാർട്ടുമെന്റ് ഗാർഡന് മുന്നിൽ കാർ നിർത്തിയതും ഡ്രൈവർ പറഞ്ഞു:

"നിങ്ങളുടെ ഉമ്മയുടെ പ്രാർത്ഥനയുടെ മഹത്വമാകാം. ആ പൊലീസു കാരൻ വെറുതെ വിട്ടതിന് ദൈവത്തിന് നന്ദി പറയുക."

ടാക്സിക്കൂലി വാങ്ങിയശേഷം അയാൾ തലയ്ക്ക് മുകളിലുള്ള ബൾബ് കത്തിച്ചു. ബാക്കിനൽകാനുള്ള ചില്ലറ തിരയുന്നതിനിടയിൽ അയാൾ തുടന്നു:

"ഒരു തവണ ഇവന്മാരെന്റെ കാർ തടഞ്ഞുനിർത്തി. അന്ന് മൂന്നു പൊലീസുകാരുണ്ടായിരുന്നു. യൂണിവേഴ്സിറ്റിയിൽ പഠിക്കുന്ന ഒരു വിദ്യാർത്ഥിയായിരുന്നു എനിക്കൊപ്പമുണ്ടായിരുന്നത്. അവന്മാർ ആ ചെറുപ്പക്കാരനെ കാറിൽനിന്നും പുറത്തേക്കിറക്കി. എന്താ കാരണമെന്ന ന്വേഷിച്ചതും വന്യമൃഗങ്ങളെപ്പോലെ അവന്മാർ ആ ചെറുപ്പക്കാരനെ മർദ്ദിക്കാൻ തുടങ്ങി. അവന്റെ ശിരസ്സിലും വയറ്റിലും നെഞ്ചിലുമൊക്കെ ആഞ്ഞിടിച്ചു. കലിയടങ്ങിയശേഷം അവർ അവനെ പൊലീസ് സ്റ്റേഷ നിലേക്ക് കൊണ്ടുപോയി. ഈ ടുണീഷ്യൻ പൊലീസുകാർ അല്പം കടുത്ത കൂട്ടരാണ്. അവരുടെ മുന്നിൽ കളികളൊന്നും നടക്കില്ല. അവർക്ക് മുന്നിൽ പെട്ടുപോകുന്ന സാധുക്കളുടെ കാര്യമായിരിക്കും കഷ്ടം!"

ഡ്രൈവർ ബാക്കി നൽകിയ ചില്ലറ എണ്ണിനോക്കുകയോ ടാക്സി യുടെ ഫെയർ മീറ്റർ നോക്കുകയോ ചെയ്യാനുള്ള മാനസികാവസ്ഥയി ലായിരുന്നില്ല. അത് മുതലെടുത്ത് അയാളെന്നെ പറ്റിക്കാൻ ശ്രമിച്ചോ എന്നറിയാനും ശ്രമിച്ചില്ല. ബാക്കി തുക പോക്കറ്റിൽ തിരുകിക്കൊണ്ട് ഞാൻ കാറിൽനിന്നും പുറത്തേക്കിറങ്ങി. അപ്പാർട്ട്മെന്റിന് മുന്നിലെ തോട്ട ത്തിലുള്ള നടപ്പാതയിലെത്തിയതും തലയുയർത്തി ആകാശത്തി ലേക്കൊന്ന് നോക്കി.

പത്ത്

തങ്ങൾക്കൊപ്പമിരുന്ന് ടി.വിയിലെ മെക്സിക്കൻ സീരിയലിന്റെ പുതിയ എപ്പിസോഡ് കാണാൻ യുസ്റ കുറേ നിർബന്ധിച്ചു. അത്താഴം കഴിക്കുന്ന സമയത്തെല്ലാം സീരിയലിന്റെ കഥ ആദ്യംമുതലേ വളരെ ആവേശത്തോടെ വിവരിക്കുകയായിരുന്നു യുസ്റ. അതിലൂടെ പുതിയ എപ്പിസോഡിൽ സംഭവിക്കാനിരിക്കുന്ന കാര്യങ്ങൾ എനിക്കു മനസ്സിലാകണമെന്നാണ് അവൾ ആഗ്രഹിക്കുന്നത്. കഴിഞ്ഞ ഭാഗങ്ങളെക്കാളൊക്കെ മനോഹരമായിരിക്കും പുതിയ എപ്പിസോഡെന്നാണ് യുസ്റ പ്രതീക്ഷിക്കുന്നത്. കഥയ്ക്കിപ്പോൾ ആവേശവും സസ്പെൻസും കൂടിയിരിക്കുന്നു. നായകകഥാപാത്രങ്ങൾക്കിടയിലെ സംഘർഷങ്ങൾ അതിന്റെ പാരമ്യത്തിലെത്തിയിരിക്കുകയുമാണ്. ഈജിപ്ഷ്യനായാലും മെക്സിക്കനായാലും ഇനി തുർക്കിയായാലും ശരി, എനിക്ക് ഈ ടെലിവിഷൻ പരമ്പരകൾ തീരെ ഇഷ്ടമല്ല. എന്നിട്ടും യുസ്റയുടെ ക്ഷണം സ്വീകരിച്ചു.

യുസ്റ ആവശ്യപ്പെടാത്തപക്ഷം എന്റെ ശ്രദ്ധയിൽപെടാതെ പോകുമായിരുന്ന ഈ ടെലിവിഷൻ പരമ്പര കാണൽ സത്യത്തിലിപ്പോൾ എന്നെ ആകർഷിച്ചിരിക്കുകയാണ്. പൊലീസുകാരനുമായുണ്ടായ സംഭവം സൃഷ്ടിച്ച മാനസികസമ്മർദ്ദത്തെ അതിജീവിക്കാനോ അല്ലെങ്കിൽ ലഘൂകരിക്കാനോ ഒക്കെയുള്ള നല്ലൊരു മാർഗമായാണ് എനിക്കിക്കാര്യം അനുഭവപ്പെട്ടത്. ഇഷ്ടമാണെങ്കിൽപോലും മുറിയിൽ അടച്ചിരിക്കാതെ വൈകുന്നേരം മുഴുവനോ കുറച്ചു ഭാഗമോ സ്വീകരണമുറിയിൽ ചെലവിടാമല്ലോ? അതിനിടയിൽ ടി.വിയിലെ വല്ല സംഗീതപരിപാടികളോ അല്ലെങ്കിൽ ഇത്തരത്തിലുള്ള ഏതെങ്കിലും ടെലിവിഷൻ പരമ്പരകളോ കണ്ട് മാനസികസമ്മർദ്ദം കുറയ്ക്കുകയും ചെയ്യാം.

ഇഷ്ടപ്പെട്ട ടി.വി. പ്രോഗ്രാം കാണുമ്പോൾ സ്ഥിരമായി ഇരിക്കാനുള്ള സോഫയിൽ ഇബ്റാഹീം എന്നെ പിടിച്ചിരുത്തി. ടെലിവിഷന് നേരെ മുന്നിലാണ് സോഫ കിടക്കുന്നത്. ടെലിവിഷൻ കാഴ്ച ആസ്വദിക്കാനായി താൻ ഉച്ചയ്ക്ക് തയ്യാറാക്കി വച്ചിരുന്ന കേക്കിന്റെ വലിയ കഷണങ്ങൾ യുസ്റ

ഞങ്ങൾക്കെല്ലാം തന്നു. സീരിയൽ കണ്ടുതുടങ്ങിയാൽ പിന്നെ ആരും ഇടയ്ക്കുകൂടി നടന്ന് ശല്യപ്പെടുത്തുന്നത് ഇബ്റാഹീമിന് ഇഷ്ടമല്ലാത്തതിനാൽ നേരത്തേതന്നെ യുസ്റ കേക്ക് നൽകിയിരുന്നു.

ഇത്തരത്തിലുള്ള മറ്റ് സീരിയലുകളുടെ അതേ സ്വഭാവത്തിലുള്ളത് തന്നെയായിരുന്നു ഈ സീരിയലും. പ്രേമവും പ്രതികാരവും. അസൂയയും പകയും. ആഡംബര കാറുകളും മണിമാളികകളും. സാധാരണപോലെ നടീനടന്മാരൊക്കെ വലിയ സൗന്ദര്യവും സൗകുമാര്യവും വൃത്തിയുമൊക്കെയുള്ളവരാണ്. പിന്നെ സ്വാഭാവികമായും കുറച്ച് അശ്ലീലതയും വൈകാരികക്ഷോഭങ്ങളുമുണ്ട്. കടാക്ഷങ്ങളും കണ്ണുനീരും. ചുംബനങ്ങളും തൊട്ടുതലോടലുകളും. ദമ്പതിമാരുടെ വഞ്ചനയും വിലക്കപ്പെട്ട ബന്ധങ്ങളും. ഹിജാബ്ധാരിയായ യുസ്റയേയും എല്ലാ വെള്ളിയാഴ്ചകളിലും ജുംഅ നമസ്കാരത്തിനായി മകനൊപ്പം പള്ളിയിൽ പോകാറുള്ള ഇബ്റാഹീമിനേയുംപോലുള്ള മതബോധമുള്ള വ്യക്തികൾക്കൊക്കെ ഞെട്ടലുണ്ടാക്കാൻ പോന്ന ദൃശ്യങ്ങളാണ് ഇവയൊക്കെ. സഹോദരന്റെയും ഭാര്യയുടെയും ലോകത്തുനിന്നും വളരെ വിദൂരത്താണ് പരമ്പര നടക്കുന്നത്. എന്നിട്ടും യാതൊരു സങ്കോചവും കൂടാതെ അവരിരുവരും ഒരുമിച്ച് സീരിയൽ കാണുന്നു. ഏറ്റവും വിചിത്രമായ കാര്യം ഈ സീരിയൽ കാണുന്നതിൽ അവർ വലിയ ആനന്ദം കണ്ടെത്തുന്നു.

യുസ്റ പറഞ്ഞതുപോലെ നാല്പത് മിനിറ്റ് ദൈർഘ്യമുള്ള ആ എപ്പിസോഡ് മുഴുവൻ കാണാൻ തന്നെ ഞാൻ തീരുമാനിച്ചു. അസ്വസ്ഥചിന്തകളെയൊക്കെ മനസ്സിൽനിന്നും ആട്ടിയകറ്റിയശേഷം സീരിയലിൽ നടക്കുന്ന സംഭവങ്ങളിൽ ശ്രദ്ധിക്കുവാൻ ശ്രമിച്ചു. ഒന്നും വിട്ടുപോകാതിരിക്കാനായി ഓരോ വാക്കും ശ്രദ്ധിച്ചു കേൾക്കാൻ ശ്രമിച്ചു. പിന്നെ അഭിനേതാക്കളെ വേർതിരിച്ചറിയാനായി അവരുടെ മുഖങ്ങളിലേക്ക് ശ്രദ്ധിച്ചുനോക്കാനും തുടങ്ങി. സാധാരണ ഇത്തരം സീരിയലുകളിൽ അഭിനേതാക്കളൊക്കെ ഒരുപോലെയാണെന്നാണ് മുമ്പൊക്കെ തോന്നിയിട്ടുള്ളത്. പ്രത്യേകിച്ച് ഹെയർസ്റ്റൈലും മേക്കപ്പും മാറ്റുന്നതനുസരിച്ച് ആളാകെ മാറുന്ന സ്ത്രീകഥാപാത്രങ്ങൾ.

ഇതൊക്കെയായിട്ടുകൂടി പരമ്പര തുടർന്നു കാണാനുള്ള ശ്രമം പരാജയപ്പെട്ടു. പതിയെപ്പതിയെ വിരസത തോന്നാൻ തുടങ്ങിയതോടെ ഇബ്റാഹീമിന്റെയും യുസ്റയുടെയും പ്രോത്സാഹനങ്ങളൊക്കെ ഉണ്ടായിട്ടുകൂടി കാണാൻ സാധിച്ചില്ല. യുസ്റയാകട്ടെ ഇടയ്ക്കിടയ്ക്ക് എന്റെ നേരെ ചാഞ്ഞ് കഴിഞ്ഞ എപ്പിസോഡുകളിൽ നടന്ന ചില കാര്യങ്ങളൊക്കെ ചെവിയിൽ പറയും. കുറച്ചുമുമ്പ് പരമ്പരയുടെ കഥ പറഞ്ഞുതന്നപ്പോൾ ഇക്കാര്യത്തെക്കുറിച്ച് സൂചിപ്പിക്കാൻ മറന്നുപോയ കാര്യവും സൂചിപ്പിക്കും. സത്യത്തിൽ കുറേനേരം ഞാൻ ടെലിവിഷൻ സ്ക്രീനിൽ കണ്ണുനട്ടിരിക്കുകയായിരുന്നു.

ശബ്ദമുണ്ടാകാതിരിക്കാനായി ഞാൻ പതിയെ മുറിയിൽനിന്നും പുറത്തേക്കിറങ്ങി. എന്നാൽ നേരെ മുറിയിലേക്ക് പോകാതെ അടുക്കളയിലേക്കാണ് ചെന്നത്.

കഴുകാത്ത പാത്രങ്ങൾ അടുക്കളയിലെ സിങ്കിൽ കൂട്ടിയിട്ടിരിക്കുന്നു. അത്താഴം കഴിഞ്ഞ് മിനുറ്റുകൾക്കകം സീരിയൽ തുടങ്ങിക്കഴിഞ്ഞതിനാൽ അവ കഴുകാനുള്ള സമയം യുസ്റയ്ക്ക് ലഭിച്ചിരുന്നില്ല. ടുണീഷ്യയിലെത്തിയശേഷം ഞാനിതുവരെ വീട്ടുകാര്യങ്ങളൊന്നും ചെയ്തിട്ടുണ്ടായിരുന്നില്ല. യുസ്റയാണ് സർവ്വകാര്യങ്ങളും നോക്കുന്നത്. ആരും അവളെ സഹായിക്കാറുമില്ല. പാത്രങ്ങൾ കഴുകുക, പച്ചക്കറികൾ തൊലികളയുക, ഞാൻ കഴിയുന്ന മുറി വൃത്തിയാക്കുകപോലുള്ള ചെറിയ കാര്യങ്ങളിലെങ്കിലും സഹായിക്കാമെന്ന് യുസ്റയോട് പലതവണ പറഞ്ഞതായിരുന്നു. പക്ഷേ അവൾ സമ്മതിച്ചില്ല. എന്നാൽ എന്റെ നിർദ്ദേശം കേട്ടപ്പോൾ ഇബ്റാഹീമിന് അതിശയമാണ് തോന്നിയത്. എന്റെ ശ്രമം വീട്ടുകാര്യങ്ങൾ നോക്കുന്ന കാര്യങ്ങളിൽ അലസരും അശ്രദ്ധരും ആകാൻ സ്ത്രീകളെ പ്രേരിപ്പിക്കുമെന്നാണ് അവൻ കരുതുന്നത്. അതുപോലെ തങ്ങൾക്ക് തീരെ പരിചയമില്ലാത്ത കാര്യങ്ങളിൽ സ്ത്രീകളെ പ്രോത്സാഹിപ്പിക്കുന്ന രീതിയാണത്രേ ഇതൊക്കെ.

ഈ അവസരം മുതലാക്കി ഞാൻ സിങ്കിൽ കിടന്ന പാത്രങ്ങളൊക്കെ കഴുകിവയ്ക്കാൻ തുടങ്ങി. അത് യുസ്റയെ സഹായിക്കാൻ വേണ്ടി മാത്രം ചെയ്തതായിരുന്നില്ല. മറിച്ച് പാത്രങ്ങൾ കഴുകുന്നത് ഇഷ്ടപ്പെട്ട കാര്യമായതുകൊണ്ടുകൂടിയായിരുന്നു. സോപ്പ് പതയിൽ കൈ കുതിർത്തശേഷം പൈപ്പിൽനിന്നും പുറത്തേക്കു വരുന്ന വെള്ളത്തിലേക്ക് കൈ നീട്ടിപ്പിടിക്കുന്നത് എനിക്ക് വലിയ ഇഷ്ടമാണ്. വിരലുകൾക്കിടയിലൂടെ വെള്ളം ഒഴുകുമ്പോൾ വല്ലാത്ത ആശ്വാസം തോന്നും. ചാറ്റൽമഴയിൽ നനഞ്ഞ് നടക്കുമ്പോൾ കിട്ടുന്ന അതേ ആശ്വാസം.

പാത്രങ്ങൾ കഴുകിത്തീർന്നിട്ടും ഞാൻ സ്വീകരണമുറിയിലേക്ക് തിരികെപ്പോയില്ല. ടി.വിയിൽ പരമ്പര ഇനിയും അവസാനിച്ചിട്ടില്ല. അപ്പോഴാണ് വാഇൽ മാതാപിതാക്കളുടെ മുറിയിലിരുന്ന് പഠിക്കുന്ന കാര്യമോർത്തത്. അതോടെ ഞാനങ്ങോട്ട് പോയി. വായിക്കാൻ സഹായിക്കാമോയെന്ന് അവൻ തിരക്കി. സത്യത്തിൽ അവനാരുടെയും സഹായമാവശ്യമുണ്ടായിരുന്നില്ല. മാതാപിതാക്കൾ ടി.വി. കാണുന്നതിനിടയിൽ ഞാൻ മുറിയിലെത്തിയ അവസരം മുതലാക്കി അല്പസമയം ചെലവാക്കുകയാണ് അവന്റെ ഉദ്ദേശ്യം. പെട്ടെന്ന് വായന നിർത്തിയശേഷം പതിഞ്ഞ സ്വരത്തിൽ വാഇൽ പറഞ്ഞു:

“ഉമ്മ അങ്കിളിന്റെ പെട്ടി തുറന്നു.”

എന്നാൽ ഞാനതൊന്നും കാര്യമാക്കാത്തതുപോലെ തലകുലുക്കി. വീട് വൃത്തിയാക്കുന്ന കാര്യത്തിൽ വലിയ ശ്രദ്ധയുള്ളയാളാണ് യുസ്റ.

അതുകൊണ്ടുതന്നെ എല്ലാ ദിവസവും എന്റെ മുറി വൃത്തിയാക്കാനായി അവൾ അകത്ത് കയറാറുണ്ടെന്നറിയാം. പിന്നെ അലമാരയിലും പെട്ടിയിലും കട്ടിലിനടിയിലും കവറുകളിലുമൊക്കെ മുഷിഞ്ഞ വസ്ത്രങ്ങളുണ്ടെങ്കിൽ കഴുകിയിടാനായി തിരയും. അവളെ ബുദ്ധിമുട്ടിക്കാതിരിക്കാനായി എല്ലാ മുഷിഞ്ഞ വസ്ത്രങ്ങളും കഴുകാൻ നൽകുന്നതിൽ എനിക്ക് മടിയാണെന്ന കാര്യം യുസ്റയ്ക്കറിയാം. ഒരു പരിധിവരെ ശരിയുമാണത്. അവളുടെ പഴയ വാഷിംഗ് മെഷീൻ വളരെ പതിയെ മാത്രമേ പ്രവർത്തിക്കൂ. അതിനാൽതന്നെ അടിവസ്ത്രങ്ങൾ പോലുള്ള കട്ടികുറഞ്ഞ വസ്ത്രങ്ങളൊക്കെ യുസ്റ കൈകൊണ്ട് കഴുകാറാണ് പതിവ്.

“രേഖകളൊക്കെ എടുത്തുനോക്കി.”

“രേഖകളോ?”

“ഉം... പാസ്പോർട്ട് എടുത്തുനോക്കി.”

ടുനീഷ്യയിൽ വരുമ്പോഴൊക്കെ പുറത്ത് പോകുമ്പോൾ ഞാൻ തിരിച്ചറിയൽ കാർഡ് ഒപ്പം കരുതാറുണ്ട്. എന്നാൽ പാസ്പോർട്ട് പെട്ടിയിൽ തന്നെ സൂക്ഷിച്ച് വയ്ക്കും. കളഞ്ഞുപോകുമോ എന്ന പേടിയുണ്ട്. വിദേശ കറൻസികൾ മാറ്റിയെടുക്കാൻ പോകുമ്പോൾ മാത്രമേ പാസ്പോർട്ട് കൈയിൽ കരുതാറുള്ളൂ. ഇക്കാര്യം ഇബ്റാഹീമിനും യുസ്റയ്ക്കും അറിയാം. എത്ര അടുത്ത ബന്ധുക്കളാണെങ്കിൽപോലും സന്ദർശകരെ ആരേയും എന്റെ പെട്ടി സൂക്ഷിച്ചിരിക്കുന്ന മുറിക്കുള്ളിൽ കയറാൻ അനുവദിക്കരുതെന്ന് ഞാൻ അവർ ഇരുവരോടും പറയാറുമുണ്ട്.

സത്യത്തിൽ യുസ്റ എന്റെ പാസ്പോർട്ടോ, പെട്ടിയോ, മറ്റു സാധന സാമഗ്രികളോ തുറന്നുനോക്കുന്നതിൽ എനിക്ക് യാതൊരു അസ്വസ്ഥതയുമുണ്ടായിരുന്നില്ല. ഭർത്താവിനെപ്പോലെതന്നെ യുസ്റയും നല്ല ആകാംക്ഷയുള്ള ആളാണെന്നറിയാം. അപ്രകാരം ചെയ്യാനവൾ മടിക്കുകയുമില്ല. ഞാൻ വന്ന ആദ്യദിനങ്ങളിൽതന്നെ അവളത് ചെയ്തിട്ടുണ്ടാകുമെന്ന കാര്യവും ഉറപ്പാണ്. ചിലപ്പോൾ പലതവണ. അതുപോലെതന്നെ സഹോദരൻ എന്റെ ടൂത്ത്പേസ്റ്റ് എടുത്ത് പല്ലുതേയ്ക്കും. പെർഫ്യൂമെടുത്ത് ദേഹത്ത് പുരട്ടും. എന്റെ ചീർപ്പെടുത്ത് തലമുടി കോതും. ഡിയോഡ്രെന്റ് എടുത്ത് സ്വന്തം കക്ഷത്തിൽ പുരട്ടും. നഖംവെട്ടി ഉപയോഗിച്ച് നഖം മുറിക്കും. പിന്നെ ഇടയ്ക്കിടയ്ക്ക് എന്റെ കത്രികയെടുത്ത് മൂക്കിനുള്ളിൽ മുളച്ചുവരുന്ന മുടി മുറിക്കാറുണ്ടെന്നുമൊക്കെ അറിയാം. ഇതൊക്കെ എന്നെ ചൂഷണം ചെയ്യാൻവേണ്ടി ചെയ്യുന്നതായിരുന്നില്ല. മറിച്ച് ഞാൻ പുറത്ത് നിന്നും കൊണ്ടുവരുന്ന സാധനങ്ങളിലുള്ള താത്പര്യംകൊണ്ടായിരുന്നു. പ്രത്യേകിച്ച് ഫ്രാൻസിൽനിന്നും ജർമനിയിൽനിന്നുമുള്ള വസ്തുക്കളോട്. ഒരുപക്ഷേ ഇതിനൊക്കെ അവനെ പ്രേരിപ്പിക്കുന്നത് താൻ ചെയ്യുന്നതൊന്നും എന്നെ അസ്വസ്ഥനാക്കില്ലെന്ന തിരിച്ചറിവായിരിക്കാം. അല്ലെങ്കിൽ ഞാനിതൊക്കെ

കവറിലോ പെട്ടിയിലോ സൂക്ഷിച്ചുവയ്ക്കുമായിരുന്നല്ലോ. അല്ലാതെ കുളിമുറിയിൽ എല്ലാവരും കാണുന്നയിടത്ത് കൊണ്ടുവയ്ക്കില്ലായിരുന്നു.

"ദൈവത്തിന് സ്തുതിയെന്നാണ് ഉമ്മ പറഞ്ഞത്. പാസ്പോർട്ട് ടുണീഷ്യയുടേതാണത്രേ."

"അതെന്താ?"

"അങ്കിളിന്റെ കൈയിൽ ഫ്രഞ്ച് പാസ്പോർട്ട് ഇല്ലത്രേ."

അതോടെ എനിക്കൊരു കാര്യം മനസ്സിലായി. ഞാൻ ഫ്രഞ്ച് പൗരത്വം സ്വീകരിച്ചോയെന്നറിയാനായി യുസ്റ രേഖകൾ എടുത്ത് പരിശോധിച്ചിരിക്കുന്നു. എന്നാൽ എന്റെ അസാന്നിധ്യത്തിൽ അവളെന്തുകൊണ്ടായിരിക്കും ഇങ്ങനെ ചെയ്തത് എന്നായിരുന്നു അദ്ഭുതപ്പെടുത്തിയ കാര്യം. ഒരു ദിവസം രാവിലെ അടുക്കളയിൽവച്ച് പരോക്ഷമായി യുസ്റ ഇക്കാര്യത്തെക്കുറിച്ച് ചോദിച്ചിരുന്നു. അപ്പോൾതന്നെ ഞാനൊരു 'മതൂരിൻ' അല്ലായെന്ന് പറഞ്ഞതായിരുന്നു. ഫ്രഞ്ച് പൗരത്വം നേടിയ അറബികളെ ഇവിടത്തെ ആളുകൾ വിളിക്കുന്നത് 'മതൂരിൻ' എന്നായിരുന്നു. ഒരുപക്ഷേ ഞാൻ പറഞ്ഞ കാര്യത്തിൽ അവൾക്കെന്തെങ്കിലും സംശയം തോന്നിയിട്ടുണ്ടാകും. അതിനാലായിരിക്കും കാര്യമുറപ്പിക്കാനായി യുസ്റ ശ്രമിച്ചിട്ടുണ്ടാകുക.

അല്പനേരം നിശ്ശബ്ദനായ വാഇൽ എന്നെത്തന്നെ നോക്കാൻ തുടങ്ങി. അവന്റെ തിളക്കമുള്ള കണ്ണുകളിൽ എന്തോ ഭയം പ്രതിഫലിക്കുന്നുണ്ട്. ആ ഭാവം കണ്ടാൽ പറഞ്ഞ കാര്യത്തിൽ എന്തോ പശ്ചാത്താപം ഉള്ളതുപോലെ തോന്നും. തന്റെ ഉമ്മ ചെയ്ത പ്രവർത്തിയിൽ ഞാൻ ക്ഷോഭിക്കുമെന്നും അതൃപ്തി പ്രകടിപ്പിക്കുമെന്നുമായിരിക്കും അവൻ പ്രതീക്ഷിച്ചിട്ടുണ്ടാകുക. എന്നാൽ ഞാൻ ചിരിച്ചതും അവന്റെ ഭയം അപ്രത്യക്ഷമായി.

"ഫ്രാൻസിൽ അങ്കിളിന് മക്കളുണ്ടോ?"

"ഇല്ല."

"അതെന്താ?"

"കാതറീന് കുട്ടികൾ വേണ്ടായെന്ന നിലപാടാണ്."

എങ്ങനെയാണ് വാക്കുകൾ വായിൽനിന്ന് വീണുപോയതെന്നറിയില്ല. ഇതാദ്യമായിട്ടായിരിക്കും ഇക്കാര്യത്തിൽ ഞാൻ കള്ളം പറയാതിരിക്കുന്നത്. പലരും ഇക്കാര്യത്തെക്കുറിച്ച് ചോദിച്ചിട്ടുണ്ട്. പ്രത്യേകിച്ച് യുസ്റ. കുട്ടികളില്ലാത്തതെന്തുകൊണ്ടെന്ന് പലവുരു ചോദ്യമുയർന്നപ്പോഴും എനിക്ക് കുട്ടികളുണ്ടാകുന്നത് ഇഷ്ടമല്ലായെന്നാണ് മറുപടി പറയാറുണ്ടായിരുന്നത്. പറഞ്ഞത് വിശ്വസിക്കാത്ത മട്ടിലായിരിക്കും അവരൊക്കെ അന്നേരം നേരെ നോക്കുക. സത്യത്തിൽ അവരിൽ പലരും എന്നെയൊരു

ഷണ്ഡനായി കരുതിയിരിക്കാം. അതുമല്ലെങ്കിൽ കാതറീന് വന്ധ്യത യാണെന്ന് കരുതിയിട്ടുണ്ടാകും.

കാതറീന് കുട്ടികളുണ്ടാകുന്നത് ഇഷ്ടമേയല്ല എന്ന മുഴുസത്യം ഞാൻ ആരോടും പറഞ്ഞിരുന്നില്ല. തന്റെ ആദ്യവിവാഹത്തിൽ അവൾക്കൊരു മകനും മകളുമുണ്ടായിരുന്നു. ആ ബന്ധം വിവാഹമോചന ത്തിൽ കലാശിക്കുകയായിരുന്നു. ജനിച്ച് കുറച്ച് മാസങ്ങൾ കഴിഞ്ഞ് മകൻ മരിച്ചത് കാതറീനെ മാനസികമായി വല്ലാതെ ബാധിച്ചു. മകളാകട്ടെ വിവാഹമോചനശേഷം പിതാവിനൊപ്പമാണ്. മകൾ പിതാവിനൊപ്പം കഴിയുന്നതാണ് നല്ലതെന്ന് കോടതി തീരുമാനിക്കുകയായിരുന്നു. മകളെ നല്ലതുപോലെ വളർത്താൻ പറ്റിയ തരത്തിലുള്ള മാനസികാവസ്ഥയി ലായിരുന്നില്ല മകന്റെ മരണശേഷം കാതറീൻ.

തന്റെ അവസ്ഥ മെച്ചമായശേഷം അവൾ മകളെ തിരിച്ചുപിടി ക്കാൻ ശ്രമിച്ചിരുന്നു. എന്നാൽ ആ കുട്ടി തനിക്ക് പിതാവിനൊപ്പം കഴിഞ്ഞാൽ മതിയെന്ന് തീരുമാനിക്കുകയായിരുന്നു. ഇക്കാര്യമോർത്ത് കാതറീൻ വല്ലാതെ വേദനിച്ചു. പിന്നെ കുറ്റബോധം മനസ്സിൽ നിറയു കയായിരുന്നു. താൻ ആഗ്രഹിക്കുന്നതുവരെ ഞങ്ങൾക്ക് കുട്ടികൾ വേണ്ടായെന്നൊരു നിബന്ധന വിവാഹവേളയിൽതന്നെ അവൾ മുന്നോട്ടു വച്ചിരുന്നു. ആ നിബന്ധന അംഗീകരിക്കുമ്പോൾ തന്നെ അവളുടെ അഭിപ്രായം എന്നെങ്കിലും മാറിയേക്കുമെന്ന പ്രതീക്ഷയുണ്ടായിരുന്നു എനിക്ക്.

പക്ഷേ വർഷങ്ങൾ പലത് കഴിഞ്ഞിട്ടും കാതറീൻ തന്റെ അഭിപ്രായ ത്തിൽ ഉറച്ചുതന്നെ നിൽക്കുകയാണ്. പതിയെപ്പതിയെ കുട്ടികളുണ്ടാ വണമെന്ന മോഹം എന്നിലും കുറഞ്ഞുവന്നു. കുട്ടികളില്ലാതെതന്നെ കാതറീനൊപ്പം ജീവിക്കുന്നത് എനിക്കിപ്പോൾ ശീലമായിരിക്കുന്നു. അവളോട് നല്ല മാനസിക അടുപ്പമായിക്കഴിഞ്ഞതിനാൽ ഉപേക്ഷിച്ച് പോകാനും കഴിയില്ല. ചിലരൊക്കെ കരുതുന്നതുപോലെ ഫ്രാൻസിൽ ജീവിക്കാനുള്ള റെസിഡന്റ്സ് പെർമിറ്റ് രേഖകൾ സ്വന്തമാക്കാനൊന്നു മല്ല ഞാൻ കാതറീനെ വിവാഹം ചെയ്തത്. മറിച്ച് ഇഷ്ടമുള്ളതുകൊണ്ടു തന്നെയാണ്. സത്യത്തിൽ അവളുടെ വലിയ മനുഷ്യത്വവും കുലീനതയും തുറന്ന പെരുമാറ്റവും പിന്നെ ഇഷ്ടപ്പെട്ട രീതിയിൽ ജീവിക്കാനുള്ള തീരു മാനവുമൊക്കെ എനിക്ക് വലിയ ഇഷ്ടമായിരുന്നു. വളരെ വിനയവും തുറന്ന മനസ്സിനുടമയുമായിരുന്നു കാതറീൻ. അതുകൊണ്ടുതന്നെ അവളെ കുടുംബത്തിൽ മിക്കവർക്കും ഇഷ്ടവുമാണ്. ഓരോ തവണ അവധിക്ക് നാട്ടിലെത്തുമ്പോഴും യുസ്റയുടെ ഉമ്മ എന്നോട് 'റോമക്കാരി' ഭാര്യയെ വിവാഹമോചനം ചെയ്യാൻ പ്രേരിപ്പിക്കുമായിരുന്നു. ശേഷം ഒരു മുസ്‌ലിം സ്ത്രീയെ വിവാഹം ചെയ്ത് ജീവിതം ആസ്വദിക്കാമത്രേ.

അങ്ങനെയുള്ള യുസ്റയുടെ ഉമ്മവരെ അവസാനം കാതറീന്റെ നല്ല മനസ്സും കാരുണ്യവുമൊക്കെ അംഗീകരിച്ചു. എന്നിട്ടും അവളെ വിവാഹ മോചനം ചെയ്യുന്നതിൽ എന്നെ പ്രേരിപ്പിക്കുന്നത് തുടർന്നുകൊണ്ടേ യിരുന്നുവെന്നത് വേറെ കാര്യം.

"കാതറീന് കുട്ടികളെ ഇഷ്ടമല്ലേ?"

"കുട്ടികളെ ഇഷ്ടമൊക്കെതന്നെയാണ്. എന്നാൽ ഇപ്പോൾ തനിക്ക് മക്കൾ വേണ്ടായെന്നാണ് അവൾ ആഗ്രഹിക്കുന്നത്."

"അതെന്താ അങ്ങനെ?"

തൃപ്തികരമായൊരു ഉത്തരം പരതുന്നതിനിടയിൽ വാഇൽ തിരക്കി:

"കാതറീന് അസുഖം വല്ലതുമുണ്ടോ?"

അവൻ അങ്ങനെ ചോദിച്ചത് അതിശയിപ്പിച്ചെങ്കിലും ഞാൻ നിഷേധ ഭാവത്തിൽ തലകുലുക്കി. കുറച്ചുസമയം നിശ്ശബ്ദനായശേഷം വാഇൽ തിളങ്ങുന്ന കണ്ണുകളോടെ നേരെ നോക്കി. പ്രധാനപ്പെട്ട എന്തോ കാര്യം മറന്നത് പെട്ടെന്ന് ഓർമ്മവന്നതുപോലെ.

"ഞാൻ പള്ളിയിൽ പോകുമ്പോൾ എങ്ങനെയാണ് നമസ്കരിക്കു ന്നതെന്ന് കാണണോ?"

ചുമരിൽ തൂക്കിയിട്ടിരുന്ന തന്റെ വാപ്പയുടെ നമസ്കാരപായ എടുത്ത് മുറിയുടെ മധ്യത്തിൽ നിലത്ത് വിരിച്ചശേഷം വാഇൽ അതിന് മുകളിൽ കയറിനിന്നു. ശേഷം സൗദി അറേബ്യയിലെ മക്കയിലുള്ള കഅബ ദേവാലയം സ്ഥിതിചെയ്യുന്ന ദിക്കിലേക്ക് തിരിഞ്ഞ് നമസ്കാരത്തിനായി പാദങ്ങൾ അടുപ്പിച്ച് നിന്നു. പിന്നെ 'അല്ലാഹു അക്ബർ' എന്ന് തക്ബീർ ചൊല്ലി റുകൂഅ്, സുജൂദ് തുടങ്ങിയ സാഷ്ടാംഗങ്ങൾ ചെയ്യാൻ തുടങ്ങി. നമസ്കാരശേഷം അവൻ എന്റെ നേരെ നോക്കിയത് താൻ ചെയ്ത പ്രവർത്തിയിലുള്ള നല്ല വാക്കുകൾ പ്രതീക്ഷിച്ചുകൊണ്ടായിരുന്നു. എന്റെ അഭിനന്ദനങ്ങൾ കേട്ടതും സന്തോഷത്താൽ ആ മുഖത്ത് ഭാവങ്ങൾ മിന്നി മറഞ്ഞു.

"എന്നെ നമസ്കരിക്കാൻ പഠിപ്പിച്ചത് ആരാണെന്നറിയാമോ?"

"ഇബ്റാഹീമാണോ?"

"അല്ല. ഉമ്മ."

നമസ്കാരപ്പായ പലതവണ കുടഞ്ഞശേഷം വാഇൽ അത് മടക്കി തൽസ്ഥാനത്ത് കൊണ്ടുവച്ചു.

"വാപ്പയ്ക്ക് മുമ്പേ ഉമ്മ നമസ്കരിക്കാൻ തുടങ്ങിയിരുന്നു. ഉമ്മയാണ് നമസ്കരിക്കാൻ വാപ്പയെ ഉപദേശിച്ചിരുന്നത്. നമസ്കരിക്കാത്തവർ നരകത്തിൽ പോകുമെന്നും നരകത്തീയിൽ കത്തിയമരാനായിരിക്കും അവരുടെ യോഗമെന്നുമാണ് ഉമ്മ വാപ്പയോട് പറഞ്ഞിരുന്നത്."

വാഇലിന്റെ അടുത്തുനിന്നും ഞാൻ നേരെ എന്റെ മുറിയിലേക്ക് പോയി. കട്ടിലിൽ കയറിക്കിടന്നശേഷം ഒരു പുസ്തകം തുറന്ന് അല്പ മെന്തെങ്കിലും വായിക്കാൻ ശ്രമിച്ചു. പക്ഷേ സാധിച്ചില്ല. ശ്രദ്ധിക്കാൻ കഴിയുന്നതേയില്ല ഒന്നിലും. അതോടെ പുസ്തകം അടച്ചുവച്ചശേഷം ജനാല തുറന്ന് താഴേക്കുനോക്കി. അപ്പോഴതാ നഈമ! കൈയില്ലാത്ത കുപ്പായമാണ് വേഷം. അതിനാൽതന്നെ കൈകൾ മുഴുവൻ പുറത്തു കാണാം. ചുരുണ്ട നീണ്ട തലമുടി പിന്നിയിട്ടിരിക്കുന്നു. എന്നെ കാത്തിരി ക്കുന്നതുപോലെ അവൾ തല ഉയർത്തി മുകളിലേക്ക് നോക്കി. ഞങ്ങളുടെ കണ്ണുകൾ കൂട്ടിമുട്ടിയതും നഈമ പുഞ്ചിരിച്ചു.

ഷോപ്പിംഗ്മാളിൽ വച്ച് കുറച്ചു ദിവസംമുമ്പ് കണ്ടപ്പോൾ അടുത്തു വന്ന നേരം നഈമയുടെ ചുണ്ടിൽ വിരിഞ്ഞത് ചിരി തന്നെയായിരുന്നോ എന്ന കാര്യത്തിൽ വലിയ ഉറപ്പൊന്നുമുണ്ടായിരുന്നില്ല. പിന്നെ അതൊരു തോന്നൽ മാത്രമായിരുന്നു എന്ന് മനസ്സ് പറഞ്ഞു. അവൾ വെറുതെ ചുണ്ടുകളനക്കിയതാകും തനിക്ക് ചിരിയാണെന്ന് തോന്നിയിട്ടുണ്ടാകുക. എന്നാൽ ഇപ്പോൾ നഈമ എന്നെ നോക്കി പുഞ്ചിരിച്ചു എന്ന കാര്യം ഉറപ്പായിരിക്കുന്നു. അതുപോലെ തന്റെ പ്രവർത്തിയെക്കുറിച്ച് വ്യക്തമായ ബോധത്തോടെ തന്നെയായിരിക്കും അവൾ ഇപ്രകാരം ചെയ്തിട്ടു ണ്ടാകുക. തണുത്തതും ഇരുണ്ടതുമായ എന്റെ മനസ്സിനുള്ളിലേക്ക് അരി ച്ചിറങ്ങിയ ഊഷ്മളമായൊരു കിരണംപോലെയായിരുന്നു നഈമയുടെ പുഞ്ചിരി.

ജനാലയ്ക്കരികിൽനിന്നും മുറിയുടെ വാതിൽക്കൽ പോയി കുറച്ചു നേരം നിശ്ശബ്ദനായി നിന്നു. ഇബ്റാഹീമും യുസ്റയും ഇപ്പോഴും സീരിയൽ കാണുന്നതിൽതന്നെ മുഴുകിയിരിക്കുകയാണ്. വാഇലിന്റെ മുറിയിൽനിന്നും ശബ്ദമോ അനക്കമോ ഒന്നും കേൾക്കുന്നില്ല. സീരിയൽ കഴിയുന്നത്ര നീണ്ടുനിന്നെങ്കിലെന്ന് കൊതിച്ചുപോയി. ജനാലയ്ക്കരികി ലേക്ക് മടങ്ങിവരുമ്പോൾ നഈമയോട് എന്തെങ്കിലും സംസാരിക്കണ മെന്ന് തന്നെ തീരുമാനിച്ചു. കുറഞ്ഞത് അവൾ ചിരിച്ചതിന് പ്രതികരണ മായി തിരിച്ചൊന്ന് ചിരിക്കുകയെങ്കിലും വേണം.

ഈയൊരു അപൂർവ്വ അവസരം കൈയിൽനിന്നും വഴുതിപ്പോകാന നുവദിച്ചാൽ അതൊരു വിഡ്ഢിത്തം തന്നെയായിരിക്കും. അവളുടെ ചിരിയിൽ നിന്നൊരു കാര്യം വളരെ വ്യക്തമായിത്തന്നെ മനസ്സിലാക്കാം. എന്നെ കണ്ടതിൽ അവൾക്ക് സന്തോഷമുണ്ട്. അതിന്റെ പ്രതികരണ മാണ് ആ പുഞ്ചിരി. അതുപോലെ എന്നെ കാണാൻ അവളും ആഗ്രഹി ക്കുന്നുണ്ടാകും. അവളെ രഹസ്യമായി പിൻതുടർന്നതിന് അവസാനം ഫലമുണ്ടായിരിക്കുന്നു. അവൾക്ക് എന്നോടുള്ള ഈ സമീപനത്തിൽ മാറ്റമുണ്ടാകുന്നതിന് മുമ്പ് എന്തെങ്കിലും ചെയ്തേ തീരൂ.

അതോടെ സർവ്വശക്തിയും സംഭരിച്ചുകൊണ്ട് ഞാൻ താഴത്തെ നിലയിലെ ജനാലയിലേക്ക് കുനിഞ്ഞുനോക്കി. അവളെ കാണാനായില്ല. എന്നാൽ ജനാലയിലൂടെ വെളിച്ചം കടന്നുവരുന്നുണ്ട്. സന്തോഷം തോന്നി. എപ്പോൾ വേണമെങ്കിലും അവൾ ജനാലയ്ക്കരികിലേക്ക് മടങ്ങി വരുമെന്ന കാര്യം ഉറപ്പായിരുന്നു. അങ്ങനെ വീണ്ടും വരുമ്പോൾ നല്ലതു പോലെ കാണാനായി കൂടുതൽ താഴേക്ക് കുനിഞ്ഞ് നോക്കി. കണ്ടാൽ എന്താണ് പറയേണ്ടതെന്ന് ആലോചിച്ചു. അതിനുള്ള ധൈര്യമെനിക്കു ണ്ടെന്ന് അവൾക്ക് തോന്നണം. എപ്പോൾ കാണാമെന്ന് പറയണോ, അതോ മറ്റൊരു അനുയോജ്യമായ അവസരത്തിലേക്ക് മാറ്റിവയ്ക്ക ണമോ? അതുമല്ലെങ്കിൽ ഏതൊരു അയൽവാസിയും താൻ ബഹുമാനി ക്കുന്ന അയൽക്കാരിയെ കാണുമ്പോൾ ചെയ്യുന്നതുപോലെ ഇപ്പോൾ സുഖവിവരങ്ങൾ തിരക്കിയാൽ മാത്രം മതിയോ?

ഒരു നിമിഷം ആകാശത്തേക്കു നോക്കി. പിന്നെ താഴേക്ക് വീണ്ടും കുനിഞ്ഞു നോക്കിയപ്പോൾ ഞെട്ടിപ്പോയി. നേരത്തെ നഈമയെ കണ്ട ജനാലയ്ക്കരികിൽ അതാ ഒരു പുരുഷൻ നിൽക്കുന്നു. ശരീരം ജനാല യിലൂടെ മുന്നോട്ടാഞ്ഞശേഷം ആ മനുഷ്യൻ ശിരസ്സ് തിരിച്ച് മുകളിലേക്ക് നോക്കി. എന്റെ നേരെ കടുത്തൊരു നോട്ടം പായിച്ചശേഷം കേൾക്കാൻ കഴിയാത്ത ശബ്ദത്തിൽ അയാൾ എന്തോ പറഞ്ഞു. ആ കാഴ്ച കണ്ട് ഞെട്ടിപ്പോയ ഞാൻ പെട്ടെന്ന് ജനാലയ്ക്കരുകിൽനിന്നും പിൻതിരിഞ്ഞു. പിന്നെ വേഗത്തിൽ ജനാലയുടെ പാളികൾ കൊട്ടിയടച്ചു. ആ മനുഷ്യന്റെ പിടിയിൽനിന്നും രക്ഷപ്പെടാനെന്നവണ്ണം മുറിക്കുള്ളിലെ വെളിച്ചം കെടുത്തി കിടക്കയിൽ കയറി ചുരുണ്ടുകിടന്നു.

പിഴച്ചവൾ! എത്ര സമർത്ഥമായിട്ടാണ് അവളെന്നെ ഈ കെണിയിൽ വീഴ്ത്തിയത്! ആ വിചിത്രമായ പുഞ്ചിരിയുടെ പൊരുൾ ഇപ്പോഴാണ് വ്യക്തമാകുന്നത്. ആ മനുഷ്യനോട് അവൾ എന്നെക്കുറിച്ച് എന്തെങ്കിലു മൊക്കെ പറഞ്ഞുകൊടുത്തിട്ടുണ്ടാകുമെന്നത് ഉറപ്പാണ്. അല്ലെങ്കിൽ എന്തിന് ആ മനുഷ്യൻ ഇത്തരത്തിൽ ശത്രുത നിറഞ്ഞ രീതിയിൽ എന്റെ നേരെ നോക്കണം? പിന്നെ എന്തൊക്കെയോ പറയുകയും ചെയ്തല്ലോ? ചീത്ത പറഞ്ഞതായിരിക്കുമെന്നത് ഉറപ്പാണ്. പക്ഷേ ആരായിരിക്കു മയാൾ? അവളുടെ ബന്ധുക്കളിൽ ആരെങ്കിലും? അതോ അയാളൊരു കൂട്ടിക്കൊടുപ്പുകാരൻ വല്ലതുമാകുമോ?

ഇത്ര എളുപ്പം ഞാനെങ്ങനെ ഒരു കെണിയിലകപ്പെട്ടുവെന്ന് മനസ്സി ലാകുന്നതേയില്ല. ഞാനൊരു പാവമായിപ്പോയല്ലോ എന്നാലോചിച്ചപ്പോൾ ദേഷ്യം വന്നു. എന്നാൽ ഞാൻ നഈമയെ ഒളിഞ്ഞുനോക്കിയതും വശീകരിക്കാൻ ശ്രമിച്ചതും താൻ കൈയോടെ പിടികൂടിയെന്നോ മറ്റോ അയാൾ സഹോദരനോടോ പരിചയക്കാരിലാരോടെങ്കിലുമോ പറയാനിട യായാലുണ്ടാകുന്ന ഭയം ഉള്ള ദേഷ്യംകൂടി വർദ്ധിപ്പിച്ചു. ഈ വാർത്ത

പ്രചരിക്കാനിടയായാൽ കോളനിയിൽ എന്റെ പേര് ചീത്തയാകുമെന്ന കാര്യമോർത്തപ്പോൾ തന്നെ പേടിയായി.

ഈ ആകുലചിന്തകളിൽ മുങ്ങിത്താഴുന്നതിനിടയിൽ പെട്ടെന്ന് ആരോ വാതിൽ തുറന്നു. ഇടനാഴിയിലെ വെളിച്ചത്തിൽ വന്നയാൾ ഇബ്റാഹീമാണെന്ന് മനസ്സിലായി. അവൻ കിടക്കയ്ക്കരികിലേക്ക് വന്നപ്പോൾ ഉറങ്ങുന്നതുപോലെ ഞാൻ കണ്ണടച്ചു കിടന്നു. പക്ഷേ ആ കൗശലം അധികം നീണ്ടില്ല. അപ്പോഴേക്കും ഇബ്റാഹീം തിരക്കി:

"എന്താ ഈ ചെയ്യുന്നത്...? അതും ഈ ഇരുട്ടത്ത്?"

ലൈറ്റ് ഓണാക്കിയശേഷം അവൻ എന്നെത്തന്നെ നോക്കി.

"മുഖമാകെ വിയർപ്പാണല്ലോ? എങ്ങനെയാ ഈ ചൂട് സഹിക്കാനാകുന്നത്? ജനാലയൊന്ന് തുറന്നിട്ടുകൂടേ?"

ജനാല തുറക്കാനായി അടുത്തേക്ക് ചെല്ലുന്ന ഇബ്റാഹീമിനോട് ഞാൻ ടെലിവിഷൻ സീരിയലിനെക്കുറിച്ച് എന്താ അഭിപ്രായമെന്ന് തിരക്കി. അവൻ താഴേക്ക് നോക്കുന്നത് തടയാനുള്ള വിഫലശ്രമമായിരുന്നു അത്. ജനാലപ്പടിയിൽ കൈയൂന്നി താഴേക്ക് നോക്കുന്നതിന് മുമ്പ് അവൻ പറഞ്ഞു:

"മനോഹരം. കഴിഞ്ഞ എപ്പിസോഡിനേക്കാൾ നന്നായിട്ടുണ്ട്."

കുറെനേരം കുനിഞ്ഞ് നോക്കി നിന്നശേഷം തിരിഞ്ഞുനിന്ന് ഇബ്റാഹീം തിരക്കി:

"താഴത്തെ നിലയിലെ ജനാലയിൽ ഞാനാരെയാണ് ഇപ്പോൾ കണ്ടതെന്നറിയാമോ?"

പുഞ്ചിരിയോടെ അവൻ തുടർന്നു:

"നഈമ..."

ഒന്നും പറയാതെ തലയാട്ടുക മാത്രമായിരുന്നു ഞാൻ.

പതിനൊന്ന്

അൽ-ഷവാശീൻ സൂഖിലെ കോഫി ഷോപ്പിലെത്തിയപ്പോൾ ആദ്യം കണ്ണിൽപ്പെട്ട വ്യക്തി നജീബായിരുന്നു. ആദ്യത്തെ കൽപടവിന്റെ ഓരത്ത് എന്നെയും കാത്തിരിക്കുകയായിരുന്നു. അവൻ.

"നീ വീണ്ടും കോഫി ഷോപ്പിലേക്ക് വരുമെന്ന് എനിക്കുറപ്പായിരുന്നു."

എന്നെ സ്വീകരിക്കാനായി എഴുന്നേൽക്കുന്നതിനിടയിൽ നജീബ് പറഞ്ഞു. പടവിൽ അവനരികിൽ ചെന്നിരുന്നതും കഴിഞ്ഞ തവണത്തേതിനേക്കാൾ കൂടുതൽ സമയം ഇന്ന് എന്നോടൊപ്പം ചെലവഴിക്കുമെന്ന് നജീബ് പറഞ്ഞു. ഉച്ച കഴിയുന്നതുവരെ ഞങ്ങൾ കോഫിഷോപ്പിൽ തന്നെ ഇരുന്നു. പിന്നെ അൽ-ഷവാശീൻ സൂഖിൽനിന്നും പ്രത്യേക ലക്ഷ്യമൊന്നുമില്ലാതെ നടക്കാൻ തുടങ്ങി. ഞാനാകട്ടെ നല്ല മൂഡിലുമായിരുന്നു. ഇന്നലെ നല്ലതുപോലെ ഉറങ്ങാൻ കഴിഞ്ഞു. രാവിലെ താമസിച്ചാണ് ഉറക്കമുണർന്നതും. പതിയെ പ്രഭാതഭക്ഷണം കഴിച്ചു. പിന്നെ സമയമെടുത്ത് വിശദമായൊന്ന് കുളിച്ചു. ഉപയോഗിക്കാത്ത നേരങ്ങളിൽ ചൂടുവെള്ളം വരുന്ന പൈപ്പ് പൂട്ടിവയ്ക്കാൻ ഇടയ്ക്കിടയ്ക്ക് അടുക്കളയിൽ നിന്ന് യുസ്റ ഉറക്കെ വിളിച്ചുപറയുന്നതൊന്നും ഞാൻ കാര്യമാക്കിയതേയില്ല. വെള്ളം ചൂടാക്കാൻ കൂടുതൽ ഗ്യാസ് ഉപയോഗിക്കേണ്ടിവന്നാൽ വരുന്ന മാസത്തെ ഗ്യാസ് ബില്ല് വലിയ തുകയുടേതാകാനിടയുണ്ട്. അതുണ്ടാകാതിരിക്കാനാണ് യുസ്റ ശ്രമിക്കുന്നത്.

കാറ്റ് കുറവാണെങ്കിലും മിക്കയിടങ്ങളിലും തണലുണ്ട്. പഴയ കെട്ടിടങ്ങൾ അടുത്തടുത്ത് നിൽക്കുന്നത് കണ്ടാൽ തോന്നും തകർന്നുപോകുമെന്ന ഭയത്താൽ അവ പരസ്പരം താങ്ങിനിർത്തുകയാണെന്ന്. മേൽക്കൂരയുള്ള കമ്പോളങ്ങളെ കടന്നുപോകുന്ന എണ്ണമറ്റ ഇടുങ്ങിയ വളഞ്ഞുപുളഞ്ഞ തെരുവുകൾ. പുറത്ത് കടുത്ത ചൂടാണെങ്കിൽ പോലും ഞങ്ങൾക്ക് വളരെ ഉന്മേഷം നൽകുന്ന തണുപ്പാണ് തോന്നിയത്.

നജീബിനൊപ്പം നടക്കുമ്പോൾ എന്റെ ഉള്ളിൽ വല്ലാത്തൊരു ആശ്വാസം നിറയുന്നുണ്ടായിരുന്നു. ഇപ്പോൾ കണ്ടുമുട്ടിയശേഷം

ഇതാദ്യമായിട്ടായിരിക്കും ഇങ്ങനെയൊരു ഊഷ്മളത തോന്നുന്നത്. ഞങ്ങളുടെ പഴയ സൗഹൃദബന്ധത്തെ വ്യത്യസ്തമാക്കുന്നതാണ് ഈ ഊഷ്മളത. കഴിഞ്ഞ തവണ കണ്ടപ്പോൾ നജീബ് വളരെ അസ്വസ്ഥ നാണെന്ന് തോന്നിയിരുന്നു. എന്നാൽ ഇപ്പോഴിതാ അവന്റെ പഴയ തുറന്ന മനസ്സും ലാളിത്യവും തിരികെ ലഭിച്ചിരിക്കുന്നു. അതുതന്നെയാണ് ഞാൻ അവനെ ഇഷ്ടപ്പെടാനും ഇടപഴകിയിട്ടുള്ള മറ്റുള്ളവരേക്കാളൊക്കെ പ്രാമുഖ്യം നൽകാനുമൊക്കെ പ്രേരിപ്പിക്കുന്നത്.

എവിടേക്കാണ് ഈ പോകുന്നത് എന്നൊന്നും ഞാനവനോട് ചോദിച്ചില്ല. അവനാഗ്രഹിക്കുന്ന ഇടത്തേക്ക് എന്നെ കൂട്ടിക്കൊണ്ടുപോകാനുള്ള അനുവാദം നൽകി. അവനൊപ്പം ചുറ്റിക്കറങ്ങുന്നത് വളരെ പ്രയോജനപ്രദവും ആസ്വാദ്യകരവുമാകുമെന്ന കാര്യത്തിൽ സംശയമേ ഉണ്ടായിരുന്നില്ല. പഴയ നഗരം അവന് വളരെ പ്രിയങ്കരമാണ്. വർഷങ്ങളായി അവിടെ താമസിക്കുന്നതിനാൽ തന്റെ കൈരേഖകളെപ്പോലെ നജീബിന് ഇവിടത്തെ തെരുവുകളേയും മൈതാനങ്ങളേയും കമ്പോളങ്ങളേയും പള്ളികളേയും പൊതുകുളിപ്പുരകളേയും വിശുദ്ധന്മാരുടെ കുടീരങ്ങളേയും കുറിച്ചൊക്കെയറിയാം.

ഒന്നിനൊന്ന് അടുത്തുകിടക്കുന്ന കമ്പോളങ്ങളിലൂടെ നടക്കുകയായിരുന്നു ഞങ്ങൾ. അൽ-ബായ് സൂഖ്, ബർഖസൂഖ്, കബാബിജിയ്യ സൂഖ്, സൂഖ് ലഫ്ഫ, സ്ത്രീകളുടെ സൂഖ്, സൂഖ് അൽ-അത്താരീൻ, സൂഖുൽ ബലാഗ്ജിയ്യ, സൂഖുൽ ലൗസർ... പലതും ഏതാണ്ട് ആളുകളില്ലാത്തവിധം കാലിയായിരുന്നു. ഉച്ചമയക്കത്തിന്റെ നിശ്ശബ്ദതയിലാണ് സൂഖുകൾ. കടയുടമസ്ഥരിൽ തനിക്കറിയാവുന്ന ആളുകളുടെ അരികിലെത്തുമ്പോൾ അഭിവാദ്യമർപ്പിക്കാനായി നജീബ് ഇടയ്ക്കിടയ്ക്ക് നടത്തം നിർത്തും. അവരിൽ ചിലരൊക്കെ ഉച്ചമയക്കത്തിലാണ്.

ഞാൻ വിദേശത്താണ് കഴിയുന്നതെന്നറിയിച്ചപ്പോൾ സൂഖ് അൽ-അത്താരീനിലെ കച്ചവടക്കാരിലൊരാൾക്ക് നിർബന്ധം ഞങ്ങളയാളുടെ കടയിൽ കുറച്ചുനേരം ഇരിക്കണമെന്ന്. തൊട്ടടുത്ത കാപ്പിക്കടയിൽനിന്നും ഞങ്ങൾക്ക് കുടിക്കാനായി തണുത്ത പാനീയങ്ങൾ വരുത്തിത്തന്നു. പിന്നെ എല്ലാ വർഷവും സൂഖിലേക്ക് വരുന്ന വിനോദസഞ്ചാരികളെക്കുറിച്ച് സംസാരിച്ചു. തുടർച്ചയായി വർദ്ധിച്ചുകൊണ്ടിരിക്കുകയാണത്രെ ഈ സഞ്ചാരികളുടെ എണ്ണം. എന്നാൽ എന്തെങ്കിലുമൊക്കെ വാങ്ങുന്നതിന് മുമ്പ് കുറെ സംശയിച്ചുനിൽക്കും. തിരിച്ചും മറിച്ചും നോക്കുകയും ഒട്ടനേകം ചോദ്യങ്ങളുന്നയിക്കുകയും ചെയ്യും. മുമ്പൊന്നുമില്ലായിരുന്ന ഈ വിചിത്രപ്രതിഭാസം എന്തുകൊണ്ടാണെന്ന് അയാൾ എന്നോട് തിരക്കി.

വീണ്ടും നടക്കാൻ തുടങ്ങിയ ഞങ്ങൾ ലാ കസബയിലേക്കു നീങ്ങി. ബാബ് ബഹ്ർ സ്ക്വയറിനടുത്തെത്തിയപ്പോൾ ഇടത്തോട്ട് തിരിഞ്ഞ്

വിനോദസഞ്ചാരികൾ സാധാരണ പോകാറുള്ള ഇടത്തേക്ക് നടന്നു. തിരക്കേറിയ തെരുവുകൾ. കടകൾക്കു മുമ്പിൽ സാധനാസാമഗ്രികൾ കൂട്ടിയിട്ടിരിക്കുന്നു. കോലാഹലങ്ങളും നടന്ന് കച്ചവടം ചെയ്യുന്നയാളുകളുടെ ശബ്ദങ്ങളും ഉയർന്നുകേൾക്കാം. ഭക്ഷണശാലകളിൽനിന്നും പുറത്തേക്ക് വരുന്ന വരട്ടിയ ഷവായ് മാംസത്തിന്റെ ഗന്ധം കലർന്ന വായു. എല്ലായിടത്തുനിന്നും ഉയർന്നു കേൾക്കുന്നതും പഴയതും പുതിയതുമായ പാട്ടുകളാണ്. അതിനൊപ്പം കച്ചവടക്കാരുടെയും കാൽനടയാത്രക്കാരുടെയും ശബ്ദങ്ങളും കാറുകളുടേയും മോട്ടോർ സൈക്കിളുകളുടെയും ഒച്ചയും കൂടിക്കലരുന്നു. ഇതെല്ലാംകൂടി നട്ടുച്ചയ്ക്ക് ഈ തെരുവുകളിൽ സ്പന്ദിക്കുന്ന ജീവിതത്തിലേക്ക് വിരൽചൂണ്ടുന്ന അപസ്വരമായ ബഹളമായി മാറുകയാണ്.

ഷവായ് മാംസത്തിന്റെ ഗന്ധം മൂക്കിലെത്തിയതും നല്ല വിശപ്പ് തോന്നി. അതോടെ ഭക്ഷണശാലകളുടെ മുൻഭാഗത്ത് പ്രദർശിപ്പിച്ചിരിക്കുന്ന ഇറച്ചിക്കഷണങ്ങളിലേക്കായി എന്റെ നോട്ടം. വൃത്തിയുള്ളതെന്നു തോന്നുന്ന ഇവയിലൊരു ഭക്ഷണശാലയിലേക്ക് കയറി ഉച്ചഭക്ഷണം കഴിച്ചാലോ എന്നൊരു മോഹം പെട്ടെന്ന് മനസ്സിലുദിച്ചു. എന്നാൽ ഇക്കാര്യം നജീബിനോട് പറയാനാഞ്ഞതും അവൻ ഇടുങ്ങിയൊരു തെരുവിലേക്ക് നടന്നുകഴിഞ്ഞിരുന്നു.

“വാ... വാ...”

തെരുവുകളോരോന്നായി പിന്നിട്ടുകഴിഞ്ഞപ്പോൾ കൂടുതൽ വിശാലവും ശാന്തവുമായ മറ്റൊരു തെരുവിലേക്കെത്തി. കുറച്ചുദൂരം പിന്നിട്ടശേഷം നജീബ് തിരക്കി:

“ഇഷ്ടമാണോ...?”

ഒന്ന് നിശ്ശബ്ദനായശേഷം അവൻ എന്നെത്തന്നെ നോക്കി പറയാൻ തുനിഞ്ഞ വാക്യം പൂർണ്ണമാക്കാനുള്ള ധൈര്യമില്ലാത്തതുപോലെ.

“എന്തിഷ്ടമാണോയെന്ന്?”

“മനസ്സിലായില്ലേ...? കണ്ണുതുറന്ന് ഇങ്ങോട്ടു നോക്ക്!”

അതോടെയാണ് അവൻ വിരൽചൂണ്ടിയിടത്തേക്ക് നോക്കിയത്. അപ്പോഴതാ വാതിലുകളിലൊന്നിൽ പുകവലിച്ചുകൊണ്ടൊരു യുവതി നിൽക്കുന്ന കാഴ്ച കണ്ടു. അതിശയത്തോടെയാണ് ഞാൻ ചോദിച്ചത്:

“വേശ്യാലയമാണോ?”

പഴയ പട്ടണത്തിന്റെ ഈ ഭാഗത്ത് ഇങ്ങനെയൊരു വേശ്യാലയമുണ്ടാകുമെന്ന കാര്യം ഞാൻ മറന്നിരിക്കുകയായിരുന്നു. ലാ കസബ കഴിഞ്ഞ് ഇടത്തേക്ക് തിരിഞ്ഞ് നടക്കുന്നതിനിടയിൽ നജീബ് ഇങ്ങോട്ടാണ് കൂട്ടിക്കൊണ്ട് വന്നതെന്ന കാര്യം തീരെ ശ്രദ്ധിച്ചില്ല. സത്യത്തിൽ

ശ്രദ്ധിച്ചത് കടകളും അവിടത്തെ കച്ചവടക്കാരുടെയും യാത്രക്കാരുടെയും മുഖങ്ങളുമായിരുന്നു. ഒപ്പം ചുവരുകളിൽ തൂക്കിയിട്ടിരിക്കുന്ന പഴയ അടയാളപ്പലകകളിൽ രേഖപ്പെടുത്തിയിട്ടുള്ള തെരുവുകളുടെ പേരുകൾ വായിക്കാനുമാണ് ശ്രമിച്ചുകൊണ്ടിരുന്നത്.

"പക്ഷേ ഇപ്പോൾ നമ്മൾ ഈ വേശ്യാലയത്തിൽ ചെന്ന് എന്തു ചെയ്യാനാണ്?

"അവിടത്തെ പെണ്ണുങ്ങളെ കാണാമല്ലോ?"

സർവ്വകലാശാലയിൽ പഠിക്കുന്ന ആദ്യവർഷങ്ങളിൽ ഇവിടെ എത്താറുള്ള കാലത്ത് കണ്ടതുപോലെ തന്നെയുണ്ട് വേശ്യാലയമിപ്പോഴും. ഒന്നും മാറിയിട്ടില്ല. ആകെക്കൂടി മാറിയത് അവിടെയുള്ള വേശ്യകളും അവരുടെ കാര്യങ്ങൾ നിയന്ത്രിക്കുന്ന വൃദ്ധകളായ കൂട്ടിക്കൊടുപ്പുകാരും മാത്രമായിരിക്കും. അവിടെ ചുറ്റിക്കറങ്ങുന്ന വേളയിൽ ഓർമ്മവന്നത് നജീബാണ് ഇവിടെ ഏറ്റവും കൂടുതൽ തവണ വന്നയാളാണെന്ന കാര്യമായിരുന്നു. അതുപോലെ ശ്രദ്ധിച്ച കാര്യം സ്ഥലത്ത് ചുറ്റിക്കറങ്ങുന്ന പുരുഷന്മാരായിരുന്നു. ഒരു വേശ്യാലയത്തിന് ഇത്തരത്തിൽ ആളുകളെ ആകർഷിക്കാൻ കഴിയുമെന്ന് കരുതിയതേയില്ലായിരുന്നു.

വേശ്യകൾ കഴിയുന്ന മിക്കവാറും വീടുകളുടേയും വാതിലുകൾ തുറന്നുകിടക്കുകയാണ്. മിക്ക വേശ്യകളും ചെറുപ്പക്കാരികളാണ്. അത്യാവശ്യ സൗന്ദര്യമുള്ള യുവതികൾ. അല്പവസ്ത്രധാരികളായ അവരുടെ മാറിടങ്ങളും തുടഭാഗങ്ങളും ഏതാണ്ട് നഗ്നമാണ്. മിക്കവരും പുകവലിച്ചുകൊണ്ടു നിൽക്കുന്നു. അല്ലെങ്കിൽ ചൂയിംഗം ചവയ്ക്കുന്നു. കൊഞ്ചിക്കുഴഞ്ഞുകൊണ്ട് ചുറ്റും നോക്കുന്ന യുവതികൾ പുരുഷന്മാരെ നോക്കി കണ്ണിറുക്കിക്കാണിക്കുകയും വൃത്തികെട്ട അശ്ലീലപ്രയോഗങ്ങൾ നടത്തുകയുമാണ്. ഇതിനിടയിൽ ആളുകളുടെ ശ്രദ്ധയാകർഷിക്കുംവിധം പൊട്ടിച്ചിരിക്കുകയും ചെയ്യുന്നുണ്ട്.

അവരിലൊരാൾ നജീബിനെ നോക്കി വിളിക്കാൻ തുടങ്ങി:

"വാ സാറേ...."

അതിശയത്തോടെ അവനെത്തന്നെ സൂക്ഷിച്ചുനോക്കിയശേഷം പരിചയമുണ്ടെന്നു തോന്നിക്കുന്ന സ്വരത്തിൽ അവൾ തുടർന്നു:

"എവിടെയായിരുന്നു ഇത്രയും കാലം...? കുറേക്കാലമായല്ലോ കണ്ടിട്ട്....?

നജീബ് അടുത്തുചെന്നതും അവൾ അവന്റെ കൈപിടിച്ച് തന്റെ ഏതാണ്ട് നഗ്നമായ മാറിടത്തിനുമേൽ വച്ചു. ഒരു നിമിഷം കഴിഞ്ഞ് അവൾ എന്റെ നേരെ തിരിഞ്ഞു. പിന്നെ ചൊവ്വാഗ്രഹത്തിൽ നിന്നും

ഇറങ്ങിവന്ന ജീവിയെ കാണുന്നതുപോലെ സൂക്ഷിച്ചുനോക്കാൻ തുടങ്ങി. ശേഷം അതിശയത്തോടെ അവൾ ചോദിച്ചു:

"ആരാ സാറേ ഈ കൂടെയുള്ളത്?"

എനിക്ക് ചിരിവന്നു.

"ആളൊരു കോമളനാണല്ലോ? പെണ്ണുങ്ങളെപ്പോലെ ഒരുങ്ങിവന്നിരിക്കുകയാണല്ലേ?"

അതുകേട്ട് അഭിമാനത്തോടെ നജീബ് പറഞ്ഞു:

"അതിന് കാരണം നമ്മെപ്പോലെ ടുണീഷ്യയിലൊന്നുമല്ല ഫ്രാൻസിലാണ് ഇവൻ താമസിക്കുന്നത്. അതൊക്കെ പറഞ്ഞാൽ നിനക്കെന്ത് മനസ്സിലാകാനാണ്?"

അതോടെ അവളുടെ കൂട്ടിക്കൊടുപ്പുകാരിയായ വൃദ്ധ എത്തിനോക്കി:

"ടുണീഷ്യ നീണാൾ വാഴട്ടെ! ടുണീഷ്യ ഫ്രാൻസിനേക്കാളൊക്കെ മികച്ചതാണ്. ദൈവത്തിന്റെ ഭൂമിയിൽ ഏറ്റവും നല്ല നാട് ടുനീഷ്യ തന്നെയാണ്!"

അറുപതുകാരിയായ ആ സ്ത്രീക്ക് മിക്ക പിമ്പുകളെപ്പോലെയും പൊണ്ണത്തടിയായിരുന്നു. തന്റെ കട്ടിക്കണ്ണടയ്ക്കുള്ളിലൂടെ ഞങ്ങളെ തുറിച്ചുനോക്കിക്കൊണ്ട് അവർ പറഞ്ഞു:

"ടുണീഷ്യ നീണാൾ വാഴട്ടെ! ഹബീബ് ബൂർഖീബ നീണാൾ വാഴട്ടെ!"

ഇതുകേട്ട് കുറെയാളുകൾ പൊട്ടിച്ചിരിച്ചു. അവരിലൊരാൾ പറഞ്ഞു.

"കിഴവിക്ക് സമനില തെറ്റിയെന്നു തോന്നുന്നു. നമ്മളിപ്പോഴും ബൂർഖീബയുടെ കാലത്താണ് ജീവിക്കുന്നതെന്നാണ് കിഴവി കരുതിയിരിക്കുന്നത്."

അഭിസാരികയായ പെൺകുട്ടി എന്നെ വീണ്ടുമൊന്നുകൂടി ഉഴിഞ്ഞുനോക്കി:

"അപ്പോൾ നിങ്ങളുടെ കൈയിൽ ധാരാളം പണമുണ്ടാകും അല്ലേ? യൂറോ ഉണ്ടോ?"

പിന്നെ അരികിലേക്ക് വന്ന ശേഷം അവളെന്റെ തുടകൾക്കിടയിൽ സ്പർശിച്ചു. ഞാൻ പെട്ടെന്ന് പിറകിലോട്ട് മാറിക്കളഞ്ഞു. ചുവന്ന ലിപ്സ്റ്റിക് പൂശിയ കനത്ത ചുണ്ടുകളിലൂടെ നാവോടിച്ചശേഷം വശീകരിക്കാനെന്നവണ്ണം അവൾ ചോദിച്ചു:

"ഒരു ചൂടൻ അറബിപ്പെൺകുട്ടിയുമായി അല്പനേരം ആസ്വദിക്കണമെന്നില്ലേ, സാർ?"

വീടിനുള്ളിലേക്ക് കയറാൻ പ്രേരിപ്പിച്ചുകൊണ്ട് വൃദ്ധ പറഞ്ഞു:

“പൊന്നുമോനേ... സ്വന്തം നാട്ടിലെ പെൺപിള്ളാരേക്കാൾ മികച്ച ചരക്ക് എവിടെ കിട്ടാനാ?”

ആ ക്ഷണം നിരസിച്ചുകൊണ്ട് ഞങ്ങൾ നടത്തം തുടർന്നു. പിന്നിൽ വൃദ്ധ അഭിസാരികയായ പെൺകുട്ടിയോട് പറയുന്നതു കേൾക്കാം:

“ഇവനൊന്നും അകത്തു കയറാതിരിക്കുന്നതാണ് നല്ലത്. നായിന്റെ മോൻ. ഇവനൊക്കെ നപുംസകമായിരിക്കും. അല്ലെങ്കിൽ എയ്ഡ്സ് രോഗി. വിദേശത്ത് താമസിക്കുന്നവന്മാർക്കൊക്കെ എയ്ഡ്സ് രോഗമുണ്ടാകും. ഇവന്മാർക്കൊന്നും ദൈവത്തെ ഭയമില്ല. നായ്ക്കളെപ്പോലെ സദാസമയവും പെണ്ണുങ്ങൾക്കൊപ്പം കിടക്കുന്നവരാണ് ഇവന്മാരൊക്കെ.”

ആ തെരുവ് ചെന്നവസാനിച്ചത് ചെറിയൊരു ചത്വരത്തിലേക്കായിരുന്നു. അതിന് മധ്യത്തിലായൊരു പൊതുമൂത്രപ്പുര കാണാം. അതിനു ചുറ്റും കൂടിനിൽക്കുന്ന ചെറുപ്പക്കാർ പുകവലിച്ചുകൊണ്ട് ചുറ്റും നോക്കുന്നുണ്ട്. അതോടെ ഒരു കാര്യം ഉറപ്പായി. ആ ചത്വരത്തിൽനിന്നും വേർപിരിയുന്ന രണ്ട് തെരുവുകളിലെവിടെയോ ഇനിയും അഭിസാരികകളുണ്ടാകും. അതിനർത്ഥം ഞാൻ കരുതിയതിൽനിന്നും വ്യത്യസ്തമായി ഞങ്ങളിപ്പോഴും വേശ്യാപ്പുരകൾക്കകത്തു തന്നെയാണെന്നാണ്. അപ്പോൾത്തന്നെ മനസ്സ് പറഞ്ഞത് സ്ഥലംവിടാനായിരുന്നു. കണ്ട അഭിസാരികകൾ തന്നെ ധാരാളം. പ്രത്യേകിച്ച് എല്ലാവരും ഒരുപോലെ ഇരിക്കുമ്പോൾ. ഈ സ്ഥലത്ത് കറങ്ങിനടക്കുന്നതിൽ എനിക്ക് താത്പര്യമില്ലെന്ന കാര്യം നജീബ് ശ്രദ്ധിച്ചിട്ടുണ്ടാകും. എന്നിട്ടും തെരുവുകളിലൊന്നിലേക്ക് നടക്കുന്നതിനിടയിൽ അവൻ പറഞ്ഞു:

“നീ കാണണമെന്ന് ഞാനാഗ്രഹിക്കുന്നൊരു അഭിസാരികയുണ്ട്. അവളെ നിനക്കിഷ്ടമാകും. എനിക്കുറപ്പാണ് അക്കാര്യം. വാ...”

ഒന്നും പറയാതെ ഞാൻ അവന് പിറകേ നടന്നു. വളരെ നീണ്ട ഇടുങ്ങിയ തെരുവായിരുന്നത്. ചില സ്ഥലങ്ങളിലൊക്കെ ഇടയ്ക്കിടയ്ക്ക് നടത്തം തടസ്സപ്പെട്ടു. നല്ല വണ്ണവും വീതിയേറിയ തോളുകളുമുള്ള ആളുകൾ അരികിലെത്തുമ്പോൾ അവർക്ക് സ്ഥലം നൽകാൻ ശ്രമിക്കുന്നതിനിടെ ദേഹം ചുമലിൽ ഉരയും. തെരുവിന്റെ അങ്ങേയറ്റത്തായിരുന്നു ആ അഭിസാരിക താമസിക്കുന്ന വീട്. വാതിൽ പാതി ചാരിയിരിക്കുന്നു. രണ്ടു പുരുഷന്മാർ തങ്ങളുടെ ഊഴവും കാത്ത് വാതിലിന്റെ മുന്നിൽ നിൽക്കുന്നു. നജീബ് വാതിലിനരികിലേക്ക് ചെന്നു. വീട്ടിനുള്ളിൽ എന്താണ് നടക്കുന്നതെന്നറിയാനായി അകത്തേക്ക് നോക്കാൻ തുനിയുന്നതിനിടയിൽ ഒരു പുരുഷൻ പുറത്തേക്കിറങ്ങിവന്നു. അല്പം കഴിഞ്ഞതും പിന്നാലെ ആ സ്ത്രീയും പുറത്തേക്കു വന്നു.

ശരിക്കും സുന്ദരിയായിരുന്നു അവൾ. എന്നാൽ മറ്റ് അഭിസാരികകളെപ്പോലെ അർദ്ധനഗ്നയായിരുന്നില്ല എന്ന കാര്യമാണ് ഞാൻ കൂടുതൽ ശ്രദ്ധിച്ചത്. സൗന്ദര്യബോധം പ്രകടമാക്കുന്ന തരത്തിലുള്ള വസ്ത്രമാണ് ധരിച്ചിരിക്കുന്നത്. വശീകരിക്കുംവിധം തലമുടി കോതിയൊതുക്കിക്കൊണ്ട് അവൾ ഞങ്ങളെത്തന്നെ നോക്കി. ശേഷം പുറത്തുനിൽക്കുകയായിരുന്ന പുരുഷന്മാരിലൊരാളോട് അകത്തേക്ക് പൊയ്ക്കൊള്ളാൻ പറഞ്ഞു. പിന്നാലെ അവളും ഉള്ളിലേക്ക് മറഞ്ഞു.

"എന്താ ഇഷ്ടപ്പെട്ടോ? ആൾ സുന്ദരിയല്ലേ?"

അതെ എന്ന മട്ടിൽ ഞാൻ തലകുലുക്കിയതും അവന്റെ കണ്ണുകൾ തിളങ്ങി. ആ അഭിസാരികയിലുള്ള താത്പര്യം എത്രത്തോളമുണ്ടെന്ന് വെളിപ്പെടുത്തുന്നവിധം നജീബിന്റെ മുഖത്ത് ആവേശം നിറഞ്ഞു. അത് കണ്ട് ഞാൻ ചോദിച്ചു:

"നിനക്കവളെ വേണോ?"

"ആ... പക്ഷേ നല്ല റേറ്റാണ് നായിന്റെ മോൾക്ക്."

"അത് കാര്യമാക്കേണ്ട. എന്റെ കൈയിൽ പണമുണ്ട്."

എനിക്ക് ശല്യമാകാൻ ആഗ്രഹമില്ലാത്തതിനാൽ അവൻ ആകെ അസ്വസ്ഥനാണെന്നു തോന്നി. അതിനാൽ നജീബിനെ ആശ്വസിപ്പിക്കാനായി ഞാൻ പറഞ്ഞു:

"നീ എന്നെക്കുറിച്ചോർത്ത് ആകുലപ്പെടേണ്ട. ഞാൻ കാത്തുനിന്നോളാം."

"എവിടെ?"

"ഇവിടെത്തന്നെ... അല്ലെങ്കിൽ ഏതെങ്കിലും കോഫിഷോപ്പിൽ പോയി അവിടെ ഇരുന്നോളാം."

കുറച്ചുനേരം അവൻ നിശ്ശബ്ദത പാലിച്ചു. പിന്നെ എന്തോ തീരുമാനമെടുത്തതുപോലെ നജീബ് പറഞ്ഞു:

"വേണ്ട. ഇന്നു വേണ്ട! വേറൊരു ദിവസം വരാം."

വേശ്യാപ്പുരകൾ വിട്ട് ഞങ്ങൾ സൂഖുകളിലേക്ക് തിരികെപ്പോയി. വൈകുന്നേരംവരെ അവിടെ ചെലവഴിച്ചു. നജീബിനെ യാത്രയയച്ചശേഷം ഞാൻ ബൂർഖീബ റോഡിലേക്ക് തിരിച്ചു. ഹോട്ടൽ ഇന്റർനാഷണലിലെ കോഫിഹൗസിനരികിലൂടെ പോയപ്പോൾ യൂറോപ്യൻ കുടിയേറ്റം സ്വപ്നം കാണുന്ന പഴയ വെയിറ്റർ പുറത്തേക്ക് വരുന്നതു കണ്ടു. കൈപിടിച്ച് കുലുക്കിയശേഷം അയാൾ സുഖവിവരങ്ങൾ തിരക്കി. കോഫിഹൗസിനുള്ളിലേക്ക് ക്ഷണിക്കുമ്പോൾ കാലിയായ ടേബിളുകളുണ്ടെന്നും സ്ഥലമിപ്പോൾ ശാന്തമാണെന്നും അയാൾ ഉറപ്പുതന്നു. പക്ഷേ ഞാൻ ആ

ക്ഷണം സ്വീകരിക്കാൻ കൂട്ടാക്കിയില്ല. ഈ സമയം കോഫിഹൗസിൽ പോയി ഇരിക്കാനുള്ള മനസ്സേതായാലുമില്ല. കൂടുതൽ നിർബന്ധിച്ചപ്പോൾ രക്ഷപ്പെടാനായി അടുത്ത ദിവസം വരാമെന്ന് വാക്കുകൊടുക്കേണ്ടി വന്നു.

റോഡിലെ മരങ്ങൾക്കടിയിലൂടെ നടത്തം തുടർന്നു. പൂക്കൾ വിൽക്കുന്ന കൗണ്ടറുകൾ കണ്ടു. പക്ഷേ, മിക്കതും അടഞ്ഞുകിടക്കുകയാണ്. ഇനി തുറന്നിരിക്കുന്ന കൗണ്ടറുകളിൽ തന്നെ ഇടപാടുകാരെയൊന്നും കാണാനുമില്ല. അപ്പോഴാണ് യുസ്റയ്ക്ക് നൽകാനായി ഒരു ബൊക്കെ വാങ്ങിയാലോ എന്ന് ആലോചിച്ചത്. കൗണ്ടറുകളിലൂടെ കടന്നുപോയാൽ മതി. സ്വീകരണമുറിയിൽ വച്ചിരിക്കുന്ന പ്ലാസ്റ്റിക് പൂവിന് പകരം വയ്ക്കാമല്ലോ? എന്നാൽ പിന്നെ ആ ആശയം വേണ്ടായെന്ന് വച്ചു. യുസ്റയ്ക്കും ഇബ്റാഹീമിനും യഥാർത്ഥ പൂക്കൾ വയ്ക്കുന്നത് ഇഷ്ടമാണോ എന്നറിയില്ലല്ലോ?

നടത്തം തുടർന്നപ്പോൾ പാദങ്ങളിൽ എന്തോ ഒരു വേദന. അതോടെ ബസാതീൻ കോളനിയിലേക്ക് മടങ്ങാൻ തന്നെ തീരുമാനിച്ചു.

ബസ്സ്റ്റാന്റിലേക്കുള്ള വഴിയിൽവച്ച് യുസ്റയുടെ സഹോദരി ലൈലയെ കണ്ടുമുട്ടി. അവളെ കാണുമ്പോഴേക്കും ഇബ്നു ഖൽദൂൺ റോഡ് പകുതിയോളം പിന്നിട്ടിരുന്നു ഞാൻ. സത്യത്തിൽ പെട്ടെന്ന് മുന്നിൽ വന്ന് നിന്നില്ലായിരുന്നെങ്കിൽ ഞാൻ ലൈലയെ കാണുകതന്നെയില്ലായിരുന്നു. കണ്ണിൽ കറുത്ത കണ്ണടയും കൈയിലൊരു എരിയുന്ന സിഗരറ്റുമുണ്ട്. കണ്ണട ഊരിമാറ്റിയശേഷം കഴിഞ്ഞ തവണത്തേതുപോലെ സ്വാഭാവികതയോടെയും ഊഷ്മളതയോടെയും അവളെന്നെ ചുംബിച്ചു.

"നിങ്ങളെന്താ ഇവിടെ? ഞാൻ ജോലി ചെയ്യുന്ന ഓഫീസിനു മുന്നിൽ...?"

"വീട്ടിലേക്ക് മടങ്ങുകയാണ്."

"ബസ് കയറാൻ പോകുകയാണോ?"

തലയാട്ടുമ്പോൾ അവളുടെ നഗ്നമായ കൈകളിലേക്ക് നോക്കുകയായിരുന്നു ഞാൻ.

"ഒരു രണ്ട് മണിക്കൂർ കാത്തിരിക്കാമെങ്കിൽ നമുക്കൊരുമിച്ച് മടങ്ങിപ്പോകാം... എന്റെ കാറിൽ."

സിഗരറ്റ് നിലത്തിട്ടുകൊണ്ട് അവൾ ചോദിച്ചു:

"എല്ലാ ദിവസവും നഗരമധ്യത്തിലേക്ക് ഇറങ്ങാറുണ്ടോ?"

"മിക്കവാറും... എല്ലാ ദിവസവുമില്ല."

“എന്തായാലും ഇറങ്ങുന്ന ദിവസങ്ങളിൽ എന്നെ കാണാൻ വരണം. ഞാൻ എവിടെ കാണുമെന്ന് മനസ്സിലായല്ലോ ഇപ്പോൾ?”

ചുറ്റുമൊന്നു നോക്കിയശേഷം ശബ്ദം താഴ്ത്തി ലൈല പറഞ്ഞു:

“എന്റെ ഭർത്താവിന്റെ കാര്യമോർത്ത് എന്തെങ്കിലും അസ്വസ്ഥത യുണ്ടെങ്കിൽ നാളെ മുതൽ കാറിൽ ഞാൻ മാത്രമേ ഉണ്ടാകൂ. ഭർത്താവ് മദനൈൻ പട്ടണത്തിലേക്ക് പോകുകയാണ്. പിന്നെ നാലു ദിവസം അദ്ദേഹം അവിടെയായിരിക്കും.”

തന്റെ ഭർത്താവിനോട് എനിക്കെന്തെങ്കിലും അസ്വസ്ഥതയുണ്ടാകാൻ സാധ്യതയുണ്ടെന്ന് ലൈല കരുതിയത് എന്തുകൊണ്ടാണെന്നു മാത്രം മനസ്സിലാകുന്നില്ല. എനിക്കയാളോട് നല്ല ബന്ധമാണുള്ളത്. അത് അവൾക്കുമറിയാം. ഈ അവസരം മുതലെടുക്കാമെന്ന് കരുതി ഞാൻ ലൈലയോട് അവളുടെ ഭർത്താവിന്റെ സുഖവിവരങ്ങൾ ആരാഞ്ഞു. പക്ഷേ ഞാനയാളുടെ പേര് മറന്നുപോയി. ഓർത്തെടുക്കാൻ ശ്രമിച്ചെ ങ്കിലും വിജയിക്കാനായില്ല. തെക്കൻ ടുണീഷ്യയിലെ ചില പ്രദേശങ്ങളിൽ മാത്രം കാണാറുള്ള ഒരു ബെർബർ വിഭാഗപേരാണ് എന്നതു മാത്രമാണ് ആകെക്കൂടി ഓർമ്മവന്നത്.

“ഞാൻ ഒറ്റയ്ക്കായിരിക്കും കേട്ടോ കാറിൽ...”

താൻ ജോലി ചെയ്യുന്ന കെട്ടിടത്തിലേക്ക് തിരികെപ്പോകുന്നതിനു മുമ്പ് അവൾ ഒന്നുകൂടി പറഞ്ഞു:

“വഴിയിൽ നമുക്ക് സംസാരിച്ചിരിക്കുകയും ചെയ്യാം...”

പന്ത്രണ്ട്

"**മീ**ൻ ചേർത്ത കസ്കസാണ് ഇന്നത്തെ പ്രഭാതഭക്ഷണം. ഞങ്ങളുടെ കൂടെ കഴിച്ചിട്ടേ പോകാവൂ."

അടുക്കളയിലേക്ക് ചെന്നയുടനേ യുസ്റ പറഞ്ഞു. ഈ വിഭവം എനിക്ക് വളരെ ഇഷ്ടമായിരുന്നു. അതുകൊണ്ടുതന്നെ സമ്മതിച്ചു കൊടുത്തു. ബസാതീൻ കോളനിയിൽ ഒന്ന് ചുറ്റിക്കറങ്ങിയാലോ എന്നു തോന്നി. പിന്നെ സ്കൂളിൽ പോയി വാഇലിനെ കാണണം. അവനേയും കൂട്ടിക്കൊണ്ട് വീട്ടിലേക്ക് മടങ്ങുകയും ചെയ്യാം. ഇവിടെ വന്നനാൾ മുതലേ വാഇൽ ആവശ്യപ്പെടുന്ന കാര്യമാണത്. അവൻ പുറത്തുവരുമ്പോൾ സ്കൂളിന് മുന്നിൽ ഞാൻ കാത്തുനിൽക്കണമെന്നാണ് അവന്റെ ആഗ്രഹം. അങ്ങനെ എനിക്കവന്റെ സ്കൂളൊക്കെ ഒന്നു കാണാമത്രേ. പിന്നെ അവന്റെ സാറിനേയും കൂട്ടുകാരേയും കാണാം. അവരെക്കുറിച്ചൊക്കെ വാഇൽ പലതവണ പറഞ്ഞിട്ടുണ്ട്.

യുസ്റ പാചകത്തിന്റെ തിരക്കിലാണ്. ഞാൻ ഫ്ളാറ്റിൽ നിന്നും പുറത്തേക്കിറങ്ങി. അപ്പാർട്ട്മെന്റ് ഗാർഡന് മുന്നിൽ ആ മൂന്നു ചെറുപ്പക്കാരെ കണ്ടു. ഗാർഡന്റെ വേലിയിൽ ചാരിനിൽക്കുകയാണവർ. വലിയ ആവേശത്തോടെയും ഉയർന്ന ശബ്ദത്തിലും ഫുട്ബോളിനെക്കുറിച്ച് സംസാരിക്കുകയാണവർ. ഞാൻ അരികിലെത്തിയതും അവർ സംസാരം നിർത്തി ഒരുമിച്ച് തലയുയർത്തി. എന്റെ മുഖത്തേക്കുതന്നെ അല്പനേരം നോക്കിയശേഷം അവർ തങ്ങളുടെ സംസാരത്തിലേക്ക് തിരികെപ്പോയി.

ഞാൻ നേരെ പോയത് പള്ളി സ്ഥിതിചെയ്യുന്ന ദിക്കിലേക്കായിരുന്നു. അടുത്തു ചെന്നപ്പോൾ നമസ്കാരസമയമല്ലാതിരുന്നിട്ടും പള്ളിക്കുള്ളിൽ കുറച്ചാളുകളെ കണ്ടു. പള്ളിയുടെ മുന്നിൽ കുറച്ചുസമയം നിന്നു. ഒന്നു സംശയിച്ച് നിന്നശേഷം പ്രധാനവാതിലിനരികിലേക്ക് കുറച്ചുകൂടി അടുത്തശേഷം ഉള്ളിലേക്ക് നോക്കാൻ തുടങ്ങി. മിക്കവാറും ആളുകളൊക്കെ നമസ്കാരം നടക്കുന്ന സ്ഥലത്താണ് നിൽക്കുന്നത്.

ചിലർ ഖുർ ആൻ പാരായണം ചെയ്യുന്നു. മറ്റ് ചിലരാകട്ടെ വേറെ ആരാധനകളിൽ മുഴുകിയിരിക്കുന്നു. ശക്തമായ വെയിലിൽ ഒഴിഞ്ഞ പള്ളിമുറ്റത്തിന് കൂടുതൽ വിശാലതയുണ്ടെന്ന് തോന്നിപ്പോകും.

പള്ളിക്കകത്ത് കയറി ഒന്നു ചുറ്റിക്കറങ്ങണമെന്നും മിനാരത്തിനടുത്തേക്ക് ചെല്ലണമെന്നും തോന്നി. എന്നാൽ അവിടെനിന്നും മാറാനായില്ല. നമസ്കരിക്കാൻ നിൽക്കുന്നവരുടെ ഏകാന്തതയ്ക്ക് ഭംഗം വരുത്തി അവർക്ക് ശല്യമായി മാറുമോയെന്ന ഭയമായിരുന്നു മനസ്സിൽ.

"നിങ്ങളെന്താ ചെയ്യുന്നത്?"

തിരിഞ്ഞുനോക്കിയപ്പോൾ കണ്ടതൊരു ചെറുപ്പക്കാരനെയായിരുന്നു. ഇരുപത് വയസ്സ് വരും പ്രായം. അയാളുടെ തണുത്തുറത്ത നോട്ടം കണ്ടപ്പോൾതന്നെ മനസ്സിലായി ആളൊരു 'ഖവാൻജി'യാണെന്ന്. തീവ്ര മതവാദികളായ ടുണീഷ്യയിലെ മുസ്‌ലിം ബ്രദർഹുഡ് വിഭാഗക്കാരാണവർ.

കടുത്ത സ്വരത്തിൽ അയാൾ ചോദ്യം ആവർത്തിച്ചു. വിളർച്ച ബാധിച്ച ചർമ്മമുള്ള നീണ്ടമുഖത്തിന് തീരെ യോജിക്കാത്ത അയാളുടെ കറുത്ത മീശയിലേക്ക് നോക്കിക്കൊണ്ടാണ് ഞാൻ പ്രതികരിച്ചത്.

"വെറുതെ നോക്കുകയായിരുന്നു."

"നോക്കുകയാണെന്നോ?"

"ആ... നോക്കുകയായിരുന്നു."

"എന്താ നോക്കുന്നത്?"

"നമസ്കരിക്കുന്നയാളുകളെ."

പരിഹാസത്തോടെയാണ് അയാൾ പ്രതികരിച്ചത്.

"അതിനവർ നമസ്കരിക്കുന്നതല്ലല്ലോ? ഇത് നമസ്കാരസമയവുമല്ല."

"നമസ്കരിക്കുകയോ ഖുർആൻ പാരായണം ചെയ്യുകയോ മറ്റ് ആരാധനകളോ ചെയ്യട്ടെ. അതിലെന്താ ഇത്ര വ്യത്യാസം?"

തല പതുക്കെ കുലുക്കിക്കൊണ്ട് അയാൾ മുഖത്തേക്കുതന്നെ തുറിച്ചു നോക്കാൻ തുടങ്ങി:

"നിങ്ങളെന്തിനാ അവരെ നോക്കുന്നത്?"

ഞാൻ മറുപടി പറയാതെ തിരിഞ്ഞുനിന്ന് മുറ്റത്തേക്ക് നോക്കാൻ തുടങ്ങി. അയാൾ പിരിഞ്ഞുപൊയ്ക്കോളുമെന്നാണ് കരുതിയത്. എന്നാൽ പള്ളിക്കുള്ളിലെ കാഴ്ച മറയ്ക്കാനെന്നവണ്ണം അയാളെന്റെ മുന്നിൽ കയറി നിന്നപ്പോൾ ഞെട്ടിപ്പോയി.

"പള്ളിക്കകത്ത് സർക്കസ് നടക്കുകയാണെന്നാണോ താൻ കരുതിയിരിക്കുന്നത്?"

"ഇതിൽ നിങ്ങൾക്കെന്താ കാര്യം?"

എന്നെ തടസ്സപ്പെടുത്തിക്കൊണ്ട് അയാൾ ശബ്ദമുയർത്തി:

"പള്ളി സർക്കസ് കൂടാരമോ മൃഗശാലയോ ഒന്നുമല്ല, ഇങ്ങനെ നോക്കിനിൽക്കാൻ."

ദേഷ്യം സഹിക്കാൻ വയ്യാതെ ഞാൻ പറഞ്ഞു:

"നോക്കൂ, ഞാനും നിങ്ങളെപ്പോലൊരു വിശ്വാസിയാണ്. അതുകൊണ്ടുതന്നെ പള്ളിക്കകത്തേക്ക് നോക്കാൻ എനിക്കുമവകാശമുണ്ട്. ആഗ്രഹിക്കുന്നപക്ഷം അകത്തേക്ക് കയറാനും കഴിയും. പള്ളി എന്റെ കൂടി ദൈവത്തിന്റെ ഭവനമാണ്. അത് എല്ലാ ദൈവദാസന്മാർക്കും പ്രവേശനം ലഭിക്കേണ്ടയിടമാണ്."

"പറഞ്ഞതുപോലെ വിശ്വാസിയായിരുന്നെങ്കിൽ നിങ്ങൾ നമസ്കരിക്കുമായിരുന്നു."

അയാൾ പറഞ്ഞത് വിശ്വസിക്കാനാകാതെ ദേഷ്യത്തോടെ ഞാൻ ചോദിച്ചു:

"ഞാൻ നമസ്കരിക്കാറില്ലെന്ന് നിങ്ങളോടാരാ പറഞ്ഞത്?"

"എനിക്കറിയാം."

കുറച്ചു ദിവസം മുമ്പ് ഇബ്റാഹീമിനേയും വാഇലിനേയും കാത്ത് ഞാൻ പള്ളിയുടെ മുമ്പിൽ നിന്നത് ഇയാൾ കണ്ടിട്ടുണ്ടാകുമോ? പള്ളിവാതിൽക്കൽ നിൽക്കുന്ന എന്നെ കണ്ടുകൊണ്ട് പുറത്തേക്കിറങ്ങി വന്നവരിൽ ചിലർ തുറിച്ചുനോക്കിയിരുന്നു. അവരിലാരെങ്കിലുമാകുമോ? പള്ളിക്കുള്ളിൽ അന്ന് ജുംഅ നമസ്കരിക്കാൻ വന്നവരുടെ കൂട്ടത്തിൽ ഇയാളുമുണ്ടാകുമെന്ന് ഉറപ്പാണ്. ഇയാളും അന്ന് പള്ളിക്കുള്ളിൽ ഉണ്ടായിരുന്നിരിക്കും.

കുറച്ചു വർഷങ്ങൾക്കുമുമ്പ് ഇതുപോലൊരു അനുഭാവം വടക്കൻ ടുണീഷ്യയിലെ കൈറുവാനിൽ വച്ചുണ്ടായത് ഓർമ്മവന്നു. അന്ന് ഞാൻ ഒറ്റയ്ക്കായിരുന്നില്ല. കാതറീനും കൂടെയുണ്ടായിരുന്നു. പട്ടണത്തിൽ ചുറ്റിക്കറങ്ങവേ അവിടെയുള്ള വിഖ്യാതപൗരാണിക പൈതൃകമന്ദിരമായ ഉഖ്ബ ബിൻ നാഫിഅ് പള്ളി സന്ദർശിക്കാമെന്ന് കാതറീൻ നിർബന്ധിച്ചു. ഞങ്ങൾ സ്ഥലത്തെത്തുമ്പോൾ നമസ്കാരസമയമായതിനാൽ പള്ളിയിൽ ആൾത്തിരക്കായിരുന്നു. നമസ്കരിക്കുന്നവർക്ക് ശല്യമാകാതിരിക്കാനായി ഉള്ളിലേക്ക് കയറിയില്ല. പകരം പൂർണ്ണമായും അടച്ചിട്ടില്ലാത്ത വാതിലിനുള്ളിലൂടെ അകത്തേക്ക് നോക്കാൻ ശ്രമിച്ചു. പെട്ടെന്ന് താടിവച്ചൊരു ചെറുപ്പക്കാരൻ ഞങ്ങൾക്കരികിലേക്ക് വന്നു. ഉടൻ സ്ഥലം വിടണമെന്നായിരുന്നു അയാളുടെ ആവശ്യം. നമസ്കാരസമയംപോലെ പവിത്രമായ നേരങ്ങളിൽ പള്ളിയുടെ വിശുദ്ധിക്ക് കളങ്കം വരുത്താനും മതനിന്ദ ചെയ്യാനും അവിശ്വാസികളെ പ്രേരിപ്പിക്കുന്നുവെന്ന് കുറ്റപ്പെടുത്തുകയും ചെയ്തു.

"ഞാൻ നമസ്കരിക്കുകയില്ലെന്ന് നിങ്ങൾക്കെങ്ങനെ അറിയാം?"

ചോദ്യം പ്രതീക്ഷിച്ചിരുന്നതുപോലെയാണ് മറുപടി കിട്ടിയത്:

"അത് താനറിയേണ്ട!"

അല്പസമയം കഴിഞ്ഞതും ആവേശത്തോടെ അയാൾ തുടർന്നു:

"പക്ഷേ എന്നും കാര്യങ്ങൾ ഇതുപോലെയായിരിക്കില്ല കേട്ടോ? നമസ്കാരത്തിന് ഭംഗം വരുത്തുന്നവരെ ഞങ്ങൾ അതിജീവിക്കുന്നൊരു ദിനം വരും. സർവ്വശക്തനായ ദൈവത്തിന്റെ തീരുമാനത്തോടെ ഞങ്ങൾ ഈ നാട് ഭരിക്കും. നിങ്ങളെപ്പോലെയുള്ള സകല അവിശ്വാസികളെയും ദൈവനിഷേധികളെയും കപടന്മാരെയും നശിപ്പിച്ച് ഞങ്ങൾ ഈ ഭൂമിയെ ശുദ്ധമാക്കും."

വിഷമം തോന്നി. അത് ഞാനൊരു പ്രാധാന്യവും കല്പിക്കാത്ത അയാളുടെ വിചിത്രവർത്തമാനം കേട്ടതുകൊണ്ടായിരുന്നില്ല. മറിച്ച് ചെയ്തുകൊണ്ടിരുന്ന പ്രവർത്തി അവസാനിപ്പിക്കാൻ നിർബന്ധിതനായതുകൊണ്ടായിരുന്നു. ഒപ്പം പള്ളിവിട്ടിറങ്ങേണ്ടിവരികയും ചെയ്തു. എവിടെനിന്നാണ് ചാടിവീണതെന്നറിയാത്ത ഈ ചെറുപ്പക്കാരന് എന്റെ മനോനില അസ്വസ്ഥമാക്കി അവസാനം പള്ളിയിൽനിന്നും തുരത്താൻ കഴിഞ്ഞിരിക്കുന്നു. സത്യത്തിൽ ഒന്നും സംഭവിക്കാത്തതുപോലെ പെരുമാറാനും അവിടെത്തന്നെ നിൽക്കാനും കഴിയുമായിരുന്നു. എന്നാൽ കാര്യങ്ങൾ കൂടുതൽ വഷളാകുമോ എന്ന് ഭയപ്പെട്ടു. എന്തെങ്കിലും ചെയ്താൽ അത് ആ ചെറുപ്പക്കാരനുമായൊരു സംഘർഷത്തിലേ കലാശിക്കൂ. അതെനിക്കും പിന്നെ കോളനിയിൽ താമസിക്കുന്ന സഹോദരനും പ്രശ്നങ്ങൾ സൃഷ്ടിക്കുകയും ചെയ്തേക്കും.

ഞാൻ നേരെ ഷോപ്പിംഗ് മാളിലേക്ക് നടക്കാൻ തുടങ്ങി. പോസ്റ്റോഫീസിനരികിലൂടെ കടന്നുപോയപ്പോൾ കാതറീനെ ഓർമ്മവന്നു. അവളുടെ ശബ്ദമൊന്നു കേൾക്കണമെന്ന ശക്തമായൊരു ദാഹം മനസ്സിൽ നിറഞ്ഞു. ഫോൺ ചെയ്യാനുറച്ചുകൊണ്ട് പോസ്റ്റോഫീസിനുള്ളിലേക്ക് കയറി. അപ്പോൾ കണ്ടത് എല്ലാ ടെലിഫോൺ ബൂത്തുകൾക്കകത്തും ആളുകളുള്ള ദൃശ്യമാണ്. പോരാത്തതിന് ധാരാളമാളുകൾ തങ്ങളുടെ ഊഴവും കാത്ത് നിൽക്കുന്നു. പുറത്തിറങ്ങിയശേഷം ഷോപ്പിംഗ് മാളിലേക്ക് നടന്നു. വാഇലിന്റെ സ്കൂൾ സമയം കഴിയുന്നതുവരെ അവിടെത്തന്നെ നിൽക്കണം.

സ്കൂളിന്റെ ഗേറ്റ് കടക്കുമ്പോൾ എനിക്കെന്റെ ആദ്യസ്കൂൾ ഓർമ്മവന്നു. മുറ്റത്തിന് മധ്യഭാഗത്തായി ഒരു കൂറ്റൻ യൂക്കാലിമരം നിൽപ്പുണ്ട്. വെയിലിൽനിന്നും തണൽ തേടി ആ മരത്തിന് നേരെ നടക്കാൻ തുനിയവേ മുറ്റത്തിന്റെ മറ്റൊരു ഭാഗത്ത് ഒരു മനുഷ്യനെ കണ്ടു. അയാൾ എന്റെ നേരെ നടന്നടുത്തു. ഹെഡ്മാസ്റ്ററോ സഹായിയോ അതുപോലെയുള്ള മറ്റാരെങ്കിലുമോ ആയിരിക്കുമെന്നാണ് കരുതിയത്. എന്നാൽ ആളടുത്തെത്തിയപ്പോൾ രൂപത്തിൽനിന്നും കാവൽക്കാരനാണെന്ന് മനസ്സിലായി. ഊഷ്മളതയോടെ അഭിവാദ്യം ചെയ്തശേഷം അയാൾ അരികിൽ വന്ന് നിന്നു.

ഞാനെന്തോ പറയുന്നത് പ്രതീക്ഷിക്കുന്നതുപോലെ മുഖത്തുതന്നെ നോക്കുകയാണയാൾ. ആ പെരുമാറ്റം കണ്ടപ്പോൾ അദ്ഭുതമാണ്

തോന്നിയത്. ഇവിടെ എന്തു ചെയ്യുകയാണെന്ന് ചോദിക്കുമെന്നോ സ്കൂൾ മുറ്റത്തുനിന്ന് പുറത്തേക്ക് പോകണമെന്ന് ആവശ്യപ്പെടുമെന്നോ ഒക്കെയാണ് പ്രതീക്ഷിച്ചത്. അങ്ങനെയൊന്നും ചെയ്തില്ലെന്നു മാത്രമല്ല, വളരെ മാന്യമായും അല്പം ജാഗ്രതയോടുമാണ് അയാളെന്നോട് ഇടപെട്ടത്.

ആദ്യമായിട്ട് കാണുന്നതിനാൽ ജാഗ്രത കാണിക്കുന്നത് സ്വാഭാവികം. പക്ഷേ, ഇത്തരത്തിൽ പെരുമാറുന്നത് എന്തുകൊണ്ടായിരിക്കും? ഞാൻ കോളനിയിലെ ഏതോ വലിയ ഉദ്യോഗസ്ഥനാണെന്നോ, സ്കൂളിൽ മിന്നൽപരിശോധനയ്ക്ക് വന്നയാളാണെന്നോ കരുതിയിട്ടുണ്ടാകും. അരികത്ത് നിശ്ശബ്ദനായിത്തന്നെ നിൽക്കുകയായിരുന്നു ആ മനുഷ്യൻ പിന്നീടും. സഹോദരന്റെ മകൻ ഈ സ്കൂളിൽ പഠിക്കുകയാണെന്നും അവൻ വരുന്നത് കാത്തുനിൽക്കുകയാണെന്നും പറഞ്ഞപ്പോൾ മാത്രമാണ് അയാൾ അകന്നുപോകാൻ തയ്യാറായത്.

ഞാൻ സ്കൂളിലെത്തിയത് വാഇലിന് വലിയ സന്തോഷമായി. സ്കൂൾ മുറ്റം പിന്നിടുന്നതുവരെ അവനെന്റെ കൈയിൽതന്നെ പിടിച്ചിരുന്നു. അപ്പാർട്ട്മെന്റിനരികിലെത്തിയപ്പോൾ ആ മൂന്ന് ചെറുപ്പക്കാർ പഴയതുപോലെ ഗാർഡന് മുന്നിൽ തന്നെയുണ്ടല്ലോ എന്ന് ശ്രദ്ധിച്ചു. ഞങ്ങൾ വന്നതോ, കടന്നുപോയതോ ശ്രദ്ധിച്ചതേയില്ലെന്ന് തോന്നുംവിധത്തിൽ ഫുട്ബോൾ ചർച്ചയിലാണവർ. ഗേറ്റ് കടന്നതും നഈമയെ കണ്ടു.

ഇത്തവണ അവളൊറ്റയ്ക്കായിരുന്നില്ല. ഒപ്പമൊരു കുട്ടിയുമുണ്ടായിരുന്നു. കുറച്ചുദിവസം മുമ്പ് പകുതി തുറന്നുകിടന്ന വാതിലിലൂടെ അവളുടെ ഫ്ളാറ്റിനുള്ളിലേക്ക് നോക്കാൻ ശ്രമിച്ചപ്പോൾ കണ്ട അതേ കുട്ടി.

അവരുടെ കൈകളിൽ തൂക്കിയിരിക്കുന്ന കവറുകൾ കണ്ടപ്പോൾ തന്നെ കമ്പോളത്തിൽ പോയി മടങ്ങുകയാണെന്ന് വ്യക്തമായി. അവർക്കൊപ്പമെത്താതിരിക്കാനായി ഞാൻ നടത്തത്തിന്റെ വേഗതയൊന്ന് കുറച്ചു. എന്നാൽ കൂടെയുണ്ടായിരുന്ന കുട്ടി നടത്തം നിർത്തി പിറകിലേക്ക് തിരിഞ്ഞുനോക്കാൻ തുടങ്ങി. ഞങ്ങളുടെ കണ്ണുകൾ തമ്മിൽ കൂട്ടിമുട്ടിയതും ഞാൻ മുഖം തിരിച്ചുകളഞ്ഞു. ഞങ്ങൾ അരികിലെത്തിയതും എന്റെ നേരെ തിരിഞ്ഞ് പരിഭ്രമം കലർന്ന കണ്ണുകളോടെ അവൻ തുറിച്ചുനോക്കി. ഇതൊക്കെ ശ്രദ്ധിച്ച് വാഇൽ നടത്തം സാവധാനത്തിലാക്കി. പെട്ടെന്ന് ആ കുട്ടി മുന്നോട്ടൊരു ചുവടുവച്ചശേഷം എന്റെ നേരെ തിരിഞ്ഞുനിന്നു. പിന്നെ പരിചയമുണ്ടെന്ന് തോന്നിപ്പിക്കുംവിധത്തിൽ നേരെ നോക്കി. എന്നാൽ ഞാൻ നടത്തം തുടർന്നു. അവരെ കടന്നുപോയതും താഴ്ന്ന ശബ്ദത്തിൽ ആ കുട്ടി പറയുന്നതു കേട്ടു:

"നമ്മുടെ വീട്ടിലേക്ക് ഒളിഞ്ഞുനോക്കുന്നത് ഞാൻ കണ്ടത് ഇയാളെയാണ്."

നടത്തത്തിന് വേഗത കൂട്ടി. പടിക്കെട്ടുകൾ കയറാൻ തുടങ്ങുമ്പോൾ വാഇൽ ചോദിച്ചു:

"അവൻ പറഞ്ഞതുകേട്ടോ?"

ഒന്നും കേൾക്കാത്തതുപോലെ ഭാവിച്ചുനോക്കി.

"നീ ആരെക്കുറിച്ചാണ് സംസാരിക്കുന്നത്?"

"നജൗമയ്ക്കൊപ്പം കണ്ട പയ്യൻ."

"അവനെന്താ പറഞ്ഞത്?"

"അങ്കിൾ അവരുടെ വീട്ടിൽ ഒളിഞ്ഞുനോക്കിയെന്ന്... കള്ളൻ... കാണിച്ചുകൊടുക്കുന്നുണ്ട് ഞാൻ... എന്റെ അങ്കിൾ ആരുടെയും വീട്ടിൽ ഒളിഞ്ഞുനോക്കിയിട്ടില്ലെന്ന് ഞാനവനോട് പറയും."

ഇതും പറഞ്ഞ് പടിക്കെട്ടിൽ നിൽക്കാൻ തുടങ്ങിയ വാഇലിനെ പിടിച്ചുവലിച്ചശേഷം നടക്കാൻ പറഞ്ഞുനോക്കി.

"അവൻ കള്ളനാണെന്ന് പറഞ്ഞേ തീരൂ."

"അതിനവൻ എന്നെക്കുറിച്ചാണ് സംസാരിച്ചതെന്ന് നിന്നോടാരാണ് പറഞ്ഞത്?"

"അവൻ അങ്കിളിനെത്തന്നെ നോക്കുന്നത് ഞാൻ കണ്ടതാണ്. വിരൽ ചൂണ്ടുന്നതും കണ്ടതല്ലേ?"

"അത് കാര്യമാക്കേണ്ട.... നീയത് മറന്നുകളയ്... അവൻ ചെറിയ കുട്ടിയല്ലേ?"

ഒരു നിമിഷം കഴിഞ്ഞശേഷം ഞാൻ കൂട്ടിച്ചേർത്തു:

"ഇക്കാര്യത്തെക്കുറിച്ച് നീയാരോടും പറയരുത് കേട്ടോ? യുസ്റയോടോ ഇബ്റാഹീമിനോടോ പറയരുത്. മനസ്സിലായോ നിനക്ക്?"

തലയാട്ടുമ്പോൾ സുപ്രധാനമായൊരു രഹസ്യം പങ്കിടുന്നതിലുള്ള അഭിമാനം നിറഞ്ഞ ആനന്ദത്തിൽ അവന്റെ മുഖം തിളങ്ങുന്നുണ്ടായിരുന്നു. നാലാംനിലയിലെത്തിച്ചേർന്നതും ഒരു നിമിഷം നിന്നശേഷം വാഇൽ ചോദിച്ചു:

"എന്റെ സാറിനെ ഇഷ്ടമായോ?"

"ഉം..."

"എന്റെ സ്കൂളോ?"

"മനോഹരം."

"ഫ്രാൻസിലെ സ്കൂളുകൾപോലെത്തന്നെയാണോ?"

"അതെ."

തന്റെ ഫ്ളാറ്റിന്റെ വാതിലിനു നേരെ അവൻ ഓടിപ്പോയി. ആളകന്ന അവസരം മുതലാക്കി ഞാൻ കുനിഞ്ഞ് താഴേക്ക് നോക്കി. നജൗമയും ആ കുട്ടിയും നിശ്ശബ്ദരായി പടികയറിവരുന്ന കാഴ്ച കുറച്ചുസമയം നോക്കി നിന്നു.

പതിമ്മൂന്ന്

വൈകുന്നേരം കൂടിയിരിക്കാൻ തുടങ്ങിയപ്പോൾ തന്നെ ഇബ്റാഹീമും യുസ്റയും തമ്മിൽ തികച്ചും യാദൃച്ഛികമായൊരു വഴക്ക് തുടങ്ങി.

ആ വഴക്കെങ്ങനെയാണ് തുടങ്ങിയതെന്നറിയില്ല. ഉച്ചഭക്ഷണത്തിനായി യുസ്റ പാചകം ചെയ്ത് തന്ന കസ്കസിനെക്കുറിച്ച് ഇബ്റാഹീം സംസാരിച്ചുതുടങ്ങിയത് മാത്രം ഓർമ്മയുണ്ട്. ഇതുപോലൊരു സമയത്ത് അവനെന്തിനാണിങ്ങനെ ചെയ്തതെന്ന് മാത്രമറിയില്ല. പതിവുപോലെ നല്ല വിഭവമായിരുന്നില്ല എന്നാണവൻ പറഞ്ഞത്. അതിന് കാരണം ഇബ്റാഹീം വാങ്ങിക്കൊണ്ടുവന്ന മത്സ്യം തന്നെയാണെന്ന് യുസ്റ തിരിച്ചടിച്ചു. ആവശ്യത്തിന് 'ഫ്രഷ്' ആയിരുന്നില്ലത്രേ മത്സ്യം. പിന്നെ സഹോദരൻ ദേഷ്യപ്പെട്ടപ്പോൾ യുസ്റയും വിട്ടുകൊടുത്തില്ല. രണ്ടുപേരും ശബ്ദമുയർത്താൻ തുടങ്ങി. പരസ്പരം വിമർശനങ്ങളും ആരോപണങ്ങളുമായി ഉറക്കെ ശബ്ദിക്കുകയാണവർ.

ഭാഗ്യത്തിന് ആ വഴക്ക് ഇത്തവണ കുറച്ചു മിനുറ്റുകളല്ലാതെ അധികനേരം നീണ്ടുനിന്നില്ല. പെട്ടെന്ന് ഇബ്റാഹീം എഴുന്നേറ്റ് താൻ കോളനിയിൽ ഒന്നു കറങ്ങാൻ പോകാൻ തീരുമാനിച്ചതായി അറിയിച്ചു. ദേഷ്യം തണുക്കാനാണത്രേ. ഒപ്പം വരുന്നോയെന്നവൻ ചോദിച്ചപ്പോൾ ഞാൻ സമ്മതിച്ചു. അബുൽഖാസിം അൽ-ശാബി റോഡിലൂടെ ഞങ്ങൾ അല്പനേരം നടന്നു. പിന്നെ പൊലീസ് സ്റ്റേഷന് പിറകിലെ ചെറിയ റോഡിൽ സ്ഥിതിചെയ്യുന്ന കോഫിഷോപ്പിലേക്ക് കയറി. അകത്തുണ്ടായിരുന്ന എണ്ണമറ്റ ആളുകളെകണ്ട് ഞാൻ ശരിക്കും അതിശയിച്ചുപോയി. എല്ലാവരും ചീട്ട് കളിക്കുന്ന തിരക്കിലാണ്. കുറേയാളുകൾ ഹുക്ക വലിക്കുന്നു. തന്റെ പ്രായത്തിലുള്ള മൂന്നാളുകൾ ഇരിക്കുന്ന മേശയ്ക്കരികിലേക്ക് ഇബ്റാഹീം നടന്നടുത്തു. വലിയ സ്വീകരണമാണവർ അവന് നൽകിയത്. ഇതുപോലൊരു നേരത്ത് ഇബ്റാഹീം അവിടെ എത്തിയതിലുള്ള അതിശയമാണ് അവരുടെ ഭാവങ്ങളിൽ കണ്ടത്. ഞാൻ കാരണമാണ് ഇബ്റാഹീമിനെ തങ്ങൾക്ക് രാത്രികാലങ്ങളിൽ കാണാൻ കഴിയാത്തതെന്ന് അവരിലൊരാൾ കുറ്റപ്പെടുത്തി. ഞാൻ ടുണീഷ്യയിലേക്ക് വന്ന

ശേഷം ഇബ്റാഹീം തങ്ങൾക്കൊപ്പം രാത്രി ചെലവഴിച്ചിട്ടുള്ളത് രണ്ടു തവണ മാത്രമാണത്രേ.

സഹോദരൻ പെട്ടെന്നുതന്നെ അവർക്കൊപ്പം ചേർന്നു. രണ്ട് സംഘങ്ങളായി തിരിഞ്ഞ് അവർ കളി തുടർന്നു. ആദ്യമൊക്കെ വലിയ താത്പര്യമില്ലാതെയായിരുന്നു ഞാനവർ കളിക്കുന്നത് കണ്ടിരുന്നത്. എന്നാൽ പതിയെപ്പതിയെ കളിയിൽ വലിയ താത്പര്യം തോന്നിത്തുടങ്ങി. ആവേശത്തോടെയും ശ്രദ്ധയോടുംകൂടി ഞാനവരുടെ നീക്കങ്ങൾ നിരീക്ഷിച്ചുകൊണ്ടേയിരുന്നു. കളിക്കിടയിൽ അവർ പരസ്പരം പറഞ്ഞു കൊണ്ടിരുന്ന കമന്റുകളും നിരീക്ഷണങ്ങളും തമാശകളും ആക്ഷേപ വാക്കുകളും എന്നെയും അതിശയിപ്പിച്ചു. കളിയിൽ പിഴവ് വരുത്തുന്നവർക്കെതിരെ ഇടയ്ക്കിടയ്ക്ക് ചൊരിയുന്ന കുത്തുവാക്കുകൾ വേറെയും.

കുറെക്കാലമായിട്ടുണ്ടാകും ഇത്രയ്ക്ക് ആവേശത്തോടുകൂടിയൊരു ചീട്ട് കളി കണ്ടിട്ട്. സത്യത്തിൽ ഇതുപോലൊരു ആനന്ദം അടുത്തൊന്നും അനുഭവിച്ചിട്ടേയില്ല.

ഇടയ്ക്കവർ കളി നിർത്തി ശാന്തത വീണ്ടെടുക്കാൻ ശ്രമിച്ചപ്പോൾ ഇബ്റാഹീം സുഹൃത്തുക്കൾക്ക് എന്നെ പരിചയപ്പെടുത്തിക്കൊടുത്തു. അവരിലാദ്യത്തെയാൾ ഇബ്റാഹീമിനെപ്പോലെ വൈദ്യുതി-ഗ്യാസ് കമ്പനിയിൽ ഉദ്യോഗസ്ഥനാണ്. രണ്ടാമൻ അദ്ധ്യാപകനും മൂന്നാമത്തെയാൾ നഴ്സുമാണ്. എല്ലാവരും മാന്യന്മാരും നല്ലതുപോലെ പെരുമാറുന്നവരുമാണ്. അവരുടെ പെരുമാറ്റവും സംസാരവുമൊക്കെ സൂചിപ്പിക്കുന്നത് തങ്ങൾക്കിടയിലേക്ക് ഇബ്റാഹീം എത്തിയപ്പോഴുള്ള സന്തോഷത്തെയാണ്. സുഹൃത്തുക്കളുമായുള്ള സഹവാസം ലഭിച്ചതിൽ സഹോദരനും സന്തുഷ്ടനാണ്. ഇത്തരത്തിലുള്ള സായാഹ്നങ്ങൾ പല രാത്രിയിലും ഞാൻ കാരണമായി ഇബ്റാഹീമിന് നിഷേധിക്കപ്പെട്ടതിൽ കുറ്റബോധവും തോന്നി. ഇനിയുള്ള ദിവസങ്ങളിൽ ഞാൻ കാരണം വീട്ടിൽത്തന്നെ കഴിയാൻ സഹോദരൻ നിർബന്ധിതനാകരുതെന്ന് തീരുമാനവുമെടുത്തു. അവനാഗ്രഹിക്കുമ്പോൾ സഹോദരന് സുഹൃത്തുക്കൾക്കൊപ്പം പോകാൻ കഴിയണം.

പിന്നീടവൻ ബസാതീൻ കോളനിയെക്കുറിച്ച് സംസാരിക്കാൻ തുടങ്ങി. യുവാക്കൾക്കിടയിലെ മര്യാദയില്ലായ്മയേയും ലജ്ജക്കുറവിനെയും സംബന്ധിച്ചാണ് സഹോദരൻ കുറ്റപ്പെടുത്തിയത്. നഴ്സിന്റെ പരാതി അക്രമങ്ങളും മോഷണങ്ങളും വർദ്ധിച്ചതിനെക്കുറിച്ചാണ്. ഒപ്പം കഴിഞ്ഞ കുറേ വർഷങ്ങളായി പെരുകിക്കൊണ്ടിരിക്കുന്ന വ്യഭിചാരമെന്ന പ്രതിഭാസത്തെക്കുറിച്ചും. പിന്നീട് സംസാരത്തിന്റെ ഗതിതന്നെ മാറി. പാരീസിന്റെ പ്രാന്തപ്രദേശങ്ങളിൽ ഈയവസാനം നടന്ന കലാപങ്ങളെക്കുറിച്ചുള്ള ചർച്ചയിലേക്ക് എങ്ങനെയാണവർ എത്തിച്ചേർന്നതെന്നറിയില്ല. ഇവരെപ്പോലുള്ള ആളുകളിൽനിന്നും തീരെ പ്രതീക്ഷിക്കാത്ത

തരത്തിലുള്ള പ്രാധാന്യം ഈ വിഷയത്തിൽ അവർക്കുണ്ടായതെങ്ങനെ എന്നതായിരുന്നു ഞാൻ കൂടുതൽ ശ്രദ്ധിച്ചത്.

"ഈ സംഭവങ്ങളിൽ നിങ്ങൾക്കെന്തെങ്കിലും അപകടമുണ്ടായോ?"

ഉദ്യോഗസ്ഥനായ സുഹൃത്ത് പെട്ടെന്ന് ചോദിച്ചപ്പോൾ ഞാൻ ഇല്ലായെന്ന് തല കുലുക്കി. മറുപടി പറഞ്ഞത് ഇബ്റാഹീമായിരുന്നു.

"എന്തപകടം? എന്റെ സഹോദരൻ താമസിക്കുന്നത് പാരീസ് നഗരത്തിലാണ്. ഈ പറയുന്ന സംഭവങ്ങളൊക്കെ നടന്നത് നഗരത്തിന് പ്രാന്തത്തിലുള്ള ദരിദ്രപ്രദേശങ്ങളിലാണ്. അറബികളായ കുടിയേറ്റക്കാർ താമസിക്കുന്ന ചേരിപ്രദേശങ്ങളിൽ."

കുറച്ചുനേരം നിശ്ശബ്ദരായിരുന്നു എല്ലാവരും. എന്നാൽ അസ്വസ്ഥനാക്കിയത് സഹോദരൻ എന്നെക്കുറിച്ച് പുകഴ്ത്തുന്ന രീതിയിൽ സംസാരിച്ചതായിരുന്നു. അവൻ ഇപ്രകാരം ചെയ്യുന്നതാകട്ടെ ഇതാദ്യമായിട്ടുമല്ല.

ഈ രീതിയിലുള്ള എന്റെ അതൃപ്തി അറിയിക്കണമെന്ന് എപ്പോഴും കരുതും. എന്നാൽ അവന്റെ വികാരങ്ങൾക്ക് മുറിവേല്പിക്കണ്ടായെന്ന് കരുതി വേണ്ടായെന്ന് വയ്ക്കും. എന്തൊക്കെ പറഞ്ഞാലും ഇതൊക്കെ അവൻ ചെയ്യുന്നത് എന്നോടുള്ള സ്നേഹംകൊണ്ടാണെന്ന് എനിക്ക് നന്നായറിയുകയും ചെയ്യും.

"ഇത്തരം പ്രവർത്തികൾ ചെയ്യുന്നത് നെറികെട്ട ആൾക്കൂട്ടമല്ലേ?"

അദ്ധ്യാപകൻ പറഞ്ഞതുകേട്ട് വിശ്വസിക്കാനാകാതെ അയാളുടെ മുഖത്തേക്കുതന്നെ ചൂഴ്ന്നുനോക്കുകയാണ് ഉദ്യോഗസ്ഥനായ സുഹൃത്ത്.

"എന്ത് നെറികെട്ട ആളുകളെന്നാ ഈ പറയുന്നത്? എന്നേയും നിങ്ങളേയുംപോലുള്ള മനുഷ്യർ തന്നെയാണവരും. ജീവിതത്തിൽ ഒട്ടനേകം പ്രശ്നങ്ങൾ അനുഭവിക്കേണ്ടിവന്നതിനാലാണ് അവർക്കിങ്ങനെയൊക്കെ ചെയ്യേണ്ടിവന്നിട്ടുണ്ടാകുക. എനിക്ക് ഫ്രാൻസിനെക്കുറിച്ച് നല്ലതുപോലെയറിയാം. അവിടെ ജീവിച്ചുപോകുന്നത് വളരെ ദുഷ്കരമാണ്. ജീവിതച്ചെലവ് വളരെ ഉയർന്നതും. ജോലിയില്ലാപടയാണവരൊക്കെ. മിക്കവർക്കും വിദ്യാഭ്യാസവുമുണ്ട്, ബിരുദങ്ങളുമുണ്ട്. പക്ഷേ അറബികളും മുസ്ലിംകളുമായിപ്പോയതിനാൽ ഈ ഫ്രഞ്ചുകാർ അവർക്ക് ജോലി നൽകുകയേ ഇല്ല."

എന്നെ നോക്കി അദ്ധ്യാപകനായ സുഹൃത്ത് പറഞ്ഞു:

"വംശീയതയുണ്ടെന്നത് ശരിതന്നെയാണ്. പക്ഷേ ഈ കുടിയേറ്റക്കാർ മൃഗങ്ങളെപ്പോലെ പെരുമാറാൻ പാടില്ലല്ലോ? വേനലവധിക്ക് ടുനീഷ്യയിലേക്ക് തിരികെയെത്തുമ്പോൾ ഇവന്മാരൊക്കെ എങ്ങനെയാ

പെരുമാറുന്നത്? മൂല്യങ്ങളില്ല.. യുക്തിവിചാരവുമില്ല... ഇവന്മാരെ കാണുന്നതുതന്നെ വൃത്തികേടാണ്."

രണ്ടുപേരും അല്പനേരം നിശ്ശബ്ദമായപ്പോൾ ആ സംസാരം അവിടെ അവസാനിച്ചുവെന്നാണ് കരുതിയത്. എന്നാൽ ഉദ്യോഗസ്ഥനായ സുഹൃത്തിന്റെ ആവേശം കയറിയ വാക്കുകളോടെ ചർച്ച വീണ്ടും തുടങ്ങി:

"സത്യം കുടിയേറ്റക്കാർക്കൊപ്പമാണ്. അവർക്ക് തങ്ങളെ പ്രതിരോധിച്ചേ തീരൂ. അതിനായി..."

അയാളെ തടസ്സപ്പെടുത്തിക്കൊണ്ട് ദേഷ്യത്തോടെ അദ്ധ്യാപകൻ ചോദിച്ചു:

"സാധുക്കളായ മനുഷ്യരുടെ വാഹനങ്ങൾക്ക് തീയിട്ടുകൊണ്ടാണോ സ്വന്തം അവകാശം സംരക്ഷിക്കേണ്ടത്?"

"സാധുക്കളോ! നമ്മളല്ലേ സാധുക്കൾ?"

വൈകാരികത നിറഞ്ഞ ഭാവത്തിൽ സംസാരിക്കുന്നതിന് മുമ്പ് അദ്ധ്യാപകൻ അവജ്ഞയോടെ ചിറികോട്ടി.

"അവിടെ നടക്കുന്ന കാര്യങ്ങൾ ദിവസവും ടെലിവിഷനിൽ കാണുമ്പോൾ എനിക്ക് വല്ലാത്ത ദേഷ്യമാണ് തോന്നാറുള്ളത്."

പരിഹാസഭാവത്തിൽ ഉദ്യോഗസ്ഥൻ തോളുകൾ കുലുക്കുന്നതിനിടയിൽ പഴയ ഭാവത്തിൽ അദ്ധ്യാപകൻ തുടർന്നു:

"അവർ അറബികളുടെയും മുസ്ലിംകളുടെയും രൂപംതന്നെ വികൃതമാക്കി. വൃത്തികെട്ടവന്മാർ. നല്ലവരായ ഫ്രഞ്ചുകാർക്ക് ഇതൊന്നും സംഭവിക്കരുതായിരുന്നു."

എന്നാൽ പ്രതികാരഭാവത്തിലായിരുന്നു ഉദ്യോഗസ്ഥൻ പ്രതികരിച്ചത്:

"അവർ അർഹിച്ചത് തന്നെയാണിത്. ഇതല്ല ഇതിലും കൂടുതലാണ് അവർ അർഹിക്കുന്നത്."

"ഫ്രഞ്ചുകാർ ഇതർഹിക്കുന്നുവെന്ന് പറയാൻ കഴിയുന്നതെങ്ങനെയാണ്? പലസ്തീനികളോടും അറബികളോടും മുസ്ലിംകളോടുമൊക്കെയുള്ള ഫ്രഞ്ചുകാരുടെ നയം യൂറോപ്പിലെതന്നെ ഏറ്റവും മികച്ച സമീപനമല്ലേ?"

ഇതുകേട്ടതും ഉദ്യോഗസ്ഥനായ സുഹൃത്ത് പൊട്ടിച്ചിരിച്ചു:

"ഫ്രാൻസ് തേനിൽ ചാലിച്ച വർത്തമാനമാണ് അറബികളോട് പറയാറുള്ളത്. എന്നാൽ അതിന്റെ നയം മറ്റ് രാജ്യങ്ങളുടെ നയങ്ങളിൽനിന്നും സത്യത്തിൽ ഒരുതരത്തിലും വ്യത്യസ്തമല്ല. ഫ്രാൻസിന് തങ്ങളുടെ താത്പര്യമെന്ന ചിന്ത മാത്രമേയുള്ളൂ... അൾജീരിയയിൽ അവരെന്താണ് ചെയ്തിട്ടുള്ളതെന്ന് നോക്കിയാൽ മതിയല്ലോ? ഫ്രാൻസിന്റെ കുറ്റകൃത്യങ്ങൾ ഇന്നും അനുഭവിച്ചുകൊണ്ടിരിക്കുകയല്ലേ അൾജീരിയൻ ജനത?"

"അത് പഴയ കഥയല്ലേ? നാം സംസാരിക്കുന്നത് വർത്തമാനകാലത്തെക്കുറിച്ചാണ്."

"എന്നാൽ പിന്നെ ഹിജാബ് നിരോധനത്തെക്കുറിച്ച് എന്താ നിങ്ങളുടെ അഭിപ്രായം? നിങ്ങൾ പറയുന്നതുപോലെ ഫ്രാൻസിന് അറബികളേയും മുസ്ലിംകളേയും ഇഷ്ടമാണെങ്കിൽ അവർ ശിരോവസ്ത്രം നിരോധിക്കില്ലായിരുന്നല്ലോ? ഇംഗ്ലീഷുകാരോ ജർമ്മൻകാരോ ഹിജാബ് നിരോധിച്ചിട്ടില്ല. അമേരിക്കക്കാരും നിരോധനമേർപ്പെടുത്തിയിട്ടില്ല."

"സ്കൂളുകളിലും സർക്കാർ ഓഫീസുകളിലും ഹിജാബ് നിരോധിക്കുന്നതിൽ അല്ലെങ്കിൽതന്നെ എന്താണ് കുഴപ്പം? മുസ്ലിം രാജ്യമായ ടുനീഷ്യയിലെ സ്കൂളുകളിലും സർക്കാർ ഓഫീസുകളിലും ശിരോവസ്ത്രത്തിന് വിലക്കുണ്ടല്ലോ? പിന്നെന്തിനാണ് ഫ്രാൻസ് ഹിജാബ് നിരോധിക്കുന്നതിൽ നാം അതിശയിക്കണം?

"എന്റെ സാറേ, ഹിജാബ് മതനിയമപ്രകാരം നിർബന്ധമായ കാര്യമായതാണ് ഇവിടത്തെ പ്രശ്നം?"

"നിർബന്ധമായിരുന്നെങ്കിൽ ടുണീഷ്യ അത് നിരോധിക്കുകയില്ലല്ലോ?

തങ്ങൾ സംസാരിക്കുന്നത് ആരും കേൾക്കുന്നില്ലെന്ന് ഉറപ്പുവരുത്താനെന്നവണ്ണം ചുറ്റും നോക്കിയശേഷം ഉദ്യോഗസ്ഥനായ സുഹൃത്ത് പതിഞ്ഞ ശബ്ദത്തിൽ ചോദിച്ചു:

"ടുണീഷ്യ ഇപ്പോഴൊരു മുസ്ലിംരാജ്യമാണെന്ന് നിങ്ങൾ കരുതുന്നുണ്ടോ?"

"നിനക്കെന്താ വട്ടാണോ? അതെ... ടുണീഷ്യ മുസ്ലിംരാജ്യം തന്നെയാണ്."

അതോടെ ഉദ്യോഗസ്ഥൻ ദേഷ്യത്തോടെ തിരക്കി:

"പിന്നെന്താ ടുണീഷ്യ ശരീഅത്ത് നിയമം രാജ്യത്ത് നടപ്പിലാക്കാത്തത്?"

വെയിറ്റർ അരികിലേക്ക് വന്നതും സുഹൃത്തുക്കൾ നിശ്ശബ്ദരായി.

അയാൾ പോയതും അവർ വീണ്ടും സംസാരമാരംഭിച്ചു. പക്ഷേ ആ ചർച്ച അധികനേരം നീണ്ടുനിന്നില്ല. അപ്പോഴേക്കും കോഫിഷോപ്പിന്റെ ഉടമ ഞങ്ങളുടെ അരികിൽ വന്നിരിക്കുകയും കഴിഞ്ഞ ഞായറാഴ്ച നടന്ന ഫുട്ബോൾ ടൂർണമെന്റിനെപ്പറ്റി സംസാരിക്കാൻ തുടങ്ങുകയും ചെയ്തു. ഓരോരുത്തരും വലിയ ആവേശത്തോടെ തങ്ങളുടെ ഇഷ്ടടീമിനെ പിന്താങ്ങുകയും മറ്റു ടീമുകളെ വിമർശിക്കുകയും ചെയ്യുകയാണ്. പിന്നെ സാസാരം ദേശീയടീമിനെക്കുറിച്ചും ഉടൻ നടക്കാനിരിക്കുന്ന ടൂർണമെന്റുകളേയും സംബന്ധിച്ചായി. ദേശീയ ടീം അവസാനവർഷങ്ങളിൽ നേടിയ വിജയങ്ങളെക്കുറിച്ച് വല്ലതും അറിവുണ്ടോയെന്നവർ ചോദിച്ചു. ഫുട്ബോളിനേയും ദേശീയ ടീമിനേയും ഇഷ്ടമാണെന്നും എന്നാൽ

കുറച്ചു വർഷങ്ങളായി ദേശീയ ടീം പങ്കെടുക്കുന്ന ടൂർണമെന്റുകൾ ശ്രദ്ധിക്കാൻ കഴിഞ്ഞിട്ടില്ലെന്നുമായിരുന്നു എന്റെ മറുപടി. അതോടെ അവരുടെ സംസാരം വീണ്ടും തങ്ങളുടെ ഇഷ്ടടീമുകളെക്കുറിച്ചായി. കോഫിഹൗസ് ഉടമ എഴുന്നേറ്റുപോകുന്നതുവരെ ഇത് തുടർന്നു. അയാൾ എഴുന്നേറ്റു പോയതും അധ്യാപകൻ ഉദ്യോഗസ്ഥനായ സുഹൃത്തിനോട് കുറ്റപ്പെടുത്തുന്നതുപോലെ ചോദിച്ചു:

"അപ്പോൾ നാട്ടിൽ ശരീഅത്ത് നടപ്പിലാക്കണമെന്നാണോ നിങ്ങളാഗ്രഹിക്കുന്നത്?"

"അതെ!"

"ഇപ്പോഴോ....? ഈ ഇരുപതാം നൂറ്റാണ്ടിലോ?"

പരിഹാസം നിറഞ്ഞ ഭാവത്തിൽ ഉദ്യോഗസ്ഥൻ പറഞ്ഞു:

"എന്റെ സാറേ, അതിന് നമ്മൾ ഇരുപത്തൊന്നാം നൂറ്റാണ്ടിലല്ലേ ജീവിക്കുന്നത്. കുട്ടികളെ പഠിപ്പിക്കുന്ന സ്വന്തം പാഠം ഓർമ്മയില്ലേ?"

പിന്നെ ഭാവം മാറ്റിയ സ്വരത്തിൽ അയാൾ കൂട്ടിച്ചേർത്തു.

"ശരീഅത്ത് നിയമം നടപ്പിൽ വരുത്തുന്നത് നിർബന്ധബാധ്യതയാണ്."

"നാം വീണ്ടും മധ്യകാലഘട്ടത്തിലേക്ക് മടങ്ങിപ്പോകണമെന്നാണോ നിങ്ങളാഗ്രഹിക്കുന്നത്?"

ഇതുകേട്ടതും നഴ്സ് ഇബ്റാഹീമിന്റെ നേരെ തിരിഞ്ഞിട്ട് ചോദിച്ചു:

"ഈ മധ്യകാലഘട്ടം എന്നു പറഞ്ഞാലെന്താ അർത്ഥം?"

എന്നെ നോക്കിക്കൊണ്ടാണ് ഇബ്റാഹീം പ്രതികരിച്ചത്.

"ആ... എനിക്കറിയില്ല."

കാര്യമെന്തെന്ന് വിശദീകരിക്കാൻ ഞാൻ തുനിഞ്ഞതായിരുന്നു. അന്നേരം അല്പം പൊങ്ങച്ചത്തോടെ അധ്യാപകൻ പറയാൻ തുടങ്ങി.

"മധ്യകാലഘട്ടമെന്നാൽ അജ്ഞതയുടെയും പിന്നോക്കാവസ്ഥയുടെയും യുഗങ്ങളാണ്."

ചർച്ചയിൽ പങ്കാളികളാകാൻ പ്രേരിപ്പിക്കുംവിധം ഞങ്ങളുടെ നേരെ നോക്കിക്കൊണ്ട് ഉദ്യോഗസ്ഥൻ പറഞ്ഞു:

"ഇസ്ലാമിന് പിന്നോക്കാവസ്ഥയുമായി ഒരു ബന്ധവുമില്ല. അടുത്തതോ അകന്നതോ ആയ ഒരു ബന്ധവുമില്ല. എന്നല്ല ഇസ്ലാം വിജ്ഞാനത്തിന്റെയും നാഗരികതയുടെയും മതമാണ്താനും. ഇസ്ലാമിനെപ്പോലെ ശാസ്ത്രത്തെയും പുരോഗതിയെയും പ്രോത്സാഹിപ്പിക്കുന്ന മറ്റൊരു മതം തന്നെയില്ല."

കേട്ടത് അംഗീകരിക്കുന്നമട്ടിൽ തലകുലുക്കിക്കൊണ്ട് അദ്ധ്യാപകൻ പറഞ്ഞു:

"ഇവിടെ പ്രശ്നം ഇസ്ലാമെന്ന മതമല്ല. മറിച്ച് മതത്തിന്റെ പേരിൽ തീവ്രത പ്രചരിപ്പിക്കുന്നവരാണ് പ്രശ്നം. ഇസ്ലാമിന്റെ വക്താക്കളായി സ്വയം അവരോധിക്കുന്ന ഇക്കൂട്ടർക്കായിരിക്കും ദൈവസൃഷ്ടികളിൽ ഇസ്ലാമുമായി പുലബന്ധം പോലുമില്ലാത്തത്."

പെട്ടെന്ന് ഇബ്റാഹീം ചാടി എഴുന്നേറ്റു. കസേര പിറകിലേക്ക് തള്ളിയപ്പോൾ നല്ല ഒച്ചയുണ്ടായി. നീരസത്തോടെ അവൻ പറഞ്ഞു:

"ഒന്നു മതിയാക്കൂ... ഈ സംസാരം കേട്ട് മടുത്തു. അല്ലെങ്കിൽതന്നെ ഈ വിഷയങ്ങളിലൊക്കെ നമുക്കെന്താ പങ്ക്?"

സുഹൃത്തുക്കൾ വീണ്ടും കളി തുടർന്നു. ചൂടേറിയ ചർച്ചയ്ക്കിടയിൽ കളിയുടെ കാര്യം മറന്നുപോയിരിക്കുകയായിരുന്നു. എന്തായാലും കളിയുടെ ആവേശം വീണ്ടും തിരിച്ചെത്തി. അതോടെ അവരുടെ അട്ടഹാസവും തമാശകളും കൊള്ളിവാക്കുകളും രൂക്ഷമായ വിമർശനങ്ങളുമൊക്കെ തിരികെയെത്തി. അവരുടെ അതേ ആവേശത്തോടെ തന്നെയായിരുന്നു ഞാനും കളി നിരീക്ഷിച്ചത്. എന്നാൽ അല്പസമയം കഴിഞ്ഞതും എനിക്ക് മടുക്കാൻ തുടങ്ങി. പെട്ടെന്നൊരു ക്ഷീണം ബാധിച്ചതുപോലെ. കോഫിഷോപ്പിന്റെ ജനാലകളും വാതിലുകളുമൊക്കെ മലർക്കെ തുറന്നിട്ടിരിക്കുകയായിരുന്നെങ്കിലും അവിടെ നിറഞ്ഞു നിൽക്കുന്ന പുകയിലയുടെ ഗന്ധം അസഹനീയമാകാനും തുടങ്ങിയിരുന്നു.

ഞാനാകെ അസ്വസ്ഥനാണെന്ന് മനസ്സിലായതോടെ വേണമെങ്കിൽ വീട്ടിലേക്ക് പൊയ്ക്കോളൂ എന്ന് ഇബ്റാഹീം പറഞ്ഞു. തനിക്ക് വിഷമമൊന്നുമില്ലെന്നും അധികം വൈകാതെ കളി കഴിഞ്ഞ ഉടനെ താൻ വീട്ടിൽ എത്തിക്കൊള്ളാമെന്നും അവൻ പറഞ്ഞു. ഞാൻ എഴുന്നേറ്റതും യാത്രപറയാനായി സുഹൃത്തുക്കളുംകൂടി എഴുന്നേറ്റു. എന്നാൽ ഏറ്റവും വിചിത്രമായ കാര്യം റോഡിലേക്കിറങ്ങി ഏതാനും ചുവടുകൾവച്ച് ശുദ്ധവായു ശ്വസിച്ചതും എനിക്കെന്റെ ശക്തി തിരിച്ചുകിട്ടി എന്നതായിരുന്നു. സത്യത്തിൽ എനിക്കിപ്പോൾ ക്ഷീണം തോന്നുന്നതേയില്ല. നേരെമറിച്ച് അതിശയകരമായ ഉന്മേഷവും ഓജസ്സും നിറയുകയായിരുന്നു ശരീരത്തിലെങ്ങും. അതോടെ നേരത്തെ ആഗ്രഹിച്ചതുപോലെ അപ്പാർട്ടുമെന്റിലേക്ക് പോകാതെ ബസാതീൻ കോളനിയിൽ സാധാരണക്കാർ കഴിയുന്ന ചേരിയിലേക്ക് പതിയെ നടന്നു.

രാത്രിയിൽ ഈ സ്ഥലം അപകടം നിറഞ്ഞയിടമാണെന്ന് ഇബ്റാഹീം പറഞ്ഞിട്ടുള്ളത് ഓർമ്മവന്നു. രാത്രി ഈ നേരങ്ങളിൽ മോഷണവും അതിക്രമങ്ങളും കൂടുതലുള്ള സ്ഥലമാണത്രേ. എന്നാൽ അതൊന്നും എന്നെ

പിന്തിരിപ്പിച്ചില്ല. കൂടുതൽ ഉള്ളിലേക്ക് നടക്കാൻ തുടങ്ങിയതോടെ കഴിഞ്ഞതവണ തോന്നിയതിനേക്കാൾ വൃത്തിയുള്ള പ്രദേശമാണ് ആ ചേരിയെന്ന് വ്യക്തമായി. ഇടപാടുകാർ ഒന്നുമില്ലെങ്കിൽപോലും മിക്ക കടകളും മറ്റും ഇപ്പോഴും തുറന്നിരിപ്പുണ്ട്. ചില കടകൾക്കുമുന്നിൽ കുറെ സ്ത്രീകളും പുരുഷന്മാരും കൂടിയിരുന്ന് സംസാരിക്കുകയോ ചായ കുടിച്ചുകൊണ്ട് റേഡിയോ കേൾക്കുകയോ ആണ്.

തിരിച്ചുപോകാനായി തിരിഞ്ഞപ്പോഴാണ് ഞാൻ പ്രധാന റോഡിൽനിന്നും വളരെദൂരം പിന്നിട്ട് ഉള്ളിലേക്ക് കയറിയെന്ന കാര്യം ശ്രദ്ധിച്ചത്. ഞാൻ നിൽക്കുന്ന സ്ഥലമാകട്ടെ വളരെ വിജനവുമാണ്. അതോടെ നടത്തത്തിന് വേഗത കൂട്ടി.

റോഡുകളിലൊന്ന് മുറിച്ചുകടക്കാൻ ശ്രമിക്കുകയായിരുന്നു. അപ്പോഴേക്കും ഇരുളിൽനിന്നും കുറെ കുട്ടികൾ ചാടിവീണ് എന്നെ വളഞ്ഞു. പല പ്രായക്കാരായ ഒരഞ്ചുപേരുണ്ടാകും കൂട്ടത്തിൽ.

കുട്ടികൾ വളരെ ചെറുപ്രായക്കാരായതിനാൽ എനിക്ക് ഭയമൊന്നും തോന്നിയില്ല. അവരിൽ ഏറ്റവും മുതിർന്ന കുട്ടിക്കുതന്നെ പന്ത്രണ്ട് വയസ്സ് കഴിയില്ലെന്നാണ് തോന്നിയത്. അല്ലെങ്കിൽതന്നെ ഭയപ്പെടാനൊന്നുമില്ലല്ലോ? കൈവശമുള്ള പണമാണെങ്കിൽപോലും ഏതാനും ദീനാറുകളേയുള്ളൂ.

"നിങ്ങളെന്താ ഇവിടെ ചെയ്യുന്നത്?"

മുതിർന്ന പയ്യൻ ചോദിച്ചു.

"ഞാൻ വെറുതെ ചുറ്റിക്കറങ്ങുകയായിരുന്നു."

എന്റെ മറുപടി കേട്ടതും മറ്റൊരുത്തൻ ചോദിച്ചു:

"ചുറ്റിക്കറങ്ങുകയോ... അതോ നാട്ടുകാരുടെ പെൺമക്കളെ വായ്നോക്കുകയോ?"

"ഏത് പെൺമക്കളെ?"

കുട്ടികളിലൊരാൾ മുന്നോട്ടുവന്നശേഷം കടുത്ത സ്വരത്തിൽ പറഞ്ഞു:

"ഞങ്ങൾ നിങ്ങളെ കണ്ടില്ലായെന്നാണോ കരുതിയത്? നിങ്ങളെന്റെ സഹോദരിയെ പിന്തുടരുകയായിരുന്നില്ലേ അല്പം മുമ്പുവരെ?"

സത്യത്തിൽ കുറച്ചുമുമ്പ് ഒരു ഇരുപത് വയസ്സുള്ള യുവതിയെ കണ്ടിരുന്നു. വശീകരിക്കുംവിധം നിതംബം ചലിപ്പിച്ചായിരുന്നു അവളുടെ നടത്തം. എന്നാൽ ഞാനവളെ പിന്തുടരുകയൊന്നും ചെയ്തിരുന്നില്ല. ഞാൻ നടന്ന അതേ ദിശയിൽ ഒരു മൂന്നുനാലടി ദൂരെയാണ് അവളും നടന്നുപോയത്. ഇതാണ് ആകെക്കൂടി സംഭവിച്ച കാര്യം.

“ഞാനവളെ പിന്തുടരുകയൊന്നും ചെയ്തില്ല. അവളാണെന്റെ മുന്നിൽ നടന്നത്.”

“കള്ളൻ!”

മുതിർന്ന പയ്യന്റെ വാക്ക് കേട്ട് മനസ്സിൽ അല്പം ഭയമുണ്ടായി. അവന്റെ കൈയിൽ പിടിമുറുക്കിയശേഷം ശബ്ദമുയർത്തി ഞാൻ ചോദിച്ചു:

“അതിന് നിനക്കെന്താടാ കാര്യം?”

കൈതട്ടിമാറ്റിക്കൊണ്ട് അവൻ പറഞ്ഞു:

“അവളുടെ മാമന്റെ മകനാ ഞാൻ.”

“ഞാനതിന് നിന്റെ മാമന്റെ മകളെ പിന്തുടരുകയൊന്നും ചെയ്തിട്ടില്ല. അവളാണെന്റെ മുന്നിലൂടെ പോയത്. ഇതാണാകെക്കൂടി നടന്ന കാര്യം.”

ദേഷ്യത്തോടെ ഇത്രയും പറഞ്ഞശേഷം അവർ തീർത്ത വലയം മുറിച്ചുകടക്കാനായി എന്റെ ശ്രമം. എന്നാൽ എന്നെ കൂടുതൽ തടഞ്ഞുവയ്ക്കാനായിരുന്നു അവന്മാരുടെ ശ്രമം. അതോടെ ശക്തിയായി കുട്ടികളെ തള്ളിമാറ്റിയശേഷം ഞാൻ നടക്കാൻ തുടങ്ങി. പിന്നെ കേട്ടത് കടുത്ത ചീത്തവാക്കുകളുടെ പ്രവാഹമായിരുന്നു. അവരുടെ വിദ്വേഷം ആളിക്കത്താതിരിക്കാനായി അത് ശ്രദ്ധിച്ചതായി നടിച്ചതേയില്ല. അതോടെ കുട്ടികൾ കല്ല് പെറുക്കി എറിയാൻ തുടങ്ങി. ഞാൻ നടത്തത്തിന് വേഗത കൂട്ടി. പിന്തുടർന്ന് വീണ്ടും തടഞ്ഞുവയ്ക്കുമോ എന്ന പേടി മനസ്സിൽ കടന്നുകൂടിയതും ഞാൻ ഓടാൻ തുടങ്ങി. ചുറ്റും കല്ലുകൾ വന്ന് വീഴുന്നതിനിടെ കേട്ടിട്ടുള്ള സർവ്വ ചീത്തവാക്കുകളുമായി ആ കുട്ടികൾ എന്നെ പിന്തുടരുന്നുണ്ടായിരുന്നു.

പതിന്നാല്

യൂസ്റയുടെ സഹോദരി ലൈല ജോലി ചെയ്യുന്ന കെട്ടിടത്തിന് അഭിമുഖമായി സ്ഥിതിചെയ്യുന്ന നടപ്പാതയിൽ നിൽക്കുകയാണ് ഞാൻ. കെട്ടിടത്തിന്റെ മുൻഭാഗത്തേക്ക്തന്നെ നോക്കി നിന്നു. കാത്തുനില്പ് അധികം നീണ്ടില്ല. കുറച്ചു മിനിറ്റുകൾ കഴിഞ്ഞതും ലൈല പുറത്തേക്കിറങ്ങിവന്നു. എന്നാൽ ഞാൻ കരുതിയതിൽനിന്നും വ്യത്യസ്തമായി എന്നെ കണ്ടതിലുള്ള യാതൊരു സന്തോഷവും ആ മുഖത്ത് കണ്ടതേയില്ല. അവൾക്കൊപ്പം മടങ്ങാനാണ് ആഗ്രഹമെന്നറിയിച്ചപ്പോൾ ആ മുഖത്ത് അതിശയവും കണ്ടില്ല. അതവൾ പ്രതീക്ഷിച്ചതുപോലെ തോന്നി. പതിവുപോലെ ഒന്നു ചുംബിച്ചശേഷം അവൾ കാർ പാർക്ക് ചെയ്തിരിക്കുന്ന സ്ഥലത്തേക്ക് നടന്നു. ഒന്നും പറയാതെ ഞാനും പിന്നാലെ ചെന്നു.

രണ്ടു ദിവസം മുമ്പ് ലൈലതന്നെ തന്റെ കാറിൽ വീട്ടിലേക്ക് മടങ്ങാമെന്ന് നിർദ്ദേശിച്ചപ്പോൾ ഇതൊരിക്കലും നടക്കാനേ പോകുന്നില്ലെന്ന് എനിക്ക് ഏതാണ്ടുറപ്പായിരുന്നു. കാരണം ഞാൻ വീട്ടിലേക്ക് മടങ്ങാറുള്ള സമയങ്ങളിൽ ബസ്സിൽ വലിയ തിരക്കുണ്ടാകാറില്ല. പിന്നെ നഗരമധ്യം മുതൽ ബസാതീൻ കോളനിവരെയുള്ള യാത്രയ്ക്കിടയിൽ ഒറ്റയ്ക്ക് സഞ്ചരിക്കാനാണ് ഞാനെപ്പോഴും പ്രാധാന്യം നൽകാറുള്ളത്.

എന്നാൽ ഇത്തവണ ആ രീതി മാറ്റാൻ ഞാൻ നിർബന്ധിതനാവുകയായിരുന്നു. ബസ് സ്റ്റാന്റിൽ നല്ല തിരക്കായിരുന്നു. അതിന്റെ കാരണം ഞാൻ ഇന്ന് പതിവിലും വൈകിയാണ് മടങ്ങാൻ തുടങ്ങുന്നതെന്നായിരുന്നു. ഉദ്യോഗസ്ഥർ ഓഫീസ് കഴിഞ്ഞിറങ്ങുകയും വിദ്യാർത്ഥികൾ സ്കൂൾ വിട്ടിറങ്ങുകയുംകൂടി ചെയ്താൽ യാത്രക്കാരുടെ എണ്ണം ഇനിയുമേറെ വർദ്ധിക്കുമെന്ന കാര്യമുറപ്പാണ്. എന്നാൽ ഈ തിരക്ക് ശമിക്കുന്നതുവരെ മാറിനിൽക്കാമെന്ന് വച്ചാൽ ഏറെ നേരം കാത്തുനിൽക്കേണ്ടി വരികയും ചെയ്യും.

കാറിൽ കയറിയശേഷം ഡ്രൈവ് ചെയ്യുന്ന രീതി കണ്ടപ്പോൾതന്നെ ലൈലയ്ക്കെന്തോ അസ്വസ്ഥതയുണ്ടെന്ന് തോന്നി. ഇതുപോലൊരു അടഞ്ഞയിടത്തിൽ ഞങ്ങൾ ഇരുവരും മാത്രം തനിച്ചാവുന്നതിലുള്ള

അസ്വസ്ഥത തന്നെയാകാനാണ് സർവ്വസാധ്യതയും. സത്യത്തിൽ എനിക്കും അല്പം അസ്വസ്ഥതയുണ്ടായിരുന്നു. കാരണം ലൈലയെപ്പോലെ ആരെയും മോഹിപ്പിക്കുന്നൊരു സ്ത്രീയുമായി ഇത്തരമൊരു സ്വകാര്യ ഇടത്തിൽ തനിച്ചാകുന്നത് എന്നെ സംബന്ധിച്ചും ഇതാദ്യമായിട്ടായിരിക്കും. ഒരുകാലത്ത് എന്നെ വളരെ മോഹിപ്പിച്ചിരുന്ന പെണ്ണായിരുന്നു ലൈല. കാണുമ്പോഴൊക്കെ ഹൃദയം അല്പം മിടിച്ചുപോകുമായിരുന്നു അന്നൊക്കെ.

കൈയില്ലാത്ത ഇറക്കം കുറഞ്ഞ ഫ്രോക്കായിരുന്നു ലൈലയുടെ വേഷം. തുടയുടെ കുറെ ഭാഗവും പുറത്തു കാണാം. കാറിന്റെ മുൻസീറ്റിന് ഇരുവശത്തുമുള്ള ഡോർഗ്ലാസുകൾ തുറന്നിരിക്കുകയായിരുന്നിട്ടുകൂടി അവളുടെ ഗന്ധം നിറഞ്ഞുനില്പുണ്ടായിരുന്നു. ചെറിയ കാറാണ്. എന്റെ സീറ്റിന് വളരെ അരികിലാണവളുടെയും ഇരിപ്പിടം. ഇടയ്ക്ക് കാറിന്റെ വേഗത കുറയ്ക്കുമ്പോഴെല്ലാം അവളുടെ നഗ്നമായ കൈ എന്റെ കൈയിൽ തട്ടുന്ന അവസ്ഥ. വഴിയിൽ കാണുന്ന സർവ്വതിനെപ്പറ്റിയും ആക്ഷേപിച്ച് സംസാരിക്കുകയാണ് ലൈല. വാഹനങ്ങൾ, യാത്രക്കാർ, പൊലീസുകാർ. ഇടയ്ക്കിടയ്ക്ക് അവൾ പൊട്ടിച്ചിരിക്കുന്നതു കാണുമ്പോൾ ഞാനും ചിരിക്കും. ഫ്രാൻസിലെ ജീവിതകാര്യങ്ങളെക്കുറിച്ച് ലൈല തിരക്കിയപ്പോൾ ഞാനും ചോദിച്ചു അവളുടെ ജോലിയെക്കുറിച്ചും തൊഴിലിടത്തെ സാഹചര്യങ്ങളെക്കുറിച്ചുമൊക്കെ. ഇങ്ങനെ അടുത്തടുത്ത് ഇരിക്കേണ്ടി വന്നതിൽ ഞങ്ങളിരുവർക്കും അല്പം അസ്വസ്ഥത തോന്നുന്നുണ്ട്. കഴിയുന്നത്ര നിശ്ശബ്ദരാകാതിരിക്കാനാണ് ശ്രമം. അങ്ങനെയെങ്കിലും ഈ അസ്വസ്ഥചിന്തയുടെ സമ്മർദ്ദത്തിൽനിന്നും മുക്തി നേടാൻ കഴിയും. ഏറ്റവും കുറഞ്ഞത് ഈ സമ്മർദ്ദമൊന്ന് കുറഞ്ഞുകിട്ടിയാലും മതി. പക്ഷേ ഒന്നും മതിയാകുന്ന അവസ്ഥയിലായിരുന്നില്ല. കുറച്ചു കഴിഞ്ഞതും സംസാരമൊക്കെ തീർന്ന് എന്തിനെയാണോ ഭയന്നിരുന്നത് ആ നിശ്ശബ്ദത വീണ്ടും ഞങ്ങളെ പിടികൂടി.

ഭർത്താവില്ലാത്ത നേരത്ത് ലൈലയ്ക്കൊപ്പം അവളുടെ കാറിൽ വീട്ടിലേക്ക് മടങ്ങുക. അവളുടെ ഓഫീസിലേക്ക് പോയതുതന്നെ തെറ്റിപ്പോയെന്ന് കരുതിയതും ലൈല പെട്ടെന്ന് ടേപ്പ് റെക്കോർഡറിൽ ഒരു കാസറ്റ് എടുത്തിട്ടു. പിന്നെ ഉയർന്നുകേട്ടത് ടുണീഷ്യൻ ഗായികയായ സലീഹയുടെ ഗാനമായിരുന്നു. ഇത്രയും പഴയൊരു ഗാനം ലൈലയെപ്പോലൊരാൾ കേട്ടിരിക്കുമെന്ന കാര്യം സങ്കല്പിക്കാൻപോലും കഴിയുമായിരുന്നില്ല.

പഴയ ശാന്തത വീണ്ടെടുത്തശേഷം ഞാൻ ആദ്യത്തെ പാട്ട് ശ്രദ്ധിച്ചു കേൾക്കാൻ തുടങ്ങി. മനസ്സിൽ വേദനയുണർത്തുംവിധം ദുഃഖസാന്ദ്രമായിരുന്നെങ്കിലും വളരെ മധുരതരമായ ഗാനം. ഈണത്തിനൊപ്പം സ്റ്റിയറിംഗ് വീലിൽ പതിയെ താളം പിടിക്കുന്ന ലൈലയെ ഞാൻ ഒളികണ്ണിട്ട് നോക്കി. വളരെ മനോഹരവും മൃദുലവുമായ ചെറിയ കൈകളായിരുന്നു

അവളുടേത്. ഞാനാകട്ടെ സ്ത്രീകളുടെ കാര്യത്തിൽ കൈകാലുകൾക്ക് വലിയ പ്രാധാന്യം കല്പിക്കാത്തയാളായിരുന്നു. എന്നാൽ സ്ത്രീശരീരത്തിലെ വളരെ പ്രധാനപ്പെട്ട ഭാഗങ്ങളാണ് അവയെന്ന് ഞാൻ പിന്നീടാണ് മനസ്സിലാക്കിയത്. എന്നു മാത്രമല്ല അവളുടെ സ്ത്രൈണതയേയും നൈർമല്യതയേയും നിശ്ചയിക്കുന്നതുപോലും ഈ ശരീരഭാഗങ്ങളായിരിക്കുമെന്ന നിഗമനത്തിലെത്തിച്ചേരുകയായിരുന്നു ഞാൻ. വളരെ മൃദുലമായ കൈവിരലുകളിൽ വീട്ടുജോലികൾ അധികം ചെയ്യാത്തത് കാരണം മറ്റു പല സ്ത്രീകളുടെ കൈകളിൽ കണ്ടിട്ടുള്ള തരത്തിലുള്ള നീരോ, മുഴകളോ ഉള്ളതിന്റെ ലക്ഷണങ്ങളേതുമില്ല. കൈവിരലുകളുടെ വിലയെന്തെന്നറിയുകയും പരിചരിക്കുകയും ചെയ്യുന്നൊരു സ്ത്രീയുടെ വിരലുകളാണവ. ഇറ്റലിയിൽ നിന്നും ഇറക്കുമതി ചെയ്യുന്ന ക്രീമുകൾ സ്ഥിരം പുരട്ടാറുണ്ടെന്ന കാര്യത്തിൽ സംശയമില്ല. ടുനീഷ്യയ്ക്കും പിന്നെ ഇറ്റലിയിലെ ജിൻവയ്ക്കുമിടയിൽ സർവ്വീസ് നടത്തുന്ന ആവിക്കപ്പലിൽ ജോലി ചെയ്യുന്ന ഒരു സുഹൃത്ത് വഴി ഭർത്താവ് വാങ്ങിക്കൊടുക്കുന്നതാണ് ഈ ക്രീമും പിന്നെ ഹെയർകളറുകളും. കാൽവിരലുകളിലെ അതേ നിറത്തിലുള്ള നെയിൽപോളീഷ് കൈവിരലുകളിലും ചെയ്തിട്ടുണ്ട്.

ലൈലയും തന്റെ ആദ്യഅസ്വസ്ഥത മറികടന്നതായി തോന്നി. അവളുടെ ചലനങ്ങൾ കൂടുതൽ സ്വാഭാവികമായിത്തീർന്നു. ഒപ്പം തുറന്ന് സംസാരിക്കാനും തുടങ്ങി.

പതിയെപ്പതിയെ എനിക്ക് മുൻപരിചയമുള്ള ലൈലയായിത്തീർന്നു അവൾ. അതോടെ മനസ്സിലല്പം ആശ്വാസം തോന്നി. തെറ്റുകൾ കാര്യമാക്കാതെ അവൾ സലീഹയുടെ ഗാനത്തിനൊപ്പം പാടി നോക്കി. തന്റെ ശബ്ദം തീരെ കൊള്ളില്ലെന്ന കാര്യമൊന്നും ലൈല കണക്കിലെടുക്കുന്നതേയില്ല.

ട്രാഫിക് തിരക്ക് വർദ്ധിച്ചിട്ടും എനിക്ക് ഒട്ടും അസ്വസ്ഥത തോന്നിയില്ല. എന്നല്ല ഈ തിരക്ക് കുറച്ചുകൂടെ വർദ്ധിച്ചെങ്കിലെന്ന് കൊതിച്ചു. അങ്ങനെ ബസാതീൻ കോളനിവരെ കാർ പതിയെ നീങ്ങുകയാണെങ്കിൽ കഴിയുന്നത്ര നേരം ലൈലയ്ക്കൊപ്പം ചെലവഴിക്കാമല്ലോ? ഇടയ്ക്കിടെ തിരക്ക് കാരണം കാർ നിൽക്കും. ഈ അവസരം മുതലാക്കി കണ്ണാടിയിൽ നോക്കി ലൈല തലമുടി നേരെയാക്കും. അല്ലെങ്കിൽ ഹാന്റ് ബാഗ് തുറന്ന് ഉള്ളിലേക്ക് നോക്കും. അതുമല്ലെങ്കിൽ കാലുകൾക്കരികിലുള്ള ഡാഷ്ബോർഡിൽ കൂട്ടിയിട്ടിരിക്കുന്ന പാട്ട് കാസറ്റുകൾ മറിച്ചിട്ട് നോക്കും.

ബസാതീൻ കോളനിയിലെത്തിയപ്പോൾ പ്രധാന റോഡിലേക്ക് കടക്കാതെ ലൈല കാർ വലത്തേക്ക് തിരിച്ചുവിട്ടു. ഇടറോഡുകളിലൂടെ കടന്നുപോകാനായിരിക്കും?

അവൾ എന്തുകൊണ്ടായിരിക്കും അങ്ങനെ ചെയ്തതെന്ന് മനസ്സിലായില്ല. ഇബ്റാഹീം താമസിക്കുന്ന അപ്പാർട്ടുമെന്റിനരികിലൂടെയുള്ള

പ്രധാന റോഡ് വഴി പോകാത്തത് തന്റെ സഹോദരി യുസ്റയോ, മറ്റു പരിചയക്കാരോ കാണാതിരിക്കാനാകുമോ? അതോ കഴിയുന്നത്ര നേരം ഈ യാത്ര നീണ്ടുനിൽക്കാനായിരിക്കുമോ? കഴിയുന്നത്ര നേരം ഒരുമിച്ചിരിക്കുക എന്ന എന്റെ അതേ മോഹം അവൾക്കും തോന്നിക്കാണുമോ?

പള്ളിക്കരികിലെത്തിയതും ഇറങ്ങാൻ തയ്യാറാകുന്നതുപോലെ ഞാനൊന്ന് അനങ്ങിയിരുന്നു. അപ്പോൾ കാറിന്റെ വേഗത കുറച്ചുകൊണ്ട് ലൈല ചോദിച്ചു.

“സമയം വൈകിയിട്ടൊന്നുമില്ലല്ലോ? ഇപ്പോഴേ വീട്ടിൽ പോയിട്ട് എന്ത് ചെയ്യാനാണ്? അവിടെ യുസ്റ മാത്രമല്ലേയുണ്ടാകൂ?”

എന്തു പറയണമെന്നറിയാതെ ഇരിക്കുമ്പോൾ അതിശയിപ്പിച്ചുകൊണ്ട് അവൾ തിരക്കി:

“എന്റെ വീടെവിടെയാണെന്ന് അറിയില്ലല്ലോ?”

ഇല്ലെന്ന മട്ടിൽ തലകുലുക്കി.

“കാണണമെന്ന് ആഗ്രഹമുണ്ടോ?”

“ഇപ്പോഴോ?”

കാറിന്റെ വേഗത കൂട്ടിക്കൊണ്ട് ലൈല പറഞ്ഞു:

“അതെ. ഇപ്പോൾതന്നെ. വാ, എന്റെ വീട് കണ്ടിട്ട് പോകാം.”

ലൈലയുടെ താമസസ്ഥലം വളരെയകലെയൊന്നുമായിരുന്നില്ല. യുസ്റയുടേതിനേക്കാൾ വലിയ ഫ്ളാറ്റ്. ആഡംബരമായ വീട്ടുപകരണങ്ങൾ. പക്ഷേ, സഹോദരിയുടെ ഫ്ളാറ്റിലേതുപോലെ വൃത്തിയോ വെടിപ്പോ ഇല്ലെന്നു മാത്രം. സ്വീകരണമുറിയിലെ ചെറിയൊരു അലമാരയുടെ ഷെൽഫുകൾ നിറയെ പുസ്തകങ്ങൾ കൂട്ടിയിട്ടിരിക്കുന്നു. അധികവും അറബിയിലും വിദേശഭാഷകളിലുമുള്ള നോവലുകളാണ്. ഞങ്ങളുടെ ബന്ധുവീടുകളിൽ ലൈബ്രറി എന്നു പറയാൻ ഒരിടം കണ്ടത് ഇവിടെ മാത്രമായിരിക്കും. ചില വീടുകളിൽ കുറച്ച് പുസ്തകങ്ങൾ കണ്ടിട്ടുണ്ടെന്നത് മാത്രമാണ് അപവാദമായിട്ടുള്ളത്. എന്നാൽ അവയൊക്കെ വിശുദ്ധ ഖുർആൻ പതിപ്പുകളോ, ‘മരണാനന്തര ജീവിതശിക്ഷകൾ’, ‘ഖുർആൻ ചികിത്സ’, ‘പ്രവാചകന്മാരുടെ കഥകൾ’, ‘ഹജ്ജ്-ഉംറ തീർത്ഥാടനാനുഷ്ഠാനങ്ങൾ’ പോലുള്ള മതഗ്രന്ഥങ്ങളോ മറ്റോ ആയിരിക്കും.

ലൈലയ്ക്കൊപ്പം ഫ്ളാറ്റിനുള്ളിൽ തനിച്ചായതോടെ പഴയ അസ്വസ്ഥത വീണ്ടും മനസ്സിലെത്തി. എന്നാൽ അവളാകട്ടെ മുമ്പത്തേതിനേക്കാൾ കൂടുതൽ സന്തോഷവതിയായി കാണപ്പെട്ടു.

ഫ്ളാറ്റിലെ സർവ്വവസ്തുക്കളും എന്നെ കാണിക്കണമെന്ന് അവൾ നിർബന്ധം പിടിച്ചു. സ്വീകരണമുറിയും അടുക്കളയും ഉറക്കമുറിയും

മകന്റെ മുറിയും കുളിമുറിയും എന്തിനേറെ കക്കൂസുവരെ ഞാൻ നടന്നു കണ്ടു.

നിശ്ശബ്ദമായി അവളുടെ പിറകേ നടക്കുകയായിരുന്നു. തന്റെ ഫ്ളാറ്റിന്റെ കാര്യത്തിൽ അവൾക്ക് വലിയ അഭിമാനമാണ്. എന്തെങ്കിലും കാര്യത്തിൽ അതിശയം പ്രകടിപ്പിക്കുമ്പോഴൊക്കെ അവളുടെ മുഖം ആനന്ദംകൊണ്ട് തിളങ്ങും.

ചെറിയൊരു ബാൽക്കണിയുണ്ടായിരുന്നത് മാത്രമാണ് അവളെന്നെ കൊണ്ടുനടന്ന് കാണിക്കാത്ത ഒരേയൊരു സ്ഥലം. ജനാലയിലൂടെ അവിടേക്ക് നോക്കിയപ്പോൾ അവളുടെ അടിവസ്ത്രങ്ങൾ അഴയിൽ തൂക്കിയിട്ടിരിക്കുന്നത് കണ്ടു. ഞാൻ ബാൽക്കണിയിലേക്ക് നോക്കുന്നത് ശ്രദ്ധയിൽപെട്ടതും ലൈല എന്നെ മറ്റൊരിടത്തേക്ക് കൂട്ടിക്കൊണ്ടുപോയി.

സ്വീകരണമുറിയിൽ തിരിച്ചെത്തിയശേഷം പുസ്തകങ്ങൾ നിറച്ച അലമാരയുടെ എതിർവശത്തുള്ള സോഫയിൽ ചെന്നിരുന്നു. ആ നിർണ്ണായക നിമിഷത്തിൽ എന്തോ കാര്യം പറയാനാഗ്രഹിച്ചെങ്കിലും പറയേണ്ടതെന്തെന്ന് പെട്ടെന്ന് മനസ്സിൽ വന്നില്ല. തലനീട്ടി പുസ്തകങ്ങളിലേക്കൊന്ന് നോക്കി. പിന്നെ അവയുടെ തലക്കെട്ടുകൾ വായിക്കാനൊന്ന് ശ്രമിച്ചുനോക്കി. തിരിഞ്ഞുനോക്കിയപ്പോൾ ലൈല എന്നെത്തന്നെ സൂക്ഷിച്ചുനോക്കുന്നത് കണ്ടു. പിന്നെ പുഞ്ചിരിയോടെ തലകുനിച്ചു. എനിക്ക് നേരെ ഒരല്പം ചാഞ്ഞശേഷം ഇരുകൈകളുമുയർത്തി തലമുടി ഒതുക്കുന്നതിനിടയിൽ ഷേവ് ചെയ്ത അവളുടെ കക്ഷങ്ങൾ പുറത്തു കണ്ടു.

തന്റെ വീട് കാണാൻ ക്ഷണിച്ചപ്പോൾ തന്നെ അവൾക്കെന്തോ ഉദ്ദേശ്യമുണ്ടെന്ന് തോന്നിയതാണ്. വീട്ടിൽ വേറെയാരുമില്ലെന്ന് കണ്ടപ്പോൾ അക്കാര്യം ഉറപ്പായി. പ്രത്യേകിച്ച് വശീകരിക്കുന്ന രീതിയിൽ തലമുടി കോതാൻ തുടങ്ങുകകൂടി ചെയ്തപ്പോൾ. നാല് ദിവസം ഭർത്താവ് നാട്ടിലുണ്ടാകില്ലെന്ന് അറിയിച്ചശേഷം കാറിൽ വീട്ടിലേക്ക് മടങ്ങാൻ ക്ഷണിച്ചത് അത്ര നിഷ്കളങ്കമായിട്ടല്ലെന്നും എന്നെ കുടുക്കാനുള്ള എന്തോ പദ്ധതി ലൈലയ്ക്കുണ്ടെന്ന കാര്യവും ഉറപ്പായിരുന്നു.

മകനെക്കുറിച്ച് ചോദിച്ചപ്പോൾ അവൻ സ്കൂളിലാണെന്ന് പറഞ്ഞു. പിന്നെ കാലിന്മേൽ കാൽ കയറ്റിവച്ചുകൊണ്ട് മകൻ തിരിച്ചെത്താൻ അധികം വൈകില്ലെന്നുംകൂടി പറഞ്ഞു.

ഞാനുമായി എത്രയും വേഗം ബന്ധപ്പെടാനാണ് ലൈലയുടെ ഉദ്ദേശ്യമെന്ന് മനസ്സിലായി. ആ തോന്നൽ തെറ്റായില്ല. അടുത്തേക്കു ചെന്നതും പ്രലോഭിപ്പിക്കുന്ന അധരങ്ങളുള്ള തന്റെ മുഖം അവൾ എന്റെ മുഖത്തേക്കടുപ്പിച്ചു.

ആർത്തിയോടെ ഞാൻ അവളെ ചുംബിക്കാൻ തുടങ്ങി. കുറച്ചുനിമിഷങ്ങൾക്കുള്ളിൽതന്നെ ലൈലയുടെ പൂർണ നഗ്നമായ ശരീരം എന്റെ കീഴിലായിക്കഴിഞ്ഞിരുന്നു.

നഗ്നമായി ചേർന്നുകിടന്ന ഇരുദേഹങ്ങളും വിയർത്തൊലിക്കാൻ തുടങ്ങി. ഒരു വാക്കുപോലും ഉരുവിടാനാകാതെ കുറേനേരം അനങ്ങാതെ കിടക്കുകയായിരുന്നു ഞങ്ങൾ. അല്പം മുമ്പുവരെ ആളിക്കത്തിയ മോഹാഗ്നി പെട്ടെന്ന് കെട്ടുപോയതുപോലെ. ക്ഷീണിച്ച് ശക്തിയൊക്കെ ചോർന്നുപോയതുപോലെ. ലൈലയുടെ കക്ഷത്തിൽനിന്നും വമിച്ച ഗന്ധം തടയാനെന്നവണ്ണം തല ഉയർത്തിക്കൊണ്ട് ഞാൻ ചോദിച്ചു:

"അയൽക്കാരോ, ബന്ധുക്കളോ ആയ ആരെങ്കിലും ഇങ്ങോട്ടു വരുമെന്ന് നിനക്ക് ഭയമില്ലേ?"

പലതവണ ലഘുവായെന്നെ ചുംബിച്ചുകൊണ്ട് അവൾ പിറുപിറുത്തു:

"സമാധാനമായിരിക്കൂ... ആരും വരില്ല."

വസ്ത്രങ്ങൾ വീണ്ടുമെടുത്തിട്ടശേഷം ലൈല അരികിൽ വന്നിരുന്നു. അവളുടെ ഭാവങ്ങളെല്ലാം സൂചിപ്പിച്ചത് സന്തോഷവതിയാണെന്നതും ഇത്ര എളുപ്പം എനിക്ക് കീഴടങ്ങിയതിൽ യാതൊരു കുറ്റബോധവുമില്ലെന്നതുമായിരുന്നു.

"ഞാനെന്റെ ഭർത്താവിനെ വിവാഹമോചനം ചെയ്താൽ നിങ്ങളെന്നെ വിവാഹം കഴിക്കുമോ?"

ഞെട്ടൽ കാരണം നാവിറങ്ങിപ്പോയി. അതിശയത്തോടെ ആ മുഖത്തേക്ക് നോക്കാനേ എനിക്ക് കഴിഞ്ഞുള്ളൂ.

"നിങ്ങൾക്കൊപ്പം ഫ്രാൻസിൽ ജീവിക്കാനാണ് ഞാനാഗ്രഹിക്കുന്നത്."

"നീ എന്തിന് വിവാഹമോചിതയാകണം? നീ നല്ല നിലയിലല്ലേ കഴിയുന്നത്? ഉദ്യോഗസ്ഥയാണ്. വിവാഹിതയാണ്. ഒരു മകനുണ്ട്. ഇതുപോലെ മനോഹരമായ വീടുണ്ട്. നിന്റേതുപോലുള്ള ജീവിതസാഹചര്യങ്ങൾ കിട്ടിയെങ്കിലെന്ന് ആശിക്കുന്ന ധാരാളമാളുകളുണ്ടാകും ലോകത്ത്."

ഒന്നു നിർത്തിയശേഷം ഞാൻ തുടർന്നു:

"പിന്നെ നിന്റെ ഭർത്താവ് നല്ലൊരു മനുഷ്യനല്ലേ? അയാൾക്ക് നിന്നെ ഇഷ്ടവുമാണ്."

"ശരിതന്നെ. പക്ഷേ എനിക്ക് ടുണീഷ്യ മടുത്തു. ഇവിടെ ജീവിക്കുന്നത് അതികഠിനമാണ്."

"ഫ്രാൻസിലെ ജീവിതം വളരെ സുഖകരമാണെന്നാണോ നീ കരുതിയിരിക്കുന്നത്? അവിടെ ജീവിക്കുന്നത് വളരെ ദുഷ്കരമാണ്."

"എനിക്കറിയാം... പക്ഷേ ഫ്രാൻസ് മനോഹരമായൊരു രാജ്യമാണ്... ടുണീഷ്യയിൽ എനിക്ക് ശ്വാസംമുട്ടാൻ തുടങ്ങിയിരിക്കുന്നു. ഒന്ന് ശ്വാസം വിടാൻ പോലും കഴിയുന്നില്ല. സർവ്വരും പരസ്പരം സംശയത്തോടെ നോക്കുന്നു. ടുണീഷ്യ ഒരു നരകമായി മാറിയിരിക്കുകയാണ്."

ഇത്രത്തോളം വേദന ലൈലയുടെ ഉള്ളിലുണ്ടാകുമെന്ന കാര്യം ഊഹിക്കാൻ പോലും സാധിച്ചിരുന്നില്ല. ആ പെരുമാറ്റം മുഴുവൻ എപ്പോഴും സൂചിപ്പിച്ചിരുന്നത് ശക്തിയും ദൃഢനിശ്ചയവും സ്ഥിരതയുമുള്ളൊരു സ്ത്രീയാണ് ലൈലയെന്നായിരുന്നു. ഒപ്പം സ്വന്തം ജീവിതത്തിൽ സംതൃപ്തിയുള്ളവളുമാണെന്ന് കരുതിയിരുന്നു. പ്രത്യേകിച്ച് ഭർത്താവ് വളരെ സ്വതന്ത്രമനസ്സുള്ള ആളാകുമ്പോൾ.

"ഈ നാട് പുരുഷന്മാരുടേതാണ്. ഇവിടെ സ്ത്രീകൾക്ക് ജീവിക്കാനേ കഴിയില്ല. ഇഷ്ടപ്പെട്ട വസ്ത്രം ധരിക്കാൻ പോലും അവൾക്കാകില്ല. അങ്ങനെ ചെയ്താൽ ആളുകൾ അവളെ വിളിക്കുക അഭിസാരികയെന്നായിരിക്കും. ടുണീഷ്യയിലെ സ്ത്രീകൾ സ്വതന്ത്രരാണെന്നും മറ്റൊരു അറബ് രാജ്യത്തും ലഭിക്കാത്ത അവകാശങ്ങൾ അവർക്കുണ്ടെന്നും അഹങ്കരിക്കുന്നവരാണ് ടുണീഷ്യക്കാർ. പക്ഷേ ഇവിടെയുള്ള ഒരാളും ഈ അവകാശങ്ങളെ മാനിക്കുന്നില്ല. പ്രത്യേകിച്ച് ഇവിടെയുള്ള മുസ്ലിം ബ്രദർഹുഡ് അനുയായികൾ. നിങ്ങൾക്കറിയാമോ, അവരെന്നെ ഭീഷണിപ്പെടുത്തുകവരെ ചെയ്തു."

"നിന്നെ ഭീഷണിപ്പെടുത്തിയോ?"

"അതെ. അവരെന്നെ ഭീഷണിപ്പെടുത്തി. ഒരിക്കൽ ഇബ്നൂഖൽദൂൺ റോഡിലൂടെ നടക്കുമ്പോൾ ഒരു ചെറുപ്പക്കാരൻ പിന്തുടരുന്നതായി തോന്നി. പെണ്ണുങ്ങളെ വശീകരിക്കാൻ ശ്രമിക്കുന്ന ആരെങ്കിലുമാണെന്നാണ് ആദ്യം കരുതിയത്. അതുകൊണ്ടുതന്നെ ഞാനയാളെ ശ്രദ്ധിക്കാതെ നടത്തം തുടർന്നു. പക്ഷേ, കുറച്ച് ചുവടുകൾകൂടി മുന്നോട്ട് വച്ചതും അയാളെന്റെ അരികിലെത്തി. അടുത്തുവന്നശേഷം എന്റേത് തേവിടിശ്ശികളുടെ വസ്ത്രധാരണമാണെന്ന് പറഞ്ഞു. മാന്യമായ വസ്ത്രം ധരിക്കണമത്രേ. അല്ലെങ്കിൽ മുഖത്തും മാറത്തും ആസിഡൊഴിക്കുമെന്ന്. ഒന്നാലോചിച്ചുനോക്കിക്കേ... അവരെന്നെ ആസിഡൊഴിച്ച് വിരൂപയാക്കാൻ ആഗ്രഹിക്കുന്നു. എന്തിനാണ്? ഞാനെന്റെ കൈ തുറന്നിട്ടത്രേ. ഇവന്മാർക്കൊക്കെ ഭ്രാന്താണ്. കുറ്റവാളികൾ! ഏതോ ഒരു പുരുഷനുമായെന്തോ ബന്ധമുണ്ടെന്ന സംശയത്തിൽ ഇവരിലൊരാൾ തന്റെ വിധവയായ സഹോദരിയെ കൊന്നുവെന്നും കേട്ടിട്ടുണ്ട്."

സോഫയ്ക്ക് മുന്നിലെ മേശപ്പുറത്ത് കിടന്ന സിഗരറ്റ് കൂടിൽ നിന്നും ലൈല ഒരു സിഗരറ്റ് പുറത്തെടുത്ത് കത്തിച്ചുവലിക്കാൻ തുടങ്ങി. ആ കൈവിരലുകളിലേക്ക് നോക്കിയപ്പോൾ അവളുടെ മകൻ തിരിച്ചെത്താൻ സമയമായെന്ന് ഓർത്തു. അവിടെനിന്നും പുറത്തിറങ്ങാനായി എഴുന്നേൽക്കാൻ തുനിഞ്ഞതും ലൈല ചോദിച്ചു:

"അന്ന് നിങ്ങൾ ഷോപ്പിംഗ് മാളിൽ എന്തു ചെയ്യുകയായിരുന്നു...? നമ്മൾ ആദ്യം കണ്ട ദിവസം?"

"വെറുതെ ചുറ്റിക്കറങ്ങുകയായിരുന്നു."

അല്പം ആക്ഷേപസ്വരത്തോടെയാണ് പുഞ്ചിരിയോടെ ലൈല പ്രതികരിച്ചത്:

"ചുറ്റിക്കറങ്ങുക മാത്രമായിരുന്നോ? ഞാൻ കരുതിയത് നിങ്ങൾ ആ നഈമയെ പിന്തുടരുകയാണെന്നാണ്."

"ഞാൻ അവളെ പിന്തുടർന്നെന്നോ? എന്തിന്? ഞാൻ അവിടെ ഒന്നു നടന്ന് കാണുകയായിരുന്നു. അപ്പോഴാണ് യാദൃച്ഛികമായി നഈമയെ കണ്ടത്. നിന്നെ കണ്ടതുപോലെ."

"പുരുഷന്മാർക്ക് അവളെ ഇഷ്ടമാണെന്ന കാര്യം ഞാൻ ശ്രദ്ധിച്ചിട്ടുണ്ട്. എന്നാൽ ഇത്രയ്ക്ക് ഇഷ്ടപ്പെടാൻ മാത്രം അവളിലെന്താണുള്ളതെന്ന് എനിക്കിതുവരെ മനസ്സിലായിട്ടേയില്ല."

ഇതുവരെ തന്റെ ഉറക്കം കെടുത്തിയിരുന്നൊരു കാര്യത്തെക്കുറിച്ച് ചോദിക്കാനുള്ള അപൂർവ്വ അവസരമാണ് ലൈല നൽകിയിരിക്കുന്നത്. അക്കാര്യത്തെക്കുറിച്ച് ഇബ്റാഹീമിനോടോ ലൈലയോടോ ചോദിക്കാനുള്ള ധൈര്യവും കിട്ടിയിട്ടില്ല. വലിയ ശ്രദ്ധയില്ലാത്ത ഭാവത്തിലായിരുന്നു എന്റെ പ്രതികരണം.

"വല്ലാത്തൊരു സ്ത്രീയാണവൾ!"

ഒന്നും പറയാതെ ലൈല എഴുന്നേറ്റ് ജനാലയ്ക്കരികിലേക്ക് പോയപ്പോൾ ഞാൻ കൂട്ടിച്ചേർത്തു:

"ഒരു രാത്രിയിൽ അവളുടെ വീട്ടിൽ ഞാനൊരു പുരുഷനെ കണ്ടു."

അന്ന് നടന്ന സംഭവം വിവരിച്ചശേഷം അവിടെക്കണ്ട പുരുഷന്റെ വർണനയും നടത്തി. പതിയെ തല കുലുക്കിക്കൊണ്ട് ലൈല പറഞ്ഞു.

"എനിക്കറിയാം... അതവളുടെ സഹോദരനാണെന്നാണ് ആളുകൾ പറയുന്നത്. ദൈവത്തിനറിയാം സത്യമെന്തെന്ന്."

അടുത്തേക്ക് ചെന്നപ്പോൾ ലൈലയുടെ കക്ഷത്തിന്റെ ഗന്ധം വീണ്ടും മൂക്കിലെത്തി. എന്നാൽ ഇത്തവണ വെറുപ്പായിരുന്നില്ല മറിച്ച് എന്തോ ഉന്മാദം സൃഷ്ടിക്കുന്ന തരത്തിലുള്ള വിചിത്രഗന്ധമായിരുന്നു അത്.

അല്പംകൂടി സമയം ലഭിച്ചിരുന്നെങ്കിൽ ഞാനവളെ പുറകുവശത്തുകൂടെ പുണർന്നേനേ. ഇതാദ്യമായിട്ടായിരിക്കും ലൈല എന്റെ സ്വന്തം ഭാര്യയാണോ എന്നൊരു തോന്നൽ. ആ ശരീരം മുഴുവൻ എനിക്ക് അനുവദനീയമാണെന്നൊരു തോന്നൽ. മതം അനുശാസിക്കുന്ന വശത്തുകൂടി നോക്കിയാലും എനിക്കവളുമായി ബന്ധപ്പെടാനാകും. കാതറീനുമൊത്ത് ശയിക്കുമ്പോൾ ലഭിക്കുന്ന ഒരാശ്വാസവും സമാധാനവും ലഭിക്കുകയില്ലായിരിക്കും. പക്ഷേ ലൈലയുടെ മോഹിപ്പിക്കുന്ന ശരീരത്തെ ആസ്വദിക്കാൻ തീർച്ചയായുമെനിക്ക് സാധിക്കും. പ്രത്യേകിച്ച് രതിയുടെ കാര്യത്തിൽ ലൈലയ്ക്ക് നല്ല മിടുക്കാണെന്ന് ബോധ്യപ്പെട്ടശേഷം. തീർത്തും അനുരൂപമല്ലാത്ത സാഹചര്യമായിരുന്നു, വളരെ വേഗത്തിലായിരുന്നു എന്നതൊക്കെ അവഗണിച്ചുനോക്കിയാൽ ലൈല കുറച്ച്

നിമിഷങ്ങൾക്കുമുമ്പ് എന്നോട് പെരുമാറിയ രീതി തീർത്തും. അതിശയി പ്പിച്ചുകളഞ്ഞിരുന്നു.

സ്വന്തം സ്വാതന്ത്ര്യത്തിന് വേണ്ടിയുള്ള ഉറച്ച നിലപാടും ആ സ്വാതന്ത്ര്യം ഓരോ നിമിഷവും ആനന്ദിക്കണമെന്ന നിർബന്ധബുദ്ധി യുമായിരുന്നു ലൈലയിൽ എന്നെ ഏറ്റവും അതിശയിപ്പിച്ച കാര്യം. ഒട്ടും കൃത്രിമത്വവും അമിതവുമില്ലാതെയായിരുന്ന അവൾ എല്ലാം ചെയ്തത്. ഒട്ടും കുറ്റബോധവുമില്ല. താനാരെയെങ്കിലും വെല്ലുവിളിക്കുന്നതായോ പാരമ്പര്യങ്ങളെ അവമതിക്കുന്നതായോ മര്യാദയുടെയും ലജ്ജയുടേയും സീമകൾ ലംഘിക്കുന്നതായോ ഒന്നും അവൾക്ക് തോന്നുന്നുണ്ടാകില്ല. ഇതു തന്നെയായിരിക്കും സ്വന്തം സഹോദരി യുസ്റയുമായും തന്റെ പെരുമാറ്റത്തെ വിമർശിക്കുന്ന സർവ്വരുമായും സംഘട്ടനത്തിലേർപ്പെടാൻ ലൈലയെ പ്രേരിപ്പിക്കുന്ന കാര്യവും.

അവളുടെ ഭർത്താവിന്റെ കാര്യമോർത്തപ്പോൾ എനിക്കാ മനുഷ്യ നോട് സഹതാപം തോന്നി. അത് ലൈലയെപ്പോലൊരു സ്ത്രീക്കൊപ്പം ജീവിക്കേണ്ടി വന്നതിന്റെ പേരിലെന്തായാലുമല്ല. അതയാൾക്കൊരു ഭാഗ്യ മായാണ് തോന്നുന്നത്. മറിച്ച് തന്റെ ഭാര്യയെക്കുറിച്ചും തന്റെ ദൗർബല്യ ത്തെയും ഭാര്യയിലുള്ള പേടിയേയും സംബന്ധിച്ചും താമസിക്കുന്ന കോളനിയിലുള്ള ആളുകൾ സംസാരിക്കുന്നത് അയാളുടെ ചെവിയിലു മെത്തുമല്ലോ എന്നോർത്തപ്പോഴായിരുന്നു എനിക്കയാളോട് സഹതാപം തോന്നിയത്. അയാളുമായി വെറും പേരിനുള്ള ബന്ധം മാത്രമാണുണ്ടാ യിരുന്നതെങ്കിൽപോലും അല്പം മുമ്പ് ലൈലയുമായി ശാരീരിക ബന്ധത്തിലേർപ്പെട്ടതിൽ വല്ലാത്ത കുറ്റബോധം തോന്നിപ്പോകുന്നു. എന്നാൽ ഇത്തരമൊരു ബന്ധത്തിന് കൂടുതൽ ആഗ്രഹിച്ചതും വളരെ സമർത്ഥമായി എന്നെ അതിലേക്ക് നയിക്കാൻ പദ്ധതി തയ്യാറാക്കിയതും അയാളുടെ ഭാര്യ തന്നെയാണല്ലോ എന്നാലോചിച്ചപ്പോൾ പാപഭാരം അല്പമൊന്ന് കുറഞ്ഞതുപോലെ. എനിക്ക് വേണമെങ്കിൽ അവൾക്ക് കീഴടങ്ങാതിരിക്കാനോ ഒപ്പം കാറിൽ വീട്ടിലേക്ക് മടങ്ങാൻ തുനിയാതി രിക്കാനോ കഴിയുമായിരുന്നു എന്നത് ശരിതന്നെയാണ്. പക്ഷേ ലൈല യെപ്പോലൊരു സ്ത്രീയുടെ പ്രലോഭനങ്ങൾ അതിജീവിക്കണമെങ്കിൽ ആ മനുഷ്യൻ മാലാഖയോ മറ്റോ ആയേ തീരൂ.

“നിങ്ങൾ ഇപ്പോൾ തന്നെ പോണം കേട്ടോ?”

പെട്ടെന്നാണ് ലൈല പറഞ്ഞത്. കൈയിലിരുന്ന സിഗരറ്റ് ആഷ്ട്രേ യിൽ കുത്തിക്കെടുത്തുന്നതിനിടയിൽ അവൾ കൂട്ടിച്ചേർത്തു:

“എന്റെ മോൻ ഉടൻ വരും.”

പതിനഞ്ച്

ലൈലയുടെ വീട്ടിൽനിന്ന് നേരെ സഹോദരന്റെ അടുത്തേക്ക് മടങ്ങാനുള്ള ധൈര്യം കിട്ടിയില്ല. റോഡിലെത്തിയപ്പോഴാണ് കുളിച്ചിട്ടില്ലെന്ന കാര്യം ശ്രദ്ധിച്ചത്. സാധാരണ ശാരീരികബന്ധത്തിലേർപ്പെട്ടു കഴിഞ്ഞാൽ കുളിക്കുന്ന പതിവുള്ളതാണ്. ലൈലയുടെ വിയർപ്പും പെർഫ്യൂമും കലർന്ന ഗന്ധം ശരീരത്തിൽനിന്നും വിട്ടുമാറുന്നതേയില്ല. പിന്നെ ഒരു നിമിഷം തോന്നിപ്പോയത് ദേഹത്തുനിന്നും വമിക്കുന്നത് ശുക്ലത്തിന്റെ ഗന്ധമാകാമെന്നാണ്. സമീപമുള്ള തെരുവുകളിലൂടെ പതിയെ നടക്കാൻ തുടങ്ങി. അല്പം നടക്കേണ്ട ആവശ്യമുള്ളതുപോലെ തോന്നി. നടന്ന കാര്യങ്ങളൊക്കെ ഒന്നുകൂടി ഓർത്തെടുക്കണം. നഷ്ടമായ മനഃശാന്തി തിരിച്ചുപിടിക്കണം.

ഫ്ളാറ്റിലെത്തിയശേഷം ഉള്ളിലേക്ക് കടക്കുന്നതിനുമുമ്പ് വസ്ത്രം ഒന്നുകൂടെ മണത്തുനോക്കി. ലൈലയുടെ ഗന്ധം ശരീരത്തിൽനിന്നും പൂർണ്ണമായും വിട്ടുമാറിയിട്ടില്ലല്ലോ എന്നറിഞ്ഞപ്പോൾ മനസ്സിലാകെ വല്ലാത്ത അസ്വസ്ഥത നിറഞ്ഞു.

വാഇലിനെ കുളിപ്പിച്ചുകൊണ്ട് കുളിമുറിയിൽ നിൽക്കുകയാണ് ഇബ്റാഹീം. എന്നെ കണ്ടതും അതിശയത്തോടെ അവൻ തിരക്കി:

"എവിടെയായിരുന്നു? ഞാൻ കരുതിയത് ഇവിടെ വീട്ടിലുണ്ടാകുമെന്നായിരുന്നു!"

ആളടുത്തു വന്നപ്പോൾ മാത്രമാണ് ചോദ്യത്തിന്റെ ധ്വനി പിടികിട്ടിയത്.

"കുറച്ചുമുമ്പ് ഞാൻ കണ്ടിരുന്നു."

"എവിടെവച്ച്?"

അടുത്തേക്ക് ചാഞ്ഞ് പതിഞ്ഞ സ്വരത്തിൽ ഇബ്റാഹീം പറഞ്ഞു:

"ലൈലയുടെ കാറിൽ... ഞാൻ ബസ്സിലായിരുന്നു. ട്രാഫിക് ഐലന്റിൽ ബസ് നിർത്തിയപ്പോൾ യാദൃച്ഛികമായാണ് കാറ് കണ്ണിൽ

പ്പെട്ടത്. ഞാൻ പലതവണ കൈയുയർത്തിയൊക്കെ കാണിച്ചുനോക്കി. പക്ഷേ നിങ്ങൾ കണ്ടില്ല."

ദേഹത്തുകൂടി ഒരു വിറയൽ കടന്നുപോയി. എന്ത് പറയണമെന്നോ ചെയ്യണമെന്നോ അറിയാതെ നിന്നയിടത്ത് മരവിച്ച് നിൽക്കാൻ മാത്രമേ കഴിഞ്ഞുള്ളൂ. അടുക്കളയിലേക്കൊന്ന് പാളിനോക്കിയപ്പോൾ അതാ നിൽക്കുന്നു യുസ്റ. പുറംതിരിഞ്ഞാണ് നില്പ്. പാചകം ചെയ്യുന്ന തിരക്കിലാണ് ആൾ. അവൾ കാണാതിരിക്കാനായി വേഗം ഇടനാഴി കടന്നുപോയി. വീട്ടിലെത്തിയ ഉടനെ അവളോട് സംസാരിക്കാനുള്ള ധൈര്യം ഇപ്പോഴെന്തായാലുമില്ല. സഹോദരി ലൈലയ്ക്കൊപ്പം സംഭവിച്ച കാര്യങ്ങൾക്ക് ശേഷം യുസ്റയുടെ നോട്ടം നേരിടാനുള്ള ശേഷിയുമില്ല.

സഹോദരൻ സംസാരം നിർത്തി വാഇലിനെ കുളിപ്പിക്കുന്നത് തുടർന്നപ്പോഴാണ് അല്പം ആശ്വാസം തോന്നിയത്. മുറിയിലേക്ക് കയറാൻ തിരിഞ്ഞത് പിറകിൽനിന്നും യുസ്റയുടെ ശബ്ദം കേട്ടു:

"ലൈലയ്ക്കും ഭർത്താവിനും ഒപ്പമായിരുന്നോ?"

അടുക്കളവാതിൽക്കൽ നിൽക്കുകയായിരുന്നു യുസ്റ. വലത്തേ കൈയിൽ മാംസം മുറിക്കുന്ന കത്തിയും മറ്റേ കൈയിൽ രക്തം പുരണ്ട വെള്ളതൂവാലയുമായാണ് നില്പ്. കള്ളം പറയാനാണ് തോന്നിയത്. പക്ഷേ സാധിച്ചില്ല.

"ലൈല മാത്രമേ ഉണ്ടായിരുന്നുള്ളൂ."

"അപ്പോൾ ഭർത്താവ് എവിടെപ്പോയി? സാധാരണ അവർ ഒരുമിച്ചാണല്ലോ പോകാറുള്ളത്?"

"അയാൾ മദനൈനിലാണത്രേ."

"മദനൈനിലോ? അവിടെന്ത് ചെയ്യുന്നു?"

"എനിക്കറിയില്ല."

ഒന്നും പറയാതെ യുസ്റ അടുക്കളയിലേക്ക് കയറിയതും ഞാൻ മുറിയിലേക്ക് രക്ഷപ്പെട്ടു. അകത്തു കയറി വാതിലടച്ചു. പേടിച്ചതെന്തെല്ലാമാണോ അതൊക്കെ നടന്നുകഴിഞ്ഞിരിക്കുന്നു. കട്ടിലിൽ കയറിക്കിടന്ന ശേഷം ജനാലയിലൂടെ കാണാവുന്ന ആകാശത്തിലേക്ക് നോക്കാൻ തുടങ്ങി. ഒരല്പം കഴിഞ്ഞപ്പോൾ ഈ തരത്തിൽ പെരുമാറുന്നതിലൂടെ ഞാൻ കാര്യങ്ങൾ കൂടുതൽ വഷളാക്കുകയാണെന്ന് തോന്നി. സ്വാഭാവികമായി പെരുമാറിയേ തീരൂ. ഇങ്ങനെ മുറിയിൽ കയറി അടച്ചിരിക്കാൻ പാടില്ല.

പെട്ടെന്നുതന്നെ മുറിയിൽനിന്നും പുറിത്തിറങ്ങി നേരെ സ്വീകരണ മുറിയിലേക്ക് ചെന്നു. യുസ്റ കാണാതെ അവളെ നിരീക്ഷിക്കാൻ പറ്റുന്ന വിധത്തിൽ സോഫയിൽ ചെന്നിരുന്നു.

അയഞ്ഞ ഒരു നീളൻ കുപ്പായമായിരുന്നു യുസ്റ ധരിച്ചിരുന്നത്. എന്നിട്ടും ചരിയുകയോ, കുനിയുകയോ പെട്ടെന്ന് എഴുന്നേൽക്കുകയോ ഒക്കെ ചെയ്യുമ്പോൾ അയഞ്ഞ വസ്ത്രമായിട്ടും അവളുടെ ശരീരവർണ്ണന കൾ മനസ്സിലാകും. അരയ്ക്ക് കീഴ്പോട്ടുള്ള ശരീരാകൃതി ഒരു പരിധി യോളം സഹോദരി ലൈലയുടേതുപോലെയാണെന്ന് തോന്നിപ്പോകുക പോലും ചെയ്തു.

ഇത്തരം ചിന്തകളിൽനിന്നും മനസ്സിനെ തട്ടിയകറ്റാനെന്നവണ്ണം മുഖം തിരിച്ചുകളഞ്ഞു. ശേഷം ചുമരിൽ തൂക്കിയിട്ടുള്ള ചിത്രങ്ങളും പെയി ന്റിംഗുകളും ശ്രദ്ധിക്കാൻ തുടങ്ങി.

വാഇലിന് ഏതാനും മാസം മാത്രം പ്രായമുള്ള സമയത്തെ ഒരു കളർഫോട്ടോ കണ്ടു. അതിന് ഇടതും വലതുമായി അതേ വലിപ്പത്തിൽ വേറെ രണ്ടു ചിത്രങ്ങളുമുണ്ട്. ഒന്നിൽ മനോഹരമായ കറുത്ത അക്ഷര ങ്ങളിൽ 'അല്ലാഹു' എന്നെഴുതിയിരിക്കുന്നു. മറ്റേതിൽ 'മുഹമ്മദ്' എന്നും.

ഈ രണ്ടു ചിത്രങ്ങൾ ഇബ്റാഹീമിനും യുസ്റയ്ക്കും വളരെ പ്രിയ ങ്കരമാണ്. അവ സ്വന്തമാക്കിയതിൽ അഭിമാനംകൊള്ളുന്നവരാണ് ഇരു വരും. ഒരു ഹാജിയുടെ കൈയിൽനിന്നാണ് ഇബ്റാഹീം അവ വാങ്ങിയത്. ഹജ്ജ് തീർത്ഥാടന അവസരം മുതലെടുത്ത് സൗദി അറേബ്യയിൽനിന്നും പുരാവസ്തുക്കളും പെയിന്റിംഗുകളും മിസ്വാക്ക് ബ്രഷുകളും സുറുമയും അത്തറുകളും പിന്നെ സംസം ജലം നിറച്ച കുപ്പികളുമൊക്കെ വാങ്ങിക്കൊണ്ട് നാട്ടിലെത്തിയശേഷം ഹജ്ജിന് പോകാനുള്ള ഭൗതിക സാഹചര്യങ്ങളില്ലാത്തയാളുകൾക്ക് ഉയർന്ന വിലയ്ക്ക് വില്ക്കുന്ന യാളാണ് ഈ ഹാജിയെന്ന് സഹോദരൻ പറയാറുണ്ട്.

വാഇലിന്റെ ചിത്രത്തിന് തൊട്ടുതാഴെ ഇബ്റാഹീമിന്റെയും യുസ്റ യുടെയും വിവാഹനാളിലെ ഫോട്ടോയുമുണ്ട്. പക്ഷേ ഇപ്പോഴത്തെ സൗന്ദര്യമൊന്നുമില്ലാതെ അല്പം വിളറി ഇരുണ്ട നിറമാണ് ചിത്രത്തിലെ യുസ്റയ്ക്ക്. ഒരു താത്പര്യവുമില്ലാതെ മുന്നോട്ട് നോക്കിനിൽക്കുകയാ ണവൾ. ആളാകെ ദുഃഖിതയാണെന്നതുപോലെ. നടക്കുന്ന കാര്യങ്ങളിൽ ഒരു താത്പര്യവുമില്ലാതെ ഇരിക്കുന്ന യുസ്റയെ കണ്ടാൽ വിവാഹം അവളുടേതല്ലേ എന്ന് തോന്നിപ്പോകും. എന്നാൽ അരികിൽ നിൽക്കുന്ന ഇബ്റാഹീമിന്റെ ചുണ്ടിൽ ചെറിയൊരു ചിരി കാണാം. അവനും മെലി ഞ്ഞിട്ടാണ്. യുസ്റയേക്കാൾ കുറച്ചധികം വയസ്സ് കൂടുതലുള്ളയാളാണെ ങ്കിൽപോലും ചിത്രം കണ്ടാൽ ഇബ്റാഹീമിന് അവളുടെ അതേ പ്രായ മാണെന്നേ തോന്നൂ.

"നിങ്ങളെ കണ്ടാൽ ഇന്ന് പതിവുപോലെയേ അല്ലല്ലോ? എന്തോ ദുഃഖ മുള്ളതുപോലെ?"

യുസ്റ സ്വീകരണമുറിയിലേക്ക് കടന്നുവന്നത് ചിത്രങ്ങൾ നോക്കി യിരിക്കുന്നതിനിടയിൽ ശ്രദ്ധിച്ചില്ല.

“കാതറീനെ പിരിഞ്ഞിരിക്കുന്നതുകൊണ്ടാണോ?” എന്നെത്തന്നെ സൂക്ഷിച്ചുനോക്കുകയാണ് യുസ്റ.

“തലവേദനയാ.”

എന്തുകൊണ്ടാണ് ഞാനങ്ങനെ പറഞ്ഞതെന്നറിയില്ല. സത്യത്തിൽ തലയിലെന്നല്ല ശരീരത്തിലെവിടെയും ഒരു വേദനയും തോന്നിയിരുന്നില്ല. പുറത്തേക്ക് പോയ യുസ്റ അല്പം കഴിഞ്ഞതും തിരികെയെത്തിയത് ഒരു ഗ്ലാസ് വെള്ളവും രണ്ട് ആസ്പിരിൻ ഗുളികകളുമായിട്ടായിരുന്നു. യുസ്റ സോഫയ്ക്കരികിൽ വന്നിരുന്നപ്പോൾ അവൾ സഹോദരി ലൈല യെക്കുറിച്ച് സംസാരിക്കാനാഗ്രഹിക്കുന്നതുപോലെ തോന്നി.

“ഇത്തവണ ഇതിനുമുമ്പ് ലൈലയെ കണ്ടതേയില്ലേ?”

“ഇല്ല... ഇവിടെ വന്നശേഷം ഇന്നാദ്യമായിട്ടാണ് അവളെ കാണാൻ പറ്റിയത്.”

യുസ്റയോട് സത്യം പറയാതിരുന്നത് ഇതിനുമുമ്പ് രണ്ടുതവണ ലൈലയെ കണ്ടിരുന്നെന്നും അന്നൊക്കെ അവൾ തനിച്ചായിരുന്നെന്നു മറിഞ്ഞാൽ യുസ്റയെന്നെ സംശയിച്ചേക്കുമെന്ന ഭയംകൊണ്ടായിരുന്നു.

“ഞാനും കുറേക്കാലമായി അവളെ കാണാറേയില്ല.”

തല ഉയർത്തി ഞാൻ യുസ്റയുടെ മുഖത്ത് ശ്രദ്ധയോടെ നോക്കി.

“കുറെക്കാലമായി ഞങ്ങൾ രണ്ടുപേരും പരസ്പരം സംസാരിക്കാറേ യില്ലെന്ന് ലൈല പറഞ്ഞില്ലേ?”

“ഇല്ല.”

ഒന്നുമറിയാത്തതുപോലെ ഭാവിച്ച് ഞാനവരുടെ പിണക്കത്തിന്റെ കാരണമന്വേഷിച്ചു.

“അവളുടെ പെരുമാറ്റംതന്നെ... എനിക്കത് സഹിക്കാനാകുന്നില്ല. പിന്നെ അവളുടെ വസ്ത്രധാരണരീതിയും അംഗീകരിക്കാൻ കഴിയില്ല. കോളനിയിൽ ഞങ്ങളുടെ മാനം കെട്ടു അവൾ കാരണം. വൃത്തികെട്ട സ്ത്രീയാണെന്നാണ് ധാരാളമാളുകൾ അവളെക്കുറിച്ച് പറയാറുള്ളത്.”

ലൈലയുടെ പെരുമാറ്റം ഇത്രത്തോളം യുസ്റയെ വേദനിപ്പിക്കു മെന്നും മറ്റും ഞാൻ കരുതിയതേ ഇല്ലായിരുന്നു.

“നിങ്ങൾ കാര്യങ്ങൾ നല്ലതുപോലെ മനസ്സിലാക്കുന്നൊരാളാണ്. ഇക്കാര്യത്തിൽ എന്താണഭിപ്രായമെന്ന് അറിയണമെന്നുണ്ട്. നമ്മുടേതു പോലൊരു കുടുംബത്തിൽപെട്ടൊരു പെൺകുട്ടി ഇത്തരത്തിൽ പെരു മാറുമെന്ന് ചിന്തിക്കാൻതന്നെ കഴിയുമോ? നല്ലൊരു മനുഷ്യന്റെ ഭാര്യ യാണ്. ഒരു മകനുണ്ട്. എന്നിട്ടും ധരിക്കുന്നത് ഇറുകിപ്പിടിച്ച വസ്ത്ര ങ്ങൾ. അവസാന തവണ കാണുമ്പോൾ അവളുടെ മാറിടം ഏതാണ്ട് നഗ്നമായിരുന്നു. നടക്കുമ്പോഴെല്ലാം പശുവിന്റെ അകിടുപോലെ കുലു ങ്ങുകയായിരുന്നു അവളുടെ മാറിടങ്ങൾ. നിതംബങ്ങൾ തണ്ണിമത്തൻ

പോലെ തള്ളിനിൽക്കുന്നു. വിശ്വസിക്കാനാകുന്നുണ്ടോ ഇതെല്ലാം? കാണുമ്പോഴെല്ലാം അല്പം ലജ്ജ കാണിക്കണമെന്ന് ഞാനാവശ്യപ്പെടാറുണ്ട്. അപ്പോഴൊക്കെ താൻ സ്വതന്ത്രയാണെന്നും ഉപദേശിക്കാൻ ചെന്ന ഞാൻ പിന്തിരിപ്പൻ സ്ത്രീയാണെന്നുമായിരിക്കും ലൈല പറയുക."

ഇതുപോലെ തികച്ചും വൈകാരികമായൊരു വിഷയത്തിൽ അഭിപ്രായമാരായുന്ന ഈ മാന്യൻ കുറച്ചു സമയം മുമ്പ് തന്റെ സഹോദരിയുടെ കൂടെ അവളുടെ സ്വന്തം വീട്ടിനുള്ളിൽ വച്ച് അതിര് വിട്ടബന്ധം സ്ഥാപിച്ചിട്ടാണ് വന്നിരിക്കുന്നതെന്ന് പറഞ്ഞാൽ എന്തായിരിക്കും യുസ്റയുടെ പ്രതികരണമെന്ന് ഊഹിച്ച് നോക്കാൻ ശ്രമിച്ചുനോക്കി.

"അവളുടെ കാര്യം ശ്രദ്ധിക്കണ്ടായെന്നാണ് നിങ്ങളുടെ സഹോദരൻ പറയാറുള്ളത്. അവൾക്കൊരു ഭർത്താവുണ്ട്. എല്ലാവർക്കും അക്കാര്യം അറിയുകയും ചെയ്യും. ഈ വിഷയത്തിൽ എന്തെങ്കിലും പരാതിയുണ്ടെങ്കിൽ അതയാൾക്കായിരിക്കുമത്രേ. പക്ഷേ കണ്ണിൽ കാണുന്ന കാര്യങ്ങൾ കണ്ടിട്ട് നിശ്ശബ്ദയായിരിക്കാൻ എനിക്കാകില്ല. എനിക്ക് പറയാനുള്ളത് അവൾ കേട്ടേ തീരൂ. മര്യാദയോടും ലജ്ജയോടും കൂടി നടക്കണം. അവളെന്റെ സഹോദരിയാണെന്നും എനിക്കവളേക്കാൾ പ്രായമുണ്ടെന്നും കോളനിയിലുള്ള സകലർക്കുമറിയാം. പലപ്പോഴും ആളുകൾ ഞാൻ കാണാതെ അവളെക്കുറിച്ച് സംസാരിക്കുന്നതു കേട്ടിട്ടുണ്ട്. അപ്പോഴൊക്കെ മരിച്ചുപോകുന്നതാണ് ഭേദമെന്ന് തോന്നിപ്പോകും. ഭൂമി പിളർന്ന് പാതാളത്തിലേക്ക് ആണ്ടുപോയെങ്കിലെന്ന് കൊതിച്ചുപോകും. ഈ അപമാനവും അപവാദവും സഹിക്കേണ്ടല്ലോ?"

യുസ്റ കണ്ണുനീര് തുടയ്ക്കാനായി കൈ ഉയർത്തുമ്പോഴേക്കും കവിളുകളിലേക്ക് കണ്ണുനീര് ഒലിച്ചിറങ്ങിക്കഴിഞ്ഞിരുന്നു. ഞാനാകെ അതിശയിച്ചുപോയി. അവൾക്കരികിലേക്ക് ചെല്ലുമ്പോഴും എന്താണ് ചെയ്യേണ്ടതെന്ന് ചിന്തിക്കുകയായിരുന്നു.

യുസ്റയെ ആശ്വസിപ്പിക്കണമോ? പക്ഷേ അല്പനേരംമുമ്പ് സഹോദരിയുടെ ശരീരത്തിന് മേൽ നഗ്നനായി പറ്റിച്ചേർന്ന് കിടന്ന ഞാൻ അവളോട് എന്ത് പറയാനാണ്? ആ കൈയിലൊന്ന് പിടിക്കണമോ? അതോ തോളിൽ കൈവയ്ക്കണമോ? മുമ്പൊക്കെ വളരെ സ്വാഭാവികമായി ഞാനങ്ങനെയൊക്കെ പെരുമാറിയിട്ടുള്ളതാണ്. യുസ്റയുടെ കൈകളിലും തോളുകളിലും മുതുകിലും തലമുടിയിലുമൊക്കെ ഞാൻ മുമ്പ് സ്പർശിക്കുമായിരുന്നു. എന്നാൽ അന്നൊക്കെ എനിക്ക് ആ പ്രവർത്തിയിൽ എന്തെങ്കിലും അസ്വസ്ഥത തോന്നുകയോ അവളെയോ ഇബ്റാഹീമിനെയോ അലട്ടുകയോ ചെയ്തിരുന്നില്ല. കാരണം യുസ്റ എനിക്ക് സഹോദരിയെപ്പോലെ തന്നെയാണ്. എന്നാൽ ഇപ്പോൾ ഹിജാബ് ധരിച്ചശേഷം എനിക്കവളെ സ്പർശിക്കാനുള്ള ധൈര്യം കിട്ടുന്നില്ല.

ഭാഗ്യത്തിന് യുസ്റ പെട്ടെന്ന് കരച്ചിൽ മതിയാക്കി. എന്റെ നേരെ നോക്കി പുഞ്ചിരിക്കുന്നതു കണ്ടപ്പോൾ തന്നിൽനിന്നുമുണ്ടായ പ്രവർത്തിയിൽ മാപ്പപേക്ഷിക്കുന്നതുപോലെ തോന്നി. ആ പുഞ്ചിരിയിൽ യുസ്റയുടെ സർവ്വ നന്മകളും തുറന്ന മനസ്സും കാണാമായിരുന്നു. അവളെ കൈകളിലേക്ക് ഒന്നണച്ചു നിർത്തി ഉള്ളിന്റെയുള്ളിൽ ഒളിച്ചുവച്ചിട്ടുള്ള സ്നേഹം പ്രകടിപ്പിക്കണമെന്ന് ഞാൻ വളരെ സത്യസന്ധമായി കൊതിച്ചുപോയി.

“കാർ ഇഷ്ടപ്പെട്ടോ?”

സംസാരിച്ചുകൊണ്ടിരുന്ന വിഷയം മാറ്റാനും പരാതികൾക്കൊരു അതിരിടാനുമാഗ്രഹിക്കുന്നതായി വെളിപ്പെടുത്തുംവിധമാണ് യുസ്റ ചോദിച്ചത്. എന്നാൽ ഒന്നും മനസ്സിലാക്കാത്തതുപോലെ ഭാവിക്കുകയായിരുന്നു ഞാൻ:

“ഏത് കാറ്?”

“ലൈലയുടെ കാറേ?”

“ലൈലയുടെ കാറോ? അതിനതൊരു കാറല്ലല്ലോ? വെറും ഉന്തുവണ്ടി!”

എന്റെ വാക്കുകൾ കേട്ട് യുസ്റ പൊട്ടിച്ചിരിക്കുമ്പോൾ വല്ലാത്ത സന്തോഷം തോന്നി. സഹോദരിക്ക് കാറുള്ളതിൽ യുസ്റയ്ക്ക് അല്പം അസൂയയുണ്ടെന്നറിയാമായിരുന്നു. അതുകൊണ്ടാണ് ലൈലയുടെ കാറിന്റെ വിലയിടിക്കുന്നവിധം സംസാരിച്ചത്. അങ്ങനെയെങ്കിലും യുസ്റയുടെ മനസ്സിൽ കഴിയുന്ന സന്തോഷം നിറയ്ക്കാമല്ലോ?

“എങ്ങനെ ബസാതീൻ കോളനി വരെ എത്തിച്ചേർന്നെന്ന് മാത്രമറിയില്ല. എപ്പോൾ വേണമെങ്കിലും കാറിന്റെ കാറ്റ് പോകുമെന്ന് നോക്കിയിരിക്കുകയായിരുന്നു. എന്നാൽ പിന്നെ നടന്നായിരിക്കും ഇവിടെവരെ എത്തേണ്ടത്.”

യുസ്റയുടെ ചിരി ഇതുംകൂടി കേട്ടതോടെ പൊട്ടിച്ചിരിയായി മാറി. എന്താ ഇത്ര ചിരിക്കാനെന്ന് ഇബ്റാഹീമും വാഇലും തിരക്കി.

“ലൈലയുടെ കാറിന്റെ കാര്യമാണ്.”

ഉത്സാഹത്തോടെ ഞാനാണ് പറഞ്ഞത്.

“അവൾ പറയുന്നു അതൊരു കാറാണെന്ന്. സത്യത്തിലത് നാല് ചക്രത്തിലോടുന്ന ഉന്തുവണ്ടിയല്ലേ?”

ഇബ്റാഹീമും വാഇലും കുളിമുറിയിൽനിന്ന് ചിരിക്കുന്ന ശബ്ദം സ്വീകരണമുറിയിൽവരെ കേൾക്കാനായി. ചിരി നിർത്തിയശേഷം യുസ്റ പറഞ്ഞു:

“അടുത്ത തവണ നാട്ടിൽ വരുമ്പോൾ ഫ്രാൻസിൽനിന്നൊരു പുതിയ ആഡംബരക്കാർ കൊണ്ടുവരണം. കാർ എന്നാൽ എന്താണർത്ഥമെന്ന്

ആ ലൈലയ്ക്ക് മനസ്സിലാക്കിക്കൊടുക്കണം. തന്റെ ഉന്തുവണ്ടിയുടെ കാര്യം പറഞ്ഞ് അവളെ പിന്നീട് അഹങ്കരിച്ചുനടക്കാനനുവദിക്കരുത്."

വാഇൽ അടിവസ്ത്രം മാത്രം ധരിച്ചുകൊണ്ട് കുളിമുറിയിൽ നിന്നും പുറത്തേക്കിറങ്ങിവന്നു. അവന്റെ വസ്ത്രങ്ങളുമായി ഇബ്റാഹീം പിറകേ വന്നു. വസ്ത്രങ്ങൾ യുസ്റയ്ക്ക് നൽകുന്നതിനുമുമ്പേ ഇബ്റാഹീം സോഫയിലേക്ക് ചെന്നുവീഴുന്നതുപോലെ ഇരുന്നു.

"ഹോ... ക്ഷീണിച്ചു. ഓരോ തവണ ഇവനെ കുളിപ്പിക്കാൻ കൊണ്ടു പോകുമ്പോഴും നക്ഷത്രമെണ്ണും ഞാൻ."

അതുകേട്ടതും യുസ്റ പറഞ്ഞു:

"നിങ്ങളെ ഇങ്ങനെ കാണാനാണ് ഞാനാഗ്രഹിക്കുന്നത്. വാഇലിനെ കുളിപ്പിക്കാൻ ഞാനെത്ര ബുദ്ധിമുട്ടുന്നുവെന്ന് നിങ്ങളും അറിയണം."

"നീ എന്തനുഭവിക്കുന്നുവെന്നാണ് ഈ പറയുന്നത്? പടച്ചവന് നന്ദി പറയ്. ഒരു മകനല്ലേ ആകെക്കൂടിയുള്ളത്? മക്കളുടെ എണ്ണം മൂന്നോ നാലോ ആയിരുന്നെങ്കിൽ എന്ത് ചെയ്യുമായിരുന്നു നീ?"

വാഇലിനെ ബാക്കി വസ്ത്രങ്ങൾ ധരിക്കാൻ സഹായിച്ചശേഷം യുസ്റ അടുക്കളയിലേക്ക് മടങ്ങിപ്പോയി. ഇബ്റാഹീം ടി.വി. ഓണാക്കി യതും ഞാൻ സ്വീകരണമുറി വിട്ടു.

മുറിയിലേക്ക് കടന്നതും വാഇൽ പിറകേ വന്നു. അടുത്തു വന്നിരി ക്കുമ്പോൾ സുഗന്ധസോപ്പിന്റെ മണം മൂക്കിൽ വന്നലച്ചു. ഒന്ന് കുളി ച്ചാലോ എന്ന് അതോടെ കൊതിച്ചുപോയി. അങ്ങനെയെങ്കിലും ശരീര ത്തിൽ പറ്റിപ്പിടിച്ച ലൈലയുടെ വിയർപ്പും ഗന്ധവും കഴുകിക്കളയണം.

"ഹൈസമിനെ കണ്ടോ അങ്കിൾ?"

"ഏത് ഹൈസം?"

"വലിയുമ്മ ലൈലയുടെ മോൻ."

അതിശയത്തോടെ ചോദിച്ചു:

"ഞാനവനെ എവിടെവച്ച് കാണാനാണ്?"

"അവരുടെ വീട്ടിൽവച്ച്."

"അവരുടെ വീട്ടിലോ? അതിന് ഞാനവിടെ പോയില്ലല്ലോ?"

വാഇൽ എന്റെ മുഖത്തേക്കുതന്നെ തുറിച്ചുനോക്കി.

"പിന്നെ എവിടെ വച്ചാ അങ്കിൾ വലിയുമ്മയെ കണ്ടത്?"

"ഞാനവളെ ടൂനിസ് സിറ്റിയിൽ വച്ചാണ് കണ്ടത്. അവളുടെ കാറിൽ ഇങ്ങോട്ട് വരികയും ചെയ്തു. അത്രമാത്രമാണ് ആകെ നടന്നത്."

വാഇൽ പുറത്തേക്കുപോയതും ചെരുപ്പ് ഊരിയിട്ടശേഷം ഞാൻ കിടക്കയിൽ കയറിക്കിടന്നു. കണ്ണടച്ചതും മുന്നിൽ തെളിഞ്ഞത് എനിക്ക് കീഴിൽ നഗ്നയായി കിടക്കുന്ന ലൈലയെ ആയിരുന്നു. ലൈലയ്ക്കൊപ്പം

ചിലവഴിച്ച അപൂർവ്വനിമിഷങ്ങൾ ഓർത്തെടുക്കാൻ ശ്രമിച്ചപ്പോൾ അവ സത്യത്തിൽ നടന്നതാണോ എന്ന് വിശ്വസിക്കാൻപോലും കഴിയാത്ത അവസ്ഥയിലായിപ്പോയി. ആയുസ്സിൽ അപൂർവമായി മാത്രം നമുക്ക് ലഭിക്കുന്ന തരത്തിലുള്ള മനോഹരമായ സ്വപ്നംപോലെയായിരുന്നു അത്.

സത്യത്തിൽ ഞാനൊരിക്കലും ലൈലയെ വശീകരിക്കുവാൻ ശ്രമിച്ചിട്ടില്ല. പ്രത്യേകിച്ച് അവളുടെ വിവാഹം കഴിഞ്ഞശേഷം. പക്ഷേ, എന്നെങ്കിലുമൊരു നാൾ അവൾക്കൊപ്പം കിടക്ക പങ്കിടുന്ന അവസ്ഥ ഉണ്ടാകുമെന്ന് ചിന്തിച്ചിട്ടേയില്ല. അത് അവളെ മോഹിക്കാത്തതുകൊണ്ടായിരുന്നില്ല. സത്യത്തിൽ ലൈലയെപ്പോലൊരു സ്ത്രീയെ കൊതിക്കാത്ത ഏതെങ്കിലുമൊരു പുരുഷൻ ഈ ബസാതീൻ കോളനിയിലുണ്ടാകുമെന്നു തന്നെ കരുതുന്നില്ല. മറിച്ച് കുടുംബത്തിലെ ഏറ്റവും അടുത്ത അംഗമായി കരുതുന്ന യുസ്റയുടെ സഹോദരിയായതുകൊണ്ടാണ്. എന്നെ സംബന്ധിച്ച് ശ്രദ്ധ മുഴുവൻ കോളനിയിൽ കഴിഞ്ഞകാലത്തുടനീളം നഈമയുടെ മേലായിരുന്നു എന്നതാണ് വാസ്തവം.

പക്ഷേ ഇപ്പോഴിതാ വർഷങ്ങൾക്കിപ്പുറം ഞാനാദ്യമായി ശാരീരിക ബന്ധം പുലർത്തിയ ടുണീഷ്യൻ സ്ത്രീ കുടുംബത്തിൽ ഏറ്റവും ബഹുമാനിക്കുന്ന സ്ത്രീയുടെ സഹോദരിയായിപ്പോയത് യാദൃച്ഛികമല്ലാതെ മറ്റെന്താണ്?

വിചിത്രമായ മറ്റൊരു കാര്യം കൂടിയുണ്ട്. രതിയുടെ മൂർച്ഛയിലെത്തിയ നേരം ലൈല പരമാനന്ദത്തോടെ ഞരങ്ങുന്നതിനിടയിൽ അതുവരെ മറന്നിരിക്കുകയായിരുന്ന അവളുടെ ഭർത്താവിന്റെ പേര് പെട്ടെന്നെനിക്ക് ഓർമ്മവന്നു.

പതിനാറ്

പച്ചക്കറികളും ഫലവർഗ്ഗങ്ങളും വിൽക്കുന്ന സെൻട്രൽ മാർക്കറ്റിലാണ് രാവിലെ മുഴുവൻ ചെലവിട്ടത്. നഗരത്തിൽ എനിക്കേറ്റവും പ്രിയങ്കരമായ ഇടമാണിത്. ഇവിടെയുള്ള സർവ്വതും എനിക്കിഷ്ടമാണ്. പച്ചക്കറികളും പഴങ്ങളും വിൽക്കാൻ വച്ചിരിക്കുന്ന തട്ടുകൾ, മത്സ്യവും മാംസവും കോഴിയും മുയലും വിൽക്കുന്ന കടകൾ, ഈന്തപ്പഴം, ഒലിവെണ്ണ, പാൽക്കട്ടി തുടങ്ങിയവയുടെ ഷോപ്പുകൾ.... ഇവകൾക്കിടയിലൂടെ നീങ്ങുമ്പോൾ അതിരറ്റ ആനന്ദമായിരുന്നു മനംനിറയെ. പ്രദർശിപ്പിച്ചിരിക്കുന്ന വസ്തുക്കൾ നോക്കി നടക്കുന്നതിനിടയിൽ വിവിധ ഗന്ധങ്ങൾ ആസ്വദിക്കുകയും കച്ചവടക്കാരുടെ ഒച്ചയും പിന്നെ അപസ്വരമായി കടന്നുവരുന്ന ശബ്ദങ്ങളും ശ്രദ്ധിച്ച് പതിയെ നടന്നു.

ശേഷം ഹബീബ് ബൂർഖീബ റോഡിലൂടെ നടക്കുന്നത് തുടർന്നു. വെയിൽ കടുത്തപ്പോൾ നേരേ ഹോട്ടൽ ഇന്റർനാഷണലിലെ കോഫി ഹൗസിലേക്ക് ചെന്നു. അവധി തീരാൻ ഇനി ഏതാനും ദിവസങ്ങൾ മാത്രമേ ബാക്കിയുള്ളൂ. അതുകൊണ്ടുതന്നെ കോഫിഹൗസിൽ ഒന്നുകൂടി കയറിയിരിക്കാൻതന്നെ തീരുമാനിച്ചു. അതിന് പ്രേരിപ്പിച്ചത് പഴയ വെയിറ്റർ അവിടെ ഇല്ലായെന്ന കാര്യം ശ്രദ്ധിച്ചതായിരുന്നു. കുടിയേറ്റ സ്വപ്നം സാക്ഷാത്കരിക്കാൻ സഹായം തേടി വിടാതെ പിന്തുടരുന്ന അതേ വെയിറ്റർതന്നെ.

യാദൃച്ഛികമായൊന്ന് തിരിഞ്ഞുനോക്കിയതും എതിർവശത്തുള്ള കോണിൽ പഴയ രണ്ട് അഭിസാരികകൾ ഇരിക്കുന്നു. മൂന്നു ചെറുപ്പക്കാർ എന്റെ ടേബിൾ കൈയടക്കിയപ്പോൾ നിർബന്ധിത സാഹചര്യത്തിൽ കഴിഞ്ഞ തവണ ഞാൻ ഈ സ്ത്രീകൾക്കൊപ്പം അവരുടെ ടേബിളിൽ പോയി ഇരുന്നിരുന്നു. ഞാൻ കോഫിഹൗസിനുള്ളിലേക്ക് കയറിയത് അവർ കണ്ടോ എന്നറിയില്ല. മാത്രമല്ല ഞാനിവിടെ ഇരിക്കുന്ന കാര്യം ശ്രദ്ധിച്ചോ എന്നുമറിയില്ല. പക്ഷേ ഞാൻ പ്രവേശന കവാടത്തിൽനിന്നും കുറച്ചു ദൂരെ മാറിയാണിരുന്നത്. എന്നുതന്നെയല്ല ഞങ്ങൾക്കിടയിൽ

ധാരാളം വേറെ ടേബിളുകളുമുണ്ട്. അവരിലൊരാൾക്ക് കഴിഞ്ഞ തവണ കണ്ടതിനേക്കാളേറെ സൗന്ദര്യമുള്ളതുപോലെ തോന്നി. മറ്റൊരു സ്ത്രീയാണോ എന്നുപോലും തോന്നിപ്പോയി. വളരെ പൊരുത്തമുള്ള നിറങ്ങളോടുകൂടിയ മനോഹരവസ്ത്രങ്ങളും ആരും ശ്രദ്ധിക്കുന്ന തരത്തിലുള്ള ഗംഭീരമേക്കപ്പുമുണ്ട്. പുകവലിക്കുന്നുമുണ്ട്. പതിവുപോലെ ചുറ്റും നോക്കുകയുമാണ്. ഇതിനിടയിൽ അവരിലൊരാളെ നോക്കി ഞാനൊന്നു പുഞ്ചിരിച്ചു. എന്നാൽ പെട്ടെന്ന് അവൾ തിരിഞ്ഞുകളഞ്ഞ ശേഷം മറ്റേ സ്ത്രീയോട് എന്തോ പറഞ്ഞു. പിന്നെ രണ്ടുപേരും ഒരുമിച്ച് എന്റെ നേരെ നോക്കി. വെറുപ്പോടെ ചുണ്ടുകൾ കോട്ടിയശേഷം അവർ പൊട്ടിച്ചിരിച്ചു. എനിക്കാകട്ടെ ആ പ്രതികരണത്തിൽ അസ്വസ്ഥതയൊന്നും തോന്നിയില്ല. അവർക്ക് തോന്നാനിടയുള്ളതുപോലെ വശീകരിക്കാനായിട്ടൊന്നുമല്ല അവരെ നോക്കി ചിരിച്ചത്. മുമ്പ് കണ്ടത് ഓർമ്മയുണ്ടോ എന്നൊന്നറിയണം. അത്ര മാത്രം.

തിരിഞ്ഞിരിക്കുന്നതിനിടയിൽ ഇനി അവരുടെ നേരെ നോക്കരുതെന്ന് തീരുമാനിച്ചു. പൂർണ്ണമായും അവഗണിക്കണം.

കോഫിഹൗസിനുള്ളിലേക്ക് കയറിവരുന്നവരെത്തന്നെ നോക്കിയിരിക്കുകയായിരുന്നു. അപ്പോഴാണ് സഹോദരൻ ഇബ്റാഹിം കണ്ണിൽപ്പെട്ടത്. അതുകണ്ട് ഞാൻ ശരിക്കും അമ്പരന്നു. ആളൊറ്റയ്ക്കായിരുന്നില്ല. അവനൊപ്പം ഒരു സുഹൃത്തുകൂടിയുണ്ടായിരുന്നു. കുറച്ചു ദിവസം മുമ്പ് ചീട്ട് കളിക്കാനുണ്ടായിരുന്ന അദ്ധ്യാപകനായ സുഹൃത്ത്. ഇബ്റാഹീം ഇത്തരമൊരു കോഫിഹൗസിലേക്ക് വരാറുണ്ടെന്ന് സങ്കല്പിക്കാൻപോലും സാധിച്ചില്ല. മാത്രമല്ല പള്ളിയിലല്ലാതെ വേറൊരിടത്ത് അവനെ കാണുന്നതും പ്രതീക്ഷിക്കാത്തതാണ്. ഇന്ന് വെള്ളിയാഴ്ചയാണ്. പോരാത്തതിന് ജുമുഅ നമസ്കാരസമയവും. ബസാതീൻ കോളനിയിലെ പള്ളിയിൽ വാഇലിനേയും കൂട്ടി പോകേണ്ടയാളാണവൻ. അങ്ങനെയായിരിക്കെ ഈ നേരത്ത് ഇന്റർനാഷണലിലേതുപോലൊരു കോഫിഹൗസിൽ ഇബ്റാഹീം എന്തായിരിക്കും ചെയ്യുന്നത്?

എന്നാൽ അവനും സുഹൃത്തും കൂടി ആ അഭിസാരികകളുടെ ടേബിളിനരികിലെ മറ്റൊരു ടേബിളിൽ പോയി ഇരുന്നശേഷം അവരെ വശീകരിക്കുവാൻ തുടങ്ങിയതുകണ്ട് എന്റെ അതിശയം ഇരട്ടിച്ചു. എന്നാൽ എന്നെ ഞെട്ടിച്ചുകൊണ്ട് അവർ ഇരുവരും തങ്ങളുടെ പാനീയവും കൈയിലെടുത്തുകൊണ്ട് അഭിസാരികകളുടെ ടേബിളിനരികിലേക്ക് ചെന്നു. തൊട്ടടുത്ത ടേബിളുകളിലുള്ളവർ ശ്രദ്ധിക്കുന്നതൊന്നും ഗൗനിക്കാതെ അവിടെ ഇരിക്കുകയും ചെയ്തു. ഞാൻ പുറംതിരിഞ്ഞിരുന്നു. എന്നെ കണ്ടാൽ അവർക്കാകെ അസ്വസ്ഥതയാകും. അതൊഴിവാക്കാൻ പെട്ടെന്ന് സ്ഥലംവിട്ടാലോ എന്നും ചിന്തിച്ചു.

ഇതത്രെ ഗൗരവം നിറഞ്ഞ കാര്യമാണെന്ന് തോന്നുന്നില്ല. മറ്റു പുരുഷന്മാരെപ്പോലെതന്നെയാണ് ഇബ്റാഹീമും. വിവാഹം കഴിഞ്ഞ് വർഷങ്ങൾ പലതും പിന്നിട്ടിരിക്കുന്നു. സ്വന്തം ഭാര്യയെ മടുത്തിരിക്കാൻ സാധ്യതയുണ്ട്. മതപരമായി നോക്കിയാൽ അവൻ അത്ര തീവ്രവിശ്വാസിയൊന്നുമല്ല. ഇടയ്ക്കിടയ്ക്ക് ജീവിതസുഖങ്ങൾ തേടാൻ ആ വിശ്വാസം ഇബ്റാഹീമിനൊരു തടസ്സമാകാറുമില്ല. ഉദാഹരണമായി അവനൊരിക്കലും മദ്യപാനം ഉപേക്ഷിച്ചിരുന്നില്ല. പക്ഷേ, സർവ്വരും കാണുകയും കേൾക്കുകയും ചെയ്യുന്നവിധത്തിൽ അഭിസാരികകളെ വശീകരിക്കുവാൻ ശ്രമിക്കുന്നു എന്നു പറയുന്നത് വിശ്വസിക്കാൻതന്നെ സാധിക്കുന്നതല്ല.

ഇബ്റാഹീമും സുഹൃത്തും ശ്രദ്ധിക്കാതെ എങ്ങനെ കോഫിഹൗസിൽനിന്നും പുറത്തേക്കിറങ്ങാമെന്ന് ചിന്തിക്കുകയായിരുന്നു ഞാൻ. അതിനിടയിൽ ഇന്നലെ ലൈലയെ കണ്ടശേഷം വീട്ടിൽ തിരിച്ചെത്തിയപ്പോൾ ഇബ്റാഹീം പറഞ്ഞ കാര്യം ഓർമ്മവന്നു. ലൈലയ്ക്കൊപ്പം എന്നെ കാറിൽവച്ച് കണ്ടതായി അറിയിച്ചശേഷം ഞങ്ങൾക്കിടയിൽ നടന്ന സംഭാഷണം മുഴുവൻ ഓർത്തെടുക്കുവാൻ ശ്രമിച്ചു. ഓരോ വാക്കുകളും പരിശോധിച്ചു നോക്കി. ഇതുവരെ ഉദ്ദേശ്യം മനസ്സിലാകാത്ത എന്തെങ്കിലുമുണ്ടോ എന്ന് തിരഞ്ഞുനോക്കി. എനിക്ക് ലൈലയുമായുള്ള ബന്ധം അത്ര നിഷ്കളങ്കമല്ലെന്ന കാര്യം താൻ കണ്ടുപിടിച്ചെന്നോ മറ്റോ ഉണ്ട്. അതായിരിക്കും പരോക്ഷമായ രീതിയിൽ മറ്റൊരു രതിസാഹസികതയ്ക്ക് ഇബ്റാഹീമിനെ പ്രേരിപ്പിക്കുകയും ചെയ്തിട്ടുണ്ടാവുക എന്ന് മനസ്സ് പറഞ്ഞു.

എന്നാൽ അങ്ങനെയൊരു സാഹസികതയ്ക്ക് മുതിരാൻ ഇബ്റാഹീം തുനിയുകയാണെന്നതിന് ഇതുവരെ തെളിവൊന്നുമില്ലല്ലോ എന്ന് മനസ്സിനെ ബോധ്യപ്പെടുത്താൻ ശ്രമിച്ചു. രണ്ട് അഭിസാരികകൾക്കൊപ്പം അവരുടെ ടേബിളിന് ചുറ്റും ഇരിക്കുന്നു എന്നത് ശരിയാണ്. കണ്ടിടത്തോളം അതിൽ അവൻ സന്തുഷ്ടനുമാണ്. ഒരുപക്ഷേ ഒപ്പമുള്ള സുഹൃത്തായിരിക്കാം സ്ത്രീകളിലൊരാളെ വശീകരിക്കുവാൻ ശ്രമിക്കുന്നത്. ഇബ്റാഹീം സുഹൃത്തായതിന്റെ പേരിൽ വെറുതെ ഒപ്പംവന്നത് മാത്രമായിരിക്കും. ഇത്രമാത്രമായിരിക്കും ആകെക്കൂടി സംഭവിച്ചത്. ഇതുവരെ വേറൊന്നും തോന്നുന്നില്ല. കാര്യങ്ങൾ കുറച്ചുകൂടി ഗൗരവമാകുന്നതോടെ അവൻ സുഹൃത്തിനെ അഭിസാരികകൾക്കൊപ്പം വിട്ടശേഷം പിൻവാങ്ങാനാണ് സാധ്യത.

സർവശക്തിയും സംഭരിച്ചുകൊണ്ട് ഞാൻ കോഫിഹൗസിൽനിന്നും പുറത്തേക്കിറങ്ങി. എന്നാൽ എന്താണ് നടക്കുന്നതെന്നറിയണം. സഹോദരൻ ഈ സാഹസികതയിൽ ഇടപെടാൻ പോകുകയാണോ എന്നുറപ്പാക്കുകയും വേണം. അതുകൊണ്ടുതന്നെ ഞാനൊന്ന് അമാന്തിച്ചു. പരസ്യത്തൂണുകൾക്ക് മറപറ്റി കോഫിഹൗസിന്റെ അരികിൽതന്നെ

നിന്നു. പിന്നെ വളരെ സൂക്ഷിച്ച് അകത്തുനടക്കുന്ന കാര്യങ്ങൾ നിരീക്ഷിക്കാൻ തുടങ്ങി.

ഇബ്റാഹീമും സുഹൃത്തും പെട്ടെന്ന് ടേബിൾ വിട്ടെഴുന്നേറ്റു. പിന്നെ അവർ രണ്ടുപേരും തനിച്ച് കോഫിഹൗസിൽ നിന്നും പുറത്തേക്കിറങ്ങി. ഇതുകണ്ടതും അല്പം ആശ്വാസം തോന്നി. എന്നാൽ അത് അധികനേരം നീണ്ടുനിന്നില്ല. അല്പസമയംകൂടി കഴിഞ്ഞതും അഭിസാരികകളും പുറത്തേക്കിറങ്ങിവന്നു. സഹോദരനും സുഹൃത്തും എന്തോ ആലോചിക്കുകയാണ്. അവരുടെ ശബ്ദം കേൾക്കാൻ കഴിയുന്നത്ര അടുത്തേക്ക് ചെന്നുനിന്നുനോക്കി. പക്ഷേ വാഹനങ്ങളുടെ ബഹളം കാരണം അവർ പറയുന്നതൊന്നും വ്യക്തമായി മനസ്സിലാവുന്നില്ല. എന്തോ പ്രധാന കാര്യത്തെക്കുറിച്ചാണ് സംസാരിക്കുന്നതെന്നും എന്നാലതിലൊരു അഭിപ്രായ ഐക്യത്തിലെത്തിച്ചേരാനാകുന്നില്ലെന്നും വ്യക്തമായി. കൈയും തലയും ചലിപ്പിക്കുന്ന രീതി കണ്ടാൽതന്നെ അവർ ഇരുവരും അത്ര നല്ല മാനസികാവസ്ഥയിലല്ലെന്ന് മനസ്സിലാകും. രണ്ടുപേരും ഉന്മത്തരാണെന്നും മനസ്സിലായി. പക്ഷേ എവിടെ നിന്നായിരിക്കും ഇവർക്ക് മദ്യം ലഭിച്ചിട്ടുണ്ടാകുക? ആഡംബര ഹോട്ടലുകളിലെ ബാറുകളിലൊഴികെ മറ്റെല്ലാ മദ്യശാലകളിലും വെള്ളിയാഴ്ച മദ്യം വിൽക്കുന്നതിന് നിരോധനമുള്ളതാണല്ലോ? മുസ്ലിംകളോ അറബികളോ അല്ലാത്ത വിദേശികൾക്ക് മാത്രമേ വെള്ളിയാഴ്ച മദ്യം വാങ്ങാൻ കിട്ടുകയുള്ളൂ.

ഇബ്റാഹീമും സുഹൃത്തും അഭിസാരികകൾ നിന്നയിടത്തേക്ക് നീങ്ങി. പതിയെപ്പതിയെ അടുത്തേക്ക് ചെന്നെങ്കിലും തങ്ങൾക്ക് പേരുദോഷമില്ലാതിരിക്കാനായി അല്പം അകലം പാലിച്ചാണ് അവർ നിന്നത്. സ്ത്രീകൾ ഇരുവരും കർത്താജിലേക്കുള്ള റോഡിലൂടെ നടന്നു. പകുതി ദൂരമെത്തിയതും ചെറിയൊരു ഇടറോഡിലേക്ക് തിരിഞ്ഞു. അതിന്റെ ഒടുക്കമെത്തിയതും പിറകേ വരുന്നവരെയും കാത്ത് അല്പനേരം നിന്നു. ശേഷം കെട്ടിടങ്ങളിലൊന്നിലേക്ക് കയറിപ്പോയി. കുറച്ചു സമയം കഴിഞ്ഞതും അവർക്ക് പിറകെ ഇബ്റാഹീമും സുഹൃത്തും കെട്ടിടത്തിനുള്ളിലേക്ക് കയറിപ്പോയി.

അതോടെ അവർ ഇരുവർക്കും അഭിസാരികകൾക്കൊപ്പം കിടക്ക പങ്കിടാൻ തന്നെയാണ് ശ്രമമെന്ന കാര്യം സംശയരഹിതമായി തെളിഞ്ഞു. എത്രയും പെട്ടെന്ന് ആ സ്ഥലത്തുനിന്നും പോകാൻതന്നെ തീരുമാനിച്ചു. പക്ഷേ സാധിച്ചില്ല. ആ കെട്ടിടത്തിലേക്ക് തുറിച്ചുനോക്കിക്കൊണ്ട് ഞാനവിടെത്തന്നെ നിന്നുപോയി. വിചിത്രമായ കാര്യം ഇബ്റാഹീമിന്റെ പ്രവർത്തി എന്നെ അതിശയിപ്പിച്ചതേയില്ല എന്നതായിരുന്നു. അതിനേക്കാളൊക്കെ ഉപരിയായി മനസ്സിനുള്ളിലുണ്ടായ വിചിത്രവികാരം അല്പം ആശ്വാസമായിരുന്നു. ഒരു അഭിസാരികയ്ക്കൊപ്പം കിടക്ക പങ്കിട്ട് തന്റെ ഭാര്യയായ യുസ്റയെ വഞ്ചിച്ചതിലൂടെ ഇബ്റാഹീം എന്റെ ചുമലിൽ

നിന്നൊരു ഭാരം കുറയ്ക്കുകയായിരുന്നു. ലൈലയുമായി എനിക്കുണ്ടായ വഴിവിട്ടബന്ധത്തിന്റെ ഭാരം.

ടുണീഷ്യയിലെ ഫ്രഞ്ച് അധിനിവേശത്തിന്റെ അവശേഷിപ്പുകളിലൊന്നായ പഴയ കെട്ടിടമാണത്. തടിയിലുണ്ടാക്കിയ കൂറ്റൻ കതക് മലർക്കെ തുറന്നിട്ടിട്ടുണ്ട്. എത്രയോ കാലമായിട്ടുണ്ടാകും പെയിന്റ് ചെയ്തിട്ട്. താഴ്ഭാഗം ദ്രവിച്ചിട്ടുണ്ട്. പലയിടങ്ങളും പൊട്ടിപ്പൊളിഞ്ഞിരിക്കുന്നു. മിക്ക ബാൽക്കണികളിലും തുണികളും പായകളും ഉണങ്ങാനായി വിരിച്ചിട്ടിരിക്കുന്നു. ഒപ്പം സഞ്ചി, ബക്കറ്റ്, ചൂല്, കാർഡ്ബോർഡ് പെട്ടികൾ തുടങ്ങിയ സാധനങ്ങളും കാണാം. കെട്ടിടത്തിന്റെ മേൽക്കൂര ഭാഗം നിറയെ ടെലിവിഷൻ ആന്റിനകളും ഡിഷുകളുമാണ്. യഥാർത്ഥ ഉടമസ്ഥർ സ്ഥലം വിട്ടുപോയശേഷം ശ്രദ്ധിക്കാനാളില്ലാതായ മിക്കവാറും യൂറോപ്യൻ കെട്ടിടങ്ങളുടെയും കാര്യമെന്നതുപോലെ വളരെ ശോചനീയാവസ്ഥയിലുള്ളതു തന്നെയാണ് ഈ കെട്ടിടവും.

ഈ കെട്ടിടത്തിലേക്ക് നോക്കിനിൽക്കുന്നതിനിടയിൽ ഇബ്റാഹീമിനൊപ്പം പണ്ട് താമസിച്ചിരുന്ന കാലം ഓർമ്മവന്നു. ഇതുപോലൊരു പഴയ അപ്പാർട്ടുമെന്റിൽ ഒരു ഒറ്റമുറി ഫ്ളാറ്റ് വാടകയ്ക്കെടുത്ത് താമസിക്കുകയായിരുന്നു ഞാനും ഇബ്റാഹീമും. ഫ്രഞ്ച് രാഷ്ട്രീയക്കാരൻ ജനറൽ ലഫയേത്തിന്റെ പേര് ഇന്നും സൂക്ഷിക്കുന്ന കോളനിയിലായിരുന്നു ആ അപ്പാർട്ട്മെന്റ്. ഞങ്ങൾക്ക് രണ്ടുപേർക്കും ഏതാണ്ട് ഒരേ പ്രായമായിരുന്നു. അവനേക്കാൾ എനിക്കൊരു വയസ്സ് കൂടുതലുണ്ടെന്നേയുള്ളൂ. സഹോദരങ്ങളെപ്പോലെയൊന്നുമായിരുന്നില്ല ഞങ്ങൾ ജീവിച്ചിരുന്നത്. മറിച്ച് ആത്മാർത്ഥസുഹൃത്തുക്കളെപോലെയായിരുന്നു. അന്ന് ഇബ്റാഹീമിന് വലിയ മതബോധമൊന്നുമില്ലായിരുന്നു. നിസ്കരിക്കാറുമില്ലായിരുന്നു. ഞങ്ങൾ ഒരുമിച്ചിരുന്ന് മദ്യപിക്കും. ഒരുമിച്ച് സ്ത്രീകളെ വശീകരിക്കാൻ ശ്രമിക്കും. ഒരുമിച്ച് അവർക്കൊപ്പം ശയിക്കുകയും ചെയ്യും. ചിലപ്പോഴൊക്കെ അത് ഒരേ കിടക്കയിലായിരിക്കും, അതും ഒരേ സ്ഥലത്ത്.

ആ തെരുവിൽ ആകെക്കൂടി ഒരു ചെറിയ റെസ്റ്റോറന്റ് മാത്രമേ ഉള്ളൂ. അതിന് മുന്നിൽ പഴയ ടയറുകൾ കൂട്ടിയിട്ടിരിക്കുന്നു. അപ്പാർട്ട്മെന്റിലെ മിക്ക ജനാലകളും തുറന്നാണ് കിടപ്പ്. അവയ്ക്കുള്ളിൽനിന്നും ശബ്ദവും സംഗീതവുമൊക്കെ കേൾക്കാം. വർക്ക്ഷോപ്പുടമ പുറത്തേക്കിറങ്ങിവന്നു. അയാൾ എന്നെത്തന്നെ നോക്കിയതും ഞാൻ സ്ഥലംവിട്ടു. നേരത്തെ നിന്ന തെരുവിനെ കടന്നുപോകുന്ന മറ്റൊരു തെരുവിലേക്ക് നടന്നശേഷം അപ്പാർട്ടുമെന്റിന്റെ പ്രവേശനകവാടം കാണാൻ കഴിയുന്ന സ്ഥലത്ത് നില്പുറപ്പിച്ചു.

കുറച്ചുനേരം കഴിഞ്ഞതും ഇബ്റാഹീമിന്റെ സുഹൃത്ത് പുറത്തേക്കിറങ്ങിവരുന്നത് കണ്ടു. അയാൾക്ക് പിറകെ രണ്ട് അഭിസാരികമാരിലൊരാളും പുറത്തേക്കു വന്നു. സഹോദരനും മറ്റേ സ്ത്രീയും ഇപ്പോഴും അപ്പാർട്ടുമെന്റിനുള്ളിൽ തന്നെയാണ്.

ഈ വൈകലിന്റെ കാരണത്തിൽ സംശയമേതുമില്ല. ഇബ്റാഹീമിന് ആ അഭിസാരികയെ നല്ല ഇഷ്ടമായിട്ടുണ്ടാകും. അതിസുന്ദരിയായ അവൾക്കൊപ്പം രണ്ടാമതും ശയിക്കാനായിരിക്കും അവനിപ്പോൾ ശ്രമിക്കുന്നത്. മൂന്നാംതവണയുമാകാം. നൽകേണ്ടിവരുന്ന തുകയെക്കുറിച്ചൊന്നും അവനിപ്പോൾ ഗൗനിക്കുന്നുണ്ടാകില്ല. ഇബ്റാഹീം അഭിസാരികയുടെ ശരീരം പങ്കിടുന്നതായി സങ്കല്പിക്കുന്നതിനിടയിൽ എനിക്ക് യുസ്റയോട് അല്പം സഹതാപം തോന്നി. എത്രയോ കാലമായിട്ടുണ്ടാകും, പ്രത്യേകിച്ച് അവർ ഇരുവരും നമസ്കരിക്കാൻ തുടങ്ങിയശേഷം, ഇബ്റാഹീം യുസ്റയെ ആശ്ലേഷിക്കുന്നതോ തലമുടിയിലോ കൈകളിലോ തഴുകുന്നതോ പണ്ടത്തേതുപോലെ ഒന്ന് സ്പർശിക്കുന്നതുപോലും ഞാൻ കണ്ടിട്ടില്ല. തങ്ങൾ മാത്രം തനിച്ചാകുമ്പോഴെങ്കിലും അവർ ഇങ്ങനെയൊക്കെ ചെയ്യാറുണ്ടോ എന്നുമറിയില്ല. പക്ഷേ ഇങ്ങനെയൊക്കെയാണെങ്കിലും ഇബ്റാഹീമിന് യുസ്റയെ ഇഷ്ടമാണെന്ന കാര്യത്തിൽ സംശയമൊന്നുമില്ല.

ഒരു പൊലീസ് വാഹനം തെരുവിലൂടെ കടന്നുവന്നു. ഏതാനും വാരയകലെ എത്തിയപ്പോൾ മാത്രമാണ് ഞാനത് ശ്രദ്ധിച്ചത്. അപ്പാർട്ട്മെന്റ് തന്നെ നോക്കിനിൽക്കുന്നതിനിടയിൽ ശ്രദ്ധിക്കാൻ പറ്റിയില്ല. വളരെ പതിയെയായിരുന്നു പൊലീസ് വാഹനം കടന്നെത്തിയത്. പൊലീസുകാരിലൊരാൾ എന്നെത്തന്നെ കുറെനേരം സൂക്ഷിച്ചുനോക്കിയപ്പോൾ കുറച്ചു ദിവസം മുമ്പ് മറ്റൊരു പൊലീസുകാരനുമായുണ്ടായ അനുഭവം മനസ്സിലോടിയെത്തി.

എന്നാൽ പൊലീസ് വാഹനം നിർത്താതെ കടന്നുപോയപ്പോൾ വല്ലാത്ത ആശ്വാസം തോന്നി. വാഹനം വലതുവശത്തേക്ക് തിരിഞ്ഞ് പോയി. എന്നാൽ ഒരല്പസമയംകൂടി കഴിഞ്ഞതും അതേ പൊലീസ് വാഹനം വീണ്ടും തെരുവിലേക്ക് കടന്നുവന്നു. ഞാൻ പെട്ടെന്ന് അവിടെ നിന്നു മാറിക്കളഞ്ഞു. ഞാനെങ്ങാനും അപ്പാർട്ടുമെന്റിലേക്ക് നോക്കുന്നത് പൊലീസുകാർ ശ്രദ്ധിച്ചാൽ അവിടെ എന്തോ നടക്കുന്നുവെന്ന് അവർ ഊഹിക്കാനിടയുണ്ട്. നിൽക്കുന്ന സ്ഥലത്തുതന്നെ തുടർന്നാൽ സഹോദരൻ വലിയ അപകടത്തിൽപെട്ടുപോകുമോയെന്ന് ഭയന്നുപോയി. നിയമവിരുദ്ധമായ ലൈംഗികബന്ധങ്ങൾ നിരോധിക്കപ്പെട്ട നാടാണ്. സർവ്വയിടത്തും ഇത്തരം ബന്ധങ്ങളുടെ വിവിധ രൂപങ്ങൾ കാണാറുണ്ടെന്നതൊക്കെ ശരിയാണ്. ഇത്തരം ബന്ധങ്ങളിലേർപ്പെടുന്നവരെയൊക്കെ

പിടികൂടി വ്യഭിചാരക്കുറ്റം ചുമത്തി വിചാരണ ചെയ്യാൻ പൊലീസു കാർക്ക് സാധിക്കും.

വളരെ വൈകിയാണ് ഫ്ളാറ്റിൽ തിരികെയെത്തിയത്. സോഫയിൽ നീണ്ടുകിടന്ന് ടി.വി. കാണുകയാണ് ഇബ്റാഹീം. അടുത്ത് കാർപ്പെറ്റി ലിരുന്ന് കളിക്കുകയാണ് വാഇൽ. എന്നെ കണ്ടതും കളിനിർത്തി എന്തോ രഹസ്യം വെളിപ്പെടുത്തുന്ന ഭാവത്തിൽ അവൻ പറഞ്ഞു:

"ഇന്ന് ഞങ്ങൾ പള്ളിയിൽ പോയി നമസ്കരിച്ചില്ല."

വിചിത്രഭാവത്തിൽ ഞാനവനെത്തന്നെ നോക്കി.

"അതെന്തുപറ്റി?"

"വാപ്പ വന്നില്ല."

"ആ നായിന്റെ മക്കൾ ഇത്തവണ പള്ളിയിൽ പോകാൻ സമ്മതി ച്ചില്ല. ഒരു പ്രധാന മീറ്റിംഗുണ്ടായിരുന്നു."

ഇബ്റാഹീമിന്റെ വാക്ക് കേട്ടതും ഞാൻ തലകുലുക്കി. പിന്നെ മുഖം തിരിച്ചുകളഞ്ഞു. മനസ്സിനുള്ളിലെ ചിന്തകളെന്തെങ്കിലും കണ്ണിൽ പ്രതി ഫലിച്ചാലോ എന്ന് ഭയമുണ്ടായിരുന്നു.

"പക്ഷേ ഇനി ഇത് മേലിൽ സംഭവിക്കുകയില്ലായെന്ന് അവർ ഞങ്ങൾക്കുറപ്പ് നൽകിയിട്ടുണ്ട്."

സംഭവിച്ച കാര്യത്തിൽ വലിയ ദുഃഖിതനായി നിൽക്കുന്ന വാഇലിനെ നോക്കിക്കൊണ്ട് ഇബ്റാഹീം തുടർന്നു:

"നീയൊന്ന് സമാധാനിക്ക്... അടുത്ത വെള്ളിയാഴ്ചയാകട്ടെ... നമുക്ക് പള്ളിയിൽ പോയി നമസ്കരിക്കാം."

അടുക്കളയിൽനിന്നും യുസ്റയുടെ ശബ്ദം കേട്ടു:

"പടച്ചവൻ അവരുടെ വീടുകൾ അഗ്നിക്കിരയാക്കട്ടെ. ഇപ്പോൾ ഇവ രൊക്കെ ജനങ്ങളെ ജുംഅ നമസ്കരിക്കുന്നതുപോലും വിലക്കാൻ തുടങ്ങിയിരിക്കുന്നു. നശിച്ചുപോകട്ടെ ഇവരൊക്കെ."

അത്താഴശേഷം യുസ്റയും ഇബ്റാഹീമും ടി.വിയിൽ ഏതോ ഈജി പ്ഷ്യൻ സിനിമ കാണുന്ന തിരക്ക് മുതലാക്കി ഞാൻ മുറിയിലേക്ക് പോയി. കിടക്കയിൽ കയറിക്കിടന്നതും മനസ്സിൽ തെളിഞ്ഞുവന്നത് ഇബ്റാഹീം ഹോട്ടൽ ഇന്റർനാഷ്ണലിലെ കഫേയിൽ ആ അഭിസാരിക മാർക്കൊപ്പം ഇരിക്കുന്ന ദൃശ്യമായിരുന്നു. അതോടെ ഇതുവരെ മനസ്സി ലെത്താതിരുന്ന പുതിയ ചിന്തയുമെത്തി. എയ്ഡ്സ്! ഒപ്പം കുറെ ചോദ്യങ്ങളും. ആ സ്ത്രീയുമായി ശാരീരികബന്ധത്തിലേർപ്പെട്ടപ്പോൾ ഇബ്റാഹീം ഏതെങ്കിലും സുരക്ഷാ ഉറ ഉപയോഗിച്ചിട്ടുണ്ടാകുമോ? ഉണ്ടെങ്കിൽ അത് എപ്പോൾ എവിടെ നിന്നായിരിക്കും വാങ്ങിയിട്ടുണ്ടാകുക?

ചിലപ്പോൾ ഗർഭനിരോധന ഉറകളൊന്നും കൂടാതെയായിരിക്കും അവൻ അവളുമായി ബന്ധപ്പെട്ടിട്ടുണ്ടാകുക. രതിസുഖം തടസ്സപ്പെടുത്തുമെന്ന് പറഞ്ഞ് പല പുരുഷന്മാരും ഇത്തരം ഉറകൾ ഉപയോഗിക്കുന്ന പതിവില്ല. പിന്നെ ഈ എയ്ഡ്സ് രോഗം സ്വവർഗാനുരാഗികൾക്ക് മാത്രം വരുന്ന അസുഖമാണെന്നാണ് അവരൊക്കെ കരുതിയിരിക്കുന്നതും.

"ഇന്ന് എന്ത് ചെയ്യുകയായിരുന്നു?"

മുറിയുടെ വാതിൽക്കൽ വന്നുനിന്ന് ഇബ്റാഹീം ചോദിച്ചു.

"ചുറ്റിക്കറങ്ങുകയായിരുന്നു... പതിവുപോലെ."

ഹോട്ടൽ ഇന്റർനാഷണൽ കഫേയിൽവച്ച് ഇബ്റാഹീം എന്നെ കണ്ടിരിക്കാനിടയുണ്ടെന്ന ചിന്തയായിരുന്നു മനസ്സിൽ.

"എവിടെ?"

"പച്ചക്കറികളും പഴങ്ങളുമൊക്കെ വിൽക്കുന്ന സെൻട്രൽ മാർക്കറ്റിൽ."

"പച്ചക്കറി മാർക്കറ്റിലോ?"

"അതെ."

"അവിടെ ഇത്ര കാണാനെന്താ ഉള്ളത്?"

"എല്ലാം... പച്ചക്കറികൾ, പഴങ്ങൾ, ആളുകൾ..."

"പച്ചക്കറികളോ...? അപ്പോൾ തക്കാളിയും മധുരമുള്ളങ്കിയും ഉരുളക്കിഴങ്ങുമൊക്കെ കണ്ട് നടക്കുകയായിരുന്നുവെന്നാണോ പറയുന്നത്?"

ഞാൻ തലകുലുക്കിയതും ചിരിയോടെ ഇബ്റാഹീം ജനാലയ്ക്കരികിലേക്ക് ചെന്നു. ശേഷം പുറത്തേക്ക് അല്പം കുനിഞ്ഞുനോക്കി. പിന്നെ പിറകിലേക്ക് മാറിക്കൊണ്ട് പതിഞ്ഞ സ്വരത്തിൽ പറഞ്ഞു:

"താഴെ ജനാലയിൽ നഈമ."

കൈകൊണ്ട് മാടിവിളിച്ച് അവൻ പറഞ്ഞു:

"വന്നേ..."

അടുത്തേക്ക് ചെന്നതും താഴേക്ക് ചൂണ്ടി അവൻ ചെവിയിൽ പറഞ്ഞു:

"നോക്ക്."

നഈമ ഒറ്റയ്ക്കായിരുന്നില്ല. കുറച്ചുദിവസം മുമ്പ് ഞാൻ കണ്ട അതേ പുരുഷനും ഒപ്പമുണ്ട്. നിശ്ശബ്ദരായി താഴേക്ക് നോക്കിനിൽക്കുകയാണവർ രണ്ടുപേരും. അയാളെക്കുറിച്ച് ലൈല പറഞ്ഞ കാര്യം ഓർമ്മവന്നപ്പോൾ ജനാലയ്ക്കടുത്ത് നിന്നും പിന്മാറിക്കൊണ്ട് ഞാൻ പറഞ്ഞു:

"അതവളുടെ സഹോദരനാണെന്നാണ് തോന്നുന്നത്."

"ഞാനും കേട്ടു അങ്ങനെയൊരു വാദം. ഇതാദ്യമായിട്ടാണ് ഞാനയാളെ അവളുടെ വീട്ടിൽ വച്ചു കാണുന്നത്. ഇനി ഒരിക്കൽകൂടി കണ്ടാൽ ഞാൻ കാര്യം പൊലീസിലറിയിക്കും."

"പൊലീസിലോ?"

"അതെ. പൊലീസിൽ തന്നെ! ഈ അപ്പാർട്ട്മെന്റിലുള്ളവർക്കും കോളനിയിലാകെയുള്ളവർക്കുമറിയാം അവളൊരു വിധവയാണെന്ന കാര്യം. അവൾ പറയുന്നത് ഇയാൾ തന്റെ സഹോദരനാണെന്നാണ്. ചിലപ്പോൾ സഹോദരൻ തന്നെയായിരിക്കാം. പക്ഷേ ഞങ്ങൾക്ക് ഈ കാര്യത്തിലൊരു ഉറപ്പ് വേണം. അവളുടെ വീട്ടിലേക്ക് പുരുഷന്മാരെ കൂട്ടിക്കൊണ്ടുവരാൻ ഞങ്ങളെന്തായാലും അനുവദിക്കില്ല. ഞങ്ങളുടെ സ്ത്രീകളും പെൺമക്കളും ആൺകുട്ടികളുമൊക്കെ ഇതൊക്കെ കാണുന്നുണ്ട്. അവൾക്ക് അന്യപുരുഷന്മാരെ കാണണമെങ്കിൽ അതിന് വേറെ സ്ഥലങ്ങൾ നോക്കണം. ഇവിടെ വേണ്ട."

ഒരക്ഷരംപോലും മിണ്ടാതെ ഞാൻ കിടക്കയിൽ നിവർന്ന് കിടന്നു.

"നിങ്ങളെ കണ്ടാൽ നല്ല ക്ഷീണമുള്ളതുപോലെയുണ്ടല്ലോ?"

തലകുലുക്കിയശേഷം കണ്ണുകളടച്ചു കിടന്നപ്പോൾ ഇബ്റാഹീം വീണ്ടും പറഞ്ഞു:

"എനിക്കും നല്ല ക്ഷീണമുണ്ട്!"

അവൻ മുറിയിൽനിന്നും പുറത്തേക്കിറങ്ങിയതും ഞാൻ കണ്ണുകൾ തുറന്ന് എതിർവശത്തെ ചുമരിൽ തൂക്കിയിരിക്കുന്ന വാഇലിന്റെ ചിത്രങ്ങൾ വെറുതെ നോക്കിക്കൊണ്ട് കിടന്നു.

പതിനേഴ്

ഉണർന്നപ്പോൾ കുറച്ച് വൈകിയിരുന്നു. സ്വീകരണമുറിയിൽ നിന്നും ഇബ്റാഹീമിന്റെയും വാഇലിന്റെയും ശബ്ദം കേട്ടപ്പോൾതന്നെ ഇന്ന് ഞായറാഴ്ചയാണെന്ന് മനസ്സിലായി. യുസ്റയും ഇബ്റാഹീം വഴക്കിടാറുള്ള ദിനം. എന്നാൽ ഈ ഞായറാഴ്ച കാര്യങ്ങൾ വ്യത്യസ്തമായിരിക്കുമെന്ന് എനിക്കുറപ്പായിരുന്നു. ഇത്തവണ ഭാര്യയോട് വ്യത്യസ്തമായിട്ടായിരിക്കും ഇബ്റാഹീം പെരുമാറുക. സമാധാനപ്രിയനും ആർദ്ര മനസ്സിനുടമയുമാകുന്ന ഇബ്റാഹീം യുസ്റ എന്തൊക്കെ കുറ്റപ്പെടുത്തിയാലും വിമർശിച്ചാലും ശരിതന്നെ ഇന്നവളോട് വഴക്കിനൊന്നും പോകില്ല. ചെറുതാവട്ടെ വലുതാവട്ടെ എല്ലാ കാര്യങ്ങളിലും യുസ്റയുമായി അവൻ കൂടിയാലോചിക്കും. ചിലപ്പോൾ അഭിപ്രായവ്യത്യാസമുണ്ടായേക്കാം. ചെറിയ രീതിയിൽ കളിയാക്കുകയും ചെയ്തേക്കാം. പക്ഷേ, യുസ്റയോട് അവനിന്ന് വഴക്കിടാൻ തുനിയില്ല. കാരണം കഴിഞ്ഞ ദിവസമുണ്ടായ സംഭവത്തിന്റെ കുറ്റബോധം അവന്റെ മനസ്സിൽനിന്നും മാറാനിടയില്ലല്ലോ?

ഒരു അഭിസാരികയ്ക്കൊപ്പം ശയ്യ പങ്കിട്ടപ്പോൾ താൻ യുസ്റയെ വഞ്ചിക്കുകയെന്ന തെറ്റ് ചെയ്തതായി ഇബ്റാഹീം മനസ്സിലാക്കുന്നുണ്ടാകും. തന്റെ പ്രവൃത്തിയിൽ അവന് ഖേദവുമുണ്ടാകും. അതിനാൽ തന്നെ ആ തെറ്റിനൊരു പ്രായശ്ചിത്തമായി സർവ്വമാർഗങ്ങളും തേടുകയും ചെയ്യും.

എന്റെ മൂഡും അത്ര പന്തിയിലായിരുന്നില്ല. ഹോട്ടൽ ഇന്റർനാഷ്ണലിലെ കഫേയിലേക്ക് ഇബ്റാഹീം കയറിവരുന്നത് കണ്ണിൽപ്പെട്ടതുമുതൽ മനസ്സിനെ പിടികൂടിയ വേദനാജനകമായ വികാരങ്ങളിൽനിന്നും മുക്തനാകാനേ കഴിയുന്നില്ല. ചിലപ്പോഴൊക്കെ അവനെന്നോട് സംസാരിക്കുമ്പോഴോ, നേരെ നോക്കുമ്പോഴോ മനസ്സിലേക്ക് കുതിച്ചെത്തുന്ന ചിത്രം തെരുവിൽ അഭിസാരികകളെ പിന്തുടരുന്ന ഇബ്റാഹീമിന്റേതായിരിക്കും. അതേസമയം ഇബ്റാഹീം അഭിസാരികയ്ക്കൊപ്പം കിടക്ക പങ്കിട്ടിട്ടുണ്ടാവുമെന്ന ഉറപ്പ് മനസ്സിലെത്തുമ്പോൾ അല്പം ആശ്വാസം

തോന്നുകയും ചെയ്യും. അതോടെ യുസ്റയുടെ സഹോദരി ലൈലയുമായുണ്ടായ അവിശുദ്ധ ബന്ധത്തിന്റെ ഭാരം ചുമലിൽനിന്നൊഴിവാകുന്നതുപോലൊരു വിചിത്രവികാരം മനസ്സിൽ നിറയും. ആ പാപഭാരത്തിന്റെ സ്ഥാനത്ത് പകരമെത്തുന്നത് സ്വന്തം സഹോദരനോടുള്ള വെറുപ്പായിരിക്കും. അത് അവൻ തന്റെ ഭാര്യയെ വഞ്ചിച്ചതുകൊണ്ടായിരുന്നില്ല. മറിച്ചൊരു അഭിസാരികയെത്തേടി പോയതുകൊണ്ടായിരുന്നു.

എന്റെ തലച്ചോറിനുള്ളിൽ നടക്കുന്ന ഈ പ്രക്ഷുബ്ധചിന്തകളൊന്നും മനസ്സിലായതായുള്ള ഒരടയാളവും ഇബ്റാഹീമിന്റെ വാക്കുകളിലോ ചലനങ്ങളിലോ കണ്ടതുമില്ല. പതിവുപോലെ സ്നേഹത്തോടും ബഹുമാനത്തോടും കൂടിതന്നെയായിരുന്നു അവനെന്നോട് ഇടപെട്ടത്. അതോടെ എനിക്ക് എന്നോടുതന്നെ വേദനയും അമർഷവും തോന്നി. എന്നാൽ എന്റെ മനസ്സിനെ അലോസരപ്പെടുത്തുന്ന എന്തോ ഒന്നുണ്ടെന്ന കാര്യം യുസ്റ ശ്രദ്ധിച്ചുകഴിഞ്ഞിരുന്നു. എന്നാൽ ഈ സന്ദർശനദിനങ്ങൾ അവസാനിക്കാറായതുകൊണ്ടുള്ള അസ്വസ്ഥതയായിരിക്കാം എന്നാണ് യുസ്റ കരുതിയിട്ടുണ്ടാവുക. സ്വന്തം നാട് വിട്ട് മറ്റൊരു നാട്ടിലേക്ക് പോകാനുള്ള സമയമെത്താറാകുമ്പോൾ മനുഷ്യർക്ക് തോന്നുന്ന ഒരുതരം വേദന.

കഠിനമായൊരു ദിവസം തന്നെയായിരിക്കും ഇന്നത്തേതെന്ന് തോന്നിക്കുന്ന കാര്യങ്ങളായിരുന്നു പിന്നെയുണ്ടായ സർവ്വതും. എല്ലാ ഞായറാഴ്ചയുമെന്നതുപോലെ വാഇൽ അപ്പാർട്ട്മെന്റ് ഗാർഡനിൽ സുഹൃത്തുക്കൾക്കൊപ്പം കളിക്കാൻ പോകും. യുസ്റ പതിവുപോലെ വീട്ടുപണികളുടെ തിരക്കിലായിരിക്കും. ഉച്ചഭക്ഷണം കഴിഞ്ഞാൽ വാഇലിനേയും കൂട്ടി പൊതുകുളിപ്പുരയിലേക്ക് പോയാൽ പിന്നെ രാത്രിയാകുമ്പോഴേ തിരിച്ചെത്തുകയുള്ളൂ. അതിനർത്ഥം ഇബ്റാഹീമിനൊപ്പം വീട്ടിൽ മിക്കവാറും ഞാനൊറ്റയ്ക്കായിരിക്കും. പകൽ മുഴുവനോ കുറച്ചുനേരമോ ചെലവഴിക്കാൻ നഗരത്തിലേക്ക് പോയാലോ എന്നാലോചിച്ചു. ഞായറാഴ്ച നഗരത്തിൽ ആകെ മ്ലാനതയായിരിക്കും. എനിക്കത് ഇഷ്ടവുമല്ല. അതുകൊണ്ടുതന്നെ ആ ആലോചന വേണ്ടെന്നുവച്ചു. പോരാത്തതിന് ഇബ്റാഹീമിന്റെയും യുസ്റയുടെയും നിർബന്ധവും പിറകേയെത്തി, ഈ ദിവസം മുഴുവൻ അവർക്കൊപ്പം വീട്ടിൽതന്നെ ചെലവഴിക്കണമെന്ന്.

ഇബ്റാഹീമിനൊപ്പമാകുന്നതായിരുന്നില്ല എന്നെ സത്യത്തിൽ അലട്ടിയത്. മറിച്ച് വളരെനേരം അവനും ഞാനും ഒറ്റയ്ക്കാകുന്നതായിരുന്നു എന്റെ പ്രശ്നം. എന്നെ ഒറ്റയ്ക്ക് കഴിയാൻ അനുവദിക്കുന്നത് ശരിയാകില്ലെന്ന് കരുതി അവൻ പകൽമുഴുവൻ കൂടെയുണ്ടാകാനാണ് സാധ്യത. അല്ലെങ്കിൽ എന്തോ സുപ്രധാന പണിയുണ്ടെന്ന് ഭാവിച്ച് മുറിയിൽ കയറി വാതിലടച്ചിരിക്കണം. എന്നാൽ ഒരു പകൽ മുഴുവൻ മുറിക്കുള്ളിൽ അടച്ചിരിക്കുവാൻ എനിക്കാകുമോ? അങ്ങനെ ചെയ്താൽ ഇബ്റാഹീം

കരുതുക ഞാൻ അവനെ പേടിച്ച് ഒളിച്ചോടാൻ ശ്രമിക്കുന്നുവെന്നായിരിക്കും. അവനൊപ്പം ഇരിക്കാൻ തയ്യാറാകാതിരിക്കുന്നുവെന്ന് കാണുമ്പോൾ ഇബ്റാഹീമിന് കൂടുതൽ സംശയമുണ്ടാവുകയേയുള്ളൂ.

കട്ടിലിൽനിന്നും എഴുന്നേറ്റ് ജനാല തുറന്നു. കാറുകളും മറ്റു വാഹനങ്ങളും വളരെ കുറച്ചു മാത്രമേ നിരത്തിൽ കാണാനുള്ളൂ. അതറിഞ്ഞ് തെരുവിന് മധ്യത്തിൽതന്നെ ഫുട്ബോൾ കളിക്കുകയാണ് കുറച്ചു കുട്ടികൾ. കാൽനടയാത്രക്കാരുടെ ഈർഷ്യയോ, വാഹനങ്ങൾ ഓടിക്കുന്നവരുടെ വാക്കുകളോ ഒന്നും അവർ കാര്യമാക്കുന്നില്ല. അപ്പാർട്ടുമെന്റിന് മുന്നിൽ നിൽക്കാറുള്ള മൂന്ന് ചെറുപ്പക്കാർ പതിവുപോലെ അകത്തേക്കും പുറത്തേക്കും പോകുന്നവരെത്തന്നെ നിരീക്ഷിച്ചുകൊണ്ടു നിൽക്കുകയാണ്. പൊലീസ് സ്റ്റേഷന് മുന്നിലുള്ള രണ്ട് പൊലീസുകാർ എന്തോ സംസാരിച്ചു നിൽക്കുന്നു. അവരിലൊരാൾ നിരന്തരമെന്നോണം തന്റെ കൈ ചലിപ്പിച്ചുകൊണ്ടിരിക്കുകയാണ്. ഒപ്പം കൂറ്റൻ പരസ്യബോർഡിലേക്ക് ഇടയ്ക്കിടയ്ക്ക് വിരൽ ചൂണ്ടുന്നുമുണ്ട്. “ഒന്ന് പുഞ്ചിരിക്കൂ, നിങ്ങൾ ടുണീഷ്യയിലാണല്ലോ!” എന്നെഴുതിയിട്ടുള്ള പോസ്റ്ററിലേക്കാണ് അയാൾ വിരൽ ചൂണ്ടുന്നത്.

മുറിയിൽനിന്നും പുറത്തിറങ്ങി അടുക്കളയിലേക്ക് ചെന്നു. പ്രഭാതഭക്ഷണം കഴിക്കാൻ തുടങ്ങിയതും സ്വീകരണമുറിയിൽ ടി.വി. കണ്ടുകൊണ്ടിരിക്കുകയായിരുന്ന ഇബ്റാഹീമും അടുക്കളയിലേക്ക് വന്നു. പിന്നെ എന്റെ എതിർവശത്ത് പച്ചക്കറി മുറിച്ചുകൊണ്ടിരുന്ന യുസ്റയുടെ അരികിൽ വന്നിരുന്നു. ഇടയ്ക്കിടയ്ക്ക് അവനെന്നെ സൂക്ഷിച്ചുനോക്കുന്നതു കണ്ടപ്പോൾ അസ്വസ്ഥത തോന്നി. എനിക്കാണെങ്കിൽ ഭക്ഷണം കഴിക്കുമ്പോൾ ആരെങ്കിലും നോക്കിയിരിക്കുന്നത് ഇഷ്ടമുള്ള കാര്യമേയല്ല. പ്രത്യേകിച്ച് രാവിലെ. ഉച്ചഭക്ഷണത്തിന് എന്താണ് വിഭവമെന്ന് ഇബ്റാഹീം തിരക്കിയപ്പോൾ അല്പം ദേഷ്യത്തോടെയായിരുന്നു യുസ്റ മറുപടി പറഞ്ഞത്. ആ പരുക്കൻ സ്വരം കേട്ടപ്പോൾതന്നെ തോന്നി ഞായറാഴ്ചയുള്ള സ്ഥിരം വഴക്ക് എപ്പോൾ വേണമെങ്കിലും തുടങ്ങുമെന്ന്. കുറച്ചുകഴിഞ്ഞ് സംഭവിച്ചതും അതുതന്നെയായിരുന്നു. കോപം പ്രകടിപ്പിക്കാനായി ഇരുന്ന കസേര പിറകിലേക്ക് തള്ളിക്കൊണ്ട് യുസ്റ പെട്ടെന്ന് എഴുന്നേറ്റു. പച്ചക്കറി തിരഞ്ഞെടുത്തത് ഒട്ടും നന്നായില്ലെന്ന് ഇബ്റാഹീമിന്റെ മുഖത്ത് നോക്കാതെ പറഞ്ഞു. വീട് വൃത്തിയാക്കുന്ന പണി ഇല്ലായിരുന്നെങ്കിൽ താനീ പണി ഇബ്റാഹീമിനെ ഏല്പിക്കുകയേ ഇല്ലായിരുന്നത്രേ. തന്നെ ചെയ്യുമായിരുന്നു. മനുഷ്യരെ വഞ്ചിക്കുകയെന്നതല്ലാതെ വേറൊരു ശ്രദ്ധയുമില്ലാത്ത പച്ചക്കറിക്കച്ചവടക്കാരെ നായിന്റെ മക്കളെന്ന് വിളിച്ച് ശപിക്കുകയും ചെയ്തു.

ഉടനെ ഇബ്റാഹീം പ്രതികരിച്ചു. താൻ പച്ചക്കറി വാങ്ങിയ കച്ചവടക്കാരൻ ദൈവഭയമുള്ള വിശ്വസിക്കാവുന്ന മനുഷ്യനാണ്. അയാളാരേയും വഞ്ചിക്കാനൊരു സാധ്യതയുമില്ല. പതിയെപ്പതിയെ വിഷയം കാടുകയറി

പ്പോയി. ഇതുകൂടി കേട്ടതും കോപാകുലയായ യുസ്റ ഇബ്റാഹീമിനെ വിമർശിക്കാൻ തുടങ്ങി. പക്ഷേ ഇബ്റാഹീം സ്വയം നിയന്ത്രിച്ചു. വഴക്ക് കൂടാനാഗ്രഹിക്കാത്തയാളെപ്പോലെ ശാന്തതയോടെ സംസാരിച്ചു. ഞാൻ അടുക്കളയിൽ ഉണ്ടായിരുന്നത് യുസ്റയുടെ വാശികൂട്ടി. സഹോദരന്റെ ശാന്തഭാവം യുസ്റയുടെ വിമർശനത്തിന് മൂർച്ചകൂട്ടിയതേയുള്ളൂ.

ഭാഗ്യമെന്നേ പറയേണ്ടൂ. ആ നിർണ്ണായകനിമിഷങ്ങൾക്ക് പെട്ടെന്നു തന്നെ ഒരറുതിയുണ്ടായി. ശപിക്കപ്പെട്ട മറ്റൊരു ഞായറാഴ്ചയെ സംബന്ധിച്ച വിടാതെ പിന്തുടരുന്ന ഭീതി പെട്ടെന്നുതന്നെ വിട്ടകന്നു. ഇബ്റാഹീമിനെതിരെ മറ്റൊരു ആക്രമണത്തിനായി യുസ്റ കോപ്പുകൂട്ടുന്നതിനിടയിലായിരുന്നു വാതിലിൽ മുട്ടുകേട്ടത്. ഉടൻ വാഇൽ വാതിലിനുനേരെ കുതിച്ചു. തുറന്നതും അതാ മുന്നിൽ നിൽക്കുന്നു ഞങ്ങളുടെ മൂത്ത സഹോദരൻ ബഷീർ. മക്കളിലൊരാളായ വലീദുമുണ്ട് കൂടെ. ഇബ്റാഹീം ചാടി എഴുന്നേറ്റ് ഇരുവരേയും നിറഞ്ഞ മനസ്സോടെ സ്വീകരിച്ചു.

യുസ്റയാകട്ടെ ഭർത്താവിനെ വഴക്കുപറയുന്നത് നിർത്തി അതിഥികളെ സ്വാഗതം ചെയ്തു. ആ മുഖത്തെ മങ്ങിയ പുഞ്ചിരി പക്ഷേ സൂചിപ്പിച്ചത് പെട്ടെന്നുള്ള സന്ദർശനം അവളിലെന്തോ അസ്വസ്ഥതയുണ്ടാക്കി എന്നതുപോലെയായിരുന്നു.

ബഷീർ മകനെ പരിചയപ്പെടുത്തിത്തന്നു. ഫ്രാൻസിൽ ജീവിക്കുന്ന പിതൃസഹോദരനെ കാണാൻ അവനായിരുന്നത്രേ വലിയ നിർബന്ധം. വലീദിനെ മുൻപെപ്പോഴോ കണ്ടിട്ടുണ്ടെന്ന കാര്യം ഉറപ്പായിരുന്നു. എന്നാലത് എവിടെവച്ചായിരുന്നെന്നോ എപ്പോഴായിരുന്നെന്നോ ഓർമ്മ വരുന്നില്ല. അവന് തന്റെ ഉമ്മയുടെ അതേ മുഖച്ഛായയാണ്. വാഇലിനേക്കാൾ ഉയരമുണ്ടെങ്കിലും അവർ രണ്ടുപേരും സമപ്രായക്കാരാണെന്നാണ് തോന്നുന്നത്.

മുതിർന്നവരെപ്പോലെ ഷേക്ക്ഹാന്റ് നൽകാനായി വലീദ് തന്റെ കുഞ്ഞുകൈ നേരെ നീട്ടി. ശേഷം നിശ്ശബ്ദനായി എന്റെ സമീപത്ത് വന്നുനിന്നു. വാഇലിനേക്കാൾ നാണംകുണുങ്ങിയും അപകർഷതാബോധവുമുള്ളവനായിരുന്നു വലീദ്. നേരെ നോക്കിയാലും അവൻ തല ഉയർത്തിനോക്കുന്നതേയില്ല.

ബഷീർ കൊണ്ടുവന്ന പ്ലാസ്റ്റിക് സഞ്ചി യുസ്റയ്ക്ക് കൈമാറി. തൂവൽ കളഞ്ഞ്, അറുത്ത മൂന്ന് ബ്രോയിലർ കോഴികളായിരുന്നു അതിനുള്ളിൽ. സഞ്ചി യുസ്റയ്ക്ക് കൈമാറുന്നതിനിടയിൽ തന്റെ കോഴി വളർത്തൽ കേന്ദ്രത്തിൽ നിന്നാണ് ഇവ കൊണ്ടുവന്നതെന്ന് അഭിമാനത്തോടെ പറഞ്ഞു. നല്ലത് തന്നെയായിരിക്കാൻ താൻ തന്നെയാണ് കോഴികളെ തിരഞ്ഞെടുത്തതും. ഈ ഔദാര്യത്തിന് നന്ദി പറയുന്നതിനൊപ്പം ദൈവപ്രീതി ലഭിക്കുന്ന തരത്തിലുള്ള ഹജ്ജ് തീർത്ഥാടനം ചെയ്യാനുള്ള ഭാഗ്യം ലഭിക്കട്ടെയെന്നും ഇബ്റാഹീം ആശംസ നേർന്നു.

യുസ്റയാകട്ടെ കൂടുതൽ നന്മയും അനുഗ്രഹങ്ങളും ദീർഘായുസ്സു മൊക്കെ ഉണ്ടാകട്ടെയെന്ന് പ്രാർത്ഥിക്കുകയായിരുന്നു.

അവസാന സന്ദർശനവേളയിൽ ബഷീറിനോട് നല്ലതുപോലെ ഇട പെടാൻ സാധിച്ചിരുന്നില്ല. എന്നാൽ ഇത്തവണ ബഷീറിന്റെ സന്ദർശനം എന്നെ അത്യധികം സന്തോഷിപ്പിച്ചു. പിന്നെ അയാളെ ഇബ്റാഹീം ഉച്ച ഭക്ഷണം കഴിക്കാനും ഉച്ചയ്ക്കുശേഷമുള്ള കുറച്ചുനേരം ഒപ്പം ചെലവി ടാനുമായി ക്ഷണിച്ചതും ബഷീർ മടിച്ചുനിൽക്കാതെ സ്വീകരിച്ചു. ഇതോടെ എന്റെ സന്തോഷമിരട്ടിച്ചു. ഇതുപോലൊരു ദിവസം ടൂനിസ് പട്ടണത്തിലേക്കുള്ള വരവിന്റെ കാരണമൊന്നും ബഷീർ വെളിപ്പെടുത്തി യില്ല. എന്തോ സുപ്രധാന കാര്യം സാധിക്കാനാണ് വന്നതെന്ന് മാത്രം സൂചിപ്പിച്ചു. എന്നാൽ പിന്നീട് അയാൾ പറഞ്ഞ കാര്യങ്ങൾ സൂചിപ്പി ച്ചത് ബേജയിലെത്തിയത് മുതലേ ഇവിടെ വരാൻ ബഷീർ ആഗ്രഹി ച്ചതുപോലെയാണ്. എന്നെ യാത്ര അയയ്ക്കാനോ കഴിഞ്ഞ തവണ കണ്ട പ്പോൾ തങ്ങൾ തമ്മിൽ നടന്ന സംസാരം ഇഷ്ടപ്പെട്ടതിനാൽ അതല്പം കൂടി തുടരാനോ ആയിരിക്കും ഈ വരവിന്റെ ഉദ്ദേശ്യം. ഈ വിഷയ ങ്ങളിൽ ഞങ്ങൾക്കിരുവർക്കും വ്യത്യസ്തമായ അഭിപ്രായങ്ങളാണുള്ള തെന്ന് ബഷീറിന് അറിയാം. പ്രത്യേകിച്ച് ബഷീർ ഭരണകക്ഷിയായ ഡെമോക്രാറ്റിക് കോൺസ്റ്റിറ്റ്യൂഷണൽ അസംബ്ലി പാർട്ടിയിൽ അംഗമാകു കയും ബേജയിലെ പ്രമുഖ പാർട്ടിയംഗങ്ങളിലൊരാളായി മാറുകയും ചെയ്തശേഷം.

അതിഥികളുടെ കാര്യം ശ്രദ്ധിക്കേണ്ടതിനാൽ പൊതുകുളിപ്പുരയി ലേക്ക് പോകുന്നത് അടുത്ത ഞായറാഴ്ചയിലേക്ക് മാറ്റിവയ്ക്കണമെന്ന് ഇബ്റാഹീം പറഞ്ഞപ്പോൾ സംശയിച്ച് നിൽക്കാതെതന്നെ യുസ്റ സമ്മതിച്ചു. അതിലൊട്ടും അതിശയം തോന്നിയില്ല. ബ്രോയിലർ കോഴി കളങ്ങിയ സഞ്ചി കൈപ്പറ്റിയ നിമിഷംതന്നെ യുസ്റയുടെ ഭാവം അടി മുടി മാറിക്കഴിഞ്ഞിരുന്നു.

ഭർത്താവുമൊത്തുള്ള വഴക്കൊക്കെ നൊടിയിടയിൽ യുസ്റ മറന്നു. തുടക്കത്തിൽ മുഖത്തുണ്ടായ അസ്വസ്ഥതയൊക്കെ പൂർണ്ണമായും വിട്ട കന്നിരിക്കുന്നു. മാത്രമല്ല പുഞ്ചിരി വിട്ടുമാറാതെ ചുണ്ടത്ത് തന്നെ ഉണ്ടു താനും.

മറ്റു മക്കൾക്കൊക്കെ സുഖമാണോയെന്ന് യുസ്റ ബഷീറിനോട് വിശദമായിത്തന്നെ തിരക്കി. ഒപ്പം ആയിശയുടെ വിശേഷങ്ങളും. അവളെ ഒപ്പം കൂട്ടാത്തതിൽ ബഷീറിനെ കുറ്റപ്പെടുത്തുകയും ചെയ്തു. ആയിശയെ കാണാൻ താൻ ശരിക്കും കാത്തിരിക്കുകയായിരുന്നത്രെ. ഒപ്പം അവരുടെ മെഴ്സിഡസ് കാറിനെക്കുറിച്ചും ആളുകളുടെ അഭി പ്രായത്തെ സംബന്ധിച്ചും തിരക്കി. പിന്നെ അന്വേഷിച്ചത് കോഴിവളർ ത്തൽ കേന്ദ്രത്തെക്കുറിച്ചും ഹജ്ജ് യാത്രയ്ക്കുള്ള തയ്യാറെടുപ്പുകളെ സംബന്ധിച്ചുമായിരുന്നു. ഇടയ്ക്കിടെ വലീദിനെ ഊഷ്മളതയോടെ

ചുംബിക്കുകയും അവന്റെ അടക്കത്തേയും നല്ല പെരുമാറ്റത്തേയും പുകഴ്ത്തുകയും ചെയ്തുകൊണ്ടിരുന്നു. ഇതൊക്കെ കാണുമ്പോൾ വാഇൽ അസൂയനിറഞ്ഞ കണ്ണുകളോടെ വാലീദിനെത്തന്നെ നോക്കുന്നുണ്ടായിരുന്നു.

കണ്ടിടത്തോളം ബഷീർ ഇങ്ങനെയൊരു സ്വീകരണം തീരെ പ്രതീക്ഷിക്കാത്തതുപോലെയാണ് തോന്നുന്നത്. അതോടെ അധികം കാത്തിരിക്കാതെ യുസ്റയുടെ ചോദ്യങ്ങൾ കഴിഞ്ഞയുടനെ അയാൾ താൻ ആശയപ്രതിരോധം നടത്തുന്ന പാർട്ടിയെക്കുറിച്ച് സംസാരിക്കാൻ തുടങ്ങി. കഴിഞ്ഞ തവണ സംഭവിച്ചതുപോലെ താൻ പറയുന്ന കാര്യങ്ങളിൽ എനിക്ക് ഈർഷ്യയില്ലെന്ന് മനസ്സിലായതോടെ ബഷീർ സംസാരം തുടർന്നു. വിദ്യാസമ്പന്നരായ മിക്ക ആളുകളും ജീവിച്ചുകൊണ്ടിരിക്കുന്ന ദന്തഗോപുരങ്ങളിൽനിന്നും താഴേക്കിറങ്ങിവരാനും പിന്നെ ശരിക്കുള്ള ലോകയാഥാർത്ഥ്യങ്ങളെ അഭിമുഖീകരിക്കാനും അതിന്റെ ആഴങ്ങളിലേക്ക് മുങ്ങിത്താഴാനും പ്രേരിപ്പിച്ച ഘടകങ്ങളെന്തൊക്കെയാണെന്നും ആവേശത്തോടെ വിശദീകരിക്കാൻ ശ്രമിച്ചു.

പതിയെ ഈ ആവേശം കൂടുകയും പിന്നെയത് ഇക്കാര്യത്തിലെ അയാളുടെ ഇഷ്ടവിഷയത്തിലേക്ക് നയിക്കുകയും ചെയ്തു. വിമർശനവും അധിക്ഷേപവും അവസാനിപ്പിക്കാത്ത പ്രതിപക്ഷപാർട്ടികളെ ആക്രമിക്കുകയും തെരുവ് നായ്ക്കളെന്ന് അവരെ വിശേഷിപ്പിക്കുകയും ചെയ്തു. യൂറോപ്പിലെ പടിഞ്ഞാറൻ രാജ്യങ്ങൾ നൽകുന്ന ആനുകൂല്യങ്ങളെല്ലാം അനുഭവിക്കുമ്പോൾതന്നെ തങ്ങൾ കുടിയേറ്റക്കാരായി ജീവിക്കുകയാണെന്ന് പറഞ്ഞുനടക്കുന്നവരെ അപകീർത്തിപ്പെടുത്തുകയായിരുന്നു ബഷീർ. ജനാധിപത്യത്തേയും മനുഷ്യാവകാശങ്ങളേയും കുറിച്ച് വാതോരാതെ സംസാരിക്കുന്ന ഇതേ യൂറോപ്യൻ രാജ്യങ്ങളായിരിക്കും അറബികളും മുസ്ലിംകളുമായ കുടിയേറ്റക്കാരുടെ കാര്യം വരുമ്പോൾ അവരുടെ മനുഷ്യാവകാശങ്ങളെ ആദ്യമായി ചവിട്ടിമെതിക്കുന്നതും മൃഗങ്ങളോടെന്നതുപോലെ ഇടപെടുന്നതും എന്നതാണത്രേ വേറൊരു കാര്യം.

പിന്നീട് ഇബ്റാഹീം ഇടപെട്ടപ്പോൾ മാത്രമാണ് ബഷീർ സംസാരം നിർത്താൻ തയ്യാറായത്. ഞങ്ങൾ ഇത്തരം വിഷയങ്ങളെക്കുറിച്ച് സംസാരിക്കുമ്പോൾ പൊതുവേ നിശ്ശബ്ദനായി കേട്ടിരിക്കാറാണ് അവന്റെ പതിവ്. എന്നാൽ ഇന്നവൻ പറഞ്ഞത് ഈ ലോകജീവിതത്തിൽ മനുഷ്യനെ സംബന്ധിച്ച സുപ്രധാനമായ കാര്യം നല്ല ആരോഗ്യത്തോടെ ജീവിക്കുകയാണെന്നായിരുന്നു. ജീവിതത്തിൽ തനിക്ക് ലഭിച്ച വിഹിതത്തിൽ സംതൃപ്തനാകുക. ദൈവത്തിലും ലോകാവസാനമുള്ള വിധിദിനത്തിലും വിശ്വസിക്കുക. സർവ്വശക്തനായ ദൈവമൊഴികെയുള്ള ഈ പ്രപഞ്ചത്തിലെ സർവ്വതും നശിച്ച് നാമാവശേഷമാകുമെന്ന് തിരിച്ചറിയുകയും വേണം.

ഉച്ചഭക്ഷണം കഴിഞ്ഞ് അവർ ടി.വി. കാണുന്ന തക്കം നോക്കി ഞാൻ സ്വീകരണമുറിയിൽനിന്നും പുറത്തിറങ്ങി നേരെ കിടപ്പുമുറിയിലേക്ക് പോയി. കിടക്കയിൽ നിവർന്നു കിടന്നപ്പോൾ അല്പം ആശ്വാസം തോന്നി. എല്ലാം നന്നായി നടക്കുന്നു. താൻ പേടിച്ചതൊന്നും സംഭവിക്കാതെ ഇന്നേ ദിനം ശാന്തമായി കടന്നുപോകുന്നു. അതേസമയം എന്നെപ്പോലെ തന്റെ അഭിപ്രായത്തോട് യോജിക്കാത്തവരേയും പ്രതിപക്ഷകക്ഷികളേയും കുടിയേറ്റക്കാരേയും സംബന്ധിച്ച ബഷീറിന്റെ പരിഹാസങ്ങളൊന്നും എന്നിൽ തീരെ അലോസരമുണ്ടാക്കുന്നുമില്ല. കാരണം ഇത്തരം ആശയ ഗതിക്കാരെ എനിക്ക് നല്ല പരിചയമുണ്ട്. ടെലിവിഷനിലും റേഡിയോയി ലുമൊക്കെ ഇത്തരം ഭാഷണങ്ങൾ പലവുരു കേട്ടിട്ടുള്ളതുമാണ്.

ശിരസ്സൊന്ന് ചരിച്ചശേഷം ജനാലയിലൂടെ കാണാവുന്ന ആകാശത്തി ലേക്ക് നോക്കിക്കിടന്നു. വേറെ ഏതെങ്കിലും ദിവസമായിരുന്നെങ്കിൽ കർത്താജിലേക്കോ സീദിബൂസഈദിലേക്കോ കാറിൽ പോയിട്ട് വരാ മെന്ന് ബഷീറിനോട് പറയാമായിരുന്നു. അവിടെ ചെന്നാൽ കടൽ കാണാം. പിന്നെ ഏതെങ്കിലുമൊരു കോഫിഷോപ്പിൽ കയറിയിരുന്ന് കുറച്ചുസമയം ചെലവിടാം. ഇത്തരമൊരു യാത്ര യുസ്റയുടെ മനസ്സിൽ അല്പമെങ്കിലും സന്തോഷം പകർന്നുനൽകുമെന്ന കാര്യം ഉറപ്പാണ്. മിക്ക സമയവും വീടിനുള്ളിൽ തന്നെയാണ് യുസ്റ. പാചകം ചെയ്യലും തുണി കഴുകലും പിന്നെ വീട് വൃത്തിയാക്കലും. അല്പസമയം ബാക്കി കിട്ടിയാൽ ഒന്നുകിൽ ടി.വി. കാണും. അല്ലെങ്കിൽ ബസാതീൻ കോളനി യിൽ ഒന്ന് നടക്കാനിറങ്ങും. അത് ചിലപ്പോൾ തനിച്ചായിരിക്കും. അല്ലെങ്കിൽ വാഇലോ ഏതെങ്കിലും അയൽക്കാരികളോ ഒപ്പമുണ്ടാകും. എന്നാൽ ഇബ്റാഹീം വളരെ അപൂർവ്വമായേ യുസ്റയ്ക്കൊപ്പം പുറത്തു പോകാറുള്ളൂ. മിക്ക പുരുഷന്മാരെപ്പോലെയും അയാളും ഒറ്റയ്ക്കാണ് പുറത്തേക്ക് പോകാറുള്ളത്. പിന്നെ കോഫിഷോപ്പിൽ പോയി സുഹൃത്തു ക്കൾക്കൊപ്പം സമയം ചെലവിടും.

പെട്ടെന്ന് മുറിയുടെ വാതിൽ തുറന്നു. വലീദ് തല അകത്തേക്കു നീട്ടി നിൽക്കുകയാണ്. ഒരു നിമിഷം അവൻ എന്നെത്തന്നെ സൂക്ഷിച്ചുനോക്കി. അകത്തേക്ക് കയറിവരാനുള്ള ആഗ്രഹമുണ്ടെങ്കിലും അതിനുള്ള ധൈര്യ മില്ലാത്തതുപോലെ. ഞാൻ പുഞ്ചിരിച്ചതും അവൻ കട്ടിലിനടുത്തേക്കു വന്നു. പിന്നെ അരികിൽ കയറി ഇരുന്നു. അനുസരണയുള്ളൊരു വിദ്യാർത്ഥിയെപ്പോലെ കൈകൾ നെഞ്ചിൽ കെട്ടി കാലുകൾ അടുപ്പി ച്ചാണ് ഇരുത്തം. ആ നോട്ടം കണ്ടാൽ തന്നെ അറിയാം മനസ്സിനെ അലട്ടുന്ന എന്തോ കാര്യം അവന് എന്നോടു പറയാനുണ്ടെന്ന്. പക്ഷേ നാണം കാരണം സാധിക്കുന്നില്ല. അരികിലേക്ക് നീങ്ങിയിരുന്നശേഷം അവന്റെ നാണം മാറാനെന്നവണ്ണം ഞാൻ തലമുടിയിൽ തഴുകാൻ തുടങ്ങി. എന്റെ കണ്ണുകളെ നേരിടാതിരിക്കാനായി അവൻ ജനാലയി ലേക്ക് നോക്കിക്കൊണ്ടിരുന്നു. ഞാനവനെ മാറത്തേക്ക് അണച്ചുപിടിച്ചു.

അതോടെ ചുമലിൽ തലചേർത്തുവച്ചുകൊണ്ട് പതിഞ്ഞ സ്വരത്തിൽ അവൻ ചോദിച്ചു, തന്റെ അയൽക്കാരൊക്കെ പറയുന്നതുപോലെ കാതറീൻ അവിശ്വാസിയായ സ്ത്രീയാണോ എന്ന്. ഞാനതുകേട്ട് ശരിക്കും ഞെട്ടിപ്പോയി. ഇത്തരത്തിലൊരു ചോദ്യം ഞാൻ തീരെ പ്രതീക്ഷിച്ചിരുന്നില്ല. അവന്റെ പ്രായത്തിലുള്ള ഒരു കുട്ടിയുടെ മനസ്സിൽ ഇങ്ങനെയൊരു ചിന്തയുണ്ടാകുമെന്ന് സങ്കല്പിക്കാൻതന്നെ കഴിയില്ല. കാതറീനെ സംബന്ധിച്ച് ഇത്തരമൊരു കാര്യം അവൻ പലതവണ കേട്ടിട്ടുണ്ടായിരിക്കുമെന്നത് ഉറപ്പാണ്. ഒരുപക്ഷേ ഇതിനേക്കാൾ മോശമായ കാര്യവും കേട്ടിട്ടുണ്ടാകും. അതിലവന് വലിയ വേദനയുമുണ്ടാകും. അല്ലെങ്കിൽ പിന്നെ അവനെന്തിന് ഇക്കാര്യത്തെക്കുറിച്ച് ഇത്രമാത്രം ചിന്തിക്കണം?

ഈ ലോകത്ത് ഇസ്‌ലാം മാത്രമല്ല മതമായിട്ടുള്ളതെന്ന് ഞാൻ വലീദിനോട് പറഞ്ഞു. ഇവിടെ ക്രിസ്തുമതവും യഹൂദമതവുംപോലെ വേറെയും മതങ്ങളുണ്ട്. ഈ രണ്ട് മതങ്ങൾക്കും ഇസ്‌ലാമിൽനിന്നും വലിയ വ്യത്യാസങ്ങളൊന്നുമില്ല. ഇസ്‌ലാമിനെപ്പോലെ ഏകദൈവവിശ്വാസമുള്ള മതങ്ങളാണവയും. നമ്മെപ്പോലെതന്നെ ക്രിസ്ത്യാനികളും ജൂതന്മാരും ദൈവത്തെ ആരാധിക്കുകയും അന്ത്യദിനത്തിലും മരണാനന്തരജീവിതത്തിലും വിശ്വസിക്കുകയും ചെയ്യുന്നുണ്ട്.

ഇത്തരം കാര്യങ്ങളൊന്നും മനസ്സിലാക്കാൻ പ്രായമായൊരു കുട്ടിയോടല്ലല്ലോ ഞാനീ സംസാരിക്കുന്നതെന്ന് പെട്ടെന്നാണ് ഓർത്തത്. അവന്റെ കുഞ്ഞ് ബുദ്ധിക്ക് യോജിച്ച ശൈലിയിലൊന്നുമല്ല ഞാൻ സംസാരിച്ചുകൊണ്ടിരിക്കുന്നത്.

പരിഭ്രമിച്ച കണ്ണുകളോടെ എന്നെത്തന്നെ നോക്കുന്ന വലീദിനെ കണ്ടതും കാതറീൻ അവിശ്വാസിയൊന്നുമല്ലെന്ന് ഞാൻ തീർത്തു പറഞ്ഞു. അതോടെ അവന്റെ മുഖം തിളങ്ങി. വലിയൊരു ഭാരം ചുമലിൽനിന്നും നീങ്ങിയതുപോലൊരു ചിരിയായിരുന്നു പിന്നീട്. ഒരു നിമിഷം കഴിഞ്ഞശേഷം വലീദ് പറഞ്ഞു, ഹജ്ജിന് പോയിവരുമ്പോൾ ഇരുളിലും തിളങ്ങുന്ന മുത്തുകളുള്ള ഒരു ജപമാലകൊണ്ടുതരാമെന്ന് വാപ്പ വാക്ക് തന്നിട്ടുണ്ടെന്ന്. അയൽപക്കത്തെ ഒരു കുട്ടിയുടെ കൈവശമാണത്രെ അവൻ അതുപോലൊന്ന് മുമ്പ് കണ്ടിട്ടുള്ളത്.

സംസാരിച്ചിരിക്കുന്നതിനിടയിൽ ഒരു കാര്യം പൂർണ്ണമായും മറന്നുപോയല്ലോ എന്ന് അപ്പോഴാണ് ഓർത്തത്. വലീദിന് എന്തെങ്കിലും സമ്മാനം കൊടുക്കുന്നതാണല്ലോ രീതി. വെറുതെ ഉമ്മ കൊടുത്തതുകൊണ്ടോ, ആശ്ലേഷിച്ചതുകൊണ്ടോ, താലോലിച്ചതുകൊണ്ടോ, ശ്രദ്ധിച്ചതുകൊണ്ടോ ഒന്നും മതിയാകില്ല. എന്തെങ്കിലും സമ്മാനം കൊടുത്തേ തീരൂ. വെറുംകൈയോടെ അവൻ ബേജയിലേക്ക് തിരിച്ചുപോകുന്നത് ശരിയല്ല. പ്രത്യേകിച്ച് എന്നെ കാണാനായി പിതാവിനൊപ്പം ഇവിടെ വരാൻ അവൻ നിർബന്ധം പിടിച്ച സാഹചര്യത്തിൽ. ഞാനത് ചെയ്തില്ലെങ്കിൽ എന്നെയൊരു ലുബ്ധനെന്നേ സർവ്വയിടത്തും അവന്റെ

മാതാപിതാക്കൾ പരിചയപ്പെടുത്തുകയുള്ളൂ. ആയിശ കുറച്ചുകൂടി കടന്ന് എന്നെക്കുറിച്ച് അപകടകരമായി ഓരോന്ന് ചിന്തിക്കുകകൂടി ചെയ്തേക്കാം. വാഇലിനെ ഇഷ്ടപ്പെടുന്നതുപോലെ എനിക്ക് വലീദിനെ ഇഷ്ടമല്ല എന്നായിരിക്കും അവർ കരുതുക. പക്ഷേ പ്രശ്നമിതൊന്നുമല്ല. അവന് നൽകാൻ എന്റെ കൈയിൽ സമ്മാനങ്ങളൊന്നുമില്ല. വലീദ് റോഡിലേക്ക് നോക്കിയിരിക്കുമ്പോൾ ഈ പ്രശ്നത്തിനെന്താ പരിഹാരമെന്ന് ആലോചിക്കാൻ തുടങ്ങി. തരക്കേടില്ലാത്ത കുറേ ദീനാറുകൾ സമ്മാനമായി കൊടുത്താലോ എന്നാലോചിച്ചു. പണം കൊടുക്കുന്നത് സമ്മാനമായി കരുതുന്നവരുണ്ട്. ചിലർ അതിന് മറ്റു സമ്മാനങ്ങളേക്കാൾ പ്രാധാന്യം നൽകാറുമുണ്ട്. പക്ഷേ അവന് സമ്മാനമായി നൽകാൻ മാത്രമുള്ള തുക കൈവശമില്ലല്ലോ എന്ന് അപ്പോഴാണ് ഓർത്തത്.

അല്പം കഴിഞ്ഞപ്പോൾ ആദ്യത്തേതിനേക്കാൾ കുറച്ചുകൂടി നല്ല മറ്റൊരാശയം തോന്നി. വാഇലിന് സമ്മാനമായി വാങ്ങിക്കൊടുത്ത നിക്കറും ഷർട്ടും തിരികെ വാങ്ങി വലീദിന് നൽകുക. അവയെന്തായാലും വാഇലിന് പാകമല്ല. ഒരു വർഷമെങ്കിലും കഴിയാതെ അവനത് ധരിക്കാനാവുകയുമില്ല. അടുത്തതവണ നാട്ടിൽ വരുമ്പോൾ വാഇലിനായി വേറെ കുറേ വസ്ത്രങ്ങൾ വാങ്ങിക്കൊണ്ടു വരാവുന്നതേയുള്ളൂ. വാഇലിന് നൽകിയ വസ്ത്രങ്ങൾ എന്തായാലും വലീദിന് ഇണങ്ങുമെന്ന് തോന്നിയപ്പോൾ ഈ ആശയം ഇഷ്ടമാവുകയും ചെയ്തു. പക്ഷേ വാഇലിന്റെ പ്രായത്തിലുള്ള ഒരു കുട്ടിക്ക് നൽകിയ സമ്മാനം എങ്ങനെയാ അവന്റെ കൈയിൽനിന്നും വാങ്ങി മറ്റൊരു കുട്ടിക്ക് സമ്മാനമായി നൽകുക? വാഇലിനത് വലിയ വേദനയാകുമെന്നതുറപ്പാണ്. പ്രത്യേകിച്ച് വലീദിന് വലിയ പ്രാധാന്യം നൽകിയതു കാരണം വാഇലിന്റെ പെരുമാറ്റങ്ങളിൽ അസൂയയുടെ അടയാളങ്ങൾ വ്യക്തമായി പ്രകടമായശേഷം. നടക്കാനൊരു സാധ്യതയില്ലെങ്കിൽപോലും ഇനി വാഇൽ സമ്മതിച്ചെന്നുതന്നെ കരുതുക. പക്ഷേ യുസ്റയോട് എന്ത് മറുപടി പറയും? ഇബ്റാഹീമിന്റെ കാര്യത്തിലായിരുന്നെങ്കിൽ എങ്ങനെയെങ്കിലും വാഇലിനെക്കൊണ്ട് സമ്മതിപ്പിച്ചശേഷം കാര്യം സാധിക്കാമായിരുന്നു. പക്ഷേ യുസ്റ ദേഷ്യപ്പെടുമെന്ന കാര്യത്തിൽ സംശയമേയില്ല. സമ്മാനമായി കൊണ്ടുവരുന്ന സാധനങ്ങൾപോലുള്ള കാര്യത്തിൽ യാതൊരു വിട്ടുവീഴ്ചയും അവളിൽനിന്നും പ്രതീക്ഷിക്കേണ്ട.

ഇനി ഒരേയൊരു പരിഹാരം മാത്രമേ ബാക്കിയുള്ളൂ. കുറവുള്ള പണം ഇബ്റാഹീമിന്റെ കൈയിൽനിന്നും കടവംവാങ്ങുക. എന്നാൽ ആവശ്യത്തിനുള്ള പണം നൽകി സഹായിക്കാൻ അവന് സാധിക്കുമോയെന്ന് ഉറപ്പൊന്നുമില്ല. അവനിപ്പോൾ വലിയ ചെലവുകളാണുള്ളത്. ശമ്പളമാണെങ്കിൽ തുച്ഛവും. രണ്ടു ദിവസം മുമ്പ് ആ അഭിസാരികയ്ക്കൊപ്പം കുറഞ്ഞത് രണ്ടുതവണയെങ്കിലും ശാരീരികബന്ധം

പുലർത്തിയതിനുള്ള കൂലിയായിട്ട് വലിയൊരു തുക നൽകേണ്ടിവന്നിട്ടു ണ്ടാകുമെന്ന കാര്യം തീർച്ചയാണ്. അതിനാൽതന്നെ ഇബ്റാഹീമിന്റെ സാമ്പത്തികാവസ്ഥ വളരെ ബുദ്ധിമുട്ടിലായിരിക്കും. മാസച്ചെലവു കൾക്കായി അവന് ചിലപ്പോൾ പണത്തിന്റെ ആവശ്യമുണ്ടാകും. ദുരഭി മാനംകൊണ്ടായിരിക്കും എന്നോട് സഹായം തേടാനോ, ഇക്കാര്യത്തെ ക്കുറിച്ച് സംസാരിക്കാനോ അവൻ തയ്യാറാകാത്തത്.

അപ്പോഴാണ് എന്റെ കൈവശമൊരു ബോൾ പോയന്റ് പേനയു ണ്ടല്ലോ എന്ന് പെട്ടെന്ന് ഓർമ്മവന്നത്. കാതറീന് നൽകാനായി ഓർലി എയർപോർട്ടിൽനിന്നും വാങ്ങിയതാണ്. അവൾക്ക് വിലയേറിയ പേന കൾ വലിയ ഇഷ്ടമാണ്. ആ പേന വലീദിന് കൊടുക്കാൻ മടിച്ചുനിൽക്കാ തങ്ങ് തീരുമാനിച്ചു. ചെറുപ്രായക്കാരനായ വലീദിന് ഇതുപോലൊരു സമ്മാനത്തിന്റെ മൂല്യമെന്തെന്നറിയുമോ എന്നൊന്നും കാര്യമാക്കിയില്ല. വെറുംകൈയോടെ അവൻ വീട്ടിലേക്ക് പോകാൻ പാടില്ല. അതിനായി അവനെന്തെങ്കിലും സമ്മാനമായി നൽകുകയെന്നതാണ് പ്രധാനം. എന്തൊക്കെയായാലും അവൻ ഈ സമ്മാനം അധികകാലം കൈയിൽ കൊണ്ടുനടക്കാനുള്ള സാധ്യതയൊന്നുമില്ല. ബഷീർ അത് അവന്റെ കൈയിൽനിന്നും വാങ്ങാനാണ് സാധ്യത. വാപ്പയും മകനുംകൂടി വീട് വിട്ടിറങ്ങുന്ന ഉടനെതന്നെ അത് നടക്കാനുമിടയുണ്ട്.

സ്വീകരണമുറിയിലേക്ക് ചെന്നതും ബഷീർ കിട്ടിയ സമ്മാനത്തിന് നന്ദി പറഞ്ഞു. പ്രതീക്ഷിച്ചതുപോലെ അയാൾക്ക് സമ്മാനം നല്ല ഇഷ്ട മായിരിക്കുന്നു. എന്നാൽ യുസ്റയാകട്ടെ വിചിത്രമായ രീതിയിൽ തുറിച്ചു നോക്കുകയായിരുന്നു. രാത്രിയായപ്പോൾ മാത്രമാണ് ആ നോട്ടത്തിന്റെ പൊരുളെന്താണെന്ന് മനസ്സിലായത്. അത്താഴം കഴിക്കുന്നതിനിടയിൽ യുസ്റ എന്നെ നോക്കിയശേഷം വലീദിന് സമ്മാനമായി നൽകിയ പേന വളരെ മികച്ചതാണെന്ന് പറഞ്ഞു. പക്ഷേ ഇത്തരമൊരു സമ്മാനം അവ നർഹിക്കുന്നില്ല എന്നുകൂടി അല്പം കഴിഞ്ഞതും അവൾ കൂട്ടിച്ചേർത്തു. കാരണം അവനാഗ്രഹിക്കുന്നതൊക്കെ വാങ്ങി നൽകാനുള്ള സമ്പത്ത് പിതാവ് ബഷീറിനുണ്ടത്രേ. പിന്നെ ആ പേന ആർക്കെങ്കിലും അർഹത യുണ്ടെങ്കിൽ അത് വാഇലിനാണെന്നുകൂടി പറഞ്ഞു. ഇതുപോലൊരു പേനയുടെ ആവശ്യം അവളുടെ മകനുണ്ടാകുമെന്നൊക്കെ പറയുന്നത് എങ്ങനെ വിശ്വസിക്കാനാണ്? വിചിത്രമായ ഈ വാക്കുകളല്ല മറിച്ച് ഇക്കാര്യത്തിൽ യുസ്റ കാണിക്കുന്ന താത്പര്യമാണ് എന്നെ അതിശയി പ്പിച്ചത്. എന്നിട്ടും അവൾ പറഞ്ഞത് ശരിവയ്ക്കുന്ന മട്ടിൽ ഞാൻ തല കുലുക്കി.

പതിനെട്ട്

കണ്ണുതുറന്നതും മറന്നുപോകാതിരിക്കാനായി ഞാൻ ആ സ്വപ്നം വീണ്ടും ഓർക്കാൻ ശ്രമിച്ചു. ബസ്സ്റ്റോപ്പിൽ നിൽക്കുകയാണ് നജൗമ. ഞാനവളുടെ പിറകിൽ തന്നെയുണ്ട്. പക്ഷേ സ്റ്റോപ്പിൽ ഞങ്ങൾ ഇരുവരുമല്ലാതെ വേറെയാരുമില്ല. ഇന്ന് വെള്ളിയാഴ്ചയാണ്. സ്ത്രീകളും കുട്ടികളും പുരുഷന്മാരുമടക്കം ബസാതീൻ കോളനിയിലുള്ളവരെല്ലാം പള്ളിയിൽ പോയിരിക്കുകയാണ്. തെരുവാകെ ശൂന്യമായിക്കിടക്കുന്നു. ബസ്സുകളോ കാറുകളോ സൈക്കിളുകളോ ഒന്നും കാണാനില്ല. എന്തിനേറെ പൊലീസ് സ്റ്റേഷൻ വരെ അടഞ്ഞുകിടക്കുന്നു. കോളനിയുടെ ചേരിപ്രദേശത്ത് റോഡിന് മധ്യത്തിലായി മൂന്ന് കൂറ്റൻ നായ്ക്കൾ കുത്തിയിരിക്കുന്നു. കടുത്ത ചൂട്. അസഹ്യമായ നിശ്ശബ്ദതയിൽ മുങ്ങി നിൽക്കുകയാണ് ആ സ്ഥലം മുഴുവൻ.

അഴകളവുകൾ പുറത്തു കാണിക്കുന്ന തരത്തിലുള്ള ഇറുകിയതും നേർത്തതുമായൊരു ഫ്രോക്കായിരുന്നു നജൗമ ധരിച്ചിരുന്നത്. ചുമലിലേക്ക് വീണുകിടക്കുന്ന അഴിച്ചിട്ട തലമുടി വെയിലിൽ തിളങ്ങുന്നുണ്ട്. സൂപ്പർ മാർക്കറ്റിൽ വച്ച് കണ്ടപ്പോൾ ധരിച്ചിരുന്ന തരത്തിലുള്ള ഹൈഹീൽ ചെരുപ്പും കണ്ണുകളിൽ കറുത്ത കൂളിംഗ് ഗ്ലാസുമുണ്ട്.

പെട്ടെന്ന് എന്റെ നേരെ തിരിഞ്ഞ് മുഖത്തെ കണ്ണട ഊരിക്കൊണ്ട് അവൾ പറഞ്ഞു, ബസ് ഉടനെയൊന്നും വരികയേ ഇല്ലെന്ന്. ബസ് ഡ്രൈവർമാരൊക്കെ പള്ളിയിൽ നമസ്കരിക്കാൻ പോയിരിക്കുകയാണത്രേ. അപ്പോഴാണ് അവളുടെ കണ്ണുകളിൽ സുറുമയിട്ടിട്ടുള്ള കാര്യം ശ്രദ്ധിച്ചത്. പേരോർമ്മയില്ലാത്ത ഒരു ഈജിപ്ഷ്യൻ നടിയുമായി നല്ല സാമ്യം തോന്നി. ഞാനവളുടെ നിതംബങ്ങളിലേക്ക് തുറിച്ചുനോക്കുന്നത് കണ്ടതും അത് തുടരാൻ പ്രോത്സാഹിപ്പിക്കുന്നതുപോലെ നജൗമ പുഞ്ചിരിച്ചു. അടുത്തേക്ക് വന്നശേഷം അപ്പാർട്ടുമെന്റിലേക്ക് ഒപ്പം പോകാമോയെന്ന് തിരക്കി. ഒരു നിമിഷംപോലും ഞാൻ മടിച്ചുനിന്നില്ല. എനിക്കവളുടെ ക്ഷണം വളരെ സ്വാഭാവികമായാണ് തോന്നിയത്. അവിടെ ഞങ്ങൾ തനിച്ചായിരിക്കും.

വെയിലിൽനിന്നും രക്ഷ തേടി മരത്തണലുകളിൽ ഒളിച്ച പൂച്ചകൾ മാത്രമേ അപ്പാർട്ടുമെന്റ് ഗാർഡനിലുള്ളൂ. തന്റെ ഫ്ളാറ്റിലെത്തിയതും നഈമ എന്നെ അകത്തേക്ക് ക്ഷണിച്ചു. ഞാൻ പെട്ടെന്നുതന്നെ ഉള്ളിലേക്ക് കയറി. സോഫയിൽ ചെന്നിരുന്നപ്പോൾ ഒരു സ്ട്രിപ്ടീസ് നർത്തകിയുടെ ഭാവത്തിൽ അവൾ തന്റെ വസ്ത്രങ്ങൾ ഓരോന്നായി ഊരിമാറ്റാൻ തുടങ്ങി. പൂർണ്ണനഗ്നയായി എനിക്കരികിൽ വന്ന് മലർന്നുകിടന്നു. പിന്നെ എത്രയോ കാലമായി ഞാൻ കൊതിക്കുന്ന ആ സൗന്ദര്യം ആസ്വദിക്കാനുള്ള നേരമായെന്നുകൂടി പറഞ്ഞു.

ഞാൻ എന്റെ വസ്ത്രങ്ങളും ഊരിമാറ്റി. പിന്നെ അവളെ ചുംബിക്കാനായി മുന്നോട്ടാഞ്ഞ നിമിഷമാണ് അത് ശ്രദ്ധിച്ചത്. എനിക്ക് കീഴടങ്ങാനായി നഗ്നയായി മുന്നിൽ കിടക്കുന്ന സ്ത്രീ നഈമയായിരുന്നില്ല, മറിച്ചത് സഹോദരൻ ഇബ്റാഹീമിന്റെ ഭാര്യ യുസ്റയായിരുന്നു. പെട്ടെന്ന് ഊരിയെറിഞ്ഞ വസ്ത്രങ്ങൾ വല്ല വിധേനയും എടുത്തിട്ടുകൊണ്ട് വാതിലിനു നേരെ ഓടുകയായിരുന്നു ഞാൻ. നഈമ പൊട്ടിച്ചിരിക്കുന്നതു കേൾക്കാമായിരുന്നു പിറകിൽ.

എന്നാൽ പുറത്തേക്ക് കടക്കുന്നത് തടസ്സപ്പെടുത്തിക്കൊണ്ട് ഒരാൾ മുന്നിൽ വന്നുനിന്നു. നഈമയുടെ ഫ്ളാറ്റിൽ മുമ്പ് കണ്ടിട്ടുള്ള അതേ പുരുഷൻ. ഷർട്ട് ധരിക്കാതെ നിൽക്കുന്ന അയാളുടെ കൈവശം ഒരു വലിയ കുറുവടിയുമുണ്ടായിരുന്നു.

ഉള്ള ശക്തിയെല്ലാം സംഭരിച്ച് അയാളെ തള്ളിമാറ്റി ഞാൻ പുറത്തേക്കിറങ്ങി ഓടി.

തലയണയിൽനിന്നും ശിരസ്സുയർത്തിയശേഷം ആദ്യം കാണുന്നതുപോലെ ഞാൻ മുറിക്കുള്ളിലെങ്ങും നോക്കാൻ തുടങ്ങി. ഒരു നിമിഷം കഴിഞ്ഞ് അടച്ചിട്ട വാതിലിനരികിലേക്കു ചെന്ന് നിശ്ശബ്ദനായി നിന്നു. ഒന്നും കേൾക്കാനാകുന്നില്ല. ഇപ്പോഴും സ്വപ്നത്തിനുള്ളിൽ തന്നെയാണെന്ന് തോന്നുന്നു. ഫ്ളാറ്റിനുള്ളിൽനിന്നും ശബ്ദമോ ചലനമോ ഒന്നും കേൾക്കാനാകുന്നില്ല. ഇബ്റാഹീം ജോലിസ്ഥലത്തായിരിക്കും. വാഇൽ സ്കൂളിലും. പക്ഷേ ഈ യുസ്റ എവിടെയായിരിക്കും? എന്തോ ആവശ്യത്തിനായി അവൾ പുറത്തേക്ക് പോയിട്ടുണ്ടാകുമെന്ന കാര്യമുറപ്പാണ്.

ഈ നിർണ്ണായക നിമിഷങ്ങളിൽ യുസ്റ വീട്ടിലില്ലാതെ പോയതിൽ വല്ലാത്ത ആശ്വാസമാണ് തോന്നിയത്. അടുക്കളയിൽചെന്ന് പ്രഭാത ഭക്ഷണം കഴിക്കാൻ അല്പം സമയമുണ്ട്. ഈ വിചിത്രമായ സ്വപ്നം കണ്ടശേഷം അവളോട് സംസാരിക്കാനോ ഒന്നു മുഖത്തേക്ക് നോക്കാനോ ഉള്ള ധൈര്യമെന്തായാലും എനിക്കില്ല.

സ്വപ്നത്തിനിടയിൽ യുസ്റയുടെ നഗ്നശരീരം നേരെ കണ്ടിട്ടില്ല എന്നാണോർമ്മ. ഭാഗ്യത്തിന് ആകെക്കൂടി കണ്ടത് മുഖവും തലമുടിയും

മാത്രമായിരുന്നു. മാറിടത്തിന്റെ ഭാഗം അല്പം കണ്ണിൽപ്പെട്ടെങ്കിലും ഇപ്പോഴത് മറന്നുപോയിരിക്കുന്നു.

സ്വപ്നത്തിൽനിന്നും പൂർണ്ണമായും വിട്ടുണർന്നു എന്നുറപ്പിക്കാനായി പുറത്തേക്ക് നോക്കി. പതിവുപോലെ പൊലീസ് സ്റ്റേഷൻ തുറന്നിരിപ്പുണ്ട്. 'ഒന്ന് പുഞ്ചിരിക്കൂ, നിങ്ങൾ ടുണീഷ്യയിലാണല്ലോ?' എന്ന് രേഖപ്പെടുത്തിയ പോസ്റ്റർ ഇപ്പോഴും കൂറ്റൻ പരസ്യബോർഡിൽ കാണാം. റോഡിലാണെങ്കിൽ കാറുകളും ബസ്സുകളും സ്ത്രീകളും കുട്ടികളും പൂച്ചകളും പിന്നെ തെരുവുനായ്ക്കളും.

കുളിമുറിയിലേക്ക് പോകാൻ തുനിഞ്ഞപ്പോഴായിരുന്നു പെട്ടെന്ന് ആ ശബ്ദം കേട്ടത്. അപ്പാർട്ടുമെന്റിലെ ഏതോ ഫ്ളാറ്റിൽനിന്നാണത് കേൾക്കുന്നത്. ശ്രദ്ധിച്ചു കേട്ടപ്പോഴാണ് വിശുദ്ധ ഖുർആൻ പാരായണം ചെയ്യുന്ന ശബ്ദമാണെന്ന് മനസ്സിലായത്. പ്രശസ്ത കുർദ്-ഈജിപ്ഷ്യൻ ഖുർ ആൻ പാരായണ വിദഗ്ദ്ധനായ അബ്ദുൽ ബാസിത് അബ്ദുൽ സമദിന്റേതാണ് ശബ്ദം. ജനാല തുറന്നപ്പോഴാണ് ഖുർആൻ പാരായണ ശബ്ദം കടന്നുവരുന്നത് നഈമയുടെ ഫ്ളാറ്റിൽനിന്നാണെന്നു മനസ്സിലായത്.

വല്ലാത്ത യാദൃച്ഛികതയാണിത്! അല്പസമയം മുമ്പാണ് അവളൊരു അഭിസാരികയെപ്പോലെ സ്ട്രിപ്ടീസ് നൃത്തമാടുകയും തന്റെ നഗ്നശരീരം എനിക്കു മുന്നിൽ സമർപ്പിക്കാനൊരുങ്ങിയതും. ഇപ്പോഴിതാ അതേ സ്ത്രീ ഖുർആൻ കേൾക്കുന്നു! ജനാലയ്ക്കരികിലേക്ക് കുനിഞ്ഞു നോക്കിയപ്പോൾ നഈമയുടെ ഫ്ളാറ്റിൽനിന്നും സുഗന്ധപ്പുകയുടെ ഗന്ധംകൂടി മൂക്കിലെത്തി. അവൾ വീണ്ടും തന്റെ പഴയ ആചാരാനുഷ്ഠാനങ്ങളിലേക്ക് തിരിച്ചുപോയിട്ടുണ്ടാകുമോ? പക്ഷേ ഇപ്പോൾ എന്തിനായിരിക്കും ഇങ്ങനെ ചെയ്യുന്നത്? താനിപ്പോഴും മതബോധമുള്ള ആൾ തന്നെയെന്ന് അയൽക്കാരെ ബോധ്യപ്പെടുത്താനായിരിക്കുമോ ശ്രമം? അതോ ഹിജാബ് ധരിക്കുന്നത് ഉപേക്ഷിച്ചത് തന്നിൽ ഒരു മാറ്റവും സൃഷ്ടിച്ചിട്ടില്ലെന്ന് ബോധ്യപ്പെടുത്താനുള്ള ശ്രമമായിരിക്കുമോ? ആളുകൾക്ക് തന്റെ പെരുമാറ്റങ്ങളൊന്നും ഇഷ്ടപ്പെട്ടിട്ടുണ്ടാകില്ലെന്ന് അവൾ ശ്രദ്ധിച്ചിരിക്കാം. പ്രത്യേകിച്ച് താൻ സഹോദരനെന്ന് പരിചയപ്പെടുത്തുന്ന ആ അപരിചിതനായ പുരുഷനൊപ്പം ആളുകൾ കണ്ടശേഷം. താനൊരു പരിശുദ്ധയായ സ്ത്രീയാണെന്നും നല്ല കാര്യങ്ങൾ കേൾക്കാനാഗ്രഹിക്കുന്നുവെന്നും തെളിയിക്കാൻ ശ്രമിക്കുകയായിരിക്കും. ഇതിലൂടെ ആളുകൾ തന്നെ നിരീക്ഷിക്കുന്നത് അവസാനിപ്പിക്കുമെന്നായിരിക്കും നഈമ കരുതുന്നത്.

സുഗന്ധപുകയുടെ പരിമളം അന്തരീക്ഷത്തിൽ പതിയേ പടരുകയാണ്. ആ ഗന്ധം ശ്വാസകോശങ്ങളിൽ നിറയട്ടെ എന്നു കരുതി

പുറത്തേക്ക് ശിരസ്സ് നീട്ടി ശ്വാസം ആഴത്തിൽ ഉള്ളിലേക്കെടുത്തു. പിന്നെ കുറച്ചുനേരം ശ്രദ്ധിച്ച് കേൾക്കാൻ ശ്രമിച്ചു. ഖുർ ആൻ പാരായണം കേട്ടിരിക്കുന്നത് എനിക്കിഷ്ടമാണ്. പ്രത്യേകിച്ച് അബ്ദുൽ ബാസിത് അബ്ദുൽ സമദിന്റെ പാരായണം. പിന്നെ ജനാല അടച്ചുകഴിഞ്ഞപ്പോഴായിരുന്നു ഉള്ളിലേക്ക് മറ്റൊരു ചോദ്യം കൂടിയെത്തിയത്.

നജൗമ ഇതൊക്കെ ചെയ്യുന്നത് എന്നെ ലക്ഷ്യം വച്ചാണെങ്കിലോ? ശരിയാണല്ലോ, എനിക്കവളോട് വീണ്ടും താത്പര്യം ജനിപ്പിക്കാനാണെങ്കിലോ? ഫ്ളാറ്റിന്റെ ജനാലയിൽ വേറൊരു പുരുഷനൊപ്പം കണ്ടതിനു ശേഷം ഞാനവളെ നിരീക്ഷിക്കുകയോ ഒളിഞ്ഞുനോക്കുകയോ ചെയ്യുന്നില്ലെന്ന കാര്യം നജൗമ ശ്രദ്ധിച്ചിരിക്കാനിടയുണ്ട്. വശീകരണവിനോദത്തിൽ താത്പര്യം തോന്നി എന്നെ വീണ്ടും കെണിയിൽ വീഴ്ത്താനായിരിക്കും അവളാഗ്രഹിക്കുന്നതെങ്കിലോ? പക്ഷേ അതേസമയം തന്നെ ഈയൊരാശയം അല്പം വിചിത്രമായി തോന്നുകയും ചെയ്തു. എന്നെ വലയിൽ വീഴ്ത്താനാണ് നജൗമയുടെ ആഗ്രഹമെങ്കിൽ പിന്നെന്തിന് അവൾ വീട്ടിനുള്ളിൽതന്നെ കഴിയണം? എന്തുകൊണ്ട് ജനാലയ്ക്കൽ പ്രത്യക്ഷപ്പെടുന്നില്ല?

പ്രഭാതഭക്ഷണം കഴിച്ചുതീർന്നതും നേരെ മുറിയിലേക്ക് ചെന്നു. യുസ്റ തിരിച്ചെത്തുമ്പോഴേക്കും പുറത്തേക്ക് പോകാനായിരുന്നു പദ്ധതി. അടുക്കളയിലേക്ക് കയറുന്നതിനിടയിൽ യുസ്റ തിരക്കി:

"ഖുർആൻ പാരായണം കേട്ടോ?"

"ഉം."

"എവിടെനിന്നാണെന്ന് മനസ്സിലായോ?"

എന്തുകൊണ്ടാണെന്നറിയില്ല, കള്ളം പറയാനാണ് തോന്നിയത്.

"ഇല്ല."

"നജൗമയുടെ ഫ്ളാറ്റിൽനിന്ന്... അവൾ വീണ്ടും പഴയ ശീലങ്ങളിലേക്ക് മടങ്ങിപ്പോയെന്നാണ് തോന്നുന്നത്... വീണ്ടും ഹിജാബ് ധരിച്ചിരിക്കാനുമിടയുണ്ട്."

"ഹിജാബ് ധരിച്ചെന്നോ?"

"അതെ. പക്ഷേ ആരും അവളെ വിശ്വസിക്കാൻ പോകുന്നില്ല. അവളൊരു തേവിടിശ്ശിയും കള്ളിയുമാണെന്ന് സകലർക്കുമറിയാം."

അടുക്കളയിൽനിന്നും കേൾക്കുന്ന ശബ്ദങ്ങൾ സൂചിപ്പിക്കുന്നത് യുസ്റ ഉച്ചഭക്ഷണം തയ്യാറാക്കാൻ തുടങ്ങിയെന്നാണ്. പുറത്തേക്ക് രക്ഷപ്പെടാൻ പറ്റിയ നേരമിതു തന്നെയാണ്.

ഈ അവസരം ഉപയോഗിക്കാൻ തന്നെ തീരുമാനിച്ചു. കഴിയുന്നത്ര വേഗതയിൽ സൂക്ഷിച്ച് തുറന്നുകിടക്കുന്ന അടുക്കളവാതിലിനരികിലൂടെ വേണം കടന്നുപോകേണ്ടത്. സ്വപ്നത്തിൽ കണ്ട കാര്യങ്ങൾക്കെല്ലാം ശേഷം യുസ്റയുടെ മുഖത്തു നോക്കാനുള്ള ധൈര്യമില്ല.

പെട്ടെന്ന് ചെരുപ്പ് എടുത്തിട്ടു. തിരിച്ചറിയൽ കാർഡ് പോക്കറ്റിൽ തന്നെയുണ്ടെന്ന് ഉറപ്പുവരുത്തി. വീട്ടിൽനിന്നും പുറത്തിറങ്ങുമ്പോഴെല്ലാം ഞാനപ്രകാരം ചെയ്യാറുണ്ട്. അത് ഇനി ബസാതീൻ കോളനിയിൽ വെറുതെ കറങ്ങാനിറങ്ങുമ്പോഴായാലും ശരിതന്നെ. പക്ഷേ പുറത്തിറങ്ങാൻ തുനിഞ്ഞതും വാതിൽക്കൽ നിൽക്കുന്ന യുസ്റയെ കണ്ട് അമ്പരന്നുപോയി. എന്റെ മുഖത്തേക്ക് തന്നെ ഉറ്റുനോക്കിക്കൊണ്ട് അവൾ പറഞ്ഞു:

"അവൾ ഏതെങ്കിലും മതബോധമുള്ള പുരുഷനെ കണ്ടിരിക്കാം. അയാളെ വിവാഹം കഴിക്കാൻ വേണ്ടി താനും മതവിശ്വാസിയാണെന്ന് തെളിയിക്കാനുള്ള ശ്രമമായിരിക്കും."

മുറിക്കുള്ളിലേക്ക് കയറിയശേഷം യുസ്റ ജനാലയ്ക്കരികിലേക്ക് ചെന്നു. പിന്നെ ജനാല തുറന്ന് താഴേക്കു നോക്കി.

"അറിയാമോ, എത്ര പിഴച്ച പെണ്ണുങ്ങളാണ് വിവാഹം കഴിക്കാനായി നല്ലവരായി മാറിയിട്ടുള്ളതെന്ന്!"

പെട്ടെന്ന് യുസ്റ മുന്നിൽ വന്നുപെട്ടപ്പോഴുണ്ടായ അസ്വസ്ഥത മറയ്ക്കാനെന്നവണ്ണം ഞാൻ പുഞ്ചിരിക്കാൻ ശ്രമിച്ചു.

"ഇബ്റാഹീമിന് നഈമയോട് കടുത്ത പകയാണ്. ആണുങ്ങളെ തന്റെ വീട്ടിലേക്ക് വിളിച്ചുകയറ്റാൻ അവളെ അനുവദിക്കുകയുമില്ല. ഇക്കാര്യത്തെക്കുറിച്ച് തന്റെ സുഹൃത്തുക്കളോട് സംസാരിച്ചിട്ടുണ്ടത്രേ. ഒരിക്കൽകൂടി അവളുടെ ഫ്ളാറ്റിൽ ഏതെങ്കിലുമൊരു പുരുഷനെ കാണാനിടയായാൽ പൊലീസിലറിയിക്കാനാണ് അവരുടെ തീരുമാനം."

യുസ്റ അടുക്കളയിലേക്ക് മടങ്ങിയപ്പോൾ കട്ടിലിന്റെ ഒരറ്റത്ത് ഇരുന്നുകൊണ്ട് ഇബ്റാഹീം മൂന്നു ദിവസം മുമ്പ് പറഞ്ഞ കാര്യത്തെക്കുറിച്ച് ആലോചിക്കാൻ തുടങ്ങി. പൊലീസിൽ വിവരമറിയിക്കുമെന്ന് അവൻ പറഞ്ഞിരുന്നെങ്കിലും ഞാനത് ഗൗരവത്തിലെടുത്തിരുന്നില്ല. ഒരു അഭിസാരികയുമായി ശാരീരികബന്ധം പുലർത്തി മണിക്കൂറുകൾക്കുള്ളിൽ ഇങ്ങനെ വഴിവിട്ട ബന്ധത്തെപ്പറ്റി പൊലീസിലറിയിക്കുമെന്നൊക്കെയുള്ള സംസാരം നടത്താൻ അവനെ പ്രേരിപ്പിച്ചതെന്തായിരിക്കുമെന്ന് മനസ്സിലാകുന്നില്ല. തനിക്കിപ്പോഴും മൂല്യങ്ങളിൽ വിശ്വാസമുണ്ടെന്ന് തെളിയിക്കാൻ വേണ്ടിയായിരിക്കാം. താൻ ചെയ്ത തെറ്റിനുള്ള പ്രായശ്ചിത്തവുമാകാം. പക്ഷേ, ഈ വിവരം യുസ്റ കൂടി പറഞ്ഞുകഴിയുമ്പോൾ

ഇബ്റാഹീം ഗൗരവമായിട്ടുതന്നെയാണ് പൊലീസ് വിഷയം പറഞ്ഞതെന്ന് മനസ്സിലായി.

കാര്യങ്ങൾ ഇത്രത്തോളമെത്തുമെന്ന് കരുതിയതേ ഇല്ലായിരുന്നു. പൊലീസ് നഈമയുടെ ഫ്ളാറ്റിൽ വരികയും അവിടെ ഒരന്യപുരുഷനെ കാണുകയും ചെയ്താൽ പറയുന്നതുപോലെ അയാൾ സഹോദരനല്ലെന്ന് തെളിയുന്നപക്ഷം വലിയ വിലയായിരിക്കും അവൾക്കതിന് നൽകേണ്ടി വരിക. വ്യഭിചാരക്കുറ്റം ചുമത്തി അവളെ നീതിപീഠത്തിന് മുന്നിൽ കൊണ്ടുനിർത്തുമെന്നത് തീർച്ചയാണ്. ജയിലിലേക്കവളെ വലിച്ചെറിയും. ജീവിതം നരകമാക്കി മാറ്റും.

ഇതാദ്യമായിട്ടായിരിക്കും എനിക്കവളോട് സഹതാപം തോന്നുന്നത്. അവളുടെ ഈ ഇരട്ടസ്വഭാവം എനിക്ക് തീരെ ഇഷ്ടമല്ലെന്നത് ശരിയാണ്. യുസ്റയെ സ്വാധീനം ചെലുത്താൻ കഴിഞ്ഞിരുന്ന കാലത്ത് അവളുടെ തലച്ചോർ വച്ചുള്ള കളിക്ക് നഈമ മുതിർന്നിരുന്നു എന്നതുറപ്പാണ്. യുസ്റയെ മതജീവിതത്തിലേക്ക് നയിച്ചതും അവൾ തന്നെയാണ്. ഫ്ളാറ്റിൽ മറ്റൊരു പുരുഷനോടൊപ്പം കണ്ടപ്പോൾ എനിക്കവളോട് ഈർഷ്യ തോന്നിയെന്നതും ശരിതന്നെയാണ്. ഇങ്ങനെയൊക്കെയാണെങ്കിലും ആ പെരുമാറ്റങ്ങൾ മറ്റുള്ളവർക്ക് അപകടകരമാണെന്ന് ഇതുവരെ ബോധ്യപ്പെട്ടിട്ടേയില്ല. പുരുഷന്മാരിൽ ചിലർക്ക് അവളോട് വിദ്വേഷമാണെന്നും തങ്ങളുടെ ഭാര്യമാരെ അവൾ സ്വാധീനിച്ചേക്കുമെന്ന ഭയമുണ്ടെന്നും അറിയാം. എന്നാൽ ഇടയ്ക്കിടയ്ക്ക് അവൾ തന്റെ ഫ്ളാറ്റിൽ ഒരു പുരുഷനെ വിളിച്ചുവരുത്താറുണ്ടെന്ന ന്യായം പറഞ്ഞ് പൊലീസിൽ വിവരമറിയിക്കുന്ന അളവോളം കാര്യങ്ങൾ എത്തിച്ചേരുമെന്ന് ഞാൻ തീരെ സങ്കല്പിക്കുകകൂടി ചെയ്തിട്ടില്ല എന്നതാണ് വാസ്തവം.

എനിക്കിനി ഫ്രാൻസിലേക്ക് മടങ്ങാൻ രണ്ടു ദിവസം മാത്രമേ ബാക്കിയുള്ളൂ. അതിനിടയിൽ ഒരു ബന്ധവുമില്ലാത്ത ഇതുപോലൊരു വൈകാരിക വിഷയത്തിൽ ഇടപെടുന്നത് വളരെ വിചിത്രം തന്നെയാണ്. എന്നാൽ കാര്യമിങ്ങനെയൊക്കെയാണെന്ന് ചിന്തിക്കുമ്പോൾതന്നെ ഇക്കാര്യത്തിൽ എന്തെങ്കിലും ചെയ്തേ തീരൂവെന്ന് സ്വയം ബോധ്യപ്പെടുത്താനും മനസ്സ് ശ്രമിച്ചുകൊണ്ടിരുന്നു. പ്രത്യേകിച്ച് ചെറിയൊരു കുറ്റബോധം മനസ്സിലുള്ളപ്പോൾ. നഈമ വൃത്തികെട്ട സ്ത്രീയാണെന്നും തന്റെ യാഥാർത്ഥ്യം പുറത്തറിയാതിരിക്കുന്നതിനുള്ള മുഖംമൂടിയാണ് അവളുടെ മതപരിവേഷമെന്നും യുസ്റയോട് പറഞ്ഞത് ഞാനായിരുന്നല്ലോ? ഈ കാര്യത്തെക്കുറിച്ച് യുസ്റയ്ക്കുകൂടി ബോധ്യം വന്നശേഷം മറ്റുള്ളവരോടൊക്കെ പറഞ്ഞ് അവളുടെ പേര് ചീത്തയാക്കാൻ പ്രേരിപ്പിച്ചതിന് പിന്നിലും ഞാൻ തന്നെയായിരുന്നു.

പക്ഷേ, ഇക്കാര്യത്തിൽ എനിക്കെന്തു ചെയ്യാനാകും? രഹസ്യമായി നടന്നുകൊണ്ടിരിക്കുന്ന ഗൂഢാലോചനയെക്കുറിച്ച് അവളോട് പറയണോ? പറഞ്ഞാൽതന്നെ അവളത് വിശ്വസിക്കുമോ? ഞാൻ ഇതൊക്കെ അവളോട് അടുക്കാനും പ്രലോഭിക്കാനുമൊക്കെ ചെയ്തതാണെന്ന് നഈമ കരുതിയേക്കാം. എന്ന് മാത്രമല്ല ആ പരിധിയൊക്കെവിട്ട് തന്നെ പ്രലോഭിപ്പിക്കുവാൻ ഞാൻ സർവ്വമാർഗ്ഗവും ഉപയോഗിക്കുകയാണെന്ന് കോളനിയിൽ പ്രചരിപ്പിച്ചാലും മതി.

ഇനി എനിക്ക് വേണമെങ്കിൽ യുസ്റയുടെ സഹായം തേടാം. താൻ ചെയ്യാൻ തുനിയുന്ന കാര്യം എത്രമാത്രം അപകടകരമാണെന്ന് ഇബ്റാഹീമിനെ ബോധ്യപ്പെടുത്താൻ യുസ്റയ്ക്ക് കഴിഞ്ഞേക്കും. ഇത്തരമൊരു കടുത്ത തീരുമാനത്തിൽ നിന്നും പിൻതിരിയാൻ അവളവനെ പ്രേരിപ്പിച്ചേക്കും. പകരം അവൾക്ക് നല്ലൊരു മുന്നറിയിപ്പ് നൽകിയാൽ മതിയാകും. അങ്ങനെ നഈമ തന്റെ ഈ സ്വഭാവം തിരുത്തുകയും ഫ്ളാറ്റിൽ അന്യപുരുഷന്മാരെ വിളിച്ചുവരുത്തുന്നത് അവസാനിപ്പിക്കുകയും ചെയ്തേക്കും. പക്ഷേ എനിക്ക് നഈമയുമായി എന്തോ ബന്ധമുണ്ടെന്നും ആവശ്യത്തിലധികമുള്ള ശ്രദ്ധ എനിക്കവളിലുണ്ടെന്നും യുസ്റ കണ്ടെത്തുമോ എന്ന ഭയമുണ്ടായിരുന്നു. ഇതിനെക്കാളൊക്കെ അപകടകരമായ കാര്യം ഞാൻ നഈമയിൽ ഭ്രമിച്ചുപോയെന്ന യാഥാർത്ഥ്യം യുസ്റ തിരിച്ചറിയുന്നതായിരിക്കും.

അതോടെ എന്നെക്കുറിച്ചുള്ള അവളുടെ പ്രതീക്ഷകളൊക്കെ നശിച്ചുപോകും. യുസ്റ ഇക്കാര്യം ഇബ്റാഹീമിനോടും പറയും. അല്ലെങ്കിൽ തന്നെ ഇത്തരം രഹസ്യങ്ങൾ മറച്ചുവയ്ക്കുക എന്നത് വളരെ ബുദ്ധിമുട്ട് തന്നെയായിരിക്കും. മാന്യയായൊരു ഫ്രഞ്ചുകാരിയെ വിവാഹം കഴിച്ച് പാരീസിൽ സ്ഥിരതാമസമാക്കിയ അദ്ധ്യാപകനും അയൽക്കാർക്കും സുഹൃത്തുക്കൾക്കും പരിചയക്കാർക്കും മുമ്പിലൊക്കെ താൻ അഭിമാനത്തോടെ സംസാരിച്ചിരുന്ന സഹോദരൻ അഭിസാരികയായ ഒരു വിധവയിൽ ഭ്രമിച്ചുപോയി എന്നറിയുന്നത് ഇബ്രാഹീമിനെ സംബന്ധിച്ചും ഞെട്ടലുണ്ടാക്കുന്ന കാര്യം തന്നെയായിരിക്കും. പ്രത്യേകിച്ച് അത്ര സുന്ദരിയൊന്നുമല്ലാത്ത ഒരു സ്ത്രീയാകുമ്പോൾ. താൻ രണ്ടു ദിവസം മുമ്പ് ശാരീരികബന്ധം പുലർത്തിയ അഭിസാരികയുടെ അത്ര സൗന്ദര്യമെങ്കിലും നഈമയ്ക്കുണ്ടായിരുന്നെങ്കിൽ ഈ വാർത്ത കേൾക്കുമ്പോൾ അവന് അല്പം നിസ്സാരമായി തോന്നിയേനേ. ഒപ്പം ഞെട്ടലിന്റെ കാഠിന്യം കുറഞ്ഞിരിക്കുകയും ചെയ്യും.

അപ്പോൾ പിന്നെ വലിയ അസ്വസ്ഥതകളൊന്നുമില്ലാതെ എനിക്ക് നഈമയുടെ വിഷയം അവതരിപ്പിക്കാനാകുന്ന ഒരേയൊരു വ്യക്തി

ലൈലയായിരിക്കും. പക്ഷേ ഇതുപോലൊരു വിഷയത്തിൽ അവൾ പറയുന്നത് ആരെങ്കിലും കേൾക്കുമോ? പ്രത്യേകിച്ച് കോളനിയിൽ ലൈലയ്ക്ക് അത്ര നല്ല പേരല്ലല്ലോ ഉള്ളത്? തുറന്ന പെരുമാറ്റംമൂലം ലൈലയെ ഒരു പിഴച്ച പെണ്ണായി കരുതുന്ന ആളുകളുമുണ്ട്. പിന്നെയുള്ളത് അവളുടെ അദ്ധ്യാപകനായ ഭർത്താവാണ്. മറ്റേതെങ്കിലും കാര്യമായിരുന്നെങ്കിൽ ആശ്രയിക്കാൻ പറ്റിയൊരാൾ തന്നെയാണ് ആ മനുഷ്യൻ. പക്ഷേ മര്യാദയുമായും സദാചാരവുമായും ബന്ധപ്പെട്ട ഇതുപോലൊരു വിഷയത്തിൽ ആരെയും എന്തെങ്കിലും ബോധ്യപ്പെടുത്താൻ അയാൾക്ക് കഴിയില്ല. സ്ത്രീകൾക്ക് സ്വാതന്ത്ര്യം നൽകണമെന്ന വാദത്തിൽ വലിയ തുറന്ന മനസ്സും ഉത്സാഹവുമുള്ളയാളാണ് അയാളെന്ന് കോളനിയിലെ സകലർക്കുമറിയാം.

വെറുതെ ശൂന്യതയിലേക്ക് നോക്കി ഇനി എന്തുചെയ്യണമെന്നറിയാതെ ഇരിക്കുമ്പോഴായിരുന്നു മറ്റൊരാശയം തോന്നുന്നത്. എന്തുകൊണ്ട് നഈമയുടെ ഒപ്പം കണ്ട മനുഷ്യനോട് തന്നെ വിഷയം പറഞ്ഞുകൂടാ? ഒരിക്കൽകൂടി അയാളെ നഈമയുടെ ഫ്ളാറ്റിൽ കണ്ടാൽ അതവൾക്ക് അപകടമാകുമെന്ന് എന്തുകൊണ്ട് അയാളെത്തന്നെ അറിയിച്ചുകൂടാ? രാത്രിയിൽ ഏതാനും നിമിഷത്തേക്കാണെങ്കിലും ഞാനയാളുടെ മുഖം കണ്ടിട്ടുണ്ടായിരുന്നു. ഇപ്പോഴും ആ മുഖമോർമ്മയുമുണ്ട്. നേരിൽ കാണുമ്പോൾതന്നെ തിരിച്ചറിയാൻ കഴിയുമെന്ന് ഉറപ്പുണ്ട്. സത്യത്തിൽ അയാൾ അവളുടെ സഹോദരൻ തന്നെയാണെങ്കിൽ നഈമയെ സംബന്ധിച്ച് ഞാൻ പറയുന്ന കാര്യം അയാളെ അസ്വസ്ഥനാക്കുകതന്നെ ചെയ്യും. പിന്നെ അയാൾക്ക് ഓർമ്മവരുന്നത് ജനാലയിലൂടെ ഞാൻ നഈമയെ ഒളിഞ്ഞുനോക്കിയത് കൈയോടെ പിടികൂടിയ നിമിഷത്തിന്റെ കാര്യമായിരിക്കും. അതോടെ വളരെ പരുഷമായി പെരുമാറാനിടയുള്ള ആ മനുഷ്യൻ ചീത്ത വിളിക്കുകയും ചെയ്തേക്കാം, എന്നു മാത്രമല്ല അയാൾ എന്റെ വാക്കുകൾ ഗൗരവമായി എടുക്കുകയുമില്ല.

നഈമയെ വീഴ്ത്താനായി ഒരുക്കപ്പെട്ടിരിക്കുന്ന കെണിയിൽ അവൾ വീണുപോകാതിരിക്കുകയാണ് എന്നെ സംബന്ധിച്ച് പ്രധാനം. പക്ഷേ ആ മനുഷ്യനെ എവിടെ വച്ച് കാണാനാണ്? അയാൾ എവിടെയാണ് താമസമെന്നറിയില്ല. ജോലി വല്ലതുമുണ്ടെങ്കിൽ എവിടെയാണ് പണിയെടുക്കുന്നതെന്നുമറിയില്ല. എനിക്ക് പരിചയമുള്ളവരിൽ ആർക്കെങ്കിലും ഇതൊക്കെ അറിയാമെന്നും തോന്നുന്നില്ല.

കുറേനേരം ആലോചിച്ചപ്പോൾ മറ്റൊരു ചിന്തയിലെത്തി. നഈമയ്ക്കൊപ്പം കണ്ട ആ കുട്ടിയെ വിവരമറിയിക്കുകയായിരിക്കും പറ്റിയ പോംവഴി. പിന്നെ എപ്പോഴോ തോന്നി അവൾക്കൊപ്പം താമസിക്കുന്നതായി യുസ്റ പറഞ്ഞിട്ടുള്ള വൃദ്ധയെ സമീപിക്കാമെന്ന്. പക്ഷേ ഞാനാ

സ്ത്രീയെ ജനാലയിലോ പുറത്തോ വച്ചൊന്നും കണ്ടിട്ടേയില്ലെന്നതാണ് പ്രശ്നം. സത്യത്തിൽ അങ്ങനെയൊരു വൃദ്ധയുണ്ടോയെന്നുപോലും സംശയം തോന്നിയിട്ടുണ്ട്.

നഈമയുടെ പകുതി ചാരിയ വാതിലിന് മുന്നിൽവച്ച് ആ കുട്ടി എന്നെ കൈയോടെ പിടികൂടിയിട്ടുണ്ടെന്നത് ശരിയാണ്. അപ്പാർട്ട്മെന്റ് ഗാർഡനിലെ നടപ്പാതയിൽവച്ച് നഈമയേയും ആ കുട്ടിയേയും പിന്നീടൊരിക്കൽ യാദൃച്ഛികമായി കാണാനിടയായപ്പോൾ ഞാനാണ് ഫ്ളാറ്റിനുള്ളിലേക്ക് ഒളിഞ്ഞുനോക്കിയതെന്ന് അവൻ പറഞ്ഞത് കേട്ടതുമാണ്. കുട്ടിയാണെങ്കിൽപോലും നഈമയ്ക്ക് ഭീഷണിയാകുന്ന ഈ അപകടത്തെക്കുറിച്ച് വിവരമറിയിക്കാൻ ആശ്രയിക്കാൻ പറ്റുന്ന ഒരേയൊരു വ്യക്തിയായിരിക്കും അവൻ. കുട്ടിയാകുമ്പോൾ പ്രത്യേകിച്ച് അസ്വസ്ഥതയൊന്നും തോന്നാനിടയില്ല. പേര് നാശമാകുകയോ മറ്റേതെങ്കിലും പ്രശ്നത്തിൽ കൊണ്ടുചാടിക്കുമോ എന്നൊക്കെയുള്ള ഭയങ്ങളുമില്ല.

ഫ്ളാറ്റിൽനിന്നും പുറത്തേക്കിറങ്ങി മൂന്നാംനിലയിലെത്തിയതും ശ്രദ്ധയോടെ നഈമയുടെ ഫ്ളാറ്റിനരികിലേക്ക് ചെന്നു. ഒരു നിമിഷം നിന്ന ശേഷം ചെവി വട്ടംപിടിച്ചു. ഉള്ളിൽ അനക്കമൊന്നുമില്ല. ആകെക്കൂടി കേൾക്കാനുള്ളത് അബ്ദുൽ ബാസിത്വിന്റെ സ്വരത്തിലുള്ള ഖുർആൻ പാരായണം മാത്രമാണ്. വിശുദ്ധ ഖുർആനിലെ നാലാമദ്ധ്യായമായ 'അൽ-നിസാ'ഇൽ നിന്നുള്ള ഒരു സൂക്തമാണ് കാതിൽ വന്നലച്ചത്:

'സ്ത്രീകളിൽനിന്ന് നിങ്ങൾ ഇഷ്ടപ്പെടുന്ന രണ്ടോ മൂന്നോ നാലോ പേരെ വിവാഹം ചെയ്തുകൊള്ളുക. എന്നാൽ അവർക്കിടയിൽ നീതി പുലർത്താനാകില്ലെന്ന് ഭയപ്പെടുന്നുവെങ്കിൽ നിങ്ങൾ ഒരാളെ മാത്രമേ വിവാഹം ചെയ്യാൻ പാടുള്ളൂ...'

അബ്ദുൽ ബാസിത്വിന്റെ പാരായണം കേട്ട് ഞാൻ വാതിൽക്കൽ മരവിച്ച് നിന്നുപോയി. ശരീരമാകെ തളർന്നുപോയതുപോലെ. നാലാം നിലയിലെ വാതിൽ തുറക്കുന്ന ശബ്ദം കേട്ടപ്പോൾ മാത്രമാണ് അനങ്ങാനായത്. കോണിപ്പടിയിൽ ആരുടെയോ കാൽപ്പെരുമാറ്റം കേൾക്കാം. അതോടെ ഞാൻ പുറത്തേക്കിറങ്ങി. ഷോപ്പിംഗ് മാൾ വരെ പോയശേഷം വീണ്ടും തിരികെ വന്നു. നഈമയുടെ ഫ്ളാറ്റിലേക്ക് ഒരിക്കൽകൂടി പോകാൻ തന്നെ തീരുമാനിച്ചു. വാതിൽക്കൽ പോയി കുറച്ചുസമയം കാത്തുനിന്നാൽ ഇത്തവണ ആ കുട്ടിയെ കാണാനുള്ള ഭാഗ്യം കിട്ടിയാലോ?

അപ്പാർട്ടുമെന്റിനകത്തേക്കോ, പുറത്തേക്കോ പോകുന്ന ആളുകളെ നിരീക്ഷിക്കുന്ന സ്ത്രീകളെയൊന്നും ഫ്ളാറ്റുകളുടെ ജനാലകളിലൊന്നും കാണാനില്ല. അപ്പാർട്ടുമെന്റിന് മുന്നിലെ ഗാർഡനിലൂടെ കടന്നുപോകുന്ന

നടപ്പാതയിൽ ആരുമില്ല. വേഗം നടപ്പാത കടന്ന് അപ്പാർട്ടുമെന്റിലേക്ക് കയറി. കോണിപ്പടിയിലൂടെ രണ്ടാംനിലയിലേക്കെത്തിയതും തീരെ പ്രതീക്ഷിക്കാത്തൊരു കാഴ്ച കണ്ടു. പൊക്കം കുറഞ്ഞൊരു വൃദ്ധ പടിക്കെട്ടിന് മധ്യത്തിൽ നിൽക്കുന്നു. അവരുടെ പാദത്തിനരികിൽ പച്ചക്കറികളും ഫലങ്ങളും നിറച്ചൊരു കൂടയുമുണ്ട്. ക്ഷീണം സഹിക്കവയ്യാതെ നിന്ന് കിതയ്ക്കുകയാണ് ആ സ്ത്രീ. മുഖത്തുകൂടിയും കഴുത്തിലൂടെയും വിയർപ്പ് ചാലിട്ടൊഴുകുന്നു. തലയിൽ ഇട്ടിരിക്കുന്ന സ്കാർഫ് പിറകിലേക്ക് വീണുകിടക്കുന്നതിനാൽ നര കയറിയ തലമുടിയുടെ നല്ലൊരു ഭാഗം പുറത്തേക്കു കാണാം. ദേഹം മൂടുന്ന സെഫ്സാരി മേൽകുപ്പായമാകട്ടെ കഴുത്തിലേക്ക് തെന്നിവീണതിനാൽ നിലത്ത് ഇഴയുന്നുണ്ട്.

ഈ സ്ത്രീ നജ്‌മയ്ക്കൊപ്പം താമസിക്കുന്ന വൃദ്ധതന്നെയാണെന്ന കാര്യത്തിൽ സംശയം വേണ്ട. അവസാനം അവരിതാ തന്റെ മുന്നിൽ എത്തിയിരിക്കുന്നു. മനസ്സിനെ പിടികൂടിയ അസ്വസ്ഥതയെ മറയ്ക്കാനായി സ്വയം പറഞ്ഞു. അടുത്തെത്തിയതും തന്റെ കൂട മുകളിലെത്തിക്കാൻ സഹായിക്കാമോ എന്നവർ ചോദിച്ചു. ഞാൻ കൂട എടുക്കാനായി കുനിയുന്നതു കണ്ടതും അവർ ഗൂഢമായൊന്നു പുഞ്ചിരിച്ചു. പടിക്കെട്ടുകൾ കയറാൻ തുടങ്ങിയതും കുട്ടിയോട് ചോദിക്കുവാനായി കരുതിവച്ച കാര്യം വൃദ്ധയോട് ചോദിച്ചാലോ എന്ന് കരുതി. അയൽക്കാരുടെ ഗൂഢപദ്ധതിയെക്കുറിച്ച് നജ്‌മയെ വിവരമറിയിക്കാനുള്ള സുവർണ്ണാവസരമാണിത്. അമാന്തിച്ച് നിൽക്കാതെ ഈ അവസരം മുതലാക്കിയേ തീരൂ, പ്രത്യേകിച്ച് വൃദ്ധ നല്ലൊരു സ്ത്രീയാണെന്ന് തോന്നുന്നതിനാൽ.

നല്ല ആശയം തന്നെയാണ്. പക്ഷേ കാര്യം പറയുന്നത് അവസാന നിമിഷത്തേക്ക് മാറ്റിവയ്ക്കാൻ തീരുമാനിച്ചു. ഫ്ളാറ്റ് വരെയെത്തി കൂട കൈമാറാൻ സമയമാകട്ടെ. അങ്ങനെയാകുമ്പോൾ എനിക്ക് പെട്ടെന്നു തന്നെ കാര്യം പറഞ്ഞ് സ്ഥലം വിടാൻ കഴിയും. അപ്പോൾ പിന്നെ അറിയിക്കുന്ന കാര്യം അവർക്കിഷ്ടപ്പെട്ടില്ലെങ്കിലും കുഴപ്പമുണ്ടാകില്ല.

എന്റെ ഭാഗ്യത്തിനാണ് ഇങ്ങനെ ഒരു തീരുമാനമെടുക്കാൻ തോന്നിയത്. മൂന്നാംനിലയിലെത്തിയപ്പോൾ വൃദ്ധ നേരെ പോയത് നജ്‌മയുടെ ഫ്ളാറ്റിലേക്കായിരുന്നില്ല. പകരം എതിർവശത്തുള്ള ഫ്ളാറ്റിലേക്കായിരുന്നു. മാറിനിടയിൽനിന്നും പുറത്തേക്കെടുത്ത താക്കോൽ ഉപയോഗിച്ച് അവർ വാതിൽ തുറന്നു. എന്റെ കൈയിൽനിന്നും കൂട വാങ്ങി. പിന്നെ എനിക്ക് നന്മയുണ്ടാകട്ടെയെന്ന് പ്രാർത്ഥിച്ചശേഷം വൃദ്ധ തന്റെ ഫ്ളാറ്റിനുള്ളിലേക്ക് കയറിപ്പോയി. മനസ്സൊന്ന് ശാന്തമാകുന്നതുവരെ ഞാൻ വാതിൽക്കൽ തന്നെ കുറ്റിപോലെ നിന്നു. പിന്നെ പതിയെ നജ്‌മയുടെ ഫ്ളാറ്റിനരികിലേക്ക് നീങ്ങിയശേഷം തല ചരിച്ച് ശ്രദ്ധിക്കാൻ നോക്കി.

പെട്ടെന്ന് ഫ്ളാറ്റിനുള്ളിൽനിന്നും എന്തോ ശബ്ദം കേട്ടു. പിന്നെ വസ്ത്രം കുടയുന്ന ഒച്ചയും. അപ്പോഴാണ് വാതിലിലൊരു ചെറിയ ദ്വാരമുള്ള കാര്യം ശ്രദ്ധിച്ചത്. അതിലൂടെ ആരോ നോക്കുന്നുണ്ടെന്നൊരു തോന്നലും. അതോടെ നഈമയെ മുഖാമുഖം കാണേണ്ടിവരുമെന്ന ഭീതിയിൽ സ്ഥലം വിടാൻതന്നെ തീരുമാനിച്ചു. അവളെ കാണാൻ വരുന്ന പുരുഷനുമാകാം. ഞാൻ തിരിയാൻ തുടങ്ങിയതും ചെറിയൊരു കറകറ ശബ്ദത്തോടെ വാതിൽ അല്പം തുറക്കുന്നതു കേട്ടു.

ശരീരത്തിലൂടെ ഒരു കൊള്ളിയാൻ കടന്നുപോകുന്നതുപോലെയാണ് തോന്നിയത്. പെട്ടെന്ന് ഖുർ ആൻ പാരായണശബ്ദം നിലച്ചു. അവിടെയെങ്ങും സംശയാസ്പദമായ നിശ്ശബ്ദത പരന്നു. ശക്തമായ ആകാംക്ഷയുടെ സമ്മർദ്ദത്തിൽ ഞാൻ തലനീട്ടി നോക്കി. വാതിലിന് പിറകിൽ നിൽക്കുന്ന ആ കുട്ടിയുടെ മേലാണ് കണ്ണ് ചെന്നുപെട്ടത്. വല്ലാത്തൊരു ആനന്ദം മനസ്സിൽ നിറയവേ ഞാനവനെ നോക്കി പുഞ്ചിരിച്ചു. പക്ഷേ അവന്റെ മുഖത്ത് ചിരിയൊന്നുമുണ്ടായിരുന്നില്ല. ശ്രദ്ധയോടെ കോതിവച്ച അവന്റെ നനഞ്ഞ തലമുടിയിൽനിന്നും സോപ്പിന്റെ ഗന്ധം മണക്കുന്നുണ്ടായിരുന്നു. കുളിമുറിയിൽനിന്നും ഇപ്പോൾ പുറത്തിറങ്ങിയതേ ഉണ്ടാകൂ. ഞാൻ ഒരിക്കൽകൂടി പുഞ്ചിരിച്ചുകൊണ്ട് വാതിലിനോട് കൂടുതൽ അരികിലേക്ക് ചെന്നു. മനസ്സിൽ കരുതിവച്ച കാര്യം പറയാനാഗ്രഹിച്ചുകൊണ്ട് ഞാൻ മുന്നോട്ടാഞ്ഞതും പിറകിലേക്ക് മാറിക്കൊണ്ട് ഭയംനിറഞ്ഞ കണ്ണുകളുമായി അവൻ എന്നെത്തന്നെ തുറിച്ചുനോക്കാൻ തുടങ്ങി. പിന്നെ ശക്തിയോടെ വാതിൽ വലിച്ചടച്ചു.

പത്തൊൻപത്

ഫ്രീഡം സ്ക്വയറിലെ ടൂനിസ് സിറ്റി കത്തീഡ്രലിനരികിലുള്ള ഇബ്നു ഖൽദൂൺ പ്രതിമയ്ക്ക് അതിരാവിലെ നല്ല ഉയരവും വണ്ണവും പ്രൗഢി യുമുള്ളതുപോലെ തോന്നിപ്പോകുന്നു. ഇത്തവണ നാട്ടിൽവന്നശേഷം ഇതാദ്യമായിട്ടായിരിക്കും പ്രതിമയുടെ ഇത്രയരികിലേക്ക് വരുന്നത്. വാഹനഗതാഗതം കുറവാണ്. സമീപമുള്ള നടപ്പാതകളിലൂടെ നടക്കുന്ന വരുടെ എണ്ണവും കുറവ്. അരികത്തുള്ള ചില മരങ്ങളിലിരുന്ന് ചെറു കിളികൾ നിർത്താതെ ചിലയ്ക്കുന്നതുകേട്ടാൽ ഈ അപൂർവ്വമായ ശാന്തത കഴിയുന്നത്ര ഉപയോഗപ്പെടുത്തുന്നതായേ തോന്നുകയുള്ളൂ.

പ്രതിമ സ്ഥിതിചെയ്യുന്ന സ്ഥലത്തിന് ചുറ്റുമായി സ്ഥാപിച്ചിരിക്കുന്ന പൊക്കംകുറഞ്ഞ ഉരുക്കുവേലിയിൽ ചാരിനിന്നു കുറച്ചുനേരം. അവിടെ ആകെക്കൂടി ഉണ്ടായിരുന്നത് ഒരു ഫോട്ടോഗ്രാഫറായിരുന്നു. പിന്നെ ഒരു പൊലീസുകാരനെകൂടെ ഇതുപോലെ ആളില്ലാത്ത സ്ഥലത്ത് കണ്ട പ്പോൾ അല്പം വിചിത്രമായി തോന്നി. എന്നാൽ പിന്നീട് അയാൾ എന്നെ ത്തന്നെ നോക്കുന്ന രീതി കണ്ടപ്പോഴാണ് കാര്യം മനസ്സിലായത്. പ്രതിമ യ്ക്ക് കാവൽ നിൽക്കുന്നയാളാണ്. ഇവിടെ പൊലീസുകാർ സർവ്വതും സംശയത്തോടെ നിരീക്ഷിച്ചുകൊണ്ടിരിക്കുന്നതുപോലെയാണ് തോന്നുക.

പ്രതിമയ്ക്കു മുന്നിൽനിൽക്കുന്ന എന്റെ ഫോട്ടോ എടുത്ത് തരുന്ന തിനായി ഫോട്ടോഗ്രാഫർ ഓടിയടുത്തേക്കു വന്നു. എന്നാൽ ഞാൻ വേണ്ടായെന്ന് പറഞ്ഞ് തിരിഞ്ഞു. കൂടുതൽ നിർബന്ധിക്കാൻ തുടങ്ങി യതും ഒന്നും പറയാതെ ഞാൻ ദൂരേക്ക് പോയി. അതോടെ അയാൾ വേദനിപ്പിക്കുന്ന തരത്തിൽ ചീത്ത പറയാൻ തുടങ്ങി. എന്നാൽ സ്വയം നിയന്ത്രിച്ചതല്ലാതെ മറുപടിയൊന്നും പറയാൻ പോയില്ല. പല വശങ്ങളി ലൂടെ കുറെനേരം പ്രതിമയെത്തന്നെ നോക്കിനിന്നശേഷം കത്തീഡ്രലി നരികിലേക്ക് നടന്നു.

വ്യത്യസ്തമായ വാസ്തുകലാവൈഭവം കാരണം കത്തീഡ്രൽ വളരെ വേറിട്ടൊരനുഭവമാണ്. ചുറ്റുമുള്ള വെള്ള ചായംപൂശിയ കെട്ടിടങ്ങൾ ക്കിടയിൽ തലയെടുപ്പോടെ നിൽക്കുകയാണത്. ടൂനിസ് പട്ടണത്തിൽ

ആദ്യമായി വന്നനാൾ മുതൽ നൂറുകണക്കിന് തവണ ഈ കത്തീഡ്രലിന് മുന്നിലൂടെ കടന്നുപോയിട്ടുണ്ട്. പക്ഷേ ഇന്നുവരെ അതിനുള്ളിലേക്ക് കയറിയിട്ടേയില്ല. പരിചയമുള്ളവരാരും അപ്രകാരം ചെയ്തിട്ടുള്ളതായി കേട്ടിട്ടുമില്ല. എത്രയോ വർഷങ്ങളായി ടുനിസ് പട്ടണമധ്യത്തിൽ പ്രൗഢി യോടെ നിൽക്കുകയാണ് ഈ കത്തീഡ്രൽ. പക്ഷേ ആരുമതിന് വേണ്ട പ്രാധാന്യം നൽകുകയോ ഒന്നു നോക്കുകപോലും ചെയ്യുന്നില്ല. ഇനി കണ്ണിൽപ്പെട്ടാൽതന്നെ അങ്ങനെയൊരു വസ്തു അവിടെ ഇല്ലെന്നമട്ടിൽ ആളുകൾ കടന്നുപോകും. കണ്ണുകൾകൊണ്ട് കാണാൻ കഴിയാത്ത വിചിത്രവസ്തുക്കളുടെ ഗണത്തിൽപ്പെട്ടതാണ് ആ കത്തീഡ്രലുമെന്ന ഭാവത്തിൽ.

കത്തീഡ്രലിന്റെ മുന്നിലുള്ള പടിക്കെട്ടുകൾ കയറി മുകളിലെത്തിയ ശേഷം തിരിഞ്ഞുനോക്കി. ഫോട്ടോഗ്രാഫറും പൊലീസുകാരനും എന്നെ ത്തന്നെ നോക്കിനിൽക്കുകയാണ്. ഒന്ന് അമാന്തിച്ചെങ്കിലും വാതിൽ തള്ളി ത്തുറന്ന് അകത്തേക്കു കയറി. പാരീസിലോ മറ്റേതെങ്കിലും യൂറോപ്യൻ നഗരങ്ങളിലോ ഉള്ള ക്രിസ്ത്യൻ ദേവാലയങ്ങളിൽ കയറിയിട്ടുള്ള പ്പോഴൊന്നും എനിക്ക് സാധാരണയായി അസ്വസ്ഥതയൊന്നും തോന്നി യിട്ടേയില്ല. സ്ഥിരമായി പള്ളികളിൽ പോകാറുമുണ്ട്. എനിക്ക് ക്രിസ്ത്യൻ പള്ളികളും മുസ്‌ലിംപള്ളികളും മറ്റെല്ലാതരത്തിലുമുള്ള ആരാധനാലയ ങ്ങളും ഇഷ്ടംതന്നെയാണ്. പക്ഷേ ഇത്തവണ ചെറിയ എന്തോ തെറ്റ് ചെയ്തെന്ന കുറ്റബോധം കലർന്നൊരു സംഘർഷമായിരുന്നു ഉള്ളി ലാകെ.

കത്തീഡ്രൽ ആകെ ശൂന്യമായിരുന്നു. ഇരുൾനിറഞ്ഞ അന്തരീക്ഷം. എന്താണെന്ന് തിരിച്ചറിയാൻ സാധിക്കാത്ത ഗന്ധം നിറഞ്ഞുനില്പുണ്ട്. ഇരിപ്പിടങ്ങൾ വരിവരിയായിക്കിടക്കുന്ന ഇടനാഴിയിലൂടെ പതിയെ നടക്കു ന്നതിനിടെ മേൽക്കൂരയിലും ചുമരുകളിലുമുള്ള ചിത്രങ്ങളും കൊത്തു പണികളുമൊക്കെ ശ്രദ്ധിച്ചുനോക്കി. അൾത്താരയ്ക്ക് മുന്നിലെത്തിയതും ഒന്നുനിന്നു.

അൾത്താരയിലെ വലിയ മെഴുകുതിരിക്കാലുകൾ നോക്കിനിൽക്കെ അടുത്തൊരു പാതിരി വന്ന് നിന്നതുകണ്ട് ഞെട്ടിപ്പോയി. നന്നായി പുഞ്ചിരിച്ചശേഷം തന്റെ എന്തെങ്കിലും സഹായം ആവശ്യമുണ്ടോയെന്ന് തിരക്കി. ഇല്ലെന്ന് പറഞ്ഞതും ഒരിക്കൽകൂടി പുഞ്ചിരിച്ചശേഷം അയാൾ നടന്നുപോയി.

പള്ളിയിൽനിന്നും പുറത്തേക്കിറങ്ങാൻ തുനിയുമ്പോൾ നേരത്തെ കണ്ട ഫോട്ടോഗ്രാഫർ പടിക്കെട്ടിനരികിലേക്ക് വന്നു. അയാൾ ഒറ്റയ്ക്കാ യിരുന്നില്ല. കൂടെ വേറെ രണ്ട് ഫോട്ടോഗ്രാഫർമാരുമുണ്ടായിരുന്നു. തന്റെ സഹപ്രവർത്തകരോടായി ശബ്ദമുയർത്തി ഫോട്ടോഗ്രാഫർ പറയുന്നതു കേട്ടു.

"തേവിടിശ്ശിയുടെ മോൻ... കാഫിർ!"

കൂടെയുണ്ടായിരുന്ന മറ്റു രണ്ട് ഫോട്ടോഗ്രാഫർമാരിലൊരാൾ ചോദിച്ചു:

"ഈ നായിന്റെ മോൻ ക്രിസ്ത്യൻ പള്ളിക്കകത്ത് എന്തു ചെയ്യുകയായിരുന്നിരിക്കും?"

മറ്റേയാളായിരുന്നു മറുപടി പറഞ്ഞത്:

"അവിശ്വാസികൾക്കൊപ്പം പ്രാർത്ഥിക്കാൻ പോയതായിരിക്കും."

കുറച്ചുമുൻപ് ചീത്ത പറഞ്ഞവൻ വീണ്ടും പറയുന്നതുകേട്ടു:

"രാവിലെതന്നെ കൂടെക്കിടക്കാൻ പറ്റിയൊരാളെ തിരയുകയായിരിക്കും. രൂപം കണ്ടാൽ തന്നെയറിയാം പിഴച്ചവനാണെന്ന്."

അതുകേട്ടതും മറ്റു രണ്ടുപേരും പൊട്ടിച്ചിരിച്ചു. ഒന്നും കേട്ടതായിപ്പോലും നടിക്കാതെ ഞാൻ പട്ടണത്തിന്റെ പുരാതന ഭാഗത്തേക്ക് നടത്തം തുടർന്നു. പിന്നെ സൈതൂന പള്ളി സ്ഥിതിചെയ്യുന്ന ദിക്കിലേക്ക് നീങ്ങി.

കടകളെല്ലാംതന്നെ തുറന്നുതന്നെയാണിരിക്കുന്നത്. വിനോദസഞ്ചാരി സംഘങ്ങൾ കൂട്ടമായി എത്തുന്ന സമയമാകാത്തതിനാൽ അവിടെയെല്ലാം ശാന്തമായ അന്തരീക്ഷമാണ്. പ്രത്യേകിച്ചൊരു ലക്ഷ്യമൊന്നുമില്ലാതെ സമീപത്തുള്ള തെരുവുകളിലൂടെ പതിയെ നടന്നു. ഈ കുരുക്കുവഴികൾക്കിടയിലൂടെ ഒരിടത്തുനിന്നും മറ്റൊരിടത്തേക്ക് നീങ്ങുന്നതിന്റെ ആനന്ദം അനുഭവിക്കുകയായിരുന്നു ഞാൻ. അവസാനം വന്നുപെട്ടത് ഷവാശീൻ സൂഖിലുള്ള കാപ്പിക്കടയിലേക്കായിരുന്നു.

അവിടെ കയറി ഇരുന്നതും വെയിറ്റർ ഓടി അടുത്തേക്ക് വന്നു. അയാൾ ഊഷ്മളതയോടെ കൈപിടിച്ച് കുലുക്കിയതും ഫോട്ടോഗ്രാഫർമാരുടെ ചീത്തവിളിയും പരിഹാസവും സൃഷ്ടിച്ച വേദന നിറഞ്ഞ ചിന്തകളെല്ലാം എങ്ങോ പോയിമറഞ്ഞു. ഒരു ചായ കൊണ്ടുവന്ന് തന്ന ശേഷം അയാൾ അരികിൽതന്നെ നിന്നു. നോട്ടം കണ്ടപ്പോൾതന്നെ മനസ്സിലായി എന്തോ കാര്യം സംസാരിക്കാനാഗ്രഹിക്കുന്നുണ്ടെന്ന്.

"പാരീസ് ടുണീഷ്യയേക്കാളും വളരെ വലുതാണോ?"

"അതെ."

"എത്ര വലുതാണ്?"

"അറിയില്ല."

"മൂന്ന് മടങ്ങായിരിക്കുമോ?"

"ആയിരിക്കാം."

ഒരു നിമിഷം നിശ്ശബ്ദനായിരുന്നശേഷം എന്തോ തെറ്റുപറ്റിയതിൽ ക്ഷമ ചോദിക്കുന്നത് മാതിരി അയാൾ പറഞ്ഞു:

“എനിക്കാകെ അറിയാവുന്ന വേറൊരു സ്ഥലം ട്രിപ്പോളി മാത്രമാണ്. ലിബിയയിൽ ആകെക്കൂടി പോകാൻ കഴിഞ്ഞൊരു സ്ഥലം അത് മാത്ര മാണ്.”

അയാൾ പറയുന്ന കാര്യങ്ങളിൽ താത്പര്യമുണ്ടെന്ന് തോന്നിക്കാൻ വേണ്ടി ഞാൻ തലകുലുക്കി. അതോടെ മുന്നിൽ വന്നിരുന്നശേഷം അയാൾ ഫ്രാൻസിനെക്കുറിച്ച് ചോദിക്കാൻ തുടങ്ങി. ഒരു സാധാരണ കാപ്പിക്കടയിൽവച്ച് ഈ വെയിറ്റർ ചെയ്യുന്നതുപോലെ അറിയാൻവേണ്ടി മാത്രമായി ഇത്ര ലളിതമായി എന്നാൽ വിശദമായി ആരുമെന്നോട് ഫ്രാൻസിനെ സംബന്ധിച്ച് ചോദിച്ചിട്ടേയില്ല. ഫ്രാൻസിനെക്കുറിച്ച് സംസാരിക്കുന്നവരിൽ അധികംപേരും അപ്രകാരം ചെയ്യുന്നത് തങ്ങൾക്ക് അവിടെ പോയിട്ടില്ലെങ്കിൽപോലും ആ നാടിനെക്കുറിച്ച് നല്ലതുപോലെ അറിയാമെന്ന് തെളിയിക്കാൻ വേണ്ടിയായിരിക്കും. ചിലപ്പോഴൊക്കെ അവരിൽ ചിലർ തങ്ങൾക്ക് എന്നേക്കാളേറെ ഫ്രാൻസിനെക്കുറിച്ചറിയാ മെന്ന് പറഞ്ഞിട്ടുപോലുമുണ്ട്. എന്തിനേറെ അവിടെ നേരിടാനിടയുള്ള ബുദ്ധിമുട്ടുകൾ എങ്ങനെ മറികടക്കാമെന്ന് കുറച്ച് ഉപദേശങ്ങൾപോലും അവരെനിക്ക് നൽകാൻ മടിച്ചിട്ടില്ല.

ഇടപാടുകാരിലൊരാൾ വിളിച്ചതും വെയിറ്റർ പെട്ടെന്ന് എഴുന്നേറ്റു.

“ഒരു കാര്യം പറയാൻ മറന്നുപോയി. നിങ്ങളുടെ സുഹൃത്ത് നജീബ് ഒരു മണിക്കൂർ കഴിയുമ്പോൾ ഇവിടെ വരും.”

അതു കേട്ടപ്പോൾ എനിക്ക് വലിയ സന്തോഷമൊന്നും തോന്നിയില്ല. ഈ കാപ്പിക്കടയിലെത്തിയ അവസാനദിനം ഒറ്റയ്ക്ക് ചെലവിടാനായി രുന്നു ആഗ്രഹിച്ചിരുന്നത്. ഇനി നജീബിനെ കാത്തിരിക്കാൻ ബാധ്യസ്ഥ നാണെന്നാലോചിച്ചപ്പോൾ ഉള്ള അസംതൃപ്തി വർദ്ധിച്ചു. ഇനി പെട്ടെന്ന് സ്ഥലം വിടാനാകില്ല. അങ്ങനെ ചെയ്താലത് നജീബിനെ വേദനിപ്പിക്കും. ഞാൻ കാപ്പിക്കടയിൽ വന്നിരുന്നുവെന്നും താൻ വരുന്ന വിവരം എന്നെ അറിയിച്ചിരുന്നെന്നും ഈ വെയിറ്റർ ഉറപ്പായും നജീബിനെ അറിയി ച്ചിരിക്കും.

എന്നെ കണ്ടതും നജീബിന്റെ മുഖം സന്തോഷംകൊണ്ട് തിളങ്ങി. അതുകൂടി കണ്ടതോടെ അവനെ കാണുന്നതിൽ ഉത്സാഹമില്ലാതെ പോയ തിൽ കുറ്റബോധം തോന്നി. പതിവ് ഊഷ്മളതയോടെ അവനെന്നെ ആശ്ലേഷിച്ചു.

അരികിൽ വന്നിരുന്നതും അവനാകെ അസ്വസ്ഥനാണെന്ന കാര്യം ശ്രദ്ധിച്ചു. എന്തോ വിഷയത്തിൽ ആകുലനാണവൻ. എന്തായാലും എനിക്കു തെറ്റിയില്ല. അല്പസമയം കഴിഞ്ഞതും നജീബ് തന്റെ ഭാര്യ യേയും പിന്നെ അവളെ കണ്ടുമുട്ടിയ ദുഃശകുനം പിടിച്ച ദിനത്തേയും

പഴിക്കാൻ തുടങ്ങി. അതു കഴിഞ്ഞതും സർവ്വ ടുണീഷ്യൻ സ്ത്രീകളേയുമായി പഴി. സർവ്വവഴികളുമുപയോഗിച്ച് തങ്ങളുടെ ഭർത്താക്കന്മാരുടെ ജീവിതം ദുരിതമയമാക്കുകയല്ലാതെ വേറൊരു ശ്രദ്ധയുമില്ലത്രേ ഈ സ്ത്രീകൾക്ക്. മറ്റു രാജ്യങ്ങളിലൊക്കെയുള്ള അറബ് വനിതകളേക്കാളൊക്കെ പുരോഗമനചിന്തയുള്ളവരും സ്വതന്ത്രരും പുരോഗതി നേടിയവരുമാണ് ടുനീഷ്യയിലെ സ്ത്രീകളെന്ന് ടെലിവിഷനിലും റേഡിയോയിലുമൊക്കെ സ്ഥിരം പറയുന്നതുപോലെ തങ്ങൾ ടുനീഷ്യയുടെ അഭിമാനമാണെന്നുമൊക്കെ സ്ഥാപിച്ചെടുക്കാനുമാണത്രേ ഈ സ്ത്രീകളുടെ ശ്രമം.

കപ്പിൽ അവശേഷിച്ച ചായ ഒറ്റയിറക്കിന് കുടിച്ചുതീർത്തശേഷം അവൻ എനിക്കരികിലേക്ക് ചാഞ്ഞുവന്നു. വായയിൽനിന്നും പൊരിച്ച മീൻ കഴിച്ചതിന്റെ മണം പുറത്തേക്ക് വരുന്നതിനിടയിൽ നജീബ് പറഞ്ഞു:

“നിന്നെപ്പോലുള്ള സന്ദർശകരെ സംബന്ധിച്ച് ടുണീഷ്യ വളരെ വികസിതമായ ഒരു രാജ്യമാണെന്നായിരിക്കും തോന്നുക. ഇവിടെ എല്ലാം ശാന്തമാണ്... സമാധാനപ്രിയരായ ജനങ്ങൾ.. തുറന്ന മനസ്സുള്ള സമൂഹം... കോഫിഹൗസുകളിൽ കാണുന്ന പെണ്ണുങ്ങൾ... പക്ഷേ ഇതൊരു വ്യാജചിത്രം മാത്രമാണ്. ഇവിടെ ജീവിക്കുന്നവരെ സംബന്ധിച്ച് ടുണീഷ്യയൊരു നരകമാണ്. വളരെ അസ്ഥിരമായൊരു സമൂഹമാണ് ടുണീഷ്യയിലേത്. അസ്വസ്ഥരും വഴിതെറ്റിയവരും ഏത് ദിക്കിലേക്ക് പോകേണ്ടതെന്നറിയാത്തവരുമായ ജനം!”

കഴിഞ്ഞ തവണകളിൽ കണ്ടപ്പോഴൊക്കെ നജീബിന്റെ ഇത്തരം അഭിപ്രായങ്ങൾ എനിക്ക് കേട്ട് പരിചിതമായിക്കഴിഞ്ഞിരുന്നു. പക്ഷേ ഇത്തവണ അവൻ പ്രകടിപ്പിച്ച കാർക്കശ്യവും അവജ്ഞയുമൊക്കെ എന്നെ അതിശയിപ്പിച്ചു. ഒരു നിമിഷം നിശ്ശബ്ദനായിരുന്നശേഷം അവൻ ഞങ്ങളുടെ എതിർഭാഗത്തിരുന്ന പുരുഷനേയും സ്ത്രീയേയും നോക്കാൻ തുടങ്ങി. താൻ പറഞ്ഞതൊക്കെ അവർ കേട്ടിട്ടുണ്ടാകുമോ എന്നറിയണമെന്ന ഭാവത്തിലായിരുന്നു ആ നോട്ടം. അവനൊപ്പം ഞാനും അവരെ നോക്കി. അപ്പോഴാണ് കാപ്പിക്കടയിൽ വന്നപ്പോൾ തന്നെ ഞാനവരെ കണ്ടിരുന്ന കാര്യം ഓർത്തത്. അന്നേരം ആ സ്ത്രീ വളരെ ആസ്വദിച്ച് പുകവലിക്കുന്നുണ്ടായിരുന്നു. അവളേക്കാൾ പ്രായക്കുറവുള്ളതായി തോന്നുന്ന ചെറുപ്പക്കാരനാകട്ടെ നിർത്താതെ സംസാരിക്കുന്നു. മാന്യമായ വസ്ത്രമായിരുന്നു സ്ത്രീയുടെ വേഷം. പ്രത്യേകിച്ച് ശ്രദ്ധയാകർഷിക്കുന്ന ഒന്നുംതന്നെ കണ്ടതുമില്ല. എന്നിട്ടും എന്തോ എനിക്ക് തോന്നി അവളൊരു അഭിസാരികയായിരിക്കുമെന്ന്.

“നീ എപ്പോഴാ പാരീസിലേക്ക് തിരികെ പോകുന്നത്?”

"നാളെ."

"എല്ലാ ആശംസകളും! ഈ നാട്ടിൽനിന്നും പോകുന്ന സകലർക്കും ആശംസകൾ നേരുന്നു."

അവന്റെ വേദന ശമിപ്പിക്കാൻ എന്താണ് പറയേണ്ടതെന്ന് ആലോചിക്കുന്നതിനിടയിൽ പെട്ടെന്ന് നജീബ് തിരക്കി:

"ഫ്രാൻസിൽ എനിക്കെന്തെങ്കിലുമൊരു ജോലി കണ്ടുപിടിക്കാൻ നിനക്ക് സാധിക്കുമോ?"

"ഫ്രാൻസിൽ വന്ന് എന്ത് ജോലി ചെയ്യാനാ നീയാഗ്രഹിക്കുന്നത്?"

"എന്ത് ജോലിയായാലും മതി... പാറാവുകാരൻ... ഗേറ്റ്കീപ്പർ... ശുചീകരണ തൊഴിലാളി... പത്രം വിൽക്കുന്നയാൾ... ഞാൻ പറയുന്നത് വിശ്വസിക്കണം. എന്തെങ്കിലുമൊരു ജോലിയും വിസയും കിട്ടിയാൽ ഞാനീ നാടുപേക്ഷിച്ച് പോകുകതന്നെ ചെയ്യും."

ഇത്രത്തോളം നിരാശനും തകർന്നവനുമായി മുമ്പ് നജീബിനെ കണ്ടിട്ടേയില്ല. ഭാര്യയുമായി വലിയ വഴക്ക് വല്ലതും നടന്നിട്ടുണ്ടാകുമോ? അദ്ധ്യാപകനായി ജോലി ചെയ്യുന്ന സ്ഥാപനത്തിൽ വലിയ സാമ്പത്തിക ഞെരുക്കം അനുഭവിക്കുന്നതുകൊണ്ടുമാകാം.

"ചെറുപ്പമായിരുന്നെങ്കിൽ... തൊഴിൽ കരാറൊന്നുമില്ലാതെ യൂറോപ്പിലേക്ക് കുടിയേറാൻ ഞാൻ ശ്രമിച്ചേനേ. വിസയൊന്നും ഇല്ലെങ്കിലും ശരി തന്നെ."

എന്റെ പ്രതികരണമെന്തെന്നറിയാനെന്നവണ്ണം മുഖത്തേക്കുതന്നെ തുറിച്ചുനോക്കി. പിന്നെ ഉറച്ച സ്വരത്തിൽ തുടർന്നു:

"അതെ. വീസയൊന്നുമില്ലാതെ തന്നെ."

"വീസയില്ലാതെ എങ്ങനെയാ...?"

"ബോട്ടുകളിൽ കടലിലൂടെ ഇറ്റലിയിലേക്ക് കടക്കുന്നവരെക്കുറിച്ച് കേട്ടിട്ടില്ലേ? ഞാനും അതുപോലെ ചെയ്യുമായിരുന്നു. ഭാഗ്യം പരീക്ഷിക്കും. അവരിൽ പലരും ബോട്ടുകൾ മുങ്ങി മരിക്കാറുണ്ടെന്ന് പറയുന്നു. പക്ഷേ അധികംപേരും മരിക്കാതെ രക്ഷപ്പെട്ട് ഇറ്റലിയിലെത്തി അവിടെ കഴിയുകയോ ഫ്രാൻസ്, ജർമ്മനി, ബൽജിയം തുടങ്ങിയ മറ്റേതെങ്കിലും നാട്ടിലേക്ക് പോകുകയോ ചെയ്യാറുണ്ടെന്നറിയാമോ? കുറച്ചുകൂടി അനായാസകരമാകും അവിടെയൊക്കെ ജീവിതം. എല്ലാ ആളുകളും പറയുന്നത് ഇതുതന്നെയാണ്. ഓരോ നിമിഷവും നിങ്ങളെ തടഞ്ഞു നിർത്തി തിരിച്ചറിയാനെന്ന പേരിൽ രേഖകൾ ആവശ്യപ്പെടുന്ന പൊലീസുകാരെന്തായാലും ആ സ്ഥലങ്ങളുണ്ടാകില്ലല്ലോ?"

നജീബിനോട് യാത്ര പറഞ്ഞിറങ്ങുമ്പോൾ വൈകുന്നേരമായിരുന്നു. ടുണീഷ്യയിലെ എന്റെ അവസാന ദിവസമാണിന്ന്. അതിനാൽ

കഴിയുന്നത്ര നേരം ഒപ്പമുണ്ടാകണമെന്ന് അവൻ വാശിപിടിച്ചിരുന്നു. അവനെ ഈ അവസ്ഥയിൽ ഉപേക്ഷിച്ച് പോകാൻ എനിക്കും തോന്നിയില്ല. ഞങ്ങൾ കമ്പോളങ്ങളിലൂടെ ഏറെനേരം ചുറ്റിക്കറങ്ങി. അല്പം ആശ്വാസം തിരികെക്കിട്ടിയപ്പോൾ തനിക്കൊപ്പം പഴയ വേശ്യാത്തെരുവ് വരെ ഒപ്പം ചെല്ലുമോയെന്ന് നജീബ് തിരക്കി. കഴിഞ്ഞ തവണ എന്നെ കൂട്ടിക്കൊണ്ടുപോയ ആ സുന്ദരിയായ അഭിസാരികയ്ക്കൊപ്പം ശയിക്കണെമെന്ന തീവ്രമോഹം പെട്ടെന്നാണ് അവനെ കീഴടക്കിയത്. സമ്മതിച്ചു കൊടുക്കുമ്പോൾതന്നെ അവൾ ആവശ്യപ്പെടുന്ന തുക ഞാൻ കൊടുക്കുമെന്ന് നിർബന്ധം പിടിച്ചു. തന്റെ ദുഃഖങ്ങളൊക്കെ മറന്നവനായി നജീബ് ആ വേശ്യയുടെ മുറിയിൽനിന്നും പുറത്തേക്കുവരുന്നതു കണ്ടപ്പോൾ ഞാൻ ശരിക്കും സന്തോഷിച്ചു.

ബസ്സ്റ്റാന്റ് സ്ഥിതിചെയ്യുന്ന ബാർസലോണ സ്ക്വയറിൽനിന്നും നേരെ പച്ചക്കറികളും പഴവർഗങ്ങളും വിൽക്കുന്ന സൂഖിലേക്ക് തിരിഞ്ഞു നടന്നു. ഈന്തപ്പഴവും ഒലീവും ബീൻസും വെള്ളക്കടലയുമൊക്കെ കച്ചവടം ചെയ്യുന്ന കുട്ടികൾക്കിടയിലൂടെ നടക്കുന്നതിനിടയിലാണ് ലൈലയെ ഓർത്തത്. അതോടെ അവൾ ജോലിചെയ്യുന്ന സ്ഥാപനത്തിനരികിലൂടെ പോകാൻ തീരുമാനിച്ചു. ഫ്രാൻസിലേക്ക് പോകുന്നതിനു മുമ്പ് അവളെ ദൂരെനിന്നെങ്കിലും ഒന്നു കാണണം. അതിനായി അവൾ പുറത്തേക്കിറങ്ങുന്നതും പ്രതീക്ഷിച്ച് നിന്നു. അവൾക്കൊപ്പം ചെലവഴിച്ച പഴയ മനോഹരമായ സാഹസനിമിഷങ്ങൾ ഇപ്പോഴും മനസ്സിൽ തങ്ങിനില്പുണ്ട്. അതിനുശേഷം ഞങ്ങൾ ഇതുവരെ പരസ്പരം കണ്ടിട്ടുമില്ല.

സത്യത്തിൽ ഒരിക്കൽ മാത്രമായിരുന്നു അവളെ കാണാനുള്ള അവസരമൊരുങ്ങിയതുതന്നെ. ഒരു ദിവസം കോളനിയിൽ നടക്കാനിറങ്ങിയപ്പോൾ ലൈലയെ കണ്ടതായിരുന്നു. അവൾ താമസിക്കുന്ന അപ്പാർട്ടുമെന്റിന്റെ പ്രവേശനകവാടത്തിനരികെ നിൽക്കുകയായിരുന്നു. ആരെയോ പ്രതീക്ഷിക്കുന്നതുപോലെ റോഡിന്റെ തുടക്കഭാഗത്തേക്കുതന്നെ നോക്കുകയാണ്. വളരെ ഇറക്കം കുറഞ്ഞ ഇറുകിപ്പിടിച്ച വസ്ത്രമാണ് വേഷം. കൈയിലൊരു സഞ്ചിയുമുണ്ട്. എന്റെ നേരെ ഒന്നു നോക്കിയെങ്കിലും തിരിച്ചറിഞ്ഞതിന്റെ യാതൊരു ലക്ഷണവും പക്ഷേ ആ മുഖത്ത് കണ്ടില്ല. ഞാൻ നേരെ അടുത്തേക്ക് നടന്നുചെന്നതും അവൾ പെട്ടെന്ന് തിരിഞ്ഞുകളഞ്ഞു. ഞാൻ അരികിലേക്ക് ചെന്നാൽ അവൾക്കെന്തോ അസ്വസ്ഥത സൃഷ്ടിക്കുമെന്നതുപോലെ തോന്നി. അതിനാൽ അസ്വസ്ഥത ഞാനായിട്ട് വർദ്ധിപ്പിക്കേണ്ട എന്ന് കരുതി തിരിഞ്ഞുനടന്നു. ലൈല എന്തുകൊണ്ടായിരിക്കും അത്തരത്തിൽ പെരുമാറിയതെന്ന് മനസ്സിലായതേയില്ല. ഇനി അവളുടെ ഭർത്താവ് അപ്പാർട്ടുമെന്റിനുള്ളിൽ

ഉണ്ടായിരുന്നെങ്കിൽപോലും അയാൾക്ക് ദേഷ്യമൊന്നും വരികയില്ലെന്ന തുറപ്പാണ്. എന്നെ തന്റെ ഭാര്യയ്ക്കൊപ്പം കണ്ടാൽ അയാൾക്ക് സംശയ മൊന്നും തോന്നേണ്ട യാതൊരു കാര്യവുമില്ല. പട്ടാപ്പകൽ സകലരും കാണുകയും കേൾക്കുകയും ചെയ്യുന്ന കോളനിയിലെ റോഡിൽവച്ച് തന്റെ ഭാര്യ അളിയൻ ഇബ്റാഹീമിന്റെ സഹോദരനായ എന്നോട് സംസാരിക്കുന്നതിൽ അല്ലെങ്കിൽതന്നെ എന്ത് അസ്വാഭാവികതയാ ണുള്ളത്?

ഉദ്യോഗസ്ഥർ ഓഫീസ് വിട്ടിറങ്ങുന്ന സമയമാകുന്നതുവരെ ഞാൻ പച്ചക്കറി, പഴവർഗസൂഖിൽതന്നെ ചെലവിട്ടു. ലൈല ജോലി ചെയ്യുന്ന ഓഫീസ് മന്ദിരത്തിന് അടുത്തെത്താറായതും ഒരു നിമിഷം നിന്നു. പിന്നെ ഒരു മരത്തിന് പിറകിലേക്ക് മറപറ്റി നിന്നു. ഓഫീസിന്റെ പ്രവേശന കവാടത്തിലൂടെ ആളുകൾ പുറത്തേക്കിറങ്ങുന്നത് തന്നെ നോക്കിനിന്നു. കാറിൽ ഒരുമിച്ച് വീട്ടിലേക്ക് മടങ്ങാനായി അവളുടെ ഭർത്താവും ഓഫീസിന് മുന്നിൽ കാത്തുനില്പുണ്ടാവുമെന്ന് പ്രതീക്ഷിച്ചു. എന്നാൽ അയാളെ അവിടെയൊന്നും കാണാതായപ്പോൾ അതിശയം തോന്നി. എങ്കിലും ലൈലയുടെ അരികിലേക്ക് പോകേണ്ട എന്നുതന്നെ തീരു മാനിച്ചു. എപ്പോൾ വേണമെങ്കിലും അയാൾ പ്രത്യക്ഷപ്പെടാം. ഇനി അവൾ കാർ പാർക്ക് ചെയ്തിരിക്കുന്ന സ്ഥലത്തെത്തിച്ചേരുമ്പോഴേക്കും അയാൾ വന്നുചേരാനുമിടയുണ്ട്.

ആഴ്ചയാരംഭമാണ്. അതിനാൽതന്നെ ലൈലയുടെ ഭർത്താവ് ഇവിടെ ഉണ്ടാകാതിരിക്കാൻ തരമൊന്നുമില്ല.

കാർ നിർത്തിയിരിക്കുന്ന സ്ഥലത്തേക്ക് ലൈല എത്തിയിട്ടും അവളുടെ ഭർത്താവിനെ കാണാത്തതിനാൽ എനിക്ക് സന്തോഷം തോന്നി. എന്തൊരു യാദൃച്ഛികമായ സന്തോഷനിമിഷമാണിത്. അവളുടെ അരി കിലേക്ക് ചെന്ന് സമാധാനത്തോടെ സംസാരിക്കാൻ മാത്രം പറ്റിയ സുവർണാവസരമല്ലിത്. ചിലപ്പോൾ അവൾക്കൊപ്പം യാസ്മിൻ കോളനി യിലേക്ക് പോകാനും സാധിച്ചേക്കും. ആർക്കറിയാം ചിലപ്പോൾ വീട്ടിൽ അവൾ തനിച്ചായിരിക്കാം ഇപ്പോൾ? ഭർത്താവ് വീണ്ടും മദനൈനിലേക്ക് യാത്ര പോയിട്ടുണ്ടാകാം. അങ്ങനെയാണെങ്കിൽ അവളെന്നെ തന്റെ ഫ്ളാറ്റിലേക്ക് ക്ഷണിക്കാനിടയുണ്ട്. അത് സംഭവിച്ചാൽ ഞാൻ മിക്കവാറും അവൾക്കൊപ്പം വീണ്ടും കിടക്ക പങ്കിടുകയും ചെയ്യും.

കഴിഞ്ഞ തവണ ഏതാനും മിനിറ്റുകൾ മാത്രം നീണ്ടുനിന്ന വേഴ്ച യായിരുന്നു ലൈലയുമായുണ്ടായത്. എന്നാൽ ഇത്തവണത്തേത് അതി നേക്കാൾ മികച്ചതായിരിക്കുമെന്നുറപ്പാണ്. ഇത്തവണ വെറുതെ സംസാ രിച്ചും ചുറ്റിക്കറങ്ങിയും സമയം പാഴാക്കില്ലതന്നെ. ഫ്ളാറ്റിലേക്ക് കടന്നാ ലുടൻ ഞാനവളെ നഗ്നയാക്കി കമഴ്ത്തിക്കിടത്തും. പിന്നെ ബസാതീൻ

കോളനിയിലുള്ളവരെയൊക്കെ മോഹിപ്പിക്കുന്ന അവളുടെ നിതംബങ്ങളിൽ മുഖമമർത്തിപ്പിടിക്കും.

കാർ നിൽക്കുന്നതിന് ഒരു നൂറ് മീറ്റർ ദൂരെയായിരുന്നു ഞാൻ നിന്നിരുന്നത്. ചുറ്റും നോക്കുകയോ ഭർത്താവിനെ പ്രതീക്ഷിക്കുന്നതുപോലെ പെരുമാറുകയോ ചെയ്യാതെ കാറിന്റെ വാതിൽ തുറക്കുന്ന ലൈലയെ കണ്ടതോടെ അവൾ തനിച്ചാണെന്ന കാര്യം ഉറപ്പായി. കാർ പെട്ടെന്ന് മുന്നോട്ടെടുത്ത് അവൾ പൊയ്ക്കളയുമോ എന്നൊരു ഭയവും മനസ്സിലുണ്ടായി. അങ്ങനെയാണെങ്കിൽ ഈ അപൂർവ്വമായ അവസരം നഷ്ടമാകും. അതോടെ കാറിൽനിന്നും കണ്ണെടുക്കാതെ ഞാൻ അതിനുനേരെ ഓടിയടുത്തു. ലൈല സ്റ്റിയറിംഗ് വീലിന് പിറകിൽ കയറി ഇരുന്നതും ഞാൻ ഓട്ടത്തിന്റെ വേഗത ഇരട്ടിയാക്കി. അവളെന്നെ ശ്രദ്ധിക്കാനായി കൈവീശിക്കാണിക്കുകയും ചെയ്തു.

എന്നാൽ കാറിനടുത്തെത്താറായതും ഒരു കാര്യം പെട്ടെന്ന് ശ്രദ്ധിച്ചു. കാർ ഇനിയും സ്റ്റാർട്ടാക്കിയിട്ടില്ല. കാറിനുള്ളിലെ കണ്ണാടിയിൽ നോക്കി ചുണ്ടുകളിൽ ലിപ്സ്റ്റിക് പുരട്ടുന്ന തിരക്കിലായിരുന്നു ലൈല. അതോടെ ഞാൻ ഓട്ടം പെട്ടെന്നു നിർത്തി. ഒന്നു തിരിഞ്ഞുനോക്കിയതും കണ്ടത് ലൈലയുടെ ഭർത്താവിനെ. ഭാഗ്യത്തിന് അയാൾ എന്നെ കണ്ടിരുന്നില്ല. പതിയെയായിരുന്നു ആൾ നടന്നുവന്നത്. ഒരു കൈയിൽ ബാഗും മറുകൈയിൽ വാങ്ങിയിട്ട് അധികനേരമായിട്ടില്ലെന്ന് തോന്നുന്ന ഒരു ദിനപ്പത്രവും എടുത്തുകൊണ്ട് കാറിനുനേരെ നടന്നടുക്കുന്നതിനിടയിൽ ഇടയ്ക്കിടയ്ക്ക് ഒന്നു നിൽക്കും. പിന്നെ പത്രത്തിലേക്കൊന്ന് നോക്കിയ ശേഷം നടത്തം തുടരും. നീല കോട്ടും ചാരനിറത്തിലുള്ള ടൈയും ധരിച്ചിരിക്കുന്നത് കണ്ടപ്പോൾ അയാൾ പതിവിലും സുന്ദരനാണെന്ന് തോന്നി.

ഇതോടെ ഒന്ന് പിന്നോട്ട് വലിഞ്ഞശേഷം ഞാൻ അയാളെത്തന്നെ നോക്കാൻ തുടങ്ങി. കാറിനരികിലെത്തിയതും ബാഗും പത്രവും പിറകിലത്തെ സീറ്റിൽ വച്ചശേഷം അയാൾ മുൻവശത്തെ സീറ്റിൽ കയറിയിരുന്നു. എന്നാൽ അയാൾ ലൈലയെ ചുംബിക്കുകയൊന്നും ചെയ്തില്ല. അവളെ നോക്കി ഒന്നു പുഞ്ചിരിച്ചശേഷം അടുത്തേക്ക് ചാഞ്ഞ് കഴുത്തിലൊന്ന് തൊട്ടു. കാർ മുന്നോട്ടു നീങ്ങുമ്പോൾ ഞാനതിനെത്തന്നെ നോക്കി അനക്കമറ്റതുപോലെ നിന്നുപോയി. സാവധാനം നീങ്ങിയ കാർ പതിയെ വാഹനങ്ങളുടെ പ്രളയത്തിനുള്ളിലെങ്ങോ അപ്രത്യക്ഷമായി.

ഇരുപത്

ഞാൻ ഫ്ളാറ്റിലെത്തുമ്പോൾ ഇബ്റാഹീം അവിടെ ഉണ്ടായിരുന്നില്ല. യുസ്റ അത്താഴം തയ്യാറാക്കുന്ന തിരക്കിലാണ്. വാഇലാണെങ്കിൽ പാഠങ്ങൾ മറിച്ചുനോക്കുന്നു. ഇതിനിടയിൽ ഞാൻ മുറിയിലേക്ക് പോയി കിടക്കയിൽ കയറിക്കിടന്നു.

"എന്താ ഒരു വിഷമംപോലെ? ഏതോ ശവസംസ്കാരച്ചടങ്ങിൽ പങ്കെടുക്കുന്നതുപോലെയാണല്ലോ മുഖം?"

പകുതി ചാരിക്കിടന്ന വാതിൽ തുറന്നുകൊണ്ട് യുസ്റ ചോദിച്ചു. ഞാനാകട്ടെ നഈമയെക്കുറിച്ച് ചിന്തിക്കുകയയിരുന്നു. നഗരമധ്യത്തിലായിരുന്നപ്പോൾ അവളുടെ കാര്യം മറന്നിരിക്കുകയായിരുന്നു. പക്ഷേ ബസാതീൻ കോളനിയിലേക്ക് തിരികെ എത്തി നഈമയുടെ ഫ്ളാറ്റിനരികിലൂടെ കടന്നുപോയതും അവളെക്കുറിച്ചുള്ള ചിന്ത വീണ്ടും മനസ്സിനെ കീഴടക്കി.

"എന്ത് കാര്യമാ ഇങ്ങനെ ആലോചിക്കുന്നത്?"

"വിമാനത്താവളത്തിൽനിന്നും കാതറീനായി എന്ത് സമ്മാനം വാങ്ങണമെന്നാലോചിക്കുകയാണ്."

സത്യത്തിൽ കാതറീനായി എന്തെങ്കിലും സമ്മാനം വാങ്ങാനുള്ള ഉദ്ദേശ്യമേയുണ്ടായിരുന്നില്ല. എന്നിട്ടും ഞാനെന്തുകൊണ്ടാണ് യുസ്റയോട് അങ്ങനെ പറഞ്ഞതെന്നറിയില്ല. ഇങ്ങനെ അവൾക്കായി സമ്മാനങ്ങളൊന്നും വാങ്ങുന്ന പതിവ് കുറേക്കാലമായിട്ടേ ഇല്ല. അത് കാതറീന് സമ്മാനങ്ങൾ ഇഷ്ടമല്ലാത്തതുകൊണ്ടല്ല. മറിച്ച് അവൾക്കിഷ്ടപ്പെടുന്നൊരു സമ്മാനം ടുണീഷ്യയിൽനിന്നും വാങ്ങുന്ന ബുദ്ധിമുട്ടുകൊണ്ടാണ്. സ്വയം തിരഞ്ഞെടുക്കുന്നത് മാത്രമേ സാധാരണ അവൾക്കിഷ്ടപ്പെടാറുള്ളൂ.

"സഞ്ചാരികൾക്കായുള്ള സമ്മാനങ്ങൾ ടുണീഷ്യയിൽ കെട്ടുകണക്കിന് വാങ്ങാൻ കിട്ടുമല്ലോ? കാതറീനായി ഒരു കണ്ണാടി വാങ്ങുക, അല്ലെങ്കിലൊരു ചെമ്പ് പാത്രമോ, ജാറോ വാങ്ങാം. അതുമല്ലെങ്കിൽ

സ്വർണത്തിലോ വെള്ളിയിലോ ഉള്ള ഒരു മാല വാങ്ങുകയുമാകാം. ഫ്രഞ്ചു കാർക്ക് ഇവയൊക്കെ ഇഷ്ടമാണ്. സൈതൂന പള്ളിയിലേക്ക് പോകുന്ന വഴിയിലുള്ള സൂഖിലെത്തിയാൽ കണ്ണും മനസ്സും കുളിർക്കുന്ന തരത്തി ലുള്ള എല്ലാവിധ സമ്മാനങ്ങളും പുരാവസ്തുക്കളും വാങ്ങാൻ കിട്ടും. ടുണീഷ്യയെ ദൈവം അനുഗ്രഹിക്കട്ടെ. സമ്മാനങ്ങളുടെയും നന്മ യുടെയും നാടാണിത്!"

ജനാലയ്ക്കരികിലേക്ക് ചെന്ന് പുറത്തേക്ക് നോക്കിക്കൊണ്ട് യുസ്റ തുടർന്നു.

"ആ പിഴച്ചവൾ... ഇന്നും ഖുർ ആൻ പാരായണം ചെയ്യുന്ന കാസറ്റ് പ്ലേ ചെയ്തു. സുഗന്ധം പുകയ്ക്കുകയും ചെയ്തു."

എന്നാൽ ഇന്നു രാവിലെ ഞാനൊന്നും കേൾക്കുകയോ മണ ക്കുകയോ ചെയ്തിരുന്നില്ല. അതിരാവിലെതന്നെ വീട്ടിൽനിന്നും പുറ ത്തേക്ക് പോയതായിരുന്നു. വച്ചുനീട്ടിയ അവസരം ഉപയോഗപ്പെടുത്താ നെന്നവണ്ണം യുസ്റയോട് തിരക്കി:

"പൊലീസിൽ വിവരമറിയിക്കുമെന്ന് ഇബ്റാഹീം നിന്നോട് പറഞ്ഞ തെപ്പോഴായിരുന്നു?"

"അവസാനവട്ടം അവളുടെ ഫ്ളാറ്റിൽ ഏതോ പുരുഷനെ കണ്ട ദിവസം."

അത് വെള്ളിയാഴ്ച തന്നെയാകാനാണ് സർവ്വസാധ്യതയും. ഹോട്ടൽ ഇന്റർനാഷണലിലെ കോഫിഹൗസിൽവച്ച് സുഹൃത്തിനൊപ്പം വശീകരി ക്കാൻ ശ്രമിച്ച ആ രണ്ട് അഭിസാരികമാരിലൊരാളുമായി ഇബ്റാഹീം കിടക്ക പങ്കിട്ട അതേദിവസം തന്നെയായിരിക്കും.

"ഈ പറയപ്പെടുന്ന മനുഷ്യൻ നഈമ പറയുന്നതുപോലെ സഹോ ദരൻ തന്നെ ആകാനിടയുണ്ട്. അവളൊരു പിഴച്ച സ്ത്രീയാണെന്നത് ശരിയാണ്. പക്ഷേ ഈ പറയുന്നത് സത്യമാകാനിടയുണ്ട്."

എന്റെ വാക്കുകൾ കേട്ടിട്ടും യുസ്റ ഒന്നും പറയാതിരുന്നത് തുടർന്ന് പറയാനുള്ള പ്രോത്സാഹനമായിത്തീർന്നു.

"അതവളുടെ സഹോദരനായിരിക്കുമെന്നാണ് എന്റെ അഭിപ്രായം. അല്ലായിരുന്നെങ്കിൽ ഇതുപോലെ പരസ്യമായി തന്നെ സന്ദർശിക്കുവാൻ അവൾ അനുവദിക്കുകയില്ലായിരുന്നു. അതും പകൽ സകലർക്കും മുന്നിൽവച്ച്. അതുപോലെ ജനാലയ്ക്കൽ ഒരുമിച്ച് പ്രത്യക്ഷപ്പെടുകയും ചെയ്യില്ലായിരുന്നു."

യുസ്റയുടെ നിശ്ശബ്ദത തുടർന്നപ്പോൾ അവൾക്ക് കാര്യം ബോധ്യ മായിട്ടുള്ളതുപോലെ തോന്നി. അതോടെ ഉത്സാഹത്തോടെ ഞാൻ കൂട്ടിച്ചേർത്തു.

“നിനക്കറിയാമോ... സഹോദരന്മാർക്ക് എപ്പോഴും സഹോദരിമാരോട് രൂപസാദൃശ്യം ഉണ്ടായിക്കൊള്ളണമെന്നില്ല. എന്തിനേറെ സഹോദരന്മാർ തമ്മിലോ, സഹോദരിമാർ തമ്മിലോപോലും സാമ്യം കാണില്ല. ചിലപ്പോൾ ഇവരൊക്കെ തമ്മിൽ ഒരു തരത്തിലുമുള്ള സാമ്യവും കണ്ടെത്താനാകില്ല. അല്ലെങ്കിൽത്തന്നെ ഇബ്റാഹീമും ബഷീറും തമ്മിൽ എന്തെങ്കിലും സാമ്യമുണ്ടോ? നിന്റെ സഹോദരി ലൈലയുടെ കാര്യമെടുത്തുനോക്ക്. അവൾക്ക് ചില കാര്യങ്ങളിലൊഴികെ വേറൊന്നിലും നീയുമായി യാതൊരു സാമ്യവുമില്ലെന്ന് പറയുന്നവരില്ലേ?”

എന്റെ മുഖത്ത് നോക്കാതെയാണ് യുസ്റ മറുപടി പറഞ്ഞത്:

“അയാളെന്തായാലും അവളുടെ സഹോദരനല്ല.”

“ദൈവത്തിനറിയാം സത്യമെന്തെന്ന്.”

ഉടനെ എന്റെ നേരെ തിരിഞ്ഞ് മുഖത്തേക്കുതന്നെ നോക്കിക്കൊണ്ട് അവൾ പറഞ്ഞു:

“അതവളുടെ സഹോദരനേയല്ലെന്ന് ഞാൻ പറയുന്നു.”

“അതെങ്ങനെ നിനക്കറിയാം?”

“എനിക്കെങ്ങനെ അറിയാമെന്നോ? പൊലീസ് വന്നല്ലോ...”

യുസ്റയുടെ വാക്കുകേട്ട് ഞാൻ അമ്പരന്നുപോയി. അത് പൊലീസിനെ വിളിച്ചുവരുത്തി എന്നതുകൊണ്ടായിരുന്നില്ല, മറിച്ച് അതിത്ര വേഗത്തി ലായിപ്പോയതിലായിരുന്നു. അവളുടെ നോട്ടം നേരിടാൻ കഴിയാതെ മുഖം വാതിലിനു നേരെ തിരിച്ചുകളയേണ്ടിവന്നു.

“എപ്പോഴാ?”

“ഇന്നുതന്നെ. നിങ്ങൾ എത്തുന്നതിന് അല്പം മുമ്പ്.”

കട്ടിലിന്റെ ഒരുവശത്ത് ഇരുന്നുകൊണ്ട് യുസ്റ തുടർന്നുപറഞ്ഞു:

“ഇന്ന് ഞാൻ വളരെ യാദൃച്ഛികമായി നഈമയുടെ ഫ്ളാറ്റിലേക്ക് നോക്കിയതും ജനാലയിൽ ആ പുരുഷനെ കണ്ടു. ഒരിക്കൽകൂടി നോക്കി. ഒരു ഫ്രഞ്ച് ഹാറ്റ് ധരിച്ചയാൾ. പക്ഷേ എനിക്ക് ആ നായിന്റെ മകനെ മനസ്സിലായി. ഭാഗ്യത്തിന് പറ്റിയ സമയമായിരുന്നു അത്. ഒരു കാൽ മണി ക്കൂറിനുള്ളിൽ ഇബ്റാഹീം വന്നു. നഈമയുടെ വീട് നിരീക്ഷിക്കണ മെന്നും അവിടെ ആ മനുഷ്യനെ കണ്ടാൽ പെട്ടെന്ന് വിവരമറിയിക്കണ മെന്നും എന്നോടാവശ്യപ്പെട്ടിരുന്നു. ഇപ്പോൾ കാര്യം നടന്നു. മിന്നൽ കണക്കെ ഇബ്റാഹീം പൊലീസ് സ്റ്റേഷനിലെത്തി. കണ്ണടച്ച് തുറക്കു ന്നതിനുമുമ്പ് പൊലീസ് നഈമയുടെ ഫ്ളാറ്റിലുമെത്തി. അവർ ആ മനുഷ്യന്റെ തിരിച്ചറിയൽ രേഖകൾ കാണിക്കാൻ ആവശ്യപ്പെട്ടു. അതോടെ അവൾ പറഞ്ഞതൊക്കെ കള്ളമാണെന്ന് തെളിഞ്ഞു. സഹോ ദരനൊന്നുമല്ല, ഏതോ അകന്ന ബന്ധുവാണത്രേ.”

"പൊലീസുകാർ അവളെ എന്തു ചെയ്തു?"

"അവളെപ്പോലൊരു വേശ്യയെ എന്ത് ചെയ്യണമെന്നാണ് നിങ്ങൾ കരുതുന്നത്? അവർ അവളെ കൊണ്ടുപോയി."

"എങ്ങോട്ട്?"

വിചിത്രഭാവത്തിൽ പുരികം ചുളിച്ചുകൊണ്ട് യുസ്റ പറഞ്ഞു:

"ജയിലിലേക്ക്."

"പക്ഷേ ആ മനുഷ്യൻ അവളുടെ ബന്ധുവല്ലേ?"

"ഒരു മാന്യയായ സ്ത്രീ താൻ തനിച്ചാകുമ്പോൾ വീടിനുള്ളിലേക്ക് ആരേയും കടക്കാനനുവദിക്കുകയില്ല. പിതാവോ സഹോദരനോ പിതാവിന്റെ സഹോദരനോ മറ്റോ ആണെങ്കിൽ പ്രശ്നമില്ല. എന്നാൽ പിതൃസഹോദരന്റെ മകനോ മാതാവിന്റെ സഹോദരന്റെ മകനോ പോലുള്ള മറ്റേതെങ്കിലും അകന്ന ബന്ധുവോ മറ്റോ ആണെങ്കിൽ അത് നിഷിദ്ധമാണ്. അടുത്ത് ഇടപഴകുന്നതോ, സംസാരിക്കുന്നതോ, അങ്ങനെയൊരാൾക്കൊപ്പം വീട്ടിൽ കഴിയുന്നതോ ഒക്കെ നിഷിദ്ധമാണ്. കാരണം... ആ കാര്യമുണ്ടല്ലോ...? ദൈവം എത്ര വലിയവനാണ്... അത് അടുത്ത ബന്ധുക്കൾക്കിടയിൽപ്പോലും സംഭവിക്കാമല്ലോ?"

"പക്ഷേ നഈമ ആ ഫ്ളാറ്റിൽ തനിച്ചല്ലല്ലോ താമസിച്ചിരുന്നത്? ഒപ്പമൊരു വൃദ്ധയുമുണ്ടായിരുന്നില്ലേ? അതൊരുപക്ഷേ അവളുടെ ഉമ്മയുമായിരിക്കാം."

"ഉമ്മയോ? അവൾ പറയുന്നതുപോലെ അതവളുടെ ഉമ്മയാണെന്ന് ഞാൻ കരുതുന്നതേയില്ല. എന്നല്ല മാതാപിതാക്കളിലൊരാളുടെ സഹോദരിപോലുമാകില്ല. പൊലീസവിടെ എത്തുമ്പോൾ അങ്ങനെയൊരാൾ ഫ്ളാറ്റിൽ ഉണ്ടായിരുന്നതുമില്ല. അവരവിടെ ഉണ്ടായിരുന്നെങ്കിൽ യാഥാർത്ഥ്യമെന്തെന്നറിയാമായിരുന്നു. അവളെപ്പോലെ ചെറുപ്പത്തിൽ വല്ല അഭിസാരികയുമായിരുന്നയാളാകാം. വയസ്സുകാലത്ത് പണ്ട് ചെയ്ത തെറ്റുകളോർത്ത് പശ്ചാത്തപിക്കുന്നയാളുമാകാം."

ഞാൻ ഒന്നും മിണ്ടാതെയിരുന്നപ്പോൾ എന്തോ പ്രധാന കാര്യം ഓർമ്മിപ്പിക്കുന്നതുപോലെ യുസ്റ പറഞ്ഞു:

"ഇതാണ് നമ്മുടെ മതം പറയുന്നത്... ആചാരങ്ങൾ പറയുന്നത്. ടെലിവിഷനിൽ കാണാറില്ലേ? ടുണീഷ്യയിലും ലിബിയയിലുമൊക്കെയുള്ള പണ്ഡിതന്മാർ ടെലിവിഷനിലൂടെ ഫത്‌വ നൽകുന്നതു കണ്ടിട്ടില്ലേ? സൗദി അറേബ്യയിലേയും മറ്റെല്ലാ അറബ് ഇസ്‌ലാമിക രാജ്യങ്ങളിലേയും പണ്ഡിതരുടെ അഭിപ്രായത്തിൽ പിതാവോ സഹോദരനോ മാതാപിതാക്കളുടെ സഹോദരനോപോലുള്ളവരല്ലാത്ത അന്യപുരുഷന്മാരെ ഒരു സ്ത്രീ താൻ തനിച്ചുള്ളപ്പോൾ വീടിനുള്ളിലേക്ക് വിളിച്ചുകയറ്റുന്നത്

നിഷിദ്ധമായ കാര്യമാണ്. പടച്ചവൻ എത്ര പരിശുദ്ധനാണ്. മനുഷ്യമനസ്സ് തീർച്ചയായും ദുഷ്പ്രവൃത്തിക്ക് പ്രേരിപ്പിക്കുകതന്നെ ചെയ്യും."

വാഇൽ മുറിക്കകത്തേക്ക് കയറിവന്നു. ഹോംവർക്കെല്ലാം ചെയ്തു കഴിഞ്ഞതായി ഉമ്മയ്ക്ക് ഉറപ്പു നൽകിയശേഷം അവൻ കിടക്കയിൽ എനിക്കരികിൽ നിവർന്നുകിടന്നു. മുതിർന്നവരെപ്പോലെ താനും നഈമയെ പൊലീസുകാർ പിടിച്ചുകൊണ്ടുപോകുന്ന ദൃശ്യം കണ്ടെന്ന് ആവേശത്തോടെ അവൻ പറഞ്ഞു.

"പൊലീസുകാർ വന്നപ്പോൾ ഞാൻ ആ ഫ്ളാറ്റിന്റെ മുന്നിൽ നിൽക്കുകയായിരുന്നു. നഈമയെ അറസ്റ്റു ചെയ്തുകൊണ്ട് പോകുന്നത് ഞാൻ കണ്ടതാണ്. കരയുന്നുണ്ടായിരുന്നു അവർ."

ഇതുകേട്ട് മുറിയിൽനിന്നും പുറത്തേക്കിറങ്ങവേ ദേഷ്യത്തോടെ യുസ്റ പറഞ്ഞു:

"അവൾ കരയട്ടെ, ഒരായുസ്സ് മുഴുവൻ!"

വാഇൽ എന്നെത്തന്നെ നോക്കുന്നുണ്ടായിരുന്നു. ആ നോട്ടം കണ്ടാൽ തോന്നുക ഞാനൊട്ടും സന്തുഷ്ടനല്ലെന്ന കാര്യം അവൻ മനസ്സിലാക്കിയതുപോലെയാണ്.

"നാളെ ടുനീഷ്യയിൽനിന്നും പോകേണ്ടിവരുന്നതുകൊണ്ടാണോ ഇത്ര ദുഃഖം?"

തല കുലുക്കിയതും അവൻ ദേഹത്തോട് ചേർന്നുകിടന്നുകൊണ്ട് ആശ്വസിപ്പിക്കുന്ന സ്വരത്തിൽ പറഞ്ഞു:

"അടുത്തവർഷം തിരികെ വീണ്ടും വരാമല്ലോ?"

"എല്ലാ വർഷവും വരണം. അതും വേനൽക്കാലത്ത് വേണം വരേണ്ടത്. ഒപ്പം കാതറീനുമുണ്ടാകണം. ബഷീറിന്റേതുപോലെ ഒരു വലിയ ആഡംബര കാറും കൊണ്ടുവരണം. കൂടാതെ ഞങ്ങൾക്കൊപ്പം ഒന്നോ രണ്ടോ മാസം കഴിയുകയും വേണം."

ഇബ്റാഹീമിന്റെ ഉറക്കെയുള്ള ശബ്ദം കേട്ടു. അവൻ ഇപ്പോൾ കോഫിഷോപ്പിൽനിന്നും വന്നതായിരിക്കും. എന്റെ കിടക്കയ്ക്കരികിലേക്ക് വന്നശേഷം അവൻ തുടർന്നു:

"വേനലിലെ ടുണീഷ്യയേക്കാൾ മനോഹരമായൊരു നാട് ഈ ദുനിയാവിലുണ്ടാകില്ല. ഇവിടെയുള്ള ഹമ്മാമാത്തിലേയും സൗസെയിലേയും സീദീബൂസഈദിലേയും കർത്താജിലേയും കടലിനെക്കാളും തീരങ്ങളെക്കാളും മധുരതരമായ കടലുകളോ തീരങ്ങളോ ലോകത്തെവിടെയെങ്കിലുമുണ്ടോ?"

ഈ സംസാരമൊക്കെ അടുക്കളയിലിരുന്ന് ശ്രദ്ധിക്കുകയായിരുന്ന യുസ്റ കൂട്ടിച്ചേർത്തു:

"ലാ മർസായേയും ലാ ഗുലേറ്റയേയും വിട്ടുപോകരുതേ. തന്റെ 'ബസാത് അൽ-രീഹ്' ഗാനത്തിൽ ഫരീദ് അൽ-അത്‌റശ് മാർസായേയും ഗുലേറ്റയേയുംകുറിച്ച് പാടിയത് കേട്ടിട്ടില്ലേ?"

പിന്നീടുയർന്നുകേട്ടത് യുസ്‌റ പാടുന്ന സ്വരമായിരുന്നു.

"ഹരിതാഭയാർന്ന ഹേ ടുണീഷ്യാ....

ഹൃദയങ്ങൾ ഭേദിക്കുന്നവളല്ലോ നീ?

എന്നാൽ നിൻ വെള്ളമാനുകളെ

കെണിയിൽ വീഴ്ത്താൻ ഏത് വേട്ടക്കാരനാ കഴിയുക?

ലാ മർസായിലേയും ലാ ഗുലേറ്റയിലേയും

നിന്റെ വെള്ളമാൻപെണ്ണുങ്ങളെ കണ്ടിട്ടില്ലേ?

തീരത്തെ തിരമാലകളിൽ അവർ

ഭയമേതുമില്ലാതെ നീന്തിത്തുടിക്കുകയല്ലോ?"

യുസ്‌റയുടെ ശബ്ദത്തെ കളിയാക്കിക്കൊണ്ട് ഇബ്‌റാഹീം പറഞ്ഞു:

"അത്‌റശ് കേൾക്കേണ്ട... നിന്റെ ഈ പാട്ട്."

ഇബ്‌റാഹീം വളരെ സന്തുഷ്ടനായാണ് കാണപ്പെട്ടത്. ഇറുകിപ്പിടിച്ച കുപ്പായത്തിൽ പതിവിലുമധികം തള്ളിനിൽക്കുന്ന വയറിൽ തഴുകിക്കൊണ്ട് അവൻ ചോദിച്ചു:

"കാര്യമറിഞ്ഞില്ലേ?"

ശ്രദ്ധിക്കാത്തതുപോലെ ഭാവിച്ചുകൊണ്ടായിരുന്നു എന്റെ പ്രതികരണം:

"എന്തു കാര്യം?"

"എന്തു കാര്യമെന്നോ? നഈമയ്ക്ക് പറ്റിയ കാര്യം അറിഞ്ഞില്ലേ? അപ്പാർട്ടുമെന്റിലും കോളനിയിലുമുള്ള സർവ്വരും ഇപ്പോൾ സംസാരിക്കുന്നത് അക്കാര്യത്തെക്കുറിച്ചാണ്."

അല്പം പൊങ്ങച്ചത്തോടെയാണ് ഇബ്‌റാഹീം ബാക്കി പറഞ്ഞത്.

"ഞാനാണ് വിവരം പൊലീസിലറിയിച്ചത്. കോഫിഷോപ്പിലും വഴിയിലുമൊക്കെവച്ച് ഞാൻ ആരെയൊക്കെ കണ്ടുമുട്ടിയോ അവരെല്ലാം നഈമയ്ക്ക് സംഭവിച്ച കാര്യത്തിൽ സന്തുഷ്ടരാണ്. അവരെല്ലാം ഞാൻ ചെയ്ത കാര്യത്തിൽ നന്ദിയറിയിക്കുകയും ചെയ്തു."

പക്ഷേ ഈ വാർത്തയൊക്കെ കേട്ടിട്ടും വലിയ ഉത്സാഹമൊന്നും കാണിക്കാതെ ഞാൻ നിശ്ശബ്ദനായിരിക്കുന്നത് ശ്രദ്ധിച്ച് അതിശയത്തോടെ അവൻ തിരക്കി:

"എന്താ ഇങ്ങനെ ഒന്നും മിണ്ടാതെയിരിക്കുന്നത്? ആ അഭിസാരികയ്ക്ക് സംഭവിച്ചതിൽ വല്ലാതെ ദുഃഖിക്കുന്നതുപോലെ തോന്നുമല്ലോ?"

മനസ്സിൽ തോന്നിയ കാര്യങ്ങൾ തുറന്നുപറയാൻ ഏറ്റവും പറ്റിയൊരവസരമായിരുന്നു അത്. പക്ഷേ എന്നിട്ടും ഞാനൊന്നും പറയാൻ പോയില്ല. ഈ നാട്ടിൽനിന്നും തിരിച്ചുപോകുവാൻ ഇനി ഏതാനും മണിക്കൂറുകളേ ഉള്ളൂ. ആ സമയത്ത് ഈ വിഷയത്തിൽ അഭിപ്രായം തുറന്നു പറഞ്ഞ് ഇബ്റാഹീമിനെ വേദനിപ്പിക്കാനോ അവന്റെ ധാരണകൾ തകർക്കാനോ വയ്യ. ഞാൻ നഈമയെ പിന്തുണയ്ക്കുകയാണെന്ന് അവൻ കരുതാനുമിടയുണ്ട്. എന്തൊക്കെയായാലും എന്റെ അഭിപ്രായത്തിന് ഇവിടെ ഒരു പ്രസക്തിയുമില്ല. സംഭവിക്കാനുള്ളത് സംഭവിച്ചു കഴിഞ്ഞിരിക്കുന്നു. പോരാത്തതിന് നഈമയ്ക്ക് സംഭവിച്ച കാര്യം നടക്കേണ്ടതുതന്നെയാണെന്നും അതിൽ അസ്വാഭാവികമായി ഒന്നുമില്ലെന്നുമാണ് ഏതാണ്ടെല്ലാവരും ഉറച്ചുവിശ്വസിക്കുന്നതും.

“ദൈവം നിങ്ങൾക്ക് എല്ലാ നന്മയും ഈ പ്രവർത്തിക്ക് പ്രതിഫലമായി നൽകട്ടെ. അയൽക്കാരെല്ലാം നിങ്ങളുടെ നന്മയ്ക്കായി പ്രാർത്ഥിക്കുകയായിരിക്കും.”

യുസ്റ വാതിലിന് മുന്നിൽ വന്നുനിന്ന് പറഞ്ഞു. നിശ്ചയദാർഢ്യത്തോടെയാണ് ഇബ്റാഹീം തുടർന്നു സംസാരിച്ചത്:

“ഈ അപ്പാർട്ടുമെന്റിനേയും കോളനിയെ തന്നേയും കളങ്കപ്പെടുത്താൻ ഒരു അഭിസാരികയ്ക്ക് വിട്ടുകൊടുക്കാനാകില്ല. അവളെ നിലയ്ക്ക് നിർത്തിയേ തീരൂ.”

എന്നെത്തന്നെ സൂക്ഷിച്ചുനോക്കുന്നത് കണ്ടപ്പോൾ ഇബ്റാഹീമിന് സഹോദരൻ ബഷീറിനോട് നല്ല രൂപസാമ്യമുള്ളതുപോലെ തോന്നി. കുറച്ച് മുമ്പ് യുസ്റയോട് പറഞ്ഞതുപോലെയായിരുന്നില്ല ഇപ്പോൾ തോന്നുന്നത്.

“പൊലീസ് വരുന്നത് കണ്ടിരുന്നെങ്കിൽ അവൾ വാതിൽ തുറക്കുകയില്ലായിരുന്നു. കതക് തുറന്ന് പൊലീസിനെ കണ്ടതും അവളുടെ മുഖം പേടിച്ച് മഞ്ഞളിച്ചുപോയി. ദൈവം എത്ര വലിയവൻ. മനുഷ്യർ ദുർബലരാകുമ്പോൾ അവരുടെ കോലം മാറുന്നതു നോക്കൂ.”

“ആ പിഴച്ചവൾ അതർഹിക്കുന്നുണ്ട്.”

അടുക്കളയിലേക്ക് തിരികെപ്പോകുന്നതിന് മുമ്പ് യുസ്റ പറഞ്ഞു. അത് ശരിവയ്ക്കുന്ന മട്ടിൽ തലകുലുക്കിയശേഷം ഇബ്റാഹീമും പിറകെ പോയി. അല്പം കഴിഞ്ഞതും വാഇലും മുറിയിൽനിന്നും പുറത്തേക്കിറങ്ങി. ഞാൻ എഴുന്നേറ്റ് പതിയെ വാതിലടച്ചു. പിന്നെ കിടക്കയിൽ കയറി മലർന്നുകിടന്നു.

ഇരുപത്തിയൊന്ന്

ചുറ്റുമുള്ള സർവ്വതും ഇരുളിൽ മുങ്ങിനിൽക്കുകയാണ്. എന്നിട്ടും ലൈറ്റിടുകയോ കിടക്ക വിട്ടെഴുന്നേൽക്കുകയോ ചെയ്തില്ല. സത്യത്തിൽ എന്തെങ്കിലും ചെയ്യാനോ ആരോടെങ്കിലും സംസാരിക്കാനോ ഒന്നും തോന്നുന്നില്ല. എന്തെങ്കിലും കഴിക്കണമെന്നോ, ആരെയെങ്കിലും കാണണമെന്നോ ഒന്നുമില്ല. ഈ ഇരുളിൽ തനിച്ച് കിടക്കയിൽ മലർന്നു കിടക്കണം. അത്രമാത്രമേയുള്ളൂ ആഗ്രഹം. പക്ഷേ അത്താഴം തയ്യാറെന്ന ഇബ്റാഹീമിന്റെ വിളിയാണ് കാതിലെത്തിയത്. ഇവിടത്തെ അവസാന അത്താഴമാണ്. അതിനാൽ യുസ്റ പറഞ്ഞതുപോലെ ഞാനും അവർക്കൊപ്പം തീൻമേശയ്ക്ക് ചുറ്റുമുണ്ടായേ തീരൂ.

എല്ലാ വിഭവങ്ങളും ഞാൻ അല്പമെങ്കിലും കഴിച്ചേ തീരൂവെന്ന് യുസ്റയ്ക്ക് നിർബന്ധമുണ്ടാകും. എനിക്കുവേണ്ടി വളരെ സമയമെടുത്ത് പാചകം ചെയ്തതാണ് എല്ലാം. ഇനി അടുത്ത തവണ നാട്ടിൽ വരുമ്പോൾ മാത്രമായിരിക്കും ഇവയൊക്കെ കഴിക്കാൻ അവസരം കിട്ടുന്നതെന്ന് അവൾക്കും നന്നായിട്ടറിയാം.

എന്നെ കാത്തിരിക്കുകയായിരുന്നു എല്ലാവരും തീൻമേശയ്ക്ക് ചുറ്റുമായി. സത്യത്തിൽ ഞാനൊപ്പമുള്ളതിന്റെ സന്തോഷം അവരുടെ സർവ്വ പ്രവർത്തികളിലും കാണാം. അപ്പോഴാണ് ഒരു കാര്യം ശ്രദ്ധിച്ചത്. യുസ്റ കണ്ണെഴുതി, ഇളംചുവപ്പ് ലിപ്സ്റ്റിക് പൂശി, പുരികം വരച്ചിരിക്കുന്നു. ഹിജാബ് ധരിച്ചുതുടങ്ങിയ ശേഷം ഇത്തരത്തിൽ അവൾ മേക്കപ്പ് ചെയ്തു കാണുന്നത് ഇതാദ്യമായിട്ടായിരിക്കും. എന്നാൽ ഏറ്റവും കൂടുതൽ ശ്രദ്ധിച്ചത് ഞാൻ സമ്മാനമായി കൊണ്ടുവന്ന് നൽകിയ ബ്ലൗസ് അവൾ ധരിച്ചതായിരുന്നു. എന്നാൽ കഴുത്തും കൈയുമൊന്നും പുറത്തേക്ക് കാണാത്തവിധത്തിൽ മുകളിലായൊരു അയഞ്ഞ ഫ്രോക്ക് ധരിച്ചിട്ടുമുണ്ട്. തങ്ങൾക്കൊപ്പം ഞാൻ ചെലവിടുന്ന അവസാനദിവസം മുമ്പ് നൽകിയ സമ്മാനത്തിൽ താൻ സംതൃപ്തയാണെന്ന് അറിയിക്കാനായിരിക്കും യുസ്റ ശ്രമിക്കുന്നത്. പക്ഷേ ഇപ്പോഴത്തെ ഈ മേക്കപ്പ് കാണുമ്പോൾ

മനസ്സിലാകുന്നത് ഹിജാബ് ധരിച്ചിട്ടുണ്ടെങ്കിലും അവൾ ഒട്ടും മാറിപ്പോയിട്ടേയില്ലെന്നാണ്. ഒപ്പം പുറംസൗന്ദര്യത്തിൽ ഇപ്പോഴും ശ്രദ്ധ അവൾക്കുണ്ടെന്നതുമാണ്.

തീൻമേശയിൽ ചെന്നിരുന്നതും തന്റെ നേരെ മറുവശത്തിരിക്കുന്ന യുസ്റയെ ചൂണ്ടി ഇബ്റാഹീം ചോദിച്ചു:

"ഇവൾ എന്താ ചെയ്തിരിക്കുന്നതെന്ന് കണ്ടോ?"

യുസ്റ എന്നെ നോക്കി ചിരിച്ചു. ഞങ്ങളെയെല്ലാം അതിശയിപ്പിച്ച തന്റെ മേക്കപ്പിനെക്കുറിച്ച് ഞാനെന്തെങ്കിലും അഭിപ്രായം പറയുന്നത് പ്രതീക്ഷിക്കുന്നുപോലെയായിരുന്നു ആ നോട്ടം. യുസ്റ വളരെ സുന്ദരിയാണെന്ന് പറയാൻ മനസ്സ് കൊതിച്ചതാണ്. എന്നിട്ടും ഞാൻ ആ ആഗ്രഹം അടക്കിനിർത്തി. സത്യത്തിൽ നല്ല സുന്ദരി തന്നെയായിരുന്നു യുസ്റ. പിന്നെ എപ്പോഴോ തോന്നിപ്പോയി സഹോദരി ലൈലയേക്കാൾ സുന്ദരിയാണ് യുസ്റയെന്ന്.

"കുറേക്കാലമായിട്ടുണ്ടാകും ഞാനിവളെ ഇതുപോലെ കണ്ടിട്ട്."

യുസ്റ ഇരുന്ന ഭാഗത്തേക്ക് കുനിഞ്ഞ് അവളുടെ മുഖത്ത് തൊടാനായി ഇബ്റാഹീം കൈനീട്ടിയെങ്കിലും ചിരിച്ചുകൊണ്ട് അവൾ ശിരസ്സ് പിറകിലേക്ക് തിരിച്ചുകളഞ്ഞു. ദേഹത്തെ ശിരോവസ്ത്രം നേരെയാക്കിക്കൊണ്ട് അവൾ ചോദിച്ചു:

"എനിക്കെന്താ മേക്കപ്പിടാനുള്ള അവകാശമില്ലേ?"

"എന്നാലും നമസ്കരിക്കുകയും ഹിജാബ് ധരിക്കുകയും ഒക്കെ ചെയ്യുന്ന നീയാണോ ഇങ്ങനെ മേക്കപ്പിടുന്നത്?"

"ആ... അതിലെന്താ ഇത്ര പ്രശ്നം? മേക്കപ്പിടുന്നതെന്താ ഹറാമാണോ?"

യുസ്റയുടെ അരികിലിരിക്കുകയായിരുന്ന വാഇൽ അവളുടെ ശിരോവസ്ത്രത്തിന്റെ ഒരറ്റത്ത് പിടിച്ചുകൊണ്ട് പറഞ്ഞു:

"ഈ ഹിജാബ് എന്താ ഊരിമാറ്റാത്തത്? ഈ മേക്കപ്പിനൊപ്പം ഉമ്മയുടെ തലമുടിയൊന്നു കണ്ടാൽ കൊള്ളാമെന്നുണ്ട്. മാറ്റുമ്മാ... ഈ ഹിജാബൊന്ന്..."

അവന്റെ കൈ തട്ടി മാറ്റിയശേഷം അകന്നിരിക്കാനായി തന്റെ കസേര കുറച്ച് മാറ്റിയിട്ടുകൊണ്ട് യുസ്റ പറഞ്ഞു.

"എന്റെ തലമുടി നീ എന്നും കാണുന്നതാണല്ലോ? നമ്മൾ മാത്രമുള്ളപ്പോൾ. അല്ലെങ്കിൽതന്നെ മേക്കപ്പ്കൊണ്ട് തലമുടിക്ക് മാറ്റമൊന്നുമുണ്ടാകില്ല."

ഇബ്റാഹീമിന് കൂടുതൽ ആവേശമായി. വീണ്ടും യുസ്റയുടെ ശിരസ്സിലേക്ക് കൈനീട്ടാൻ തുനിഞ്ഞുകൊണ്ട് അവൻ പറഞ്ഞു:

“വാഇൽ പറയുന്നതിലും കാര്യമുണ്ട്. നീയൊന്ന് ഹിജാബ് മാറ്റിക്കേ... പ്ലീസ്... ഒരു നിമിഷത്തേക്കൊന്ന് ആ ശിരോവസ്ത്രം മാറ്റുമോ... മേക്കപ്പിട്ടിരിക്കുമ്പോൾ നിന്റെ തലമുടിയൊന്ന് കാണാനുള്ള ഇഷ്ടം കൊണ്ടാണ്... കുറച്ചു സമയത്തേക്കാണെങ്കിലും നിന്നെ ഹിജാബില്ലാതെ കാണാനുള്ള മോഹംകൊണ്ടാണ്.”

ഇബ്റാഹീമും വാഇലും കുറേ നിർബന്ധിച്ചെങ്കിലും യുസ്റ വഴങ്ങിക്കൊടുത്തില്ല. പ്രതീക്ഷിച്ചതുപോലെ വളരെ സമയമൊന്നും അത്താഴം കഴിക്കാനെടുത്തില്ല. ആഹാരം കഴിച്ചശേഷം ചായ കുടിക്കാനായി സ്വീകരണമുറിയിലെ സോഫയിൽ പോയിരുന്നു. ഹിജാബ് ധരിക്കാതെ മേക്കപ്പിട്ട നിലയിൽ യുസ്റയെ ഒന്നു കാണുക എന്ന ആശയംതന്നെ വളരെ മനോഹരമായി തോന്നിപ്പോയി.

അങ്ങനെ യുസ്റ ചെയ്താലുള്ള ചിത്രം മനസ്സിൽ സങ്കല്പിക്കുന്നതിനിടയിൽ പതിഞ്ഞ സ്വരത്തിൽ ഇബ്റാഹീം പറയുന്നതു കേട്ടു:

“ആ തേവിടിശ്ശി നമ്മളെയെല്ലാം നാണം കെടുത്തി.”

അവൻ നഈമയെക്കുറിച്ചാണ് സംസാരിക്കുന്നതെന്ന് പെട്ടെന്നു തന്നെ മനസ്സിലായി. അത് ശരിവയ്ക്കുന്നവിധത്തിൽ യുസ്റയും തല കുലുക്കി. പിന്നെയവൾ എന്റെ നേരെ നോക്കി. സ്വരമൊന്ന് മാറ്റിയശേഷം ഇബ്റാഹീം തുടർന്നു:

“തന്റെ ഫ്ളാറ്റ് അവളൊരു വേശ്യാലയമാക്കി മാറ്റുമെന്ന് സങ്കല്പിക്കാൻകൂടി സാധിക്കുമായിരുന്നോ?”

പൊലീസുകാർ ഫ്ളാറ്റിലെത്തിയെന്നറിഞ്ഞിട്ടും നഈമ വിഷയത്തിൽ ഞാൻ വലിയ ഉത്സാഹം കാണിക്കാത്തത് ഇബ്റാഹീമും യുസ്റയും ശ്രദ്ധിച്ചിട്ടുണ്ടാകുമോ എന്ന് മനസ്സ് ചോദിച്ചു. മാത്രമല്ല ഞാനെന്തെങ്കിലുമൊന്ന് പറയാനായി അവർ ഇരുവരും ആ വിഷയം വീണ്ടുമെടുത്തിട്ടെങ്കിലും ഞാനൊരു വാക്കുപോലും മിണ്ടിയില്ല. കുറച്ചു നേരത്തേക്ക് ആകെ നിശ്ശബ്ദത നിറഞ്ഞുനിന്നപ്പോൾ എനിക്കാകെ അസ്വസ്ഥത തോന്നി.

നഈമയുടെ വിഷയം വളരെ താത്പര്യത്തോടെ ശ്രദ്ധിക്കുകയും അതിലൊരു കാര്യംപോലും വിട്ടുപോകരുതെന്ന് നിർബന്ധവുമുള്ളതു പോലെ വാഇൽ തിരക്കി:

“നഈമ കുറെക്കാലം ജയിലിൽ കിടക്കുമോ?”

“ഏറ്റവും കുറഞ്ഞത് മൂന്നുവർഷം.”

ഇബ്റാഹീമിന്റെ മറുപടി വളരെ പെട്ടെന്നായിരുന്നു. പിന്നെ ഉറച്ച സ്വരത്തിൽ തുടർന്നു:

“പരിശുദ്ധനായ ദൈവം വ്യഭിചാരം നിഷിദ്ധമാക്കിയതാണ്. അത് നമുക്ക് നിരോധിക്കുകയും ചെയ്തു. അതിനാൽതന്നെ നിയമം വ്യഭിചാരത്തെ വച്ചുപൊറുപ്പിക്കുകയുമില്ല.”

ഇതുകേട്ടതും എന്റെയരികിലേക്ക് ചരിഞ്ഞുവന്നശേഷം പതിഞ്ഞ സ്വരത്തിൽ വാഇൽ ചോദിച്ചു:

“ഈ വ്യഭിചാരം എന്നുവച്ചാലെന്താ?”

വായടയ്ക്കാനായിരുന്നു വാഇലിന് യുസ്റ നൽകിയ ഉത്തരവ്. മേലിൽ ആ വാക്ക് മിണ്ടിപ്പോകരുതെന്നും. എന്നാൽ എന്തോ അസ്വസ്ഥതയുണ്ടാക്കുന്ന കാര്യത്തിൽ പെട്ടുപോയതിനാൽ കഴിയുന്നത്ര വേഗത്തിൽ അതിൽനിന്നും രക്ഷപ്പെടാനാഗ്രഹിക്കുന്നതുപോലെ ഇബ്റാഹീം മറുപടി പറഞ്ഞു:

“വ്യഭിചാരമെന്നാൽ അധർമ്മമാണ്.”

വാഇൽ ഇബ്റാഹീമിനെത്തന്നെ തുറിച്ചുനോക്കുന്നതിനിടയിൽ അവൻ തുടർന്നു:

“ഒരു പുരുഷൻ മറ്റൊരു സ്ത്രീയുമായി നിഷിദ്ധമായ രീതിയിൽ ഇടപഴകുന്നതാണ് വ്യഭിചാരം.”

എന്റെ നോട്ടം നേരിടാതിരിക്കാനായി മുഖം തിരിച്ചുകൊണ്ട് യുസ്റ പറഞ്ഞു:

“ദൈവമേ, ഞങ്ങളെയെല്ലാം തിന്മയിൽനിന്നും കാത്തുകൊള്ളണേ... എല്ലാ വിശ്വാസികളേയും...”

നഈമയുടെ സംശയാസ്പദമായ പെരുമാറ്റത്തിനൊരന്ത്യം ഉണ്ടാക്കാനായി പൊലീസിനെ വിളിച്ചുവരുത്തിയയാൾ എന്ന് താൻ അഭിമാനം കൊള്ളുന്ന ഭർത്താവ് രണ്ടു ദിവസം മുമ്പ് ഒരു തെരുവുവേശ്യയ്ക്കൊപ്പം കിടക്ക പങ്കിട്ട് തന്നെ വഞ്ചിച്ചയാളാണെന്ന് ഞാൻ പറഞ്ഞാൽ എന്തായിരിക്കും യുസ്റയുടെ പ്രതികരണമെന്ന് വെറുതെ സങ്കല്പിച്ചുനോക്കി.

ആ വൈകുന്നേരം മുഴുവൻ ഞാനവർക്കൊപ്പം സ്വീകരണമുറിയിൽ തന്നെ ചെലവിട്ടു. സത്യത്തിൽ അതിലൊട്ടും ആഗ്രഹമുണ്ടായിരുന്നതുകൊണ്ടായിരുന്നില്ല. മറിച്ച് ടുനീഷ്യയിലെ ഈ അവസാനരാവിൽ അവരെ തനിച്ചാക്കി സ്വന്തം മുറിയിൽപ്പോയി അടച്ചിരിക്കാനുള്ള ധൈര്യമില്ലാത്തതുകൊണ്ടായിരുന്നു. അവർക്കൊപ്പമിരുന്ന് ടി.വിയിലൊരു സംഗീതപരിപാടിയും പിന്നെയൊരു ബോറൻ ഈജിപ്ഷ്യൻ സിനിമയും കണ്ടു. ആ വൈകുന്നേരം അവസാനിച്ചുവെന്ന അറിയിപ്പെന്നവണ്ണം

ഇബ്റാഹീം കോട്ടുവായിട്ടുകൊണ്ട് എഴുന്നേറ്റപ്പോൾ മാത്രമാണ് ഞാൻ സ്വീകരണമുറിയിൽനിന്നും പുറത്തേക്കു പോയത്.

ആകെ ക്ഷീണം തോന്നി. എന്നിട്ടും ഉറങ്ങാൻ കഴിഞ്ഞതേയില്ല. മനസ്സിൽനിന്നും നഈമയുടെ കാര്യം വിട്ടകലുന്നതേയില്ല. എല്ലാവരും ഉറങ്ങിക്കിടക്കുന്ന രാത്രിയുടെ യാമങ്ങളിൽ ലൈറ്റ് ഓണാക്കാതെ കിടക്ക വിട്ടെഴുന്നേറ്റു. ജനാല തുറന്നശേഷം താഴേക്ക് കുനിഞ്ഞുനോക്കി. നഈമ യുടെ ഫ്ളാറ്റിന്റെ ജനാല അടഞ്ഞുകിടക്കുകയാണ്. അപ്പോഴാണ് അവൾക്കൊപ്പം കഴിഞ്ഞിരുന്ന കുട്ടിയുടെ കാര്യം ഓർമ്മവന്നത്. ആരും ആ കുട്ടിയെക്കുറിച്ചൊന്നും പറയുന്നത് കേട്ടതേയില്ല. അങ്ങനെയൊരാൾ ഇല്ലേയില്ലെന്ന മട്ടിൽ. പൊലീസെത്തുമ്പോൾ ആ കുട്ടി ഫ്ളാറ്റിലുണ്ടാ യിരുന്നോ? അവനെന്ത് സംഭവിച്ചിട്ടുണ്ടാകും?

എവിടെയായിരിക്കും അവനിപ്പോൾ?

വീണ്ടും കിടക്കയിൽ ചെന്നിരുന്നു. ലൈറ്റ് ഓണാക്കിയശേഷം ചുമരിൽ തൂക്കിയിട്ടുള്ള വാഇലിന്റെ ചിത്രങ്ങളിലേക്ക് വലിയ താത്പര്യ ത്തോടെ നോക്കി. മുമ്പ് പലവട്ടം ഇപ്രകാരംതന്നെ ചെയ്തിട്ടുള്ളതാണ്. മനസ്സിനെ ആകെ അലട്ടുന്ന പേക്കിനാവുകളെ മറികടക്കുവാൻ ഏറ്റവും പറ്റിയ വഴിയാണത്. പെട്ടെന്ന് കണ്ണുതുറന്ന് ഞാൻ മുറിയിലെങ്ങും നോക്കാൻ തുടങ്ങി. അല്പം കഴിഞ്ഞതും ബാങ്ക് വിളിക്കുന്ന ശബ്ദം കേട്ടു. പ്രഭാതനമസ്കാരത്തിനുള്ള ബാങ്കാണ്. പിന്നെ ചിത്രങ്ങൾ നോക്കിക്കിടക്കുന്നതിനിടയിൽ എപ്പോഴോ ഉറങ്ങിപ്പോയി.

എന്നെ യാത്രയയയ്ക്കാനായി എല്ലാവരും എഴുന്നേറ്റുവന്നു. യുസ്റ ഒരു കൂട് സുഗന്ധവസ്തുക്കളും പിന്നെ ഒരു കുപ്പി ഒലീവെണ്ണയും സമ്മാനമായി നൽകി. അടുത്ത തവണ അവധിക്ക് വരുമ്പോൾ വാഇലിന് കുപ്പായം വാങ്ങിയാൽ അളവിന്റെ കാര്യം ശ്രദ്ധിക്കണമെന്ന് ഓർമ്മിപ്പിച്ചു. അതുപോലെ ടെലിവിഷനിൽ കണ്ട തരത്തിലുള്ള ഒരു കോട്ട് ഞാന വൾക്ക് സമ്മാനമായി നൽകുന്നത് താൻ സ്വപ്നം കാണുന്നുവെന്ന് ഓർമ്മിപ്പിക്കാനും യുസ്റ മറന്നില്ല. യൂറോപ്പിലൊക്കെ അത്തരം വസ്ത്ര ത്തിന് വലിയ വിലയാകുമെന്നതൊക്കെ ശരിയാണ്.

അടുത്ത വരവ് വേനലവധിക്ക് തന്നെ വേണമെന്ന് ഇബ്റാഹീം വീണ്ടും ഓർമ്മപ്പെടുത്തി. തന്റെ കൈയിലുള്ളത് പഴയൊരു മൊബൈൽ ഫോണാണ്. അതിനു പകരമായി കൂടുതൽ ആധുനികമായൊരു മൊബൈൽ ഫോൺ ഫ്രാൻസിൽനിന്നും വാങ്ങിക്കൊണ്ട് വരണമെന്നും പറഞ്ഞു. അവന്റെ സുഹൃത്തുക്കൾക്കൊക്കെ പുതിയതരം മൊബൈൽ ഫോണുകളുണ്ട്. അവർക്കൊക്കെ തന്റെ പഴയ മൊബൈൽ ഫോൺ കാണുമ്പോൾ ഒരു നേരമ്പോക്കാണ്. ഫ്ളാറ്റിൽനിന്നും പുറത്തേക്കിറ ങ്ങുമ്പോൾ താനും റോഡ് വരെ കൂടെ വരാമെന്നും സ്യൂട്ട്കെയ്സ്

കൈയിലെടുക്കാമെന്നും ഇബ്റാഹീം നിർബന്ധം പിടിച്ചതാണ്. എയർപോർട്ടിലേക്ക് പോകാനുള്ള ടാക്സി കാറുകളിലേതെങ്കിലും കിട്ടുന്നതുവരെ ഒപ്പം നിൽക്കാമെന്നും പറഞ്ഞെങ്കിലും അവൻ ഫ്ളാറ്റിൽ തന്നെ നിന്നാൽ മതിയെന്ന് ഞാൻ തീർത്തുപറഞ്ഞു.

പുറത്തേക്കിറങ്ങുമ്പോൾ അപ്പാർട്ടുമെന്റ് ഗാർഡനിലോ അതിലൂടെ കടന്നുപോകുന്ന നടപ്പാതയിലോ ആരേയും കാണാനായില്ല. ബസാതീൻ കോളനിയാകെ ഉറക്കത്തിൽ മുങ്ങിക്കിടക്കുകയായിരിക്കും. നല്ല തെളിഞ്ഞ ആകാശം. ശുദ്ധമായ പ്രഭാതക്കാറ്റ് ഉന്മേഷം നൽകിക്കൊണ്ട് കടന്നുപോയി. ഈർപ്പംനിറഞ്ഞ പുല്ലിന്റെ മണമുള്ള കാറ്റ്. അത് ശ്വസിച്ച് കാറ്റ് ഉള്ളിലേക്കെടുക്കുമ്പോൾ ശരീരത്തിലാകെ ഒരു കൊള്ളിയാൻ കടന്നുപോകുന്നതുപോലെ തോന്നി. ഇന്നലെവരെ വിടാതെ പിൻതുടർന്ന നിരാശയുടെ സ്ഥാനത്ത് വല്ലാത്തൊരു ആശ്വാസം മനസ്സിൽ നിറയാൻ തുടങ്ങി.

കൈയിലിരുന്ന സ്യൂട്ട്കെയ്സ് ഫുട്പാത്തിൽ വച്ചശേഷം ആളൊഴിഞ്ഞ റോഡിനരികെ ടാക്സി കാറുകളിലേതെങ്കിലുമൊന്ന് വരുന്നതും കാത്തുനിന്നു. പതിവുപോലെ പൊലീസ് സ്റ്റേഷൻ തുറന്നിരിക്കുകയാണ് ഇപ്പോഴും. പക്ഷേ സ്റ്റേഷന് മുന്നിലാരെയും കാണാനില്ല. മുൻവശത്തെ കൂറ്റൻ പരസ്യപ്പലകയിലേക്ക് നോക്കി. കുറച്ചു ദിവസം മുമ്പ് അവിടെ പതിച്ചിരുന്ന പോസ്റ്റർ ഇപ്പോഴും കാണാം.

മുല്ലപ്പൂ ബൊക്കെയും കൈയിൽ പിടിച്ചുനിൽക്കുന്ന കുട്ടിയുടെ ചിത്രം കണ്ടു. ചിത്രത്തിന് കീഴിലെഴുതിയിരിക്കുന്നത് പതിയെ ഒന്നുകൂടി വായിക്കാൻ ശ്രമിച്ചു. "ഒന്നു പുഞ്ചിരിക്കൂ, നിങ്ങൾ ടുണീഷ്യയിലാണല്ലോ."

പരസ്യപ്പലകയിൽനിന്നും കണ്ണെടുത്തശേഷം ഞാൻ ആകാശത്തേക്ക് തലയുയർത്തി നോക്കി. കണ്ണിൽപ്പെട്ട ഒരു കുഞ്ഞുനക്ഷത്രത്തെത്തന്നെ കുറെനേരം നോക്കിനിന്നു. ചക്രവാളത്തിൽ നിറയാൻ തുടങ്ങുന്ന പ്രഭാതശോഭയിൽ മിന്നിത്തിളങ്ങുകയായിരുന്നു ആ നക്ഷത്രം അപ്പോൾ.

■

www.ingramcontent.com/pod-product-compliance
Lightning Source LLC
LaVergne TN
LVHW100815051026
849519LV00006B/2089